D1680247

நாயக்கர் காலக் கலைக் கோட்பாடுகள்

ஆசிரியரின் பிற காலச்சுவடு வெளியீடுகள்

அர்ச்சுனன் தபசு
மாமல்லபுர இமயச்சிற்பம்
(ஆய்வுக் கட்டுரை)
ரூ. 500

மாமல்லபுரம்:
புலிக்குகையும்
கிருஷ்ண மண்டபமும்
(ஆய்வு நூல்)
ரூ. 225

நாயக்கர் காலக் கலைக் கோட்பாடுகள்

சா. பாலுசாமி (பி. 1958)

சென்னைக் கிறித்துவக் கல்லூரித் தமிழ்த் துறையில் இணைப் பேராசிரியராகப் பணியாற்றுகிறார். ஆசியாவின் கிறித்துவ உயர் கல்விக்கான ஒன்றிய வாரியத்தின் உதவியுடன் சென்னை – மாமல்லபுரம் இடையிலான கிழக்குக் கடற்கரை மீனவர் வழக்காற்றியல், தாம்பரம் மற்றும் அதன் சுற்றுப்புறங்களில் உலகமயமாக்கலின் தாக்கம் ஆகிய ஆய்வுத் திட்டங்களையும், ஃபோர்டு நிதி நல்கையுடன் தமிழகச் சுவரோவியங்கள் ஆவணத் திட்டத்தையும் நிறைவேற்றியுள்ளார்.

இலக்கியம், ஓவியம், சிற்பம், நாட்டுப்புறவியல் துறைகளில் ஈடுபாடு கொண்ட இவர் பாரதிபுத்திரன் என்னும் புனைபெயரில் படைப்பிலக்கியமும் திறனாய்வுக் கட்டுரைகளும் எழுதிவருகிறார்.

மின்னஞ்சல்: nayakarts@gmail.com, அலைபேசி: 9444234511

ஆசிரியரின் பிற நூல்கள்

- ‘மாரிக்கால இரவுகள்’ – கவிதைத் தொகுப்பு
- ‘மிளகுக் கொடிகள்’ – மலையாளக் கவிதைகள் மொழிபெயர்ப்பு (இணை ஆசிரியர்)
- ‘கொல்லிமலை மக்கள் பாடல்கள்’ (பதிப்பாசிரியர்)
- ‘தம்பி! நான் ஏது செய்வேனடா?’ (பாரதி பற்றிய நேர்காணல்)
- ‘சித்திர மாடம்’ – தமிழகச் சுவரோவியங்கள் குறித்த கட்டுரைத் தொகுப்பு (தொகுப்பாசிரியர்)
- ‘அர்ச்சுனன் தபசு: மாமல்லபுரத்தின் இமயச் சிற்பம்’

  தமிழ்நாடு அரசு, தமிழ் வளர்ச்சித் துறையின் சிறந்த நூல் விருது (2009), கோயம்புத்தூர் மகாகவி பாரதியார் அறக்கட்டளையின் மகாகவி பாரதி விருது (2011), SRM பல்கலைக்கழகத் தமிழ்ப் பேராயத்தின் ஆனந்த குமாரசாமி விருது (2012) ஆகியனவற்றைப் பெற்ற நூல்.
- ‘மாமல்லபுரம்: புலிக்குகையும் கிருஷ்ண மண்டபமும்’

சா. பாலுசாமி

நாயக்கர் காலக் கலைக் கோட்பாடுகள்

காலச்சுவடு பதிப்பகம்

நாயக்கர் காலக் கலைக் கோட்பாடுகள் ♦ ஆய்வு நூல் ♦ ஆசிரியர்: சா. பாலுசாமி ♦ © சா. பாலுசாமி ♦ முதல் பதிப்பு: டிசம்பர் 2013, ஐந்தாம் (குறும்) பதிப்பு: செப்டம்பர் 2021 ♦ வெளியீடு: காலச்சுவடு பப்ளிகேஷன்ஸ் (பி) லிட்., 669 கே. பி. சாலை, நாகர்கோவில் 629001

naayakkar kaalak kalaik kooTpaaTukaL ♦ Monograph on Nayaka Art ♦ Author: Sa. Balusami ♦ © Sa. Balusami ♦ Language: Tamil ♦ First Edition: December 2013, Fifth (Short) Edition: September 2021 ♦ Size: Royal ♦ Paper: 18.6 kg maplitho ♦ Pages: 336

Published by Kalachuvadu Publications Pvt. Ltd., 669 K.P. Road, Nagercoil 629001, India ♦ Phone: 91-4652-278525 ♦ e-mail: publications@kalachuvadu.com ♦ printed at Compuprint Premier Design House, Chennai 600086

ISBN: 978-93-81969-94-6

09/2021/S.No. 531, kcp 3218, 18.6 (5) uss

'மழைக்குக் குடை; பசிநேரத் துணவு'
                                          பாரதி

சென்னைக் கிறித்துவக் கல்லூரி
தாவரவியல் பேராசிரியர்
முனைவர் து. நரசிம்மன் அவர்களின்
இனிய நட்பிற்கு...

பொருளடக்கம்

அணிந்துரை:
கலையும் இலக்கியமும் – இலக்கியமும் கலையும் 11
கலாநிதி கார்த்திகேசு சிவத்தம்பி

நன்றியுரை *21*

சுருக்கக் குறியீட்டு விளக்கம் 23

நூன்முகம் 25

கலை: பொதுவியல்புகள் 31

நாயக்கர் காலக் கலைநிலை 40

வடிவக் கோட்பாடுகள்

பெருந்தோற்றம் 63

விரிவாக்கம் 73

மரபுத் தொடர்ச்சி 91

பிற பாணிக் கலப்பு 106

மிகு அணியுடமை 124

தன் திறன் காட்டல் 134

உள்ளடக்கக் கோட்பாடுகள்

சமய ஒருமைப்பாடு 145

புராண – இதிகாசக் கூறுகள் 154

மிதுனப் பண்பு 165

போர்ப் பண்பு 177

வட்டாரத் தன்மை 186

வடிவ – உள்ளடக்கப் பொதுக்கோட்பாடுகள்

   நாட்டுப்புறக் கூறு   199

   ஒருபடித்தாயிருத்தல்   221

கலைக் கோட்பாடுகளுக்கான பின்புலங்கள்   235

தொகுப்புரை   274

   துணைநூற்பட்டியல்   277

பின்னிணைப்புகள்

   மதுரை நாயக்கர்கள் பட்டியல்   302

   தஞ்சை நாயக்க அரசர்களின் குலமரபு   303

   வரைபடங்கள் மற்றும் புகைப்படங்கள்   305 – 336

அணிந்துரை

கலையும் இலக்கியமும் – இலக்கியமும் கலையும்

அழகியல் இணைவுகளும் விமர்சன நோக்குகளும்

நண்பர் பாலுசாமியின் இந்த ஆய்வு மிக முக்கியமான ஒன்று என நான் கருதுகிறேன். தமிழிலக்கியத்திற்கான விளங்கு முறைகளில் இதுவரை நுண்ணாய்வு செய்யப்படாத ஒரு துறை பற்றிய ஆய்வு இங்கு மேற்கொள்ளப்பட்டுள்ளது. விஜயநகர – நாயக்கர் காலப் பிரிவில் (ஏறத்தாழ கி.பி. 14, 15ஆம் நூற்றாண்டு முதல் கி.பி. 17, 18ஆம் நூற்றாண்டு வரை) தோன்றிய தமிழிலக் கியத்தினை அதன் அமைவு வெளிப்பாடு, அவற்றினூடே காணப்படும் அழகியற் புலப்பதிவு ஆகியனவற்றை அவ்வக்காலப் பகுதிகளிலே தோன்றிய மற்றைய கலைகளோடு – குறிப்பாக, கட்டடம், சிற்பம், ஓவியக் கலைகளோடு – அவற்றின் அமைவு, வெளிப்பாடு, அழகியற் புலப்பதிவு ஆகியனவற்றுடன் ஒப்புநோக்கி அவ்வக்காலங்களினது, தமிழிலக்கியத்தினது மாத்திரமல்லாமல் தமிழ்நாட்டுக் கலைகளினதும் செல்நெறி, பரஸ்பர வளமூட்டல் ஆகியனவற்றைத் தெளிவுபடுத்துவதற்கு இந்நூல் முனைகின்றது. இலக்கிய மாணவன், ஆசிரியன், விமர்சகன் என்ற நிலைகளில் நான் நீண்டகாலமாக மனதுள் தேக்கிவைத்திருந்த ஒரு கருத்தினை நண்பர் பாலுசாமி தனது ஆய்வுப்பொருளாகக் கொண்டு அதற்குரிய புலமைச் சவால்களுக்கு முகம் கொடுத்து, கணிப்பினைக் கோருகின்ற ஓர் ஆய்வினைத் தந்ததற்காக அவரை முதலில் வாழ்த்திக்கொண்டு, இம்முயற்சிக்கான பாயிரக் குறிப்பு களாகச் சிலவற்றைப் பதிவு செய்ய விரும்புகிறேன்.

முதலிலே குறிப்பிட வேண்டுவது, மேல்நாட்டு இலக்கிய விமர்சன நோக்கு நிலைகள் சில, இலக்கியம் சாராத பிற கலைகளின் மொழிகளிலிருந்து பெற்றுக்கொண்ட நோக்குப் பிரமாணங்களாகும். மனப்பதிவுவாத எழுத்துக்கள் (*Impressionist writings*) கோதிக் நாவல்கள் (*Gothic Novels*), சைக்கடலிக் (*Psychedelic*

Expressions). ரொமானஸ்க் வெளிப்பாடுகள் (*Romanesque*) எனப் பல எண்ணக்கருக்கள் இலக்கிய விமர்சனத்திலே பேசப்படுவதுண்டு. அதாவது, கட்டடம், ஓவியம் போன்ற கலைகளின் அமைவு நெறிகளை இலக்கியப் படைப்புகளிலும் காணுகின்ற ஒரு முயற்சியே இது எனலாம்.

இதற்கான ஒரு நீண்ட பாரம்பரியம், மேல்நாட்டுக் கலை இலக்கிய வரலாற்றில் உண்டு. குறிப்பாக, 16ஆம் நூற்றாண்டுக் காலம் முதல் (மறுமலர்ச்சிக் காலம்) ஐரோப்பியப் புலமை மரபில் கிரேக்க, ரோமக் கலைப்படைப்புகள் உட்பட்ட மறுமலர்ச்சிக் காலக் கலை உட்பட்ட படைப்புகளைக் கலைப் படைப்புகளாகவே பார்த்து, விமர்சிக்கும் முறைமை உண்டு. தேவாலயங்களில் இடம் பெற்ற கலைப்படைப்பு களைக்கூட அவ்வாறு பார்த்தமையால்தான் லியானோர்டா டா வின்ஸி போன்றவர்களைக் கலை மேதைகளாகவே பார்க்க முடிகிறது. கிரேக்க, ரோம மதங்களின் நிலையினின்று நோக்காது, கிரேக்க, ரோமப் படைப்புகளைக் கலைப்படைப்புகளாகவே பார்க்கும் ஒரு வரலாற்றுக் சூழலும் இருந்தது,

கட்டடக்கலை, படிமக்கலை (*sculpture*), ஓவியம் ஆகியனவும் அவற்றுடன் இணைந்து இசையும் நடனமும்கூடக் கலை வரலாற்றுக்கான விடயப் பொருளாகக் கொள்ளப்படுவது மரபாயிற்று. ஆயினும், கலை வரலாறு என்னும் எண்ணக்கருவிற்குள் கட்டடம், படிமம், ஓவியம் ஆகிய மூன்றுமே முக்கிய இடம்பெற்றன. இத்துறைக் கலைஞர்கள் இலக்கியப் படைப்பாளிகளுக்குக் கிடைக்கும் அதே சமூக அந்தஸ்துடன் போற்றப்படுவதுண்டு. ஆனால் ஐரோப்பிய மரபில் கலைஞர்கள், சிற்பிகள், ஓவியர்களுக்கான சமூக மதிப்பு, அரசு செல்வாக்கு இலக்கியக் கலைஞர்களையும் பார்க்க அதிகமாகவே இருந்தது எனலாம். கலைஞர் களுக்கும் கலைகளுக்குமிடையே ஊடாட்டம் நிலவியமை ஆச்சரியத்தைத் தருவதன்று.

தமிழகச் சூழலில் இந்நிலை இன்றும்தான் ஏற்படவில்லை எனலாம். புத்தகங்களுக்கான அட்டையை வரைந்து தருபவர்கள் என்கின்ற வகையில் மருது, வீர.சந்தானம், சில புறனடைகளில் ஆதிமூலம் போன்றோரைச் சாதாரண தமிழ் இலக்கிய ஆர்வலர்களுக்குத் தெரியுமே தவிர தட்சிணாமூர்த்தியையோ, தனபாலையோ, அல்ஃபோன்ஸாவையோ தெரியாது; கேள்விப்படுவதுமில்லை. ஆனால் இவர்களைப் போன்ற முக்கியக் கலைஞர்கள் சிலர் – சமகால இந்தியக் கலை வரலாற்றிலேயே விட்டுவிட முடியாத சிலர் – இருக்கின்றனர்.

இந்த ஒதுக்கம் தமிழில் நீண்ட காலமாக உண்டு. சிற்றிலக்கியங் களை எழுதிய புலவர்களின் பெயர்கள்கூடத் தெரியும். ஆனால், சிதம்பரத்து நடராஜரையோ, தஞ்சை பிரகதீஸ்வரத்து நந்தியையோ, சுசீந்திரத்து ஆஞ்சநேயரையோ வடித்தவர்களின் பெயர் தெரியாது. இதற்குக் காரணம் கலையாக்கம் பற்றிய தமிழ்நாட்டுச் (இந்திய) சமூக ஒழுங்கமைவு ஆகும். இலக்கியத்தில் பவுத்த, சமணச் செல்வாக்கும் வடமொழி நோக்குகளும் வருவதற்கு முன்னர் இருந்த இந்த மண்ணுக் குரிய சொல்வல்லோரான பாணர்கள்கூட ஒரு சாதியினராகவே

கருதப்பட்டனர். புலவன், செந்நாப்புலவனாகவும், பாணன் கல்லாவாய்ப் பாணனாகவும் கொள்ளப்பட்ட முறைமை சங்க இலக்கியம் – தொல்காப்பியத்தில்கூடக் காணலாம். தமிழ்நாட்டில் பவுத்த, சமண மதச் செல்வாக்குக் காரணமாக இலக்கிய – (எழுத்து) கல்வி உயர் நிலைப்படுத்தப்பட்டது. ஆயினும் அந்த மட்டத்திற்கு எல்லாச் சமூகங் களிலிருந்தும் ஆள் சேர்ப்பு நடைபெறுவதற்கான வாய்ப்பும் நெகிழ்வும் இருந்தன.

அற இலக்கிய காலத்திலேயே நாடகம், பாடல் ஆகியன புலவோர் இலக்கியத்தினின்றும் வேறுபட்டவையாக ஆகிவிட்டன. உண்மையில், முத்தமிழ் என நாம் பெருமைப்பட்டுக்கொள்ளும் அந்த எண்ணக் கருவுக்குள் தமிழ்நாட்டின் காண்பியக் கலைஞர்களான பலர் – ஓவிய, கட்டடக் கலைஞர் ஆகியோர் வருவதில்லை. முத்தமிழ் என்பது சொல் வழிக் கலைகளையே குறித்தது.

சொல்வழிக் கலைகளுக்குள் ஏற்பட்ட சமூக அந்தஸ்து சார்ந்த தொழிற்பிரிவும் சிறப்புத் தொழிற்பயிற்சியும் சிலப்பதிகாரத்தில் ஏற்பட்டுவிட்டமையை மாதவியின் பயிற்றுநர் குழுவினுட் காணலாம். இசையாசிரியன் வேறு, நன்னூற் புலவன் வேறு, ஆடலாசிரியன் வேறு என்பது துல்லியமாகத் தெரிகிறது.

இதற்கு மேல் இந்திர விழவூரெடுத்த காதை போன்றவற்றினூடாகத் தெரியவரும் நகர நிர்மாணத் துறையின் கலைஞர்கள் பெரிதும் விதந்தோதப்படவில்லை என்பதும் தெரியவருகிறது.

கி.பி. 600 முதல் ஏறத்தாழ கி.பி. 1300 வரையுள்ள கோயில் பண்பாட்டுக் காலத்திலும் இலக்கியப் புலவர்கள் பெற்ற முதன்மை போன்று (கோயில்) கட்டட, படிம, ஓவியக் கலைஞர்கள் பெற்றிருக்கவில்லை என்பதும் வெளிப்படை.

ஓவியம் பௌத்த, சமணப் பண்பாடுகளில் பெற்ற முதன்மையைக் கருங்கல்லால் கட்டப்பட்ட கோயில்களில் பெறுவது தொழில்நுட்ப ரீதியிலேயே சிறிது சிக்கலானது (விதானங்களில் உள்ள ஓவியங்கள் கூட மிகமிகக் குறைவு). கோயில் பண்பாட்டுக் காலத்தில் இசை, நடனக் கலைஞர்கள் கோயில் சொத்துக்களாகவே மாற்றப்பட்ட வரலாறும் நமக்குத் தெரியும். நடனக் கலைஞர்களுள் அரசியல் முதன்மை பெற்ற சிலர், கலை முதன்மை காரணமாகத்தான் அதனைப் பெற்றிருந்தார்கள். கவிச்சக்கரவர்த்தி என்ற விருதோடு ஒட்டக்கூத்தர், ஜெயங்கொண்டார் ஆகியோர் இருந்தது போன்று ஓர் இசை சக்கரவர்த்தியோ, நாடகச் சக்கரவர்த்தியோ அக்காலத்து அரசவையில் விருது நிலை ஆசனம் பெற்றதாகத் தகவல்கள் இல்லை.

ஏறத்தாழ விஜயநகர, நாயக்கர் காலத்திலும் இதே நிலைதான் காணப்படுகிறது. தமிழ்நாட்டில் சமூக ஒழுங்கமைவு முறைமை தனிப்பாடல் திரட்டுகளில் இடம்பெறும் வசைக் கவிகளுக்கு இருந்த இடமளவு அந்தஸ்துக் கணிப்பு மற்றைய கலைஞர்களுக்கு இருந்ததா என்பது சந்தேகமே!

இவ்வாறான ஒதுங்கல், ஒதுக்க நிலைமைகள் வரலாற்று யதார்த்தமாக இருந்தன எனினும் அவ்வக் கலைஞர் குழாங்களில் நடந்த படைப் பாற்றலின் கலைத்துவமோ, கலாநேர்மையோ, மரபுத் தொடர்ச்சியோ சிறிதளவேனும் குறைவாக இருந்தன என்று கூற முடியாது. சாதி வட்டத்தினுள் பேணி வைக்கப்பட்டிருந்த கலைக் கையளிப்பு மரபுகளை இன்று நூல் வடிவில் பார்க்கும்போது, அந்த வரையறுக்கப்பட்ட வட்டங்களுக்குள்ளும் அவ்வக்கலைஞர்கள் குழாம் ஓர் உலக நோக்கினை யும், உணர்வுப் புலப்பதிவினையும், புத்தாக்க முறைமைகளையும், புதிய முன்னெடுப்புகளையும் கொண்டிருந்தனர் என்பது தெளிவாகிறது (இசை நூல்கள். கூத்து நூல்கள்). இந்தக் கலை ஒருமைப் பார்வை, இந்தச் சமூக ஒழுங்கமைவுகளை மீறி அழகியல் உணர்வுகளாக, புத்தாக்கச் செம்மைப்பாடுகளாக அந்தப் படைப்புலகங்கள் முழுவதற்கும் பொதுவாக நின்றன. இந்தப் பொதுமை அந்தப் பண்பாட்டினது நுண்ணுணர்வுகளோடு உணர்ச்சி விளக்கங்களினூடாக, அழகியல் நிலைகளினூடாக எல்லாக் கலைஞர்களையும் அவற்றை இரசிக்கும் மக்களையும் ஒன்றாக இணைத்து வைத்திருந்தன. இந்தக் கலைத்துவப் பொதுமையை நண்பர் பாலுசாமி அந்தக் கால வட்டத்தினுள் நின்று பார்க்க முனைகிறார்.

முயற்சி நல்ல பலனைத் தந்துள்ளது. இந்த முயற்சியைப் படிக்கும் போது இந்தப் பதிவுகள் விசிறிவிடும் மனக்கோடுகள் சிலவற்றைப் பதிவு செய்தல்வேண்டும் போலத் தெரிகிறது.

அவற்றுள் முக்கியமானது, குறிப்பாகக் கோயில் பண்பாட்டுக் காலத் தொடக்கம், வளர்ச்சியின் பின்னர் தவிர்க்க முடியாதபடி ஏற்படுத்தப்படுகிற வெளி ஒதுக்கீட்டு வரையறையாகும். அதாவது, இந்தக் கோயில்களுக்குள் போவோர், அவற்றோடு சம்பந்தப்பட்டோர், அந்நிறுவனங்கள் பற்றிய பதிவுகள், வெளிப்பாடுகள் அல்லாது, இரண்டு கோயில்களுக்கும் வெளியே (அரண்மனையும் ஆலயமும்) அவற்றுள் போக முடியாதிருந்த சாதாரண மக்களின் சாதி வரையறைப் பட்ட மக்களின் அழகியற் பதிவுகள் பற்றிய மௌனங்களே உள்ளன. ஏறத்தாழ கி.பி. 600 முதல் 1300 வரை இந்த மௌனம் நீடித்தது. ஆனால், கி.பி. 1370இன் பின்னர் தமிழ்நாடு ஹம்பியின் நாயக்கத் தானங்களாகப் பிரிக்கப்பட்டதன் பின்னர், அதுவும், அதிலிருந்து ஏறத்தாழ 200 வருடங்களுக்குப் பின்னர் தலைக்கோட்டைப் போருக்குப் பின்னர் (கி.பி. 1565) தெலுங்கு மேற்கட்டுமானங்கள் அதிகரிக்கத் தொடங்கின. எனினும், கி.பி. 600–300 காலத்திலிருந்த சமூக ஒதுக்கம் உடையத் தொடங்கியது. பள்ளும் குறமும் கருத்துநிலை அடிப்படையில் இப்புதிய காலத்திற்கான வசீகர இலக்கியப்பூச்சுகள் ஆகும். சிற்பங் களிலும்கூட மீசைவைத்த கட்டுமஸ்தான தலையாரிகளின் பிரதிமைகள் கோயிலுக்குள்ளேயே இடம்பெறத் தொடங்குகின்றன.

இத்தகைய ஒரு காலத்தில் இலக்கிய – கலைக்கோட்பாடுகளின் திருமண உறவு இறுக்கத்தை (அல்லது அவ்வாறான இறுக்கமின்மையை) பாலுசாமி காட்ட முயலுகின்றார். அறுவடை செழிப்பாகவே வந்துள்ளது.

தமிழகத்தின் இலக்கியமல்லாத கலைகளின் வளர்ச்சிநிலை பற்றிய அறிக்கையும் அறிவும் தமிழிலக்கியத்தினைப் புரிந்துகொள்ள மிகமிக முக்கியமானவை ஆகும். நான் ஓர் உதாரணத்தை இங்கு கூற விரும்புகிறேன். மிக உன்னிப்பாக நோக்கும் பொழுது தமிழ்நாட்டின் கற்சிற்ப வளர்ச்சிக்கும் பெண்கள் பற்றிய இலக்கிய வருணனை களுக்கும் நிறையத் தொடர்புண்டு. பல்லவர் காலத்து இலக்கியங்களாக முத்தொள்ளாயிரம், நந்திக்கலம்பகம் போன்றவற்றில் வரும் வருணனை களையும் முற்சோழர் கால, நடுச்சோழர் கால உலாக்களில் வரும் வருணனைகளையும் பார்த்தால் இந்த உண்மை புலனாகும். உடல் உறுப்புகளைப் பிரதானப்படுத்தி வருணிக்கும் கோவை, உலா வருணனை களில் வரும் பொலிவுச் செம்மையும் மிகைப்பாடின்மையும் சம காலத்துச் சிற்ப வடிவமைப்பிலிருந்து அதிகம் வேறுபட்டனவென்று கூறமுடியாது. நாயக்கர் காலத்தில் வரும் இலக்கிய வருணனை மிகையும், சிற்பங்களின் ஆடை ஆபரண மிகையும் ஒன்றுக்கொன்று இணையாகவே காணப்படுகின்றன. கி.பி. *600 – 900* காலக் கட்டழகும் (யாப்பழகும்) கி.பி. 1500க்குப் பின்னர் எல்லாக் கலைகளுமே ‘அணி’ களில் வைக்கும் நம்பிக்கையும் நமக்கு ஆச்சரியத்தைத் தருகின்றன.

இவற்றில் சிற்பம், கவிதை மீது நடத்திய ஆதிக்கம் தெரிகிறது.

ஆனால், கவிதை இந்தக் காண்பியக் கலைகளுக்குக் கொடுத்த கடைதிறப்பும் வழிதிறப்பும் சமனான – அதிலும் பார்க்க மேலான முக்கியத்துவம் உடையவை. திருநாவுக்கரசரின் தேவாரம் படிம வரலாற்றுக்கே தவமாகிறது. ஏழாம் நூற்றாண்டைச் சேர்ந்த நாவுக்கரசர் கலையுலகைத் தம் அழகியல், மெய்யியல் சீர்மையால் உலகம் முழுவதையுமே கவர்ந்த ஆடவல்லான் உருவத் திருமேனிகள் ஒன்பதாம், பத்தாம் நூற்றாண்டில் வெண்கலப் படிமங்களாக ஆக்கப் படுவதற்கு முன்னரே காண்பியல் படுத்திய நடராஜர் பின்வருமாறு:

குனித்த புருவமும் கொவ்வைச் செவ்வாயில் குமிழ் சிரிப்பும்
பனித்த சடையும் பவளம்போல் மேனியில் பால்வெண்ணீறும்
இனித்த முடைய எடுத்த பொற்பாதமும் காணப்பெற்றால்
மனித்தப் பிறவியும் வேண்டுவதே இம்மாநிலத்தே.

இலக்கியம் பிற்காலப் பிரதிமையாக்கத்திற்குத் தவமாய் அமைந் துள்ளமையை இத்தேவாரம் நமக்குக் காட்டுகிறது. காரைக்கால் அம்மையார் காலத்தில், கழுதொடு (சுடு) காட்டிடை ஆடியதாகக் கொள்ளப்பட்ட ஒன்று, இப்பொழுது ஒரு மகோன்னதக் கலை வடிவமாக எண்ணக்கரு கொள்கிறது. ஏறத்தாழ, இந்தக் காலத்திலேயே (கி.பி. *700 – 800*) திருமந்திரத்தில் சிவனுடைய நடனத்தை, ஆனந்த நடனமாகப் பார்த்து, அதற்குள் உலக விளக்கத்துக்கான ஒரு மெய்யியற் சாவியை கோரி நிற்கும் தன்மையைக் காணலாம். கோயிற் பண்பாட்டுக் காலத்தில், கோயில் சார்ந்த கலைகளினூடே ஊடாட்டங்கள் பல நிலவின என்பதற்குத் தேவார – திருவாசகப் பாசுர பாரம்பரியம் சான்றாக அமைகின்றது. இந்த இலக்கியத் தொகுதியைப் பாராயணமாகக் கொண்டுவிட்ட – குறிப்பாகச் சைவ மரபு – இவற்றை இரசனைக்குரிய

இலக்கியங்களாகக் கொள்ளும் மரபையே கைவிட்டுவிட்டது. ஆனால் அதிர்ஷ்டவசமாக, வைணவப் பாரம்பரியத்தில் உள்ள 'படிகள்' எழுதும் முறைமை பாசுரங்களின் இலக்கிய வசீகரத்தை மிக அழகாக வெளிக்கொணர்கின்றன. பெரியவாச்சான்பிள்ளையின் 'படி' பாசுரங் களைத் தமிழ்வேதமாக மாத்திரமன்று, கலை அனுபவ அற்புதங்கள் கொண்ட செழுமைமிகு படைப்பிலக்கியமாகவும் காணுகின்றன. இந்த இலக்கிய நுட்பம் வைணவத்தினுள் பாலில்படு நெய்போல் பொதிந்து கிடக்கிறது.

இதே போன்று, 15, 16ஆம் நூற்றாண்டுகளைத் தொடர்ந்து வரும் இலக்கியங்களை அக்காலத்துக் காண்பியக் கலைகளுடனான பொதுமையைக் காணலாம் என்பர். அது பற்றியே நண்பர் பாலுசாமி விவரிக்கின்றார்.

தமிழ் அழகியல் பற்றிய மதிப்பீடு தமிழ்க் கலைகளின் ஒட்டு மொத்தமான மதிப்பீட்டினுள்ளிருந்து வெளிவர வேண்டும் என்பதை நமது இலக்கியப் பாரம்பரியம் மேற்கொள்ளவே இல்லை. இந்த விடயத்தில் சமஸ்கிருத மொழிப் பாரம்பரியம் பற்றிச் சிறிது அறிந்து கொள்ளுதல் முக்கியமானது. சமஸ்கிருத மரபில் 'ரசம்' பற்றிய ஆய்வு நாடகத்திலிருந்தே தொடங்குகிறது. பரதருடைய நாட்டிய சாஸ்திரம் இதன் தவநிலையாகிறது. நாட்டிய சாஸ்திரத்துக்கான, குறிப்பாக 'ரச' உற்பத்தி ரசனை ஆகியன பற்றிய நுண்ணாய்வுகள் செய்யப்பட்ட பொழுது, இலக்கியத்தினுள் ரசம் எவ்வாறு வெளிப்படுகிறது என்பது பற்றிய ஆய்வுகள் நடந்தன. த்வனி பற்றிய கொள்கையே இதனூடாக வளர்த்தெடுக்கப்பட்டதுதான். ஆனால் தமிழ் நிலையிலோ இத்தகைய ஒரு முன்னெடுப்பு நடந்ததாகத் தெரியவில்லை. தொல்காப்பியம் பொருளதிகாரத்தில் மெய்ப்பாடுகள் பற்றிப் பேசுகிறது. நாட்டிய சாஸ்திரத்திலும் இடம்பெறும் எண்சுவைகள் பற்றியே பிரதானமாக அது ஆய்வு செய்கின்றது. பொருளதிகாரத்தினுள் மெய்ப் பாட்டியல் வைக்கப்பட்டுள்ள இயல் வைப்பு முறைமை உற்றுநோக்கப்பட வேண்டியது. இலக்கியத்தின் பொருளாக வருவன பற்றி அகத் திணையியல் முதல் பொருளியல் வரை ஆராய்ந்த பின்னர், மெய்ப் பாட்டியல் வருகிறது. அந்த மெய்ப்பாட்டியலில் உணர்ச்சிகள், மெய்யில் பட்டுத் தோன்றுவனவாக, அதாவது சுவைகள் உடம்பிலே தெரியப்படுவனவாக எடுத்து விளக்கப்பட்டுள்ளன. தொல்காப்பிய மெய்ப் பாட்டியல், சுவைகளின் தோற்றம் பற்றிப் பொதுப்படையாக விரிவாகக் கூறிவிட்டு இறுதியில் பாடற்பாத்திரங்களின் மெய்படு உணர்ச்சி நிலைகளையே வரிசைப்படுத்திச் செல்கின்றது.

அதனைத் தொடர்ந்து உவமவியல் வருகின்றது. மெய்ப்பாடுகளின் வெளிப்பாட்டை உவமங்கள் மூலம் சித்திரிக்கலாம் என்ற ஓர் எடுகோள் இவற்றுள் உள்ளது. இதன்பின்னரே செய்யுளியல் வருகிறது. அதாவது, செய்யுளியல் உணர்நிலைகளையும் உணர்முறைமைகளையும் திணை வட்டத்துள் நின்று கூறுகின்றது எனலாம்.

இதற்குள் கலை ஒருமைப்பாட்டு நிலைநின்ற ஒரு நோக்குக் காணப் படுகின்றது. இதற்குப்பின் வரும் செய்யுள் இலக்கண நூல்களில்

இந்த முழுமை இழக்கப்பட்டு விடுகின்றது. வீரசோழியம் யாப்பையும் அணியையும் வெவ்வேறுபடுத்திவிடுகின்றது. தமிழில் இன்றும்கூட அழகான பொருளைப் பார்த்து 'வடிவானது' என்று கூறும் மரபு உண்டு. வடிவம், வெறும் படிவமாக நோக்கப்படவில்லை. வடிவச் செம்மையில் அழகைக் காணும் நமது மரபைக் கைவிட்டு, அணியப்படுவதாலேயே அழகு வருகின்றது என்ற ஒரு திரிபுபட்ட சிந்தனை வாதம் நமக்குள்ளே முளைத்துக் கிளர்ந்துவிடுகின்றது. இன்னொரு வகையில் சொன்னால், பெண்ணின் அழகு அவள் வடிவமைப்பில் இல்லை; அவள் போட்டிருக்கும் அணிகலன்களிலேயே தங்கி உள்ளது என்ற வாதத்துக்கு வந்துவிட்டோம்.

இத்தகைய ஒரு நிலையில், நிச்சயமாக நமது இலக்கிய ரசனை கட்டட, சிற்ப நயப்பு முறைமைகளிலிருந்து காததூரம் விடுபட்டுப் போய்விடுகின்றது. இதற்கும் தமிழகத்தின் சமூக ஒழுங்கமைவு இறுக்கத்திற்கும் ஊடாட்டமின்மைக்கும் தொடர்பு இல்லாமல் இல்லை. கலைஞர் குழாங்கள், சாதிக் குழுமங்களாகப் போய்விட்டன.

இந்த நிலையிலிருந்து நமது இரசனை உணர்வை மீட்டெடுப்பது அவசியம். நமது சமூகத்தின் ஒரு படைப்பாக்கம் இன்னொரு படைப் பாக்கத்துடன் உறவற்றது என்று கூற முடியாது என்கின்ற அடிப்படைக் கலை உண்மையை நாம் உணர்ந்து கொள்ளவேண்டும். உண்மையில், நவீன காலமென நாம் கணக்கிடும் இந்தக் காலகட்டத்தில், கலை களைத் தனித்தனியாகப் பார்க்கும் நிலைமை படிப்படியாக அற்றுப் போய், கலைகளின் ஊடாட்டங்களினூடே ஒட்டுமொத்தமான கலை உணர்வை வளர்ப்பதற்கான சாத்தியப்பாடுகள் வளரத் தொடங்கியுள்ளன.

இலக்கியமும் நாடகமும், நாடகமும் இசையும், இசையும் ஓவியமும், ஓவியமும் கட்டடமும், கட்டடமும் படிமங்களும் என ஒன்றையொன்று நாடி ஒன்றுடன் ஒன்று இணைத்து நோக்கப்படும் போக்கு, ஒரு குறிப்பிட்ட மட்டத்தில் வளர்ந்து வருகின்றது என்பது உண்மையே. இதனால்தான் எழுத்தாளர்கள், ஓவியர்கள், ஸ்தபதிகளுக் கிடையே ஓர் ஊடாட்டம் வளரத்தொடங்கியது. இந்த ஊடாட்டம் ஏறத்தாழ 20ஆம் நூற்றாண்டின் நடுப்பகுதியிலிருந்து தமிழ்க் கலை இலக்கிய ஊடாட்டங்களை வளர்த்துள்ளது. இவற்றுக்கான நல்ல உதாரணங்களாகக் கடந்த நூற்றாண்டின் நடுப்பகுதியில், ஏறத்தாழ எழுபதுகளின் இறுதிவரை வெளிவந்த தீபாவளி, பொங்கல் மலர்களிலே காணலாம். இவற்றில் பிரபல எழுத்தாளர்களின் படைப்பாக்கங்கள் மட்டுமல்லாது மாதவன், ஆர். நடராஜன், சில்பி, கோபுலு, பணிக்கர் போன்றோருடைய ஓவியங்களையும் காணலாம். குறிப்பாக, திராவிட இயக்க சஞ்சிகைகளின் பொங்கல் மலர்களில் வெளிவந்த ஓவியங்களி னூடாகவே இன்றுள்ள திருவள்ளுவர் உருவம், தமிழ்த்தாய் உருவம் ஆகியன ஒரு நிச்சயிப்பைப் பெற்றன என்பது ஒரு சுவாரசியமான உண்மையாகும்.

உண்மையில், சினிமா எனும் கலை வடிவம் இந்தக் கலைகளின் சங்கமிப்பாகவே வந்திருக்க வேண்டியது. அது தரும் அனுபவம் அதன் மௌன காலத்தில் கட்புல அனுபவமாகவும் *(kinesthetic experience)*

முதல் கட்புல, செவிப்புல அனுபவமாகவும், தமிழில் ஒரு முழுமைப் பாட்டைப் பெறத் துடிக்கிறது. இந்தத் துடிப்பு இந்தியாவில் பல பாகங்களில் ஏற்பட்ட துடிப்புத்தான். வங்காளத்தில், கர்நாடகத்தில், கேரளத்தில் அது அற்புதக் கலை வடிவங்களாக மேற்கிளம்பிற்று. சத்யஜித் ரேயைப் பாராமல் வங்காளத்தை அறிந்துவிட்டதாகவே சொல்லமுடியாது. அடூர் கோபாலகிருஷ்ணனைப் பற்றித் தெரியாமல் நவீன மலையாளப் பண்பாட்டை விளங்கிக்கொள்ள முடியாது. சினிமா தமிழானபோது, தமிழ்நாட்டின் சமூகப் பொருளாதாரப் பண்புகள் பல அந்தக் கலை வடிவத்தினைச் சுற்றிவளைத்துக்கொண்டன. இதனால், நாகையா, ரங்கா ராவ் (இவர்கள் தமிழர்கள் அல்லாவிடினும் கூட), எஸ்.வி. சுப்பையா, சிவாஜி கணேசன் ஆகியோர் மூலமாகவும், பி. கண்ணம்மா, மனோரமா, டி.ஆர். ராஜகுமாரி, பத்மினி, பானுமதி, சௌகார் ஜானகி, சாவித்திரி (இவர்கள் எல்லோருமே தமிழரல்லர்) ஆகியோர் மூலமாகவும் ஜி. ராமநாதன், சி.ஆர். சுப்புராமன், எம்.எஸ். விசுவநாதன், இளையராஜா, திலீப்குமாராக இருந்த ஏ.ஆர். ரகுமான் ஆகியோர் மூலமும், பீம்சிங், கே. சுப்பிரமணியம், பாலு மகேந்திரா, பாரதிராஜா மூலமாகவும், உடுமலை நாராயணகவி, பாபநாசம் சிவன், கா.மு. ஷெரீப், பட்டுக்கோட்டை, கண்ணதாசன் ஆகியோர் மூலமாகவும், டி.எம். சௌந்தரராஜன், சுசீலா மூலமாகவும், என்.எஸ். கிருஷ்ணன், கே.ஏ. தங்கவேலு, வி.கே. ராமசாமி, டி.எஸ். பாலையா, எம்.ஆர். ராதா, நாகேஷ், சந்திரபாபு, கொத்தமங்கலம் சுப்பு, எம்.ஜி. சக்கரபாணி ஆகியோர் மூலமாகவும் இந்தக் கலை வடிவம் ஒரு தமிழ் மணத்தை ஓரளவேனும் பெற்றுக்கொண்டது உண்மையெனினும் ஒரு கலை வடிவம் எனும் வகையில் தனது பூரணத்துவத்தை அது எய்தவில்லை. (தமிழ்ச் சினிமாவைப் பொருத்தவரையில் அதனைச் செழுமைப் படுத்தியவர்களினும் பார்க்க, அதனால் செழுமை பெற்றோரே அனேகர்.)

இத்தகைய கலை ஒருமைப்பாட்டுப் பார்வை ஒரு முற்று முழுதான இரசனைப் பண்பாக, பூரணப் பொலிவுடன் ஸ்தாபிதம் பெறுவதில் சில சிக்கல்கள் உள்ளன. முக்கிய உதாரணமாக, நமது பண்பாட்டில் காணப்படும் உருவத் திருமேனி சார்ந்த வழிபாட்டு முறைமையைக் கொள்ளலாம். நமது வீட்டிலுள்ள முருகன் படம் உண்மையில் முருகனா? அல்லது ஒரு கலைப் படைப்பா? தலைவாசலில், முன்னறை யில், வரவேற்பறையில் காணப்படும் முருகன் படம் கலைக் கவர்ச்சி உள்ளதாகவும் கருதப்படலாம். ஆனால் பூசையறையில் உள்ள முருகன் படம், படமே அல்ல. அது முருகனே! அந்த மனநிலையில்தான் அதனை வணங்குகிறோம். இங்குக் கலையும் மதமும் விவாகரத்துப் பெறாத நிலையைக் காணலாம். கலையில் மதம், மதத்தில் கலை என்ற நிலைப்பாடு இன்னும் இறுக்கமாகவே உள்ளது.

இந்த உருவத் திருமேனிப் பண்பாடு பகுத்தறிவு வாதத்தினரைக் கூடத் தனக்குள் வைத்துள்ளது. பிள்ளையார் சிலைகள் உடைத்த பெரியாரைச் சிலை வடிவில்தான் தமிழ்நாட்டுக் கிராமங்கள், நகரங்கள்

ஒவ்வொன்றிலும் மக்கள் மரியாதை செய்கின்றனர். திருக்குறளுக்கு ஒரு கலைத் தேர் அவசியமாயிற்று (வள்ளுவர் கோட்டம்). பின்னர் மிகப்பெரிய ஒரு சிலை அவசியமாயிற்று.

இந்த விளக்கங்கள் கலைகளின் அசைவியக்கத்தையும் பயன்பாட்டையும் விளங்கிக்கொள்ள நமக்கு உதவுகின்றன. தமிழ்நாட்டின் கலை வரலாறு என்பது நாம் எடுத்துக்கொள்ளும் ஒவ்வொரு கலை வடிவங்களினது வரலாற்றை அறிந்துகொள்வது என்ற அதே நேரத்தில் தமிழ்நாட்டின் தமிழ்மக்களின் வரலாற்று வளர்ச்சிகளையும் சிந்தனை விருத்திகளையும் இரசனை அனுபவங்களையும் அறிந்து கொள்வதுமாகும். இத்தகைய ஒரு தமிழகக் கலை வரலாற்றுக்கான ஒரு கற்கை நெறி வளர்த்தெடுக்கப்பட வேண்டுவது அவசியம்.

நண்பர் பாலுசாமியின் இந்த முயற்சியை, அந்தப் பெரும்பணிக்காக, அதனைத் தொடங்குவதற்கான புலமை நிலத்தை அடையாளங்கண்டு செப்பனிட்டுத் தயார் செய்வதற்கான ஒரு முதல் முயற்சியாகவே காணுகிறேன்.

நமது பார்வை விரிவுக்கான பூபாளம் இசைக்கப்படத் தொடங்கி விட்டது. வாழ்த்துக்கள், வணக்கங்கள்.

கார்த்திகேசு சிவத்தம்பி

இலங்கை
10 டிசம்பர் 2010

நன்றியுரை

என் ஆய்வு முயற்சிகளை உளமார வாழ்த்தும் சென்னைக் கிறித்தவக் கல்லூரித் தலைவர், அறிஞர் பெருந்தகை முனைவர் A. பெசன்ட் C. ராஜ் அவர்களுக்கும், ஆய்வு மேம்பாட்டிற்குப் பேரூக்கம் நல்கும் சென்னைக் கிறித்துவக் கல்லூரி முதல்வர் முதுமுனைவர் இர.வி. அலெக்ஸாண்டர் ஜேசுதாசன் அவர்களுக்கும் என்றும் மாறா நன்றியுடையேன்.

ஆய்வுக் களத்தைத் தேர்ந்தெடுக்க உதவிய முனைவர் க. பஞ்சாங்கம் அவர்களுக்கும், சொல்லாய்வறிஞர் முனைவர் கு. அரசேந்திரன் அவர்களுக்கும், நெறிப்படுத்திய முனைவர் வெ.தெ. மாணிக்கம் அவர்களுக்கும், முன்னாள் துறைத்தலைவர் தி. இராஜகோபாலன் அவர்களுக்கும், இந்நாள் துறைத்தலைவர் முனைவர் மோசசு மைக்கேல் பாரடே அவர்களுக்கும் என்றும் நன்றியுடையேன்.

கோட்பாட்டாய்விற்கு அடித்தளமிட்ட கவிஞர் த. பழமலய் அவர்களுக்கும், தொல்லியல் அறிஞர் முனைவர் ர. பூங்குன்றன் அவர்களுக்கும் நன்றிகள் உரியன. நேர்காணல் வழங்கிய கலையியல் அறிஞர் ஜோப் தாமஸ் அவர்களுக்கும், என்றும் என் முயற்சிகளுக்குப் பேரூக்கம் நல்கும் அறிஞர் தியடோர் பாஸ்கரன் அவர்களுக்கும், அன்பு பாராட்டி வழிநடத்தும் கலையியல் ஆய்வறிஞர் முனைவர் குடவாயில் பாலசுப்பிரமணியன் அவர்களுக்கும் உளமார்ந்த நன்றிகள் உரியன.

தன் ஓயாத பணிகளுக்கிடையே இந்நூலுக்கு முன்னுரை வழங்கிய பேரறிஞர் கலாநிதி க. சிவத்தம்பி அவர்களை உளம் நெகிழ நினைவுகூர்கிறேன்.

கலை வரலாற்றியல் ஆய்வில் தொடர்ந்து வழிகாட்டுதல் நல்கும் ஜவகர்லால் நேரு பல்கலைக்கழக முன்னாள் வரலாற்றுத் துறைப் பேராசிரியை முனைவர் ர. செண்பகலட்சுமி அவர்களுக்கும், இந்தியத் தொல்லியல் துறை (சென்னை மண்டலம்) மேனாள் கண்காணிப்பாளர் தியாக. சத்தியமூர்த்தி அவர்களுக்கும், *ஃபிரண்ட்லைன்* இதழாசிரியர் டி.எஸ். சுப்பிரமணியம் அவர்களுக்கும்,

தொல்லியல் அறிஞர் ப. ஸ்ரீராமன் அவர்களுக்கும், பேராசிரியர் 'சுதர்சனம்' சுவாமிநாதன் அவர்களுக்கும், பொருளியல் துறைப் பேராசிரியர் முனைவர் ஆ. துரைசாமி அவர்களுக்கும், கலை விமர்சகர் இந்திரன் அவர்களுக்கும், இளம் திரைப்பட இயக்குநர் பா. சிவகுமார் அவர்களுக்கும் என் நன்றிகள் உரியன.

என் ஆய்வு முயற்சிகளில் என்றும் பங்கேற்கும் இளம் புகைப்படக் கலைஞர் ந. தியாகராஜன், கட்டடக் கலைஞர் ஜெ. ரஞ்சித், இளம் ஓவியர் பாலசண்முகம், புதுவை மையப் பல்கலைக்கழகத் தமிழியல் துறைப் பேராசிரியர் முனைவர் பா. இரவிக்குமார், மாநிலக் கல்லூரிப் பேராசிரியர் முனைவர் இரா. சீனிவாசன், வெ. எத்திராஜ், இந்நூலிலுள்ள வரைபடங்களை உருவாக்கித் தந்த வரலாற்று ஆய்வாளர் முனைவர் V.P. யதிஷ்குமார், திரு. பொ. ஐங்கரநேசன், பொ. துரைச்செல்வி, முனைவர் சீ. இரகு, களப்பணி தொடங்கி இந்த ஆய்வு நூல் வெளிவருவது வரை அரும்பெரும் பங்காற்றிய என் ஆய்வு மாணவர் முனைவர் கோ. உத்திராடம், என் துணைவியார் பா. தமிழ்ச்செல்வம், மகன் பா. ஞானபாரதி ஆகியோருக்கு என்றும் நன்றியுடையேன்.

கள ஆய்வு மேற்கொள்ள அனுமதி வழங்கிய இந்தியத் தொல்லியல் துறை, தமிழ்நாடு அரசு தொல்லியல் துறை, தமிழ்நாடு அரசு இந்து சமய அறநிலைய ஆட்சிதுறை ஆகியவற்றிற்குப் பெரிதும் நன்றியுடையேன்.

இந்நூலில் பயன்படுத்தியுள்ள கிருஷ்ணாபுரம், இராமநாதபுரம், கங்கைகொண்ட சோழபுரம், சலுப்பை, கும்பகோணம், தஞ்சாவூர், தாராசுரம், சென்னிமநாயக்கன்குளம், பாதாமி, ஹம்பி ஆகிய இடங்கள் சார்ந்த புகைப்படங்கள் முனைவர் து. நரசிம்மன் அவர்களாலும், மதுரை, நத்தம் கோயில்பட்டி, அழகர்கோயில், ஸ்ரீவில்லிபுத்தூர், மடவார்வளாகம், திருக்கோகர்ணம், மலையடிப்பட்டி, சிதம்பரம், செங்கம் ஆகிய இடங்கள் சார்ந்த புகைப்படங்கள் திரு. அ. சாரங்கன் மற்றும் அவர்தம் குழுவினராலும், திருநெல்வேலி, பிரம்மதேசம் ஆகிய இடங்கள் சார்ந்த புகைப்படங்கள் திரு. ந. தியாகராஜன் அவர்களாலும் எடுக்கப்பெற்றவை. அவர்கள் அனைவருக்கும் என் நன்றிகள் உரியன.

தமிழிலக்கிய வளத்திற்குப் பெரும்பங்களிப்புச் செய்துவரும் 'காலச்சுவடு' கண்ணன் அவர்களுக்கும், ஷாலினி அவர்களுக்கும், தோழர் தேவிபாரதி அவர்களுக்கும், திருமதி நாகம் மற்றும் கீழ்வேளூர் பா. இராமநாதன் ஆகியோருக்கும் மிக்க நன்றியுடையேன்.

என்னை ஓவிய ஆய்விற்கு ஆற்றுப்படுத்திய முனைவர் நிர்மல் செல்வமணி அவர்களுக்கும், கலைச் சின்னங்கள் உள்ள இடங்களுக்கெல்லாம் அழைத்துச் சென்று கற்பித்த பேரறிஞர் பா. தயா அவர்களுக்கும் என்றுமுள நன்றிகள் இங்கும் இதற்கும்!

சென்னை
13.10.2013

சா. பாலுசாமி

சுருக்கக் குறியீட்டு விளக்கம்

கட்.	—	கட்டுரை
கண்.	—	கண்ணிகள்
கற்.	—	கற்பியல்
செய்.	—	செய்யுளியல்
தொ.ஆ.	—	தொகுப்பாசிரியர்
தொல்.	—	தொல்காப்பியம்
ப.	—	பக்கம்
பக்.	—	பக்கங்கள்
பதி.ஆ.	—	பதிப்பாசிரியர்
பா.எ.	—	பாடல் எண்
பொருள்.	—	பொருளதிகாரம்
மு.நூல்	—	முன்னூல்
மு.நூல்.பக்.	—	முன்னூல் பக்கங்கள்
மொ.பெ.	—	மொழிபெயர்ப்பு
Ed.	—	*Editor*
p.	—	*Page*
pp.	—	*Pages*
vol.	—	*Volume*

நூன்முகம்

தமிழக வரலாற்றில் விஜயநகர – நாயக்கர் ஆட்சிக்காலம் பல்வேறு மாற்றங்களைக் கட்டமைத்த காலப்பகுதியாகும். ஆயினும் தமிழியல் ஆய்வுப் பரப்பினுள் அப்பகுதி உரிய கவனத்தைப் பெற்றிராதிருந்த நிலையில் அதனையே ஆய்வுக் களமாகக் கொள்வதென்று முடிவு செய்யப்பட்டது.

சமூகவியலாகச் செய்ய எண்ணிருந்த நிலை மாறி, கலையியல் ஆய்வாகச் செய்வது என உருமாற்றம் பெற்றது. பல்வேறு இடங்களில் களப்பணி மேற்கொண்ட பின்னர் நாயக்கர் காலத்தில் படைக்கப்பெற்ற நுண்கலைகளை ஒப்பிட்டு ஆய்வு செய்யலாம் என்ற எண்ணம் உருவாகியது.

நுண்கலைகளுள் கட்டடம், சிற்பம், ஓவியம், இலக்கியம், இசை, கூத்து ஆகியன அடங்குமெனினும் தரவுகளின் எண்ணிக்கை, ஆய்வின் கால எல்லை ஆகியனவற்றைக் கருத்திற்கொண்டு முதல் நான்கு கலைகளே ஆய்விற்கு எடுத்துக்கொள்ளப்பட்டன.

'ஒரு குறிப்பிட்ட காலப்பகுதியில் தோற்றம்பெறும் கலைகளுள் ஒத்தபண்புகள் இருக்கும். அவற்றை ஒப்பிட்டுக் காண்பதன்மூலம் அக்காலக் கலைக் கோட்பாடுகளை வடிவமைக்க இயலும்' என்பது இவ்வாய்வின் கருதுகோளாகும்.

நாயக்கர் காலக் கட்டடங்கள், சிற்பங்கள், ஓவியங்கள் ஆகியனவற்றைக் குறித்த தரவுகளை முழுமையாகக் கள ஆய்வு மூலமே திரட்ட வேண்டியிருந்தது. அக்காலக் கட்டடங்களும் சிற்பங்களும் காணக்கிடைக்குமளவிற்கு அக்கால ஓவியங்கள் கிடைக்கவில்லை. காலப்போக்கில் அழிந்தனவும் அவற்றின் முக்கியத்துவத்தை அறியாமையால் அழித்தனவும் போக எஞ்சி யுள்ளவற்றையே மூலங்களாகத் திரட்டி ஆய்வுக்காகப் பயன்படுத்த நேர்ந்தது.

அதுபோலவே நாயக்கர் காலத்தில் தமிழ், தெலுங்கு, வடமொழி ஆகிய மொழிகளில் ஏராளமான இலக்கியங்கள் தோன்றியுள்ளன. அக்காலத்திய புராணங்கள், தலபுராணங்கள்,

சிற்றிலக்கியங்கள் ஆகிய நூல்கள் பலவும் கிடைத்தற்கு அரியனவாக உள்ளன. ஒருமுறை பதிப்பிக்கப் பெற்ற நூல்கள் மறுபதிப்பைப் பெற வில்லை. இன்னும் ஏராளமான நூல்கள் அச்சேறாமல் ஏடுகளிலேயே இருக்கின்றன.

சித்தர்களின் காலத்தைத் தீர்மானிப்பதில் ஆய்வாளர்களிடையே மிகுந்த கருத்துவேறுபாடுகள் நிலவுவதால் அவர்தம் ஆக்கங்கள் ஆய்விற்கு எடுத்துக்கொள்ளப்படவில்லை.

நாயக்கர்களின் அரசியல் வரலாற்றை ஆராய்ந்து தமிழிலும் ஆங்கிலத்திலும் பல நூல்கள் வெளிவந்துள்ளன. அவற்றுள் ஆர். சத்திய நாதய்யர், ப. விருத்தகிரீசன், அ.கி. பரந்தாமனார், கே. இராசய்யன், குடவாயில் பாலசுப்பிரமணியன், சி.எஸ். சீனிவாசாச்சாரி, கே. இராசாராம், ஜார்ஜ் மைக்கேல் ஆகியோர்தம் நூல்கள் பல்வகையான ஆதாரங்களுடன் எழுதப்பட்டுள்ளன.

மேலும் டி.எஸ். குப்புசாமி சாஸ்திரி, பி.வி. கோலப்பன்பிள்ளை, நெ.ரா. சுப்பிரமணிய சர்மா ஆகியோர் தம் நூல்களும் அக்கால வரலாற்றை அறிவதற்குப் பெருந்துணை புரிகின்றன.

நாயக்கர் காலக் கட்டடங்கள், சிற்பங்கள், ஓவியங்கள் குறித்து இரா. நாகசாமி, கே.வி. இராமன், சி. சிவராமமூர்த்தி, டி.என். இராமச் சந்திரன், கோ. விஜயவேணுகோபால், ஏ.வி. ஜெயச்சந்திரன், டேவிட் சுல்மான், நடன. காசிநாதன், இராச. பவுன்துரை, ஆர். வெங்கட்ராமன், செ. வைத்தியலிங்கம், குளத்தூரான், இராஜ. காளிதாஸ் ஆகியோரது நூல்கள் பல தகவல்களைத் தந்துதவுகின்றன.

நாயக்கர் காலப் பகுதியில் தோன்றிய இலக்கியங்கள் குறித்த பயனுள்ள தகவல்களை மு. அருணாசலம், ந.வீ. செயராமன், எஸ். வையாபுரிப்பிள்ளை, இரா. இளங்குமரன் ஆகியோர்தம் நூல்கள் தருகின்றன.

தான் பதிப்பித்த நூல்களுக்கு மு. அருணாசலம் எழுதியுள்ள முன்னுரைகள் நூல்களின் தோற்றம், ஆசிரியர் குறிப்பு, நூலின் அமைப்பு முறை நூல்களிலுள்ள செய்திகள் எனப் பலவற்றையும் தருகின்றன. குறிப்பாக, பின்னிணைப்புகளாக அவர் திரட்டித்தந்துள்ள தகவல்கள் மேலாய்வுக்கு மிகவும் உதவுகின்றன. 16ஆம் நூற்றாண்டிற்கு அவர் இயற்றியுள்ள இலக்கிய வரலாறு மூன்று தொகுதிகளும் மிகவும் பயனுள்ளவையாகும்.

ந.வீ. செயராமன் சிற்றிலக்கிய ஆசிரியர்கள், நூல்கள், காலம் குறித்த தகவல்களையும் வகைமை வளர்ச்சி குறித்த ஆய்வுக் குறிப்பு களையும் நிறைவாகத் தந்துள்ளார். அவர்தம் சிற்றிலக்கிய அகராதி பெரும்பயன் நல்குவதாகும். இக்காலப் பகுதி இலக்கியங்களை ஆய்வோர் மு. அருணாசலம், ந.வீ. செயராமன் ஆகியோருக்கு நன்றிக் கடன் பட்டோராவர். இக்கால இலக்கியங்களை ஆய்வு செய்தோருள் கோ. கேசவன், அ. மார்க்ஸ், அ. இராமசாமி, மு. சண்முகம்பிள்ளை, ச. சிவகாமி ஆகியோர் குறிப்பிடத்தக்கோராவர்.

சிற்பம், ஓவியம் குறித்து ஆய்வுமேற்கொள்ளும்போது அவற்றுடன் இலக்கியத்தையும் ஒப்பிட்டுக் காட்டிச் செல்லும் போக்கு மிகக் குறைவாகவே உள்ளது. அனந்த கே. குமாரசாமி, சி. சிவராமமூர்த்தி, இரா. நாகசாமி, குடவாயில் பாலசுப்பிரமணியன் முதலியோர் தம் நூல்களில் சிலவிடங்களில் அத்தகைய முயற்சியை மேற்கொண்டுள்ளனர்.

சிற்பங்கள், ஓவியங்கள் குறித்த தனிநிலை ஆய்வுகளும் ஒப்பாய்வுகளும் இதுகாறும் மிகுதியாகச் செய்யப்பட்டுள்ளன. ஆனால், இலக்கியம் என்னும் கலைப்பொருளும் சிற்ப, ஓவியங்களுடன் வைத்து எண்ணத் தக்கது என்ற நோக்கில் சிற்சில சிறு முயற்சிகளைத் தவிர பேரளவிலான ஆய்வு முயற்சி இதுவரை தமிழில் நடைபெற்றதாகக் கூற இயலவில்லை. ஆனால், இத்தகைய ஆய்வுகள் மேலை நாடுகளில் பன்னெடுங்காலமாக நடந்துள்ளன.[1] அவ்வகையில் இவ்வாய்வு தமிழில் முதன்முயற்சியாகிறது. அத்துடன் கட்டடம், சிற்பம், ஓவியம், இலக்கியம் ஆகிய கலைகளுக்கு இடையேயான அடிப்படைகளை ஒப்பிட்டு, ஒரு குறிப்பிட்ட காலப் பகுதியின் கலைக்கோட்பாடுகளை வகுத்தளிக்க முயலும் பான்மையிலும் இவ்வாய்வு முதன்முயற்சியாக அமைவது குறிப்பிடத்தக்கது.

கோட்பாடுகளை வடிவமைக்கச் சிற்ப, ஓவிய, இலக்கியங்களுக் கிடையே ஒப்பாய்வு, கோட்பாடுகளின் சமூக அரசியல் பின்புலங்களைக் கண்டறியச் சமூகவியல் முறையிலான ஆய்வு மேற்கொள்ளப்பட்டுள்ளன.

கலைகளை ஒப்பிட்டுக் கோட்பாடுகளை வடிவமைக்கும் முயற்சி யின் அடிப்படைகள் சிலவற்றை இங்குக் குறிப்பிடுதல் தேவையாகிறது.

கலையின் தோற்றத்திற்குக் கருத்துகள் (*Ideas*) எண்ணம் (*Intention*) மன உணர்ச்சிகள் (*Feelings*) மனக்கிளர்ச்சிகள் (*Emotion*) அறிவு விளக்கங்கள் (*Visions*) வெளிப்பாடுகள் (*Revelation*) மதிப்புகள் (*Values*) என்னும் கூறுபாடுகள் கலைஞன் மனத்திலிருப்பதே காரணமென்பார்.

இத்தகு அடிப்படைப் பண்புகள் கொண்ட கலைஞர்கள் பல்வேறு ஊடகங்கள் வாயிலாகத் தம் கலைப் படைப்புகளை உருவாக்குகின்றனர். அவை ஒவ்வொன்றும் ஒவ்வொரு கலையாக மலர்கின்றது. அவ்வாறு பிறக்கும் கலைகள் ஒன்றுடன் ஒன்று உறவுகொள்ளவும் செய்கின்றன. அவ்வுறவு, கலைகள் தம்மை வளர்த்துக் கொள்ளவும் வளப்படுத்திக் கொள்ளவும் உதவுகின்றன.

கலைகளைத் தொடர்புபடுத்திச் செய்யப்பட்ட பெரும்பான்மை யான ஆய்வுகள், ஒரு கலைப்படைப்பு மற்றொரு கலைப்படைப்பின் தோற்றத்திற்கு உந்துதலாக அமைந்திருந்தமை, ஒரு கலைப்படைப்பில் ஏனைய கலைப்படைப்புகள் குறித்த பதிவுகள் இடம்பெற்றுள்ளமை, ஒரு படைப்பின் மீது மற்றொரு கலைப்படைப்பின் செல்வாக்கு உடைமை முதலியவற்றைக் கண்டறிவனவாகவே அமைந்துள்ளன.

ஆயினும், ஒரு கலைப்படைப்பில் மற்றொரு கலைப்படைப்பின் தாக்கத்தைக் கண்டறியும் முயற்சியும் பலரால் குறிப்பாக, மேலை நாட்டினரால் செய்யப்பட்டுள்ளது. சான்றாக, ‘கிரேக்க இலக்கியத்தில் அந்நாட்டுச் சிற்பங்களின் வெண்பளிங்குத் தன்மையும் சந்தமும்

அமைதியும் தெளிவும் பொருந்தியுள்ளன'[3] என்பதுபோன்ற ஆய்வுரை களைக் குறிப்பிடலாம்.

இவ்வாறு தொடர்புபடும் கலைப்பண்புகளை ஒப்பிட்டுக் காண்பதன் மூலம் ஒப்பிடப்படும் கலைவடிவங்கள் மேலும் நுண்மையான விளக்கங் களைப் பெறுகின்றன. ஒரு குறிப்பிட்ட காலப்பகுதியில் தோன்றிய பல்வேறு படைப்புகளை ஒப்பிட்டுக் காண்பதன் மூலம் அக்காலக் கட்டத்தின் கலைப்பண்புகள் பலவற்றையும் ஆழ்ந்துணர முடிகிறது.

இலக்கியக் கோட்பாடு குறித்துக் கூறும்போது துரை. சீனிச்சாமி,

> இலக்கிய நிகழ்வமைப்பின் பொதுமை ஆக்கம் சார்ந்த கருத்துக் களின் ஓர் அமைவே கோட்பாடு. இலக்கியத்தின் அகநிலை *(Intrinsive)* சார்ந்த கூறுகள் மற்றும் புறநிலை *(Exteinsie)* சார்ந்த கூறுகள் பற்றியோ அல்லது மதிப்பீடு சார்ந்த நிலைகளிலோ செயல்படும் பொதுமையாக்கக் *(Genralization)* கருத்தமைப்பே கோட்பாடு.[4]

எனக் குறிப்பிடுவது ஈண்டுக் கருதத்தக்கது.

ஒரு கலைப்படைப்பை நோக்கி 'இது என்ன?' என்ற வினாவினை எழுப்பும் போது பெறும் விடையே அதன் உள்ளடக்கம் என்றும் ஒரு கலைப்படைப்பை நோக்கி 'இது எவ்வாறு படைக்கப்பட்டுள்ளது?' என்ற வினா எழுப்பப்படும்போது பெறும் விடையே வடிவம் என்றும் நுட்பமாக சியாமள குப்தா விளக்குகின்றார்.[5]

ஆகவே, கலைகளிடையே நிலவும் பொதுமையாக்கப் பண்புகள் எவ்வாறுள்ளன என்பதைக் கண்டறிந்து கலைக்கோட்பாடுகளை வடிவமைக்க முடியும். அவற்றின் உள்ளடக்கப் பொதுமைகளை ஒப்பிட்டு உள்ளடக்கக் கோட்பாடுகளையும் வடிவப் பொதுமைகளை ஒப்பிட்டு வடிவக்கோட்பாடுகளையும் கண்டறியமுடியும். இவ்வடிப்படை யிலேயே இங்குக் கோட்பாடுகள் வடிவமைக்கப்பட்டுள்ளன.

வடிவக்கோட்பாடு, உள்ளடக்கக் கோட்பாடு எனக் கலைப்பொருட் களின் அடிப்படைகளை வடிவமைக்கும்போது சிலகூறுகள் இரண்டிலும் தொழிற்பட்டுள்ளமையைக் காணமுடிகிறது. ஆதலால், அவை வடிவ, உள்ளடக்கப் பொதுக் கோட்பாடுகளாகக் கொள்ளப்பட்டுள்ளன.

இத்தகு நிலைப்பாடுகளின் அடிப்படையில் நாயக்கர் காலக் கலைகளின் வடிவக்கோட்பாடுகளாக,

- பெருந்தோற்றம் *(Enormousness)*
- விரிவாக்கம் *(Extension)*
- மரபுத்தொடர்ச்சி *(Continuing of Tradition)*
- பிறபாணிக்கலப்பு *(Blending of styles)*

- மிகுஅணியுடைமை *(Ornateness)*
- தன்திறன் காட்டல் *(Bravura)*

என்பனவும்

உள்ளடக்கக் கோட்பாடுகளாக,

- சமய ஒருமைப்பாடு *(Religious integration)*
- புராண, இதிகாசக் கூறுகள் *(Puranic and Epic Features)*
- மிதுனப்பண்பு *(Eroticism)*
- போர்ப் பண்பு *(Martial Quality)*
- வட்டாரப்பண்பு *(Regionalism)*

முதலியனவும்

வடிவ – உள்ளடக்கப் பொதுக்கோட்பாடுகளாக,

- நாட்டுப்புறக் கூறு *(Folk Element)*
- ஒரு படித்தாயிருத்தல் *(Standardization)*

முதலியனவும் கண்டறியப்பட்டுள்ளன.

நாயக்கர் காலக் கலைக் கோட்பாடுகளுக்கான பின்புலங்கள் என்னும் இயலில் இக்கலைக் கோட்பாடுகளின் தோற்றத்திற்கான அக்காலச் சமூக, பொருளாதார, அரசியல் சூழ்நிலைகளும் பல்வேறு பிற காரணிகளும் விவரிக்கப்பட்டுள்ளன.

ஒரு குறிப்பிட்ட காலப்பகுதியின் கலைப் பொருட்களைக் கொண்டு கோட்பாடுகளை வடிவமைக்கும்போது ஒரு கலைப் பொருளினைப் பிறிதொரு கோட்பாட்டினுக்கும் அதன் இயல்புகளின் பன்முகத் தன்மை காரணமாகக் காட்ட நேருகிறது. அத்தகை இடங்களில் அவற்றைக் கூறியது கூறலாகக் கருதவேண்டுவதில்லை. மற்றோர் இடத்தின் தேவை நோக்கியே சுட்டப்பெறுவதாகக் கொள்ளவேண்டும்.

அதுபோல, ஒரு காலகட்டத்திற்குரிய கோட்பாடுகள் சில, மற்றொரு காலப்பகுதியின் கலைகளுக்குப் பொருந்திவரலாம். வேறுவகைப்பட்ட சில கோட்பாடுகளும் அங்குத் தொழிற்பட்டிருக்கலாம்.

பல்வேறு கலைகள் குறித்த தெளிவுகளை நல்கும் இத்தகு ஆய்வுக்குரிய நெறிமுறைகள் மேலும் ஆழ்ந்தறிந்து வடிவமைக்கப்பட வேண்டியவை யாகும்.

குறிப்புகள்

1. *Aristotle, Poetics (Sections 1&2).*

    Horace, Ars Poetica

Literature and Others Arts, in Rene Wellek & Austin warren, Theory of Literature, Penguin, 1973.

Deceptive Analogies: Species and Real Relationships Among the Arts, in Susanne K.Langer,

Problems of Art, New York: Charles Scribner's Sons, 1957.

'On looking at a Picture' in I.A. Richards's Principles of Literary Criticism, Allied Publishers Private Limited, 1988.

Stephen, A.Larrabee, English Bards and Grecian Marbles: The ralationship between Sculpture and Poetry especially in the Romantic Period, New York, 1943.

Rensselaer W. Lee, Ut Pictura Poesis: the Humanistic Theory of Painting, Art Bulletin, XXII (1940), pp. 197 - 269.

Jean H. Hagstrum, The Sister Arts - the Tradition of Literary Pictorialism and English Poetry from Dryden to Gray, Chicago, 1958.

George R. Kermodle's The Symphonic Form of King lear, in Elizabethan Studies and Other Essays in Honour of George C. Reynolds. Colorado, 1945, pp.1 - 91.

Maurice Mandelbaum, Family Relationships and Generalization Concerning the Arts, in Melvin Rader, A Modern Book of Aesthetics, Holt, Rinehart and Winston, rpt. 1979, pp. 444 - 458.

2. Shyamala Gupta, Art: Beauty and Creativity, p. 55.
3. ஆ. நடராசன் மற்றும் பலர், (பதி.ஆ.), கலை இலக்கியம் ஆய்வும் அணுகுமுறைகளும், ப. 196.
4. இரா. சந்திரசேகரன் மற்றும் பலர் (பதி.ஆ.), தமிழ் இலக்கியக் கொள்கைகள், ப. 26.
5. Ibid, P. 155.

கலை: பொதுவியல்புகள்

மனித நாகரிகம் மற்றும் பண்பாட்டின் வெளிப்பாடாகக் கலைகள் விளங்குகின்றன. அவை, மக்களுக்கு அழகுணர்வூட்டி, இன்பம் நல்கி, எண்ணங்களைப் பகிர்ந்து, வாழ்க்கைக்கு வழி காட்டும் பெற்றியுடையன. காலந்தோறும் வளர்ந்து, பலவாகச் செழித்துள்ள கலைகளின் வகைகளையும், கலைகளுக்கிடையே யுள்ள பொதுவியல்புகளையும், கலைக்கோட்பாடுகளை வடிவமைக்க அமைந்துள்ள வாய்ப்புகளையும் இவ்வியல் ஆராய்கிறது.

கலை: சொல் விளக்கம்

'கலை' என்னும் சொல்லிற்குத் தமிழில் பல்வேறு பொருள்கள் உரைக்கப்பட்டுள்ளன.[1] இச்சொல் 'கல்' என்னும் வேரினடியாகத் தோன்றியதாகும். 'கல்லுதல்' என்னும் சொல்லிற்கு 'அகழ்தல்' என்பது பொருள். இதன் அடிப்படையில், உள்ளத்தில் ஆழமாகப் பதிந்துள்ள அழகுணர்வுகளை அகழ்ந்தெடுத்து வெளிப்படுத்துவது என்று 'கலை' என்னும் சொல்லிற்கு விளக்கம் கொள்ளலாம்.[2]

சொல்லளவில் பொருள் காண்பதன்றி, கலை என்பது என்னவென உணர்த்துதல் அரிய செயலாகவே அமைந்துள்ளது. ஒரு பொருளில் விளங்கும் கலைத்தன்மையை உணரவியலுகிறதே தவிர, அத்தன்மையை இன்னதென விளக்குதல் அரியதாகும். இருப்பினும், கலை என்றால் என்னவென்பது குறித்து உணரும் முயற்சியில் அறிஞர்கள் தொடர்ந்து ஈடுபட்டு வந்துள்ளனர்.

கலை: ஒரு புலப்பாட்டுநெறி

மனித உணர்வைப் புலப்படுத்துவதே 'கலை' என மேலை நாட்டு அழகியல் சிந்தனையாளர் சிலர் கருதுகின்றனர். இனங் காணவியலாத உணர்ச்சி, கலைஞனின் மனதில் தூண்டப்படு கிறது. அது, அவனது நனவு நிலையை அடைந்து, வெளிப்படுவதற் குரிய வடிவத்தை அடைகிறது. அதுவரையில் அவ்வுணர்ச்சியின் மூலத்தினையும் இயல்பினையும் அறியாதவனாகக் கலைஞன் இருக்கிறான்.

புலப்பாடு என்பது கலைஞனது உணர்ச்சி வெளிப்பாட்டையும், கலைப்பொருளின் உணர்ச்சி வெளிப்பாட்டையும் குறிக்கும். உள்ளார்ந்த மனநிலைகளைப் பிரதிபலிப்பதாகவோ, அல்லது வெளிப்படுத்துவதாகவோ அமையும் செயலைப் புலப்பாடு எனலாம். எடுத்துக்காட்டாக, வருத்தமுற்ற நிலையில் ஒருவர் மெல்லப் பேசுவதும், இயங்குவதும் இயல்பாக உள்ளது. அதுபோலவே, துயரத்தைப் புலப்படுத்தும் இசை மென்மையான சுரங்களைக் கொண்டு மெல்ல இயங்குவதாய் அமைகிறது. இதிலிருந்து, மனித மனோநிலைகளும், உணர்வுகளும் கலைப்பொருளுக்கு ஏற்றப்படுவதை உணரலாம். விலங்கு அல்லது மனித உடல் உறுப்புகளின் நளினம் போன்று கோடுகளில் தோன்றும்போது, அவ்வோவியம் நளினத்தைப் புலப்படுத்துகிறது என்கிறோம்.[3]

என இக்கோட்பாடு கலையின் புலப்பாட்டு நெறி பற்றி விளக்குகிறது.

கலை: ஒரு குறியீடு

கலையை மனித மனத்தின் உணர்வுப் புலப்பாடு என்பதினும், அதன் குறியீடு என்பதே பொருத்தமானது எனச் சிலர் விளக்குகின்றனர்.

இவர்கள், குறியீடுகளை அடையாளங்களிலிருந்து வேறுபடுத்துகின்றனர். பல அடையாளங்கள், தாம் அடையாளப்படுத்துவனவற்றை ஒத்துள்ளன. எடுத்துக்காட்டாக, 'நில்' என்ற சாலை அடையாளம், ஒரு படிம அடையாளமன்று. ஆனால், இடப்பக்கமாக வளைந்துள்ள ஒரு வளைவு அடையாளம் படிம அடையாளமாகிறது. அடையாளக் கோட்பாடாகிய குறியீட்டுக் கோட்பாட்டின்படி, கலைப்பொருட்கள் அனைத்தும் மனித உணர்வினை அடையாளப்படுத்தும் படிம அடையாளங்களேயாகும். மனித இயக்கத்தை ஒத்த இயக்கம் இசையில் காணப்படுகிறது. கொதித்தெழும்போதும் தடுமாற்றத்தின் போதும் அலைமோதும்போதும் விரட்டுதல், மேலெழுதல், தயங்குதல் போன்ற பல்வேறு வகையான இயக்கங்களை இசை பெறுகிறது.[4]

இவ்வாறு, பல்வேறு வகைகளில் கலை என்றால் என்ன என்பதை விளக்கமுற்படும் போக்குகள் காணப்படுகின்றன. ஆயினும், மனித மனத்தின் அழகியல் வெளிப்பாடாக எது அமைகிறதோ, எது உணர்வுக்கும் கருத்திற்கும் இன்பம் தருகிறதோ அதனைக் 'கலை' எனலாம்.

தன் கருத்தினையோ, உணர்வையோ வெளிப்படுத்திவிடுதலே கலையாகி விடுவதில்லை. மாறாக, அழகு சார்ந்து பிறக்கும்போது மட்டுமே அது கலையாகிறது. அத்தகைய அழகு, படைப்பில் குடி கொள்ளுவதற்குச் செய்நேர்த்தி இன்றியமையாததாகிறது. கற்பனை யாற்றலால் நேர்த்தியுடன் செய்யப்படும் ஒன்றே அழகுமிக்க படைப்பாக மிளிர்கிறது.

கல், மரம், உலோகம் போன்ற பொருட்களால் கலைஞன் தன் உள்ளக்கருத்தினை, உணர்வினை வெளிப்படுத்தும் உருவங்களை வடிவச் செழுமையுறப் படைக்கும்போது சிற்பக்கலை உருவாகிறது. விளக்கவந்த காட்சியின் உணர்வுக்கேற்ற வண்ணங்களும், தேவையான கோடுகளும்

பயன்படுத்தப்பட்டு வடிவங்களும், வண்ணங்களும் ஒத்திசைவுற்றமையும் போது ஓவியக்கலை தோன்றுகிறது. சிறந்த சொற்களைப் பொருந்தும் இடங்களிலமைத்து, உள்ள அனுபவத்தையும், கருத்தினையும் கற்பனையோடு ஒத்திசைவுறப் படைக்கும்போது இலக்கியக்கலை உருவாகிறது.

படைப்பும், நுகர்வோனும்

கலைஞனது அகவுணர்வு, அவன் தோற்றுவிக்க விரும்பிய அழகு, சொல்ல விழைந்த உண்மை ஆகியனவற்றை நுகர்வோனும் அடையும் போது கலைப்படைப்பு முழுமை பெறுகிறது.

பொதுவாக, எந்தவொரு கலைஞனும் கலைப்படைப்பில் ஈடுபடும் போது, அதனை நுகர்வோனைப் பற்றிய எண்ணம் சிறிதும் இல்லாதவனாக இருந்து விடுவதில்லை. ஆயினும், இவ்விடத்தில் ‘நுகர்வோனது இயல்புகள், தேவைகள் என்பனவற்றை நோக்கியே கலைஞன் படைப்பினைச் செய்கிறான்’ எனப் பொருள்கொள்ள வேண்டுவதில்லை.

கலை என்பது முழுவதும் வணிகமயமாக்கப்பட்ட சூழலிலும், படைப்பு என்பது கலைஞனது பொருள் தேவைக்காகப் படைக்கப் பெறுவது என்ற சூழலிலும் தோன்றும் படைப்புகள் உயர்ந்த படைப்புகளாக நிலைப்பதில்லை என்பதைக் கருத்திற்கொள்ள வேண்டும். ஆகவே, சிறந்த படைப்பாளியின் கவனத்திலிருக்கும் நுகர்வோன் என்பவன், கலைப்பொருளின் விற்பனைத் தேவையினை நோக்கியவனல்லன். மாறாக, கலைஞனுக்குத் தன்னொத்த சகமனிதனாக, ஒரே வாழ்வியல் உடையவனாக, தன் அனுபவத்தைப் பகிர்ந்துகொள்ளத் தக்கவனாக, தான் பெற்ற இன்பத்தைப் பெறுகின்றவனாக, தன் படைப்பாற்றலை மதித்து மேம்படுத்துகின்றவனாக, தன் படைப்பால் மேம்படுத்தப்படுகின்றவனாக அமைகிறான். அதனாலேயே, படைப்பில் படைப்பாளி மட்டுமன்றி நுகர்வோனும் ஒரு பகுதியாக அமைகிறான். காலம், இடம், சமுதாயச்சூழல் ஆகியனவற்றைச் சார்ந்தே படைப்புகள் அமைவதற்கும் குறிப்பிட்ட நாகரிகத்தின், பண்பாட்டின் வெளிப்பாடுகளாக விளங்குவதற்கும் அவற்றில் கலைஞனும் நுகர்வோனும் இருப்பதே காரணமாகிறது எனலாம்.

கலைப் பாகுபாடுகள்

கலைகள், அவற்றின் பல்வேறு தன்மைகளின் அடிப்படையில் பல வகைகளில் பகுக்கப்படுகின்றன. ‘ஆயகலைகள் அறுபத்து நான்கு’ எனச் சுட்டப்படும் கலைகளனைத்தையும் ஏழு வகைகளாகப் பிரிக்கலாம் என்பர்.

அழகுக்கலைகள் *(Fine Arts)*: எப்பொழுதும் நுட்பமாக உணர்ந்து சுவைக்கக்கூடிய வகையில் அமைவன. இதற்குச் சான்றாக அமைவன கவிதைக்கலை, ஓவியம், சிற்பம் போன்றவை. இதனைக் கவின்கலை, எழிற் கலை, முருகியல் கலை என்ற பெயர்களால் குறிப்பிடுவர்.

இன்பக்கலைகள் *(Art of Pleasure)*: இசை, நடனம், அலங்காரம் போன்று ஐம்புலன்களுக்கு இன்பம் தரும் கலைகள் இப்பிரிவில் அடங்குவன.

அறிவுக்கலைகள் (*Intellectual Arts*): அறிவு வளர்ச்சிக்கும், கூர்த்த மதி நுட்பத்தைப் பெறுவதற்கும் இக்கலைகள் துணை செய்வன. சான்றாக, தத்துவம், சாத்திரம், தருக்கம், அறிவியல் போன்றவை இப்பிரிவில் அடங்குவன.

பொழுதுபோக்குக் கலைகள் (*Pastimes*): ஓய்வு நேரத்தை இன்பமாகக் கழிப்பதற்குப் பயன்படும் கலைகளான சதுரங்கம், பல்லாங்குழி போன்றவை இப்பிரிவில் அடங்குவன.

விளையாட்டுக் கலைகள் (*Games*): பயன் கருதி அமையும் விளையாட்டுகள் யாவும் இதனுள் அடங்குவன. எ.டு. யானை ஏற்றம், குதிரை ஏற்றம் போன்றவை.

உடற்பயிற்சிக் கலைகள் (*Physical Arts*): உடல்வலிமையைப் பேணி வளர்ப்பதற்குப் பயன்படும் கலைகள் இப்பிரிவில் அடங்குவன. (எ.டு.) சிலம்பம், வர்மம், மற்போர்.

பயன்கலைகள் (*Utilitarian Arts*): மேலே கூறியவை நீங்கலாக, அன்றாட வாழ்க்கைக்குப் பயன்படும் கலைகள் யாவும் பயன்கலைகளே ஆகும். இவற்றை, கைத்தொழிலும் கைவினைத் திறமும் எனக் கூறுதலும் உண்டு. (எ.டு.) சமையற்கலை, தையற்கலை போன்றவை.[5]

மேலும், கலைகளைக் காட்சிக்கலைகள் (*Visual Arts*) எனவும், கருத்துக்கலைகள் (*Intellectual Arts*) எனவும் வகைப்படுத்துவர். சிற்பம், படிமம், கட்டடம், ஓவியம், நாடகம் முதலியன காட்சிக்கலைகளாகும். இசையும், இலக்கியமும் கருத்துக்கலைகளாகும்.

இலக்கியம், இசை, நாடகம் ஆகியவற்றை இயங்கும் கலைகள் (*Dynamic Arts*) எனவும் சிற்பம், படிமம், கட்டடம், ஓவியம் ஆகியன வற்றை இயங்காக் கலைகள் (*Static Arts*) எனவும் மற்றொரு முறையில் ஒரு சிலர் வகைப்படுத்துவர்.

இவையன்றி, கலைகளை முற்காலத்திய கலை (*Primitive Art*) நாட்டுப்புறக்கலை (*Folk Art*), செவ்வியற்கலை (*Classical Art*) என மூன்றாக வகைப்படுத்தியும் உரைப்பர்.

முற்காலத்திய மனிதனின் பண்படாத உணர்ச்சிகளின் வெளிப் பாடாகவும், கலைகளுக்குரிய விதிமுறைகள் கைக்கொள்ளப் பெறாததும், செம்மை பெறாததும் முற்காலத்திய கலையாகும். படிப்படியாகப் பண்பட்ட நயமான கூறுகளுடனும், விதிமுறைகளுடனும் தலைப்பட்டது நாட்டுப்புறக் கலையாகும். கற்பனையும், மதிநுட்பமும் பொருந்தித் திருத்தமுற்றமைந்தது செவ்வியற் கலையாகும்.[6]

கலைகளைப் பற்றிய கருத்துகள் விரிவடைவதற்கேற்ப அவற்றைப் பல்வேறு நிலைகளில் வகைப்படுத்திக் காணுதலும் தொடர்ந்துள்ளது. இவ்வாறு, தன்மைகளைக்கொண்டு பல்வேறு விதமாகப் பகுத்துரைக்கப் பட்டாலும், கலைகளை நுண்கலைகள் (*Fine Arts*), பயன் கலைகள் (*Utilitarian Arts*) என்று இரண்டாகப் பகுப்பதே பெருவழக்காகத் திகழ்கிறது.

நுண்கலைகள்

அழகியல் ரீதியாகக் கண்டும், கேட்டும், படித்தும் சுவைப்பதற்காகப் படைக்கப்பட்ட கலைப்பொருளை நுண்கலைப்பொருள் எனலாம். காண்பதற்காகவும், இன்புறுவதற்காகவும்தான் ஓவியம் படைக்கப் பட்டுள்ளதே அல்லாமல், துணி துவைக்கும் பலகையாகவோ (Wash Board), மேசையின் மேல் விரிப்பாகவோ பயன்படுத்துவதற்கன்று என விளக்குவர். அனுபவத்தில், ஒரு பொருள் எத்தகைய பங்கினை வகிக்கின்றது என்பதைக் கொண்டே அதனை நுண்கலைப் பொருள் என்று தீர்மானிக்க இயலுமேயொழிய, அது படைக்கப்பட்ட நோக்கத்தாலன்று.[7]

ஆதலால், மனித அனுபவத்தில் முழுமையாக, தலையாய அழகியல் ரீதியில் செயல்படும் பொருள்களை நுண்கலைப்பொருட்கள் எனலாம்.

பயன்கலை

அழகியல் ரீதியாக நுகரப்படுவதைத் தவிர, வாழ்க்கையில் வேறு பயன்களைத் தருவன பயன்கலைகள் ஆகும். இவற்றில் பல அழகியல் ரீதியாகக் காணக்கூடும். எனினும், அழகின்பம் தருவதைத் தவிர, வேறுவகையான பயன்களை உடையனவுமாகும். ஆதலால், அத்தகையன பயன்கலையுள் அடங்குவனவாகும்.

சிற்பம், ஓவியம், கூத்து, நாட்டியம், இசை, இலக்கியம் முதலிய நுண்கலைகளாகவும், வாழ்வுக்குத் தேவையான தொழில்நுட்பமும், அழகுணர்வும் இயைந்து ஆக்கப்பெறுவன பயன்கலைகளாகவும் கொள்ளப்படுகின்றன. இவ்வாறு, அனைத்தையும் வகைப்படுத்திக் கலைகள் எனச்சுட்டப்பெறினும், 'கலை' என்று சொல்லும்போது, அது நுண்கலைகளைக் குறிப்பதாகவே உலகெங்கும் அமைந்துள்ளது குறிப்பிடத்தக்கது.

நுண்கலை: மேலை மற்றும் இந்திய மரபுகள்

கவின்கலைகள், நற்கலைகள், அழகுக்கலை, இன்கலைகள் எனப் பல்வகையாகச் சுட்டப்பெறும் நுண்கலைகளை வகைப்படுத்துவதில் மேலை மரபிற்கும் இந்திய மரபிற்கும் சில வேறுபாடுகள் காணப்படு கின்றன.

இயல், இசை, நாடகம், ஓவியம், சிற்பம், படிமம், கட்டடம் என நுண்கலைகளை மேலை நாட்டினர் ஏழாகப் பகுப்பர். ஆனால், இந்திய மரபில் கட்டடம், படிமம் ஆகியனவற்றைச் சிற்பக்கலையுள்ளும், நாடகத்தை இயற்கலையுள்ளும் அடக்கி, இயல், இசை, ஓவியம், சிற்பம் என நான்காகப் பகுப்பர்.

கலைகளை இவ்வாறு பகுத்துணரும்போது கட்டடக் கலையைச் சிற்பக்கலையுள் அடக்குதல் குறித்துச் சிறுவிளக்கம் இங்கு வேண்டப் படுவதாகும்.

பொதுவாக, மனித மனத்தினை இன்புறுத்துவதும், பயன்நோக்கில் உதவுவதும் நுண்கலைகளின் இயல்பாகும். பயன் என்னும் சொல்

விரிந்த பொருளில் உணரப்படும்போது, இன்பமும் பயனாகும் எனத் தெளியலாம். இருப்பினும், மன நோக்கிலான பயன்பாடும், புறவயமான வாழ்வியல் தேவை நோக்கிலான பயன்பாடும், துல்லியமான வேறுபாட்டினைக் கொண்டிருப்பதால் மன நுகர்ச்சிக்குரிய இலக்கியம், ஓவியம், சிற்பம், இசை முதலியவற்றுடன் புறவயமான பயன்பாட்டிற்குரிய கட்டடத்தைச் சேர்த்தெண்ணல் கூடுமா என்னும் வினாவெழுதல் இயல்பாகும்.

ஆயினும், மனிதகுலப் பண்பாட்டு வரலாற்றை நோக்கும்போது கட்டடக்கலை என்பது உறைவிடம் என்னும் தேவையை மட்டும் நிறைவு செய்வதாக அமைந்திருக்கவில்லை என்பதை உணரமுடிகிறது. வேறு எந்தத் துறைகளையும்விட மனிதனுடைய முன்னேற்றமிகு வளர்ச்சியை அல்லது நலிவுமிகு சீரழிவைக் கட்டடக் கலையே துல்லியமாகப் பிரதிபலித்து வந்துள்ளது. இதனால், பண்பாடு மற்றும் நாகரிகத்தின் அளவுகோல்களில் ஒன்றாகவும் கருதப்பட்டுள்ளது. சிற்பம், ஓவியம் முதலிய நுண்கலைகளுக்கு அடிப்படையாகவும் விளங்கியுள்ளது. உயர்ந்த கலைத் தன்மையுடன் விளங்கும் கட்டடம், கட்புலன் மூலம் மனதிற்குப் பெருமகிழ்வூட்டுவதாகத் திகழ்கிறது.

இந்திய, தமிழக வரலாற்றை நோக்கும்போது மனித வாழிடங்களாக அமைந்த கட்டடங்களும், இறைவழிபாட்டிற்குரிய கோயில்களும் பயன் நோக்கினையும் அழகு நோக்கினையும் ஒருசேர நிறைவு செய்வன வாகவே திகழ்ந்துள்ளன. குறிப்பாக, நமக்கு இன்று காணக்கிடைக்கும் கோயில் கட்டடங்களில் உள்ள கோபுரங்கள், விமானங்கள் முதலியன பயன் நோக்கினும் அழகு நோக்கினையே முதன்மையாகக் கொண்டு திகழ்கின்றன. சிற்பம், கட்டடம் இரண்டும் ஒன்றுடன் ஒன்று தொடர் புற்றதாக இந்தியக் கலை மரபு சொல்வதை,

> சிற்ப, கட்டடக் கலைகளைக் குறிக்கும் பெருவழக்காக இருக்கும் இரு சொற்களாவன சிற்பம், வாஸ்து என்பனவாகும். இவையிரண் டிற்கும் இடையேயான வேற்றுமையை இத்துறைத் தொல்லறிஞர் அறிந்திருப்பினும், கட்டடக்கலையின் அகத்தே சிற்பக்கலையையும் அடக்கினர். ஏனெனில் அவர்களைப் பொருத்த அளவில் சிற்பம் என்பது கட்டடத்திற்கு உதவுவதாகவே இருந்தது. எடுத்துக்காட்டாக, மானசாரம் என்ற வாஸ்து சாஸ்திரம் (கட்டட இலக்கண நூல்) என்ற நூலின் 70 இயல்களுள் 22 இயல்கள் சிற்பம் பற்றியனவே. மயமுனி அல்லது மயவாஸ்து என்ற கட்டடக்கலை பற்றிய நூலில் படிமவியல் பற்றிய பகுதிகளும் உள்ளன...
>
> வாஸ்து சாஸ்திரங்கள் எனப்படுவன இன்று சிற்ப சாஸ்திரங்கள் என்றே குறிக்கப்பெறுகின்றன. ஏனென்றால், இந்தியக் கட்டடக் கலைப்படைப்புகள் என்பன உண்மையிலேயே கட்டுமான அல்லது நினைவுச்சின்ன வடிவிலுள்ள சிற்பங்களேயாகும். இதனோடு, கட்டடம் என்பது 'உறைந்த இசை' என்ற கூற்றினையும் ஒப்பு நோக்க, சிற்பம் என்ற சொல் கட்டடக்கலையையும் சிற்பக் கலையையும் ஒருங்கே குறிப்பதாகக் கொள்ளவியலும்.[8]

என்று கணபதி ஸ்தபதி சுட்டிக்காட்டுகிறார்.

நுண்கலைப் பொருள்களின் பொதுவியல்புகள்

நுண்கலைகள் பல்வேறு வாயில்களால் வெளிப்பட்டுப் பலவாகத் தோற்றம் பெறினும் அவற்றுள் அடிப்படையான பொதுவியல்புகள் பலவும் அமைந்து கிடக்கின்றன. அவற்றுள். உருவம், உள்ளடக்கம் என்னும் இரண்டும் முதன்மையானவையாகும். அனைத்துக் கலைகளும் உருவத்தையும் உள்ளடக்கத்தையும் பெற்றே திகழ்கின்றன.

'வண்ணம் அல்லது பொருளுக்கு அப்பாற்பட்டுத் தோன்றுவது; ஒன்றினுக்குத் தோற்றத்தைத் (shape) தருவது',[9] எனவும் 'அமைப்புமுறை, ஒழுங்குமுறை அல்லது அடிப்படைக் கூறுகளின் உறவுநிலை, ஓவியத்தில் கோடுகள் மற்றும் வண்ணங்கள், சிற்பத்தில் பருமை அல்லது வெறுமை ஆகியன இசைந்து இணைந்து உருவாக்குகின்ற வடிவம்'[10] எனவும் உருவத்திற்கு விளக்கம் கொடுக்கப்படுகிறது.

ஒரு கலைப்பொருள் எதனைப் பற்றியதோ அது அக்கலைப் பொருளின் உள்ளடக்கமாகும். அவ்வுள்ளடக்கம், மையக்கருத்து என்றோ உட்பொருள் என்றோ குறிக்கப்பெறும்.

ஒரு கலைப்பொருளை ஆய்ந்து அறிந்து கொள்வதற்காக அதன் உருவத்தையும், உள்ளடக்கத்தையும் பகுத்துக் காண முடியுமேயன்றி, நிற்கும் அவற்றைத் தனித்தனிக் கூறுகளாகக் கொள்ளலாகாது.

கட்டடம், சிற்பம், ஓவியம், இலக்கியம் என்னும் நான்கினும் அமைந்துள்ள பான்மையை ஈங்குக் காணலாம்.

கட்டடம்: வடிவம், உள்ளடக்கம்

ஒரு கட்டடத்தின் உறுப்புகளைக் கட்டமைக்கின்ற முறையாலே அதன் வடிவம் தீர்மானிக்கப்படுகிறது. இக்கட்டமைப்புக்கு *(composition)* நான்கு அடிப்படையான கொள்கைகள் துணைபுரிகின்றன.

உறுப்பொத்த நிலை *(symmetry)* 'கட்டட உறுப்புகள்' செவ்வொழுங்கு பெற்று ஒத்த நிலையையுடையதாக அமைகின்றன. அவ்வாறமைந்த ஒரு கட்டடத்தின் நடுவே ஒரு கோட்டினை வரைய, அது இருசம பங்குகளாகும். ஆனால், செவ்வொழுங்கற்ற ஒத்த நிலையையுடையதாக ஒரு கட்டடம் அமையினும் அது காட்சிக்கு இனியதாகலாம்.

சந்தம் *(rhythm)* **தோன்ற வடிவங்களை ஒழுங்கமைத்தல்:** ஒரு கட்டடத்தின் வெளிகளையும் *(spaces)*, பொருள் திரட்சியையும் *(mass)* அடுத்தடுத்தமைத்து ஒழுங்கு செய்யச் சந்தம் தோன்றும்.

உறுப்புகளைச் சரிவிகிதத்திலமைத்தல் *(proportion)*: கட்டடத்தின் ஓர் உறுப்பின் அளவு பிறிதோர் உறுப்பின் அளவோடு இயைபு கொண்டு சரிவிகிதத்திலமையும்.

சரியான அளவு வீதம் *(scale)*: ஒரு கட்டடம் (அது கட்டப்பட்ட) நோக்கத்திற்கு ஏற்ற அளவினதாக இருத்தல் வேண்டும். மிகச் சிறிய தாகவோ, பெரியதாகவோ அமையின் சரிவிகிதமற்றுப்போகும்.[11]

இந்நான்கு கூறுகளையும் கொண்டு வடிவுற்ற கட்டடத்தின் உள்ளடக்கம், ஓவியங்களைப் போலவோ சிற்பத்தைப்போலவோ

ஒரு குறித்த செய்தியைத் தருவதில்லை. இடத்தை இயைபு தோன்ற அமைப்பதில் மட்டுமின்றி, ஒரு குறித்த இயல்பினையோ, பண்பினையோ பருப்பொருளால் உருவமைத்துக் காட்டுவதனாலேயே அதன் உள்ளடக்கம் புலப்படுகின்றது.[12]

சிற்பம்: வடிவம், உள்ளடக்கம்

சிற்ப வடிவக்கூறுகளுள் முக்கியமானவை வெளி (space), பருண்மை (mass), கொள்ளளவு (volume), கோடு (line), இயக்கம் (movement), ஒளியும் – நிழலும் (light and shadow), பொருளின் புறத்தன்மை (texture), நிறம் (colour), ஆழம் (depth), உயரம் (height), அகலம் (width) என்பன. இவற்றுள், ஆழம், உயரம், பருண்மை ஆகியன தவிர ஏனைய ஓவியத்திற்கும் பொருந்துமாயினும், சிற்பம் முப்பரிமாணப் (three dimensional) படைப்பாகவும், ஓவியம் இருபரிமாணப் (two dimensional) படைப்பாகவும் உள்ளன. வெளியிடத்தில் உருவங்களைச் சிற்பி தோற்றுவிப்பதால் அவை பருண்மையும் உயரமும் அகலமும் உடையனவாகத் தோன்றுகின்றன.[13]

இவ்வாறு அமையும் சிற்பங்களுக்குக் கட்புலன் சார்ந்த அனைத்தும் உள்ளடக்கப் பொருளேயாகும். கட்புலன் சாராத கருத்துப்பொருளையும் கட்புலன் சார்ந்ததாய் உருவமைத்துக் காட்டுதலும் சிற்ப மரபேயாகும்.

ஓவியம்: வடிவம், உள்ளடக்கம்

ஓவிய வடிவக்கூறுகளுள் சிறப்பானவை நிறம், கோடு, பருண்மை, வெளி, பொருளின் புறத்தன்மை ஆகியனவாம். இவ்வைந்து கூறுகளாலும் ஓவியன் தன் கருத்தையோ, உணர்வையோ, மனநிலையையோ புலப்படுத்துகிறான். தன்னைச் சூழ்ந்துள்ள பொருள்களை மட்டுமன்றி, வரலாற்று நிகழ்வுகளையும், சமயக் கதைகளையும், தொன்மங்களையும் ஓவியன் உள்ளடக்கமாக்குகிறான். ஒரு குறித்த உள்ளடக்கப் பொருளன்றித் தன்னுணர்ச்சியை மட்டுமே புலப்படுத்துகின்ற ஓவியங்களையும் தீட்டுகிறான்.[14]

இலக்கியம்: வடிவம், உள்ளடக்கம்

இலக்கியப் படைப்பின் வடிவத்திற்கு, இரு வகையான பொருளைக் கூறலாம். ஒன்று, அதன் கட்டமைப்பு அல்லது தோற்றம், மற்றொன்று அதன் பாணி. வடிவமென்பதற்கு இலக்கிய வகை என்ற வழிப் பொருளுமுண்டு.[15]

இலக்கியம் உணர்த்த எடுத்துக்கொண்ட பொருள் அதன் உள்ளடக்க மாகும். இதனை மையக்கருத்து (theme) என்பர்.

இருவகைக் கோட்பாடுகள்

எல்லாக் கலைப்பொருள்களும் உருவம், உள்ளடக்கம் என்னும் இரு பொதுவியல்புகளை உடையன. ஒரு குறித்த கலை சார்ந்த கலைப் பொருள்களுக்கிடையே ஒத்த தன்மைகள் நிலவுகின்றன. அவ்வொத்த தன்மைகளைக் கோட்பாடுகள் (principles) எனக்

கொள்ளலாம். ஏனெனில், கோட்பாடு என்னும் சொல்லிற்கு 'ஒன்றின் இயல்பைத் தீர்மானிப்பது'[16] எனவும் 'ஒன்றின் அடிப்படைத் தன்மை'[17] எனவும் அகராதிகள் பொருள் சுட்டுகின்றன.

ஆதலால், கலைகளில் உருவத்தைச் சமைக்கக் கலைஞர்கள் கைக்கொண்ட அடிப்படைகளை உருவக் கோட்பாடுகள் எனவும் உள்ளடக்கத்திற்குக் கைக்கொண்ட அடிப்படைகளை உள்ளடக்கக் கோட்பாடுகள் எனவும் கொள்வது பொருந்தும். இவ்விரு கோட்பாடு களையும் 'கலைக்கோட்பாடுகள்' எனச் சுட்டலாம்.

குறிப்புகள்

1. "கலை என்பது பலபொருள் ஒருசொல். உலகியல் வழக்கில் பல பொருள்களை உணர்த்தும் கலை என்னுஞ் சொல் இலக்கிய வழக்கில் செயல்திறன், உடை, அமிசம், ஒளி, சாத்திரம், நூலறிவு, மொழி, வண்ணப்பாட்டின் ஒரு பாகம், வித்யாதத்துவம் ஏழனுள் ஒன்று, சந்திரனின் பதினாறு கூறு, ஆண்மான், ஆண்குரங்கு, சுறாமீன், மகராசி, மரச்சுவடு, மேகலை, காஞ்சி என்னும் அணிகலன், மரவயிரம், கர்ப்பூர வகை என்னும் பலபொருளில் ஆளப்பட்டுள்ளது." – வி.சி. சசிவல்லி, அழகியல் சிந்தனைகள், ப. 101.
2. க.த. திருநாவுக்கரசு, தமிழரின் கலைக்கொள்கை, தமிழகக் கலைச் செல்வங்கள், துளசி. இராமசாமி (பதி.), பக். 23 – 24.
3. *Paul Edwards (ed), The Encyclopedia of Philosophy, (Vol.1), pp.46 - 47.*
4. *Ibid, p. 48.*
5. வி.சி. சசிவல்லி, மு. நூல். ப. 105.
6. மேலது, ப. 106.
7. *Paul Edwards (ed), The Encyclopedia of Philosophy, (Vol. 1), pp.46 - 47.*
8. சா. கணேசன் முதலியோர், (பதி.), கையேடு, ப. 244.
9. *Clarence L.Barnhart & Robert K.Barnhart (ed), The World Book Dictionary, (Vol.1).*
10. *Stuart Berg Flexner (ed.), The Random House Dictionary of the English Language.*
11. *The world Book Encyclopedia, (vol. 1), p. 572.*
12. *International Encyclopedia of Communications, (vol. 1).*
13. *The world Book Encyclopedia, (Vol. 17), p. 201.*
14. *Ibid, (Vol. 5.), p. 34.*
15. *J.A. Cuddon, A Dictionary of Literary Terms.*
16. *The Random House Dictionary of the English Language.*
17. *The New Shorter Oxford English Dictionary.*

நாயக்கர் காலக் கலைநிலை

அரசுகளின் தோற்றம், ஆட்சி, வீழ்ச்சி ஆகியவற்றைக் கொண்டு காலம் பல வரலாற்றுக் கட்டங்களாகப் பகுக்கப்படுகிறது. நீண்ட காலம் நிலைபெற்று, மிகுந்த நிலப்பரப்பினைத் தம் ஆளுகையின்கீழ் கொண்டிருந்த அரசுகளின் பெயரால் காலக் கட்டங்கள் சுட்டப்படுவது மரபு. இவ்வாறு அமையும் காலக் கட்டங்களுள் நாயக்கராட்சி நிலவிய காலக் கட்டம், அக்காலத்தில் நுண்கலைகள் பெற்றிருந்த வளர்ச்சி, கலைஞர்கள் குறித்து அறியலாகும் செய்திகள், கலையாக்கங்கள் குறித்த பிற பொதுத் தகவல்கள் முதலியன பற்றி அறியலாம்.

தமிழக வரலாற்றுக் காலக்கட்டங்கள்

கி.பி. 2ஆம் நூற்றாண்டு வரை நிலவிய காலப்பகுதி 'சங்க காலம்' என்றழைக்கப்படுகிறது. அதன்பின் கி.பி. 250இல் தொடங்கிக் களப்பிரர்கள் தமிழகத்தை முந்நூறு ஆண்டுகள் ஆண்டனர்.[1] களப்பிரர்களுக்குப் பின் பல்லவர் ஆட்சி கி.பி. 3ஆம் நூற்றாண்டு முதல் கி.பி. 9ஆம் நூற்றாண்டு வரை நிகழ்ந்துள்ளது.[2] சங்க காலத்திற்குப்பின் கி.பி. 575 முதல் கி.பி.966 வரை பாண்டியர்கள் மீண்டும் ஆண்டுள்ளனர்.[3] கி.பி. 850 முதல் கி.பி. 1279 வரை சோழர்களின் ஆட்சி சிறந்துள்ளது.[4] பின்னர் இரண்டாம் பாண்டியப் பேரரசு கி.பி. 1190 முதல் கி.பி. 1310 வரை நிகழ்ந்துள்ளது.[5] கி.பி. 1335 முதல் கி.பி. 1378 வரை மதுரையில் சூல்தான்களின் ஆட்சி நடைபெற்றுள்ளது.[6]

விசயநகரப் பேரரசும் நாயக்கர்களின் தோற்றமும்

கி.பி. 14ஆம் நூற்றாண்டில் விசயநகரப் பேரரசு தோற்றுவிக்கப் பட்டது. இக்காலக்கட்டத்தில் இசுலாமியர்களின் ஆளுகைக்கீழ் ஏறத்தாழ இந்திய நாடு முழுவதும் ஆட்பட்டிருந்தது. தென்னிந்தியாவில் கம்பிலி நாட்டில் அமைதியை ஏற்படுத்த வேண்டி, கம்பலித்தேவன் குடும்பத்தைச் சார்ந்த அரியரர், புக்கர் என்னும் இருவரை முகமது துக்ளக் அனுப்பினார். கம்பிலி வந்து சேர்ந்த இருவரும் தாம் தழுவியிருந்த இசுலாம் சமயத்தை விடுத்து,

இந்துக்களாயினர். வித்தியாரணிய முனிவரின் ஆசியுடன் இந்துப் பேரரசைத் தோற்றுவிக்க முடிவு செய்தனர். தென்னகத்தில் தோன்றியிருந்த விடுதலை இயக்கங்கள், குடியானவர்கள், வீரசைவர்கள் முதலியோரின் ஆதரவுடன் சில நாடுகளைக் கைப்பற்றினர். துங்கபத்திரையாற்றின் தென்கரையில் ஆனைக்குத்திக்கு எதிரில் தலைநகரை நிறுவி, அதற்கு விசயநகர (வெற்றி நகரம்) என்றும் வித்தியா நகரம் (கல்வி நகரம்) என்றும் பெயரிட்டனர். கி.பி. 1336 ஆம் ஆண்டு, ஏப்ரல் திங்கள் 18ஆம் நாள் அரியரர் முடிசூடிக்கொண்டதுடன் விசயநகரப் பேரரசு தொடங்கிற்று.

விசயநகர அரசின் பிரதிநிதியான குமாரகம்பணன் கி.பி.1371இல் முபாரக்ஷாவை வென்றதுடன் தமிழகத்தில் இசுலாமியர் ஆட்சி முடிவுக்கு வந்தது. இருந்தபோதிலும் மதுரை நாட்டின் ஒரு பகுதியை கி.பி. 1378 வரை இசுலாமியர் ஆண்டு வந்தனர். அதுவும் இரண்டாம் அரியரர் (கி.பி. 1377–1404) காலத்தில் முற்றிலும் ஒழிக்கப்பட்டது.[8]

தமிழகப் பகுதிகளை வென்ற குமாரகம்பணன் மதுரையைத் தலைநகராகக் கொண்டு ஆட்சி செய்தார். இது விசயநகர மேலாண்மையை ஏற்று நடந்த பிரதிநிதித்துவ ஆட்சி முறையாகும். இவ்வாறு ஆண்ட பிரதிநிதிகள் மண்டலேசுவரர் எனவும் மகாமண்டலேசுவரர் எனவும் குறிப்பிடப்பெற்றனர். கி.பி. 1529 வரை இத்தகைய பிரதிநிதித்துவ ஆட்சி நடைபெற்றதாகத் தெரிகிறது.

விசயநகரப் பேரரசு, தன் தொடர்ந்த வெற்றிகளால் பரவியபோது, நிர்வாக வசதிக்காக நிலப்பரப்பு பல பகுதிகளாகப் பிரிக்கப்பட்டது. அப்பகுதிகளை ஆள அமர்த்தப்பட்டவர்கள் நாயக் (*Nayak*) அல்லது அமர நாயக் (*Amara Nayak*) எனக் குறிக்கப்பட்டனர். தங்கள் பகுதிக்கு முழு அதிகாரம் பெற்றவர்களாகவிருந்த இந்த அமர நாயக்கர்களே பின்னர் ‘நாயக்கர்கள்’ என்ற பட்டத்துடன் முழுச்சுதந்தரம் பெற்று அரசர்களாக மாறினர்.[9]

விசயநகரப் பேரரசின் பகுதிகளாக மைசூர், இக்கேரி, மதுரை, தஞ்சை, வேலூர், செஞ்சி ஆகியவை இருந்தன. இவற்றுள், பின் நான்கும் தமிழகத்திலிருந்த அமர நாயக்க அரசுகளாகும்.

மதுரை நாயக்கர்

கிருஷ்ணதேவராயர் காலத்தில் விசுவநாத நாயக்கர் மதுரையில் சுய அதிகாரத்துடன் பதவியேற்றார். தளவாய் அரியநாதர் உதவியுடன் இவரே தமிழகத்தில் பாளையப்பட்டு முறையைப் புகுத்தியவராவார். தமிழகத்தின் தென்பகுதி மட்டுமன்றி திருச்சி, கோவை, சேலம் முதலிய பகுதிகளும் திருவிதாங்கூரும் இவரது ஆளுகைக்கு உட்பட்டிருந்தன. இவருக்குப்பின் திருமலை நாயக்கர் காலம் வரை விசயநகரத்திற்குக் கட்டுப்பட்டே ஆண்டனர். திருமலை நாயக்கரே மதுரை நாட்டைத் தம் ஆட்சியின் பிற்பகுதியில் முழு உரிமையுடன் ஆளத் தொடங்கினார். விசுவநாதரால் கி.பி. 1529 இல் தொடங்கிய மதுரை நாயக்கர் ஆட்சி கி.பி. 1736 இல் மீனாட்சி அரசி மறையும் வரை நீடித்தது.[10]

தஞ்சை நாயக்கர்

விசயநகரப் பேரரசின் ஒரு பகுதியாகத் தஞ்சையில் நாயக்கர் ஆட்சி கி.பி. 1532இல் தொடங்கியது. இவ்வாட்சியைத் தொடங்கியவர் சேசவப்ப நாயக்கர் ஆவார். அச்சுதராயர் காலத்தில் தஞ்சையில் செவப்ப நாயக்கர் மண்டலேசுவரராய் இருந்தார். கி.பி. 1565இல் தலைக்கோட்டைப் போரில் விசயநகரம் வீழ்ந்ததையடுத்து முழுவுரிமை மன்னரானார். கி.பி. 1673இல் விசயராகவ நாயக்கரோடு தஞ்சை நாயக்கராட்சி முடிவுற்றது.[11]

செஞ்சி நாயக்கர்

கி.பி. 1526ஆம் ஆண்டு முதல் செஞ்சி, விசயநகரப் பேரரசுக்குட்பட்டிருந்தது. கிருஷ்ணதேவராயர் ஆட்சிக்காலத்தில் இவ்வாட்சியைத் தொடங்கி வைத்தவர் வையப்ப நாயக்கர் ஆவார். கி.பி. 1649இல் பீசப்பூர் படைத்தலைவன் செஞ்சியைக் கைப்பற்றி பீசப்பூர் சுல்தானுக்கு உரியதாக்கியதுடன் இவ்வாட்சி முடிவுற்றது.[12]

வேலூர் நாயக்கர்

செஞ்சி நாயக்கருக்கு அடங்கியதாகவே வேலூர் நாயக்கராட்சி தொடங்கியது. இரண்டாம் வேங்கடர் இலிங்கமனோடு போரிட்டு வேலூரைக் கைப்பற்றி விசயநகரப் பேரரசின் தலைமைப் பீடமாக்கி விட்டார். மூன்றாம் ஸ்ரீரங்கன் காலத்தில் வேலூர் பீசப்பூர் சுல்தான் வசமாயிற்று.[13]

தலைக்கோட்டைப் போரின் விளைவுகள்

தமிழக நாயக்கர்களிடையே கி.பி. 1565 வரை நல்லுறவு நிலவிற்று. பாமினி சுல்தான்களுக்கும் விசயநகர அரசிற்குமிடையே கி.பி. 1565ஆம் ஆண்டு தலைக்கோட்டை என்னுமிடத்தில் நடைபெற்ற போரில் விசயநகரம் தோல்வியுற்றுச் சிதைந்தது. அது தொடங்கித் தமிழக நாயக்கர்களிடையே நிலவிய நல்லுறவு சீர்குலையத் தொடங்கிற்று. விசயநகரப் பேரரசும் வலியிழந்து உரிமைப் போராட்டங்களில் சிக்கியது.

தமிழக அரசுகளுள் கி.பி. 1529 முதல் கி.பி. 1732 வரை, 207 ஆண்டுகள் நிகழ்ந்த மதுரை நாயக்க அரசே பரந்த நிலப்பரப்பும் நிலையான ஆட்சியும் பெற்றிருந்தது. இக்காலத்தில் பாண்டியர்கள் செல்வாக்குக் குன்றித் தமிழகத்தின் தென்பகுதியில் சிற்றரசர்களாய் ஒடுங்கினர். தென்காசியிலிருந்து ஆண்டமையால் இவர்கள் 'தென்காசிப் பாண்டியர்' எனப்பட்டனர். மதுரை நாயக்கர் காலத்தில் மறவர் சீமையாகிய இராமநாதபுரப்பகுதி, சேதுபதி மன்னர்களால் ஆளப்பட்டு வந்தது. பொதுவாக நாயக்கர்களுடன் நட்புறவு பாராட்டிய இவர்கள் சில சமயம் எதிர்த்துக் கிளர்ச்சியும் செய்துள்ளனர்.

தமிழகத்தில் நாயக்க அரசுகளை ஆண்ட மன்னர்களின் குலமரபுப் பட்டியலை வரலாற்றாசிரியர்கள் தந்துள்ளனர் (காண்க: பின்னிணைப்புகள் – 1, 2)

செஞ்சி நாயக்கர் பரம்பரை

செஞ்சியை ஆண்ட நாயக்க மன்னர்களின் முழுமையான வம்சாவளிப் பட்டியல் கிடைக்கவில்லை. செஞ்சியில் ஆட்சி செய்தவர்களாக வையப்ப நாயக்கர், துபாக்கிக் கிருஷ்ண நாயக்கர், இராமச்சந்திர நாயக்கர், முத்தையாலு நாயக்கர், வெங்கடப்ப நாயக்கர், வரதப்பநாயக்கர், ஐயப்ப நாயக்கர் ஆகியோர் குறிப்பிடப்படுகின்றனர்.[14]

வேலூர் நாயக்கர் பரம்பரை

வேலூரை ஆண்ட நாயக்க மன்னர்களின் வம்சாவளி பற்றியும் தெளிவாக அறிய வழியின்றியுள்ளது. வீரப்ப நாயக்கர், சின்னபொம்மு நாயக்கர், இலிங்கம நாயக்கர் ஆகியோர் குறிப்பிடத்தக்கவர்கள் என்பர்.[15]

ஆதலால் கி.பி. 16, 17, 18ஆம் நூற்றாண்டுகளை 'நாயக்கர் காலம்' என வரையறை செய்யலாம்.

நாயக்கர் காலத்தில் நுண்கலை வளர்ச்சி

நாயக்கர் காலத்தில் கட்டடம், சிற்பம், ஓவியம், இலக்கியம், இசை, நாடகம் போன்ற நுண்கலைகள் வளர்ச்சியடைந்துள்ளன. கலைகளின் வளர்ச்சிக்கு நாயக்க மன்னர்களும் அவர் காலத்துப் பிறரும் ஆதரவளித்துள்ளனர். கட்டடம், சிற்பம், ஓவியம் போன்றவை பெரிதும் கோயில் சார்ந்து, அரசர்கள், பாளையக்காரர்களின் நேரடி ஆதரவில் வளர்ந்துள்ளன. தமிழகத்தில் முன்னிருந்த காலப்பகுதிக் கலை மரபுகளின் தொடர்ச்சியாக எண்ணத்தக்க வகையில் வளர்ந்துள்ள இக்கலைகள் இடம்பெற்றுள்ள இடங்கள், கலைஞர்கள், புரவலர்கள், கலையாக்க முறைகள், மேலும் இவை தொடர்பான பிற செய்திகள் ஈண்டு விரிவாகச் சுட்டப்படுகின்றன. வளர்ச்சிகளையும் மாற்றங்களையும் அறிய இதற்கு முந்தைய காலப்பகுதிகளின் கலைநிலைகள் சுருக்கமாக முதலில் குறிப்பிடப்படுகின்றன.

நாயக்கர் காலத்திற்கு முன் சிற்பக்கலை

சிற்பக்கலையுள் அடங்கும் கட்டடக்கலையின் தோற்றம் மிகப் பழமையானது. தமிழ்நாட்டில் புதிய கற்காலம் முதல் கட்டடக் கலை தொடங்கிவிட்டதென்பர்.[16]

சங்க காலத்தில் கட்டடக்கலை நன்கு வளர்ச்சி பெற்றிருந்தது. அக்காலத் தமிழகத்தில் பல்வேறு தெய்வங்களுக்கும் கோட்டங்கள் இருந்துள்ளன. அரசர்களுக்கான அரண்மனைகளும் பிறர்க்கான மாட மாளிகைகளும் இருந்துள்ளமைக்கு இலக்கியங்கள் சான்று பகர்கின்றன. கட்டடங்கள் எடுப்பதில் 'மயன் மரபு' என்ற ஒருமுறை கடைபிடிக்கப்பட்டு வந்துள்ளது.[17] சுதை, சுடுமண், மரம், செங்கல் முதலியவற்றைப் பயன்படுத்திக் கட்டப்பட்ட அக்காலக் கட்டடங்கள் ஏதும் இன்று முழுமையாகக் காணக்கிடைக்கவில்லை.

கி.பி. 6ஆம் நூற்றாண்டின் இடைப்பகுதியில் தொடங்கிய பல்லவ ராட்சியில் உருவாக்கப்பட்ட கோயில்களே நமக்குக் காணக்கிடைக்கும்

பண்டைய கட்டடங்களாகும். பாறைகளைக் குடைந்து குடைவரைகள் அமைப்பதும், தனிப்பாறைகளைக் கோயில்களாகச் சமைப்பதும் தொடக்கத்தில் மேற்கொள்ளப்பட்டன. இராசசிம்மனுக்குப் பின் இம்மரபு வீழ்ச்சியுற்றுக் கட்டுமானக் கோயில் பணி தொடங்கிற்று. இது தமிழகக் கட்டடக்கலை வரலாற்றில் திருப்புமுனையாக அமைந்து நெடிய மரபைத் தோற்றுவித்தது.

> இராஷ்டிரகூடர்கள், தெலுங்குச் சோழர்கள், பிற்காலச் சாளுக்கியர் கள், காகதீயர்கள், ஹொய்சாளர்கள் முதலியோர் சாளுக்கிய கட்டட மரபுகளையும் கங்கர்கள், பாண்டியர்கள், முத்தரையர்கள், சோழர்கள், விஜயநகர அரசர்கள் முதலியோர் பல்லவரின் மரபு களையும் (சில மேற்போக்கான மாறுதல்களுடன்) பின்பற்றினர்.[18]

என்று ஆர்.வெங்கட்ராமன் குறிப்பிடுகிறார்.

பல்லவர்களுக்கு முன்னமே பாண்டியர்கள் குடைவரைக் கோயில் களை உருவாக்கியுள்ளனர். 9ஆம் நூற்றாண்டிற்குப் பின்னர் கட்டுமானக் கோயில்களைக் (structural temples) கட்டியுள்ளனர். கல்லாலான விமானம், கருவறை, அர்த்த மண்டபம், மகா மண்டபம் ஆகியன அக்காலக் கோயில்களின் சிறப்பியல்புகளாகும். பல்லவர்களின் விமான அமைப்பைத் தழுவி இவர்கள் செய்த முறையே பின்னர் சோழர்களுக்கு முன்னோடியாகத் திகழ்ந்தது.[19]

கி.பி. 9ஆம் நூற்றாண்டின் இறுதிக்குள் தமிழகக் கட்டடக்கலை ஒரு நிலையான தரத்தைப் படிப்படியாக அடைந்துவிட்டது. கோயில் கட்டடக்கலை பத்தாவது நூற்றாண்டுக்குள் ஒருவகை நிலைபேற்றுத் தன்மையை எய்திவிட்டது.[20] சோழப் பேரரசர்கள் காலத்தில் மட்டும் சற்றேறக் குறைய 500 கற்கோயில்கள் துங்கபத்திரை முதல் இலங்கை யிலுள்ள உரோகணம் வரை எழுப்பப்பட்டன. உண்ணாழி மேலுள்ள விமானப் பகுதி உயர்தல், போதிகையில் முக்கோண வடிவம் தோன்றல், கூட்டின் உச்சிப்பகுதியில் சிங்கமுகம் ஏற்படல், சாலையில் தெய்வ உருவங்கள் வைப்பதற்கு உரிய மாடங்கள் ஏற்படல், மாடங்களின் மீது தோரண அலங்காரங்கள் தோன்றல் ஆகியனவும் விமானத்தின் உயரம் குறைந்து கோபுரங்களின் உயரம் கூடுதல், போதிகையில் மணிவடிவமுனை தொடங்கல், சாலை மாடத்தில் தெய்வ உருவங்கள் அமைதல், தூண்களின் பலகைக்குக்கீழ் தாமரையிதழ் அமைதல், தூண்களின் பீடப்பகுதியில் நாகபந்தம் உருவாதல், சுவர்களில் நன்கு வளர்ச்சியுற்ற நிலையில் கும்ப பஞ்சரங்கள் அமைதல் ஆகியனவும் கி.பி. 850 முதல் கி.பி. 1100 வரையிலான முற்கால, கி.பி.1100 முதல் கி.பி. 1350 வரையிலான பிற்காலச் சோழர் பாணிகளின் வளர்ச்சியாகும்.[21]

கி.பி. 12-13ஆம் நூற்றாண்டுகளில் மீண்டும் எழுச்சியுற்ற பாண்டியர்கள் புகழ்பெற்ற கோயில்களில் கோபுரங்கள், மண்டபங்கள் முதலியவற்றை அமைத்து விரிவுபடுத்தினர்.

சோழப் பேரரசின் பிற்காலத்தில் கோயில்களின் நாற்புறங்களிலு முள்ள நுழைவாயில்கள் மீது எழுநிலை மாடங்கள் கொண்ட கோபுரங்

களை எழுப்பும் மரபு தோன்றியது. இம்முறை பிற்காலப் பாண்டியர் காலத்தில் பெருவழக்குப் பெற்றது.

பின்னர் வந்த விசயநகரப் பேரரசு காலத்தில் திராவிடக் கலை முறை உச்சநிலையை அடைந்தது. பண்டைய கோயில்கள் திருப்பணி செய்யப்பெற்றன. நூற்றுக்கால், ஆயிரங்கால், கல்யாண, ஊஞ்சல் மண்டபங்கள் புதிதாகச் சேர்க்கப்பெற்றன. முந்தைய காலக் கட்டடக் கலை மரபுகள் தொடரப்பெற்றன. கருங்கல்லில் சிக்கலான வேலைப் பாடுகளும் ஒரே கல்லிலான கடினமான சிற்பங்களும் உருவாக்கப் பெற்றன. ‘இராயர் கோபுரம்’ என்ற மிக உயர்ந்த கோபுரங்கள் வெளிப்பிரகார வாயில்களின் மீது கட்டப்பெற்றன.[22]

சங்க காலத்தில் சிற்பக்கலை பெருவளர்ச்சி பெற்றிருப்பினும் பல்லவர் காலச் சிற்பங்களே இன்று மிகுதியாகக் காணக்கிடைக்கும் பண்டைய சிற்பங்களாகும். கடல் மல்லை, காஞ்சிபுரம் முதலிய பல இடங்களில் இவர்கள் செய்வித்த சிற்பங்கள் காணக்கிடைக்கின்றன. பின் வந்த பாண்டியர்களும் சோழர்களும் தாங்கள் கட்டுவித்த கோயில்களில் சிற்பங்கள் பலவற்றை வடித்துள்ளனர். திருப்பரங்குன்றம், திருப்புள்ளமங்கை, குடந்தை, தஞ்சை, தாராசுரம், திருப்புவனம் போன்ற இடங்களிலுள்ள சிற்பங்கள் இவ்வகையில் குறிப்பிடத்தக்கன வாகும். விசயநகர காலத்தில் பேருருவமுள்ள சிற்பங்கள் செய்யப் பெற்றிருப்பதைக் காஞ்சிபுரம், திருவரங்கம் முதலிய இடங்களில் காணமுடிகிறது. கல்லாலான சிற்பங்களைத் தவிர, பல்லவர் காலம் முதலாகவே செப்புப் படிமச் சிற்பக்கலையும் தொடர்ந்து வளர்க்கப் பெற்றுள்ளது.

நாயக்கர் காலத்திற்கு முன் ஓவியக்கலை

சங்க காலத்தில் ஓவியக்கலை தமிழகத்தில் வளர்ச்சிபெற்றுள்ளது. ஆயினும், நமக்கு இன்று காணக்கிடைக்கும் பண்டைக் கால ஓவியங்கள் பல்லவர் காலத்தவையேயாகும். காஞ்சி கைலாசநாதர் கோயில், பனைமலை, ஆர்மா மலை முதலிய இடங்களில் காணப்படும் ஓவியங்கள், அக்காலத்தில் ஓவியக்கலை பெற்றிருந்த உயர்வுக்குச் சான்றுகளாயுள்ளன. பாண்டியர் கால ஓவியங்கள் திருமலைபுரம், (தற்போது அழிக்கப்பட்டு விட்டது) சித்தன்னவாசல் முதலிய இடங்களிலும் சோழர் கால ஓவியங்கள் தஞ்சை, திருப்புலிவனம் (தற்போது அழிக்கப்பட்டுவிட்டது) முதலிய இடங்களிலும் காணக்கிடைக்கின்றன. கோடுகள், வண்ணங்கள் முதலியவை மிக நேர்த்தியாக இவற்றுள் கையாளப்பெற்றுள்ளன. விசயநகர காலத்து ஓவியங்கள் காஞ்சிபுரம், திருவண்ணாமலை, பட்டீச்சுவரம் முதலிய இடங்களில் இடம்பெற்றுள்ளன.

நாயக்கர் காலத்திற்கு முன் தமிழிலக்கியம்

சங்ககாலத்தில் அகப்பொருள், புறப்பொருள் சார்ந்த தனிப்பாடல்கள் தோற்றம் பெற்றுள்ளன. ஆசிரியப்பா யாப்பு மிகுதியாகக் கையாளப் பெற்றுள்ளது. சங்கம் மருவிய காலப்பகுதியில் நீதி இலக்கியங்கள் வெண்பா யாப்பை மிகுதியாகக் கையாண்டு படைக்கப் பெற்றுள்ளன.

சிலம்பு, மேகலை ஆகிய காவியங்களும் தோற்றம் பெற்றுள்ளன. அவை விருத்தப்பா வடிவங்களை மிகுதியாகக் கைக்கொண்டுள்ளன. சோழர்காலத்தில் பெருங்காப்பியங்கள் தோற்றம் பெற்றுள்ளன. அவற்றில் விருத்தப்பா வகைகள் கதை கூறுவதற்குப் பொருத்தமாகக் கையாளப் பெற்றுள்ளன. இவற்றினூடாகச் சிற்றிலக்கியங்களும் உருப்பெற்று வளர்ந்துள்ளமை குறிப்பிடத்தக்கதாகும். சோழர்கள் காலத்திலும் விசயநகர காலத்திலும் அவை செழித்துள்ளன.

நாயக்கர் காலத்தில் கட்டடக்கலை

பண்டைக் காலந்தொட்டு வளர்ந்தோங்கிய கட்டடக்கலையின் மரபுகளைத் தொடர்ந்து பேணி வளர்ந்ததே நாயக்கர்காலக் கட்டடக் கலையாகும். இக்காலக் கட்டடங்களைக் கோயில்கள், அரண்மனைகள், கோட்டைகள், சத்திரங்கள் எனப் பொதுவாகப் பகுக்கலாம். நாயக்கர்கள் விரிவாக்கப் பணியிலேயே பெரிதும் ஈடுபாடு காட்டியமையால் கோயில் கட்டடப் பணியில் கோபுரங்கள், மண்டபங்கள், மதில்கள், உட்கோயில்கள் என்பன அடங்கும்.

நாயக்கர் காலத் திருப்பணி பெற்ற கோயில்களுள்ள இடங்கள்

நாயக்க மன்னர்களாலும் அவர் காலத்துப் பிறராலும் கட்டப்பட்ட, திருப்பணி செய்யப்பெற்ற கோயில்கள் தமிழகம் முழுதும் காணப் படுகின்றன. இவற்றுள் விரிவாக்கம் செய்யப்பெற்ற கோயில்களே மிகுதி எனலாம். தமிழகக் கோயிற் கட்டுமானப் பணி குறித்துக் கீழ்க்காணும் புள்ளி விவரம் இக்காலத்தில் கோயில்களின் எண்ணிக்கைப் பெருக்கத்தினை நன்கு உணர்த்துவதாகும்.

தமிழகத்தில் கோயிற் கட்டுமானப்பணி[23]

காலம்	தொண்டை மண்டலம்	நடுவில் நாடு	கொங்கு நாடு	பாண்டிய நாடு	மொத்தம்
1300 – 1450	*61*	*9*	*6*	*103*	*179*
1450 – 1550	*53*	*56*	*99*	*123*	*331*
1550 – 1650	*111*	*111*	*152*	*252*	*626*
1650 – 1750	*181*	*156*	*260*	*302*	*899*
மொத்தம்	***406***	***332***	***517***	***780***	***2035***

நாயக்கர் காலக் கட்டடக்கலைக்குச் சான்றாக அமையும் கோயில்கள் உள்ள இடங்களுள் மதுரை, திருப்பரங்குன்றம், அழகர்கோயில், திருநெல்வேலி, திருப்புவனம், திருவரங்கம், திருவானைக்கா, தஞ்சை, குடந்தை, சிதம்பரம், கிருஷ்ணாபுரம், ரிஷிவந்தியம், குதியார்குண்டு, வேலூர், திருக்கழுக்குன்றம், ஸ்ரீமுஷ்ணம், மன்னார்குடி, குடுமியான்மலை, திருவாடானை, தாடிக்கொம்பு, அயோத்தியாபட்டணம், பேரூர், சுசீந்திரம், ஸ்ரீவில்லிபுத்தூர், திருச்சி, நத்தம், கோயில்பட்டி, பழனி, வடமதுரை, குருந்தமலை, திருக்கோகர்ணம், திருக்குறுங்குடி, ஸ்ரீ

வைகுண்டம், திருநெல்வேலி, திருப்புடைமருதூர், நான்குநேரி, தென்காசி, தாரமங்கலம், சங்ககிரி, திருச்செங்கோடு, இராமேசுவரம் முதலியன குறிப்பிடத்தக்கனவாகும்.

புதிய கோயில்கள்

சில புதிய கோயில்களையும் நாயக்க மன்னர்கள் கட்டியுள்ளனர். அவற்றுள் சிறப்பாகக் குறிப்பிடத்தக்கது கிருஷ்ணாபுரத்திலுள்ள வேங்கடாசலபதி கோயிலாகும். திருநெல்வேலி அருகிலுள்ள இக்கோயில் கி.பி. 16ஆம் நூற்றாண்டில் முதலாம் கிருஷ்ணப்ப நாயக்கரால் கட்டப் பட்டதாகும்.[24]

மதுரை வண்டியூர்த் தெப்பக்குளத்திற்கு மேற்கில், தற்போது முத்தீசுரன் கோயில் எனக் குறிக்கப்பெறும் 'ஐராவதேசுவரர் கோயில்' திருமலை நாயக்கரின் தமையனாரான முத்துவீரப்ப நாயக்கரால் கட்டப்பெற்றதாகும்.[25]

குடந்தை இராமசாமிக் கோயில் தஞ்சை மன்னர் இரகுநாத நாயக்கரின் படைப்பாகும். ஸ்ரீவில்லிபுத்தூரிலுள்ள கிருஷ்ணன் கோயில் கிருஷ்ணப்ப நாயக்கரால் உருவாக்கப்பெற்றதாகும். ஸ்ரீமுஷ்ணத்திலுள்ள திருமால் கோயில் தஞ்சை நாயக்கர் அச்சுதப்பரால் கட்டப்பட்டிருக்கலாம் எனக் கருதப்படுகிறது.[26] இவையன்றி இக்காலப் பகுதியில் வாழ்ந்த பாளையக்காரர்களும் பிறரும் பல சிறிய கோயில்களைக் கட்டியுள்ளனர்.

மண்டபங்கள்

நாயக்கர் காலத் திருப்பணிகளுள் சிறப்பிடம் பெறும் பலவகையான மண்டபங்கள் மதுரை, திருப்பரங்குன்றம், அழகர்கோயில், பேரூர், அயோத்தியாபட்டணம், சுசீந்திரம், குடுமியான்மலை, திருநெல்வேலி, ஸ்ரீவில்லிபுத்தூர், திருவரங்கம், திருவானைக்கா, திருச்சிராப்பள்ளி, வேலூர், விரிஞ்சிபுரம், குடந்தை, மன்னார்குடி, தஞ்சை, குதியார்குண்டு, ரிஷிவந்தியம் முதலிய பல இடங்களில் காணப்படுகின்றன. இவை அளவில் பெரியனவும், உயர்ந்த தூண்கள் உடையனவும் ஆகும். பெரும்பாலும் இம்மண்டபத் தூண்களை அலங்கரிப்பன நாயக்கர் காலச் சிற்பங்களாகும்.

கோபுரங்கள்

தமிழகக் கோயிற்கலையின் தனிச்சிறப்பு வாய்ந்த கூறாக விளங்குவன கோபுரங்களாகும்.

கி.பி. 8ஆம் நூற்றாண்டில் இராசசிம்மன் அமைத்த கோயில்களில் தான் முதன் முதலில் கோபுர அமைப்பின் தொடக்கநிலையைக் காணவியலுகிறது. கடல் மல்லைக் கடற்கரைக் கோயில், காஞ்சி கைலாசநாதர் கோயில், உத்தரமேரூர் திருமால் கோயில் ஆகியவற்றில் மிகச்சிறிய அளவிலான கோபுரங்கள் கட்டப்பட்டுள்ளன.

சோழர் காலத்திலும் கருவறைமேல் விமானங்களே கோபுரங்களை விட உயரமாகக் கட்டப்பட்டன. பிற்காலப் பாண்டியர் காலத்தில்

உயர்ந்த கோபுரங்கள் அமைக்கப்பெற்றன. விசயநகரப் பேரரசுக் காலத்தில் புகழ்வாய்ந்த கோயில்களில் மிக உயர்ந்த கோபுரங்கள் கட்டப்பெற்றன.

பாண்டிய, விசயநகர மரபுகளைப் பின்பற்றி நாயக்கர் காலத்தில் மிக உயரமான கோபுரங்கள் கட்டப்பட்டன. கோபுரங்கள் முழுதும் சுதைச்சிற்பங்களால் அலங்கரிக்கப்பெற்றன. நாயக்கர் காலக் கோபுரங் களில் வேலூர், மதுரை, ஸ்ரீவில்லிபுத்தூர் முதலிய இடங்களிலுள்ள கோபுரங்கள் குறிப்பிடத்தக்கவை.[27]

திருமலை நாயக்கர் காலத்தில் ஊட்டத்தூர் முதல் கன்னியாகுமரி வரையிலுள்ள சைவ, வைணவத் திருத்தலங்கள் அறுபத்து நான்கில் கோபுர வேலைகள் தொடங்கப்பெற்று முடிவுறாது போயின என்பர்.[28] கோயில்களில் மிகப்பெரிய மதில்கள் கட்டப்பெற்றமைக்குச் சிதம்பரம், தஞ்சை, மதுரை போன்ற இடங்களிலுள்ளவை தக்க சான்றுகளாகும்.

குளங்கள்

பல்வேறு கோயில்களில் நாயக்க மன்னர்கள் தெப்பக்குளங்களை அமைத்துள்ளனர். விரிவான படித்துறைகளுடன் பெரிய அளவில் அமைக்கப்பெற்றவற்றுள் திருச்சி மலைக்கோயிலின் அடிவாரத்தில் உள்ள குளமும் மதுரை வண்டியூர்த் தெப்பக்குளமும் குறிப்பிடத்தக்கன வாகும்.

சமயச் சார்பற்ற கட்டடங்கள்

நாயக்க மன்னர்கள் கட்டிய கட்டடங்களில் அரண்மனைகள், கோட்டைகள், சத்திரங்கள் முதலியனவற்றைச் சமயச் சார்பற்ற கட்டடங்கள் என வகைப்படுத்தலாம்.

அரண்மனைகள்

நாயக்கர் கால அரண்மனைகளுள் மதுரையிலுள்ள திருமலை நாயக்கர் அரண்மனை, ஸ்ரீவில்லிபுத்தூரிலுள்ள அரண்மனை, சேதுபதி அரண்மனை, புதுக்கோட்டை மன்னரின் அரண்மனை, தஞ்சை அரண்மனை முதலியன குறிப்பிடத்தக்கனவாகும். நாயக்கர் காலக் கட்டடக்கலைத் திறனுக்குச் சான்றாய் விளங்குவது மதுரை திருமலை நாயக்கர் மகாலாகும். மேரட் (*Marret*) என்ற இத்தாலிய நாட்டுப் பொறியியல் வல்லுநரால் இது வடிவமைக்கப்பெற்றதாகும். இது இரும்பு அல்லது மரம் ஏதும் பயன்படுத்தப்படாமல் செங்கல், கருங்கல், சுதைச் சாந்து முதலியவற்றால் கட்டப்பட்டதாகும்.[29]

கோட்டைகள்

நாயக்கர் காலத்தில் பல்வேறு இடங்களில் கோட்டைகள் இருந்துள்ளன.

திருமலை நாயக்கர் காலத்தில் திண்டுக்கல், தாராபுரம், கோயமுத்தூர், தணைநாயக்கன் கோட்டை, சத்தியமங்கலம், அந்தியூர், ஈரோடு, காங்கயம், விஜயமங்கலம், கருவூர், நாமக்கல், சேந்தமங்கலம்,

பெரியசேலம், சேமலூர், சங்கைகிரி, சாமபள்ளி, ஆற்றூர், அனந்தகிரி, பரமத்தி, அரவக்குறிச்சி, மோகனூர் ஆகிய ஊர்களில் கோட்டைகள் இருந்ததாக டெயிலார் பாதிரியார் பதிப்பித்துள்ள கையெழுத்துப் பிரதியிலிருந்து தெரிந்து கொள்கிறோம். திருச்சியில் பிற்காலத்தில் வலிமை மிக்க கோட்டை அமைக்கப்பெற்றது.[30]

என்கிறார் அ.கி.பரந்தாமனார். இவற்றில் எவை முன்பிருந்தன, எவை நாயக்கர்களால் கட்டப்பட்டன என்ற தெளிவான தகவல்கள் கிட்ட வில்லை.

சத்திரங்கள்

பஞ்சகாலங்களில் மக்களுக்கு உதவவும், வழிநடைச் செல்வோருக்கு உதவவும் பல சத்திரங்கள் கட்டப்பட்டுள்ளன. ஆயினும், அவற்றில் பெரும்பாலானவை இன்று காணக்கிடைக்கவில்லை.

இன்று மதுரையிலிருக்கும் இராமநாதபுரக் கோட்டத் தண்டல் நாயகர் பணியகமும் மையக் காய்கறி விற்பனையகமும் மதுரைக் கல்லூரி உயர்நிலைப் பள்ளிக் கட்டடமும் அரசு மகளிர் பள்ளிக் கட்டடமும் மங்கம்மாள் காலத்தவையாகும்.

கட்டடப் பயன்படுபொருள்கள்

நாயக்க மன்னர்கள் தாங்கள் கட்டிய கோயில்களிலும் மண்டபங் களிலும் தமிழக மரபான, கருங்கல் மரபையே (*hard stone tradition*) பின்பற்றியுள்ளனர். கோபுரங்களில் அடித்தளப்பகுதிக்குக் கருங்கற்களை யும் மேற்பகுதிக்குச் செங்கற்களையும் பயன்படுத்தியுள்ளனர். பிறவகை யான கட்டடங்களுக்குச் செங்கல், மரம், இரும்பு, காரை ஆகியனவற்றைப் பயன்படுத்தியுள்ளனர்.

சிற்பங்கள்: இடமும் அமைப்பும்

நாயக்கர் காலச் சிற்பங்களில் முதன்மை பெறும் கற்சிற்பங்கள் அவர்கள் கட்டிய கோயில்களில் இடம்பெறுகின்றன. கோயில் மண்டபத் தூண்கள் திருச்சுற்றுத் தூண்கள், விதானங்கள், விதானத்திற்கும் போதிகைக்கும் இடைப்பட்ட பகுதி ஆகியனவற்றில் சிற்பங்கள் செதுக்கப் பட்டுள்ளன. இவற்றுள், தூண்களில் ஒற்றைக் கல்லிலான அல்லது தூண்களோடு இணைந்த சிற்பங்கள் பெரிய அளவினவாய் விளங்கு கின்றன. தூண்களின் பக்கப்பகுதிகளில் சிறிய அளவிலான சிற்பங்கள் காட்சி தருகின்றன. விதானத்தில் மலர்கள், கற்சங்கிலிகள் போன்றவை இடம்பெற்றுள்ளன. விதானத்திற்கும் போதிகைக்கும் இடைப்பட்ட பகுதியில் பெரும்பாலும் நிகழ்ச்சிகளை விவரிக்கும் சிறிய அளவிலான சிற்பங்களைக் காணமுடிகிறது. இவ்வாறு எங்கும் சிற்பங்கள் காணப் படுவதால் நாயக்க மண்டபங்கள் சிற்பக் களஞ்சியங்களாகத் திகழ்கின்றன.

நாயக்கர் காலத்தில் தூண் சிற்பங்கள் பேரளவு உடையனவாய்ப் படைக்கப்பட்டுள்ளன. இச்சிற்பங்கள் கட்டுடலும் சதைத்திரட்சியும் மிக்கவையாய் இயல்பிற்கு மிக நெருக்கமான பண்பில் வடிக்கப்பட்

டுள்ளன. உடல் உறுப்புகளும் ஆடை அணிகலன்களும் நுட்பமாகவும் மிகுந்த அலங்காரப் பண்புடையனவாகவும் விளங்குகின்றன. பொதுவாகப் புராணச் சிற்பங்கள் மிகு உணர்ச்சி பாவத்தை வெளிப்படுத்துவனவாகவும் பிதுங்கிய கண்கள் உடையனவாகவும் பெரும்பாலும் நேர் அல்லது ஒருபக்கப் பார்வை உடையனவாகவும் காட்டப்பட்டுள்ளன. சிறிய அளவிலான சிற்பங்களும் நுட்பமான வேலைப்பாடுகள் அமைந்தனவாய் விளங்குகின்றன.

நாயக்க மன்னர்களின் திருப்பணியுள்ள எல்லாக் கோயில்களிலும் சிற்பங்கள் இருப்பினும் அவர்களது புகழ்வாய்ந்த படைப்புகள் உள்ள இடங்களாக பேரூர், தாடிக்கொம்பு, மதுரை, கிருஷ்ணாபுரம், திருநெல்வேலி, குடுமியான்மலை, வேலூர், திருக்கழுக்குன்றம், குடந்தை, அழகர்கோயில், ஸ்ரீவில்லிபுத்தூர், ஸ்ரீமுஷ்ணம் முதலிய இடங்களைக் குறிப்பிடலாம்.

நாயக்கர் காலத்தவரான தென்காசிப் பாண்டியர்களது தென்காசி காசிவிசுவநாதர் கோயிலும் கட்டி முதலியார்களது தாரமங்கலமும் உள்ளூர்த் தலைவர்களால் படைக்கப்பட்ட திருச்செங்கோடும் குறிப்பிடத் தக்கனவாகும். இவையும் உருவ உள்ளடக்கத்தில் முழுதும் நாயக்கர் பாணியைச் சார்ந்தவையாகும்.

நாயக்கர் காலத்துச் சுதைச்சிற்பங்களைத் தனிநிலைச் சிற்பங்கள், கோபுரச் சிற்பங்கள் என வகைப்படுத்தலாம். உருவில் மிகப்பெரிய சுதைச்சிற்பங்கள் அணைக்கரை போன்ற இடங்களில் உள்ளன. நாயக்கர் காலக் கோபுரங்கள் ஏராளமான சுதைச்சிற்பங்களால் அலங்கரிக்கப் பட்டுள்ளன. பெரும்பாலும் இவை மூன்று அல்லது நான்கு அடி உயரமுடையனவாகக் காணப்படுகின்றன.

சிற்ப உள்ளடக்கங்கள்

நாயக்கர்காலச் சிற்பங்களை, அரச உருவச் சிற்பங்கள், தெய்வ உருவச் சிற்பங்கள், புராணச் சிற்பங்கள், போர்க்காட்சிச் சிற்பங்கள், நாட்டுப்புற மாந்தர் தொடர்பான சிற்பங்கள், மிதுனச் சிற்பங்கள், கற்பனை உருவங்கள், பறவைகள், விலங்குகள், மலர்கள் முதலிய சிற்பங்கள் என வகைப்படுத்தலாம்.

அரச உருவச் சிற்பங்கள் பெரும்பாலும் தூண்களில் அமைந்துள்ளன. ஆட்களின் உயரத்திற்குப் போலிகையாகவும், மேம்பட்டும் விளங்கும் உருவங்களும் அளவில் குறைந்த உருவங்களும் காணப்படுகின்றன. பெரும்பாலும், தனித்தும் துணைவியர்களுடனும் விளங்கும் இச் சிற்பங்கள் இறைவனை வழிபடும் பான்மையில் வடிக்கப்பட்டுள்ளன. சிறுபான்மை, குறிப்பாக, திருமலை நாயக்கர் குதிரை மீது அமர்ந்து செல்லும் தன்மையிலும் காட்டப்பட்டுள்ளன. ஆடை, அணிகலன்களில் மிகுந்த நுட்பம் காட்டப்பட்டுள்ளது. அவர்கள் இயற்கையாக இருந்த பான்மைக்கு நெருக்கமாக வடிக்கப்பட்டுள்ளன. அரசியர் திரண்ட அங்கங்களுடனும், மிகு அணிகலன்களுடனும் ஆந்திர பாணியிலான முடியலங்காரம், ஆடை அலங்காரம் கொண்டவர்களாகக் காட்டப்

பட்டுள்ளனர். அரசர்களுடன் இணைந்து நிற்கும்போதும் அவர்களை விட உயரம் குறைவாகச் சித்திரிக்கப்பட்டுள்ளமை குறிப்பிடத்தக்கது.

சிவன், திருமால், முருகன், விநாயகர், காளி முதலிய தெய்வ உருவச் சிற்பங்கள் மண்டபத் தூண்களில் பெரிய அளவினவாக வடிக்கப்பட்டுள்ளன. தூண்களில் சிறிய அளவில் காட்டப்பட்டுள்ளன. 12 இராசிக்குரிய தேவதைகளும் திக்குப்பாலகர்களும் விதானங்களில் காட்டப்பட்டுள்ளனர்.

புராணச் சிற்பங்களில் பெரும்பாலும் சிவபுராணம், விஷ்ணு புராணம், பெரியபுராணம், பாரதம், இராமாயணம், இரதி, மன்மதன் உருவங்கள் காட்டப்பட்டுள்ளன. இரதி, மன்மதன் உருவங்கள் இக்காலக் கலைஞர்களுக்கு உகந்த பொருளாக அமைந்திருந்தமையை உணர முடிகிறது.

மண்டபத்தூண்களில் யானை மீதும், குதிரை மீதும் யாளி மீதும் பாய்ந்து செல்லும் வீரர்களும் அவர்கள் வீரர்களுடனும் விலங்குகளுடனும் போரிடலும் போர்க்களத்தில் யானை காட்டும் வீரமும் காட்டப்பட்டுள்ளன. இவையன்றி, மல்யுத்தம், சிலம்பாட்டம் முதலியனவும் சிறிய சிற்பங்களில் இடம்பெறுகின்றன.

நாட்டுப்புற மாந்தர்களான குறவன், குறத்தி, வேடன், வேட்டுவிச்சி, இடையன், இடைச்சியர் சிற்பங்களும் இவர்கள் தொடர் பான நிகழ்ச்சிகளைக் காட்டும் சிற்பங்களும் இடம்பெற்றுள்ளன. குறவன், குறத்தி, வேடன், வேட்டுவிச்சி முதலியோரின் சிற்பங்கள் பெரிய அளவுடையனவாயும் ஏனைய சிறிய அளவினதாகவும் வடிக்கப் பெற்றுள்ளன.

நாயக்கர் காலத்துச் சிற்பங்களில் குறிப்பிடத்தக்க இடம்பெறும் பாலுறவுச் சிற்பங்கள் பெரும்பாலும் தூண்களின் பக்கப்பகுதிகளில் இடம்பெற்றுள்ளன.

யாளி, பறவையுடலும் மனிதத்தலையும் கொண்ட கந்தர்வன், இரண்டு தலைப்பறவை, மகரம் போன்ற கற்பனை உருவங்கள் சிற்பங்களாக வடிக்கப்பெற்றள்ளன. பேருருவமுள்ள யாளிகள் யானை களுடன் போரிடுவனவாகவும் வீரர்கள் பயணம் செய்வனவாகவும் காட்டப்பட்டுள்ளன.

பறவைகள், விலங்குகள், மலர்கள் முதலிய உருவங்கள் தூண்களில் காட்டப்பட்டுள்ளன. மண்டபத்தின் மேற்கூரைப் பகுதியிலும் குரங்கு, அணில், பூனை முதலியன சில இடங்களில் இயல்பான உருவ அமைப்பில் காட்டப்பட்டுள்ளமை குறிப்பிடத்தக்கவையாகும்.

சிற்பங்கள்: பயன்படு பொருள்கள்

சிற்பங்களைச் செய்யக் கருங்கல், சுதை, உலோகம், மரம், தந்தம், மண் ஆகியவை பயன்படுத்தப்பட்டுள்ளன. உலோகத்தைப் பயன்படுத்திச் செய்யும் செப்புப் படிமக்கலை நாயக்கர் காலத்தில் தொடர்ந்தபோதிலும் ஒருசில படிமங்களைத் தவிரப் பொதுவாக அரிய அழகு குடிகொள்ளும் வடிவங்கள் ஆக்கப்படவில்லை என்றே கூறவேண்டும் என்பர்.[31]

மரத்தால் சிற்பங்களைச் செய்யும் பண்டைய கலைமரபு நாயக்கர் காலத்திலும் தொடர்ந்துள்ளது. தெய்வ உருவங்கள், கோபுரக் கதவுகள், தேர்கள் முதலியன மரத்தால் செய்யப்பெற்றன.

சங்ககாலம் முதற்கொண்டு தொடரும் தந்தச் சிற்பக்கலை நாயக்கர் காலத்திலும் தொடர்ந்துள்ளது. தமிழகத்தில் இன்று கிடைக்கும் தந்தச் சிற்பங்களில் மிகவும் தொன்மையானவை கி.பி. 17ஆம் நூற்றாண்டில் மதுரையை ஆண்ட திருமலைநாயக்கர் காலத்தவைதாம். மதுரை, திருவரங்கம் ஆகிய இடங்களில் அக்காலத் தந்தச் சிற்பங்கள் உள்ளன.[32]

சிற்பக் கலைஞர்கள்

நாயக்கர்காலத்துக் கோயில்கள், சிற்பங்கள் ஆகியவற்றைச் சமைத்த கலைஞர்களுடைய பெயர்களையும் அவர்தம் வாழ்வுநிலைகளையும் அறிந்துகொள்ளப் போதுமான தகவல்கள் இல்லை எனலாம்.

விஜயநகரத் தலைநகரமாகிய ஹம்பியில் பல கோயில்கள், மண்டபங்கள் உள்ளன. இவற்றில் தமிழ் எழுத்துக்களில் எண்கள் கற்களிலே இடப்பட்டுக் காணப்படுகின்றன. தமிழகம் தாண்டி பெல்லாரிக்கு அருகில் உள்ள இந்தத் தலைநகரில் தமிழ்ச் சிற்பிகளின் குறியீடுகள் தமிழிலேயே உள்ளன என்பதை அறியும்போது தமிழ்ச் சிற்பிகளை விஜயநகர அரசர்கள் தமது அவையில் பெரிதும் போற்றியிருக்கின்றனர் என்பதும், தமிழ்ச்சிற்ப மரபு, ஆந்திர, கர்நாடக மரபுடன் இணைந்தது என்பதும் மிகத் தெளிவாக அறிய இயலும்.[33]

என்று இரா.நாகசாமி குறிப்பிடுகின்றார்.

நாயக்கர் காலத்துச் சிற்பக்கலையை நோக்கும்போது, அது முந்தைய சோழ, பாண்டிய மரபுகளின் தொடர்ச்சியாகவும், விசயநகரக் கலையின் மறுபதிப்பாகவும் விளங்குவது கொண்டு, விசயநகர காலம் போலவே நாயக்கர் காலத்திலும் தமிழகத்தைச் சேர்ந்த சிற்பிகளே கோயில் கட்டடங்களையும் அவற்றில் காணும் சிற்பங்களையும் சமைத்திருக்கலாம் என்று கொள்வது தவறாகாது எனலாம்.

திருநெல்வேலி, கிருஷ்ணாபுரம், குற்றாலம், ஸ்ரீவில்லிபுத்தூர், சுசீந்திரம், தென்காசி, திருப்புடைமருதூர் ஆகிய இடங்களில் உள்ள சிற்பங்கள் ஒன்றுபட்டும், அழகர்கோயில், தாடிக்கொம்பு, தாரமங்கலம், குடுமியான்மலை ஆகியவற்றிலுள்ள சிற்பங்கள் ஒன்றுபட்டும் விளங்குவது கொண்டு ஒரே சிற்பக் கலைஞர்குழு இந்த இடங்களுக்கெல்லாம் சென்று பணி செய்திருக்க வேண்டும் அல்லது அந்தச் சிற்பிகளின் பரம்பரையினர் இங்கெல்லாம் பணி செய்திருக்க வேண்டும் என்னும் கருத்தும் ஏற்புடைத்தேயாகும்.[34]

செய்வித்தோர்

நாயக்கர் காலக் கட்டடங்கள், சிற்பங்கள் முதலியவற்றை நாயக்க மன்னர்கள், சேதுபதிகள், தென்காசிப் பாண்டியர்கள், பாளையக்காரர்கள்

முதலியோர் செய்வித்துள்ளனர். அத்துடன், மன்னர்களின் துணைவியர், தளவாய், செல்வந்தர்கள் எனப் பலரும் இவற்றின் உருவாக்கத்தில் ஈடுபட்டுள்ளனர் என அறியவியலுகிறது.

நாயக்கர் கால ஓவியக்கலை

நாயக்கர் காலத்தில் ஓவியக்கலை நன்கு போற்றப்பட்டுள்ளது. உருவங்கள், கோடுகள், வண்ணங்கள், அலங்காரம் என்னும் பல்வேறு கூறுகளில் தனித்தன்மைகள் கொண்டனவாக இக்கால ஓவியங்கள் விளங்குகின்றன. கோயில்கள், அரண்மனைகள், பெரிய இல்லங்கள் எனப் பல்வேறு இடங்களில் ஓவியங்கள் தீட்டப்பட்டிருந்தாலும் இன்று சேதுபதி அரண்மனை ஓவியங்கள் போன்ற ஒன்றிரண்டு தவிர்த்துப் பெரும்பாலும் கோயில்களில் தீட்டப்பட்டவையே காணக் கிடைக்கின்றன.

ஓவியங்கள் உள்ள இடங்கள்

தமிழகம் முழுவதும் பல கோயில்களில் நாயக்கர் கால ஓவியங்கள் இடம்பெற்றுள்ளன. பிற்காலத் திருப்பணிகள் காரணமாகவும் இயற்கை யின் பாதிப்புக் காரணமாகவும் அழிந்தவை போக எஞ்சியுள்ளவை குறைவேயாகும்.

அவற்றுள், செங்கம் வேணுகோபால பார்த்தசாரதி கோயில், திருவரங்கம் அரங்கநாதர் கோயில், இராமநாதபுரம் இராமலிங்க விலாசம், அழகர் கோயில் சௌரிராச பெருமாள் கோயில், உத்தரமேரூர் சுந்தரவரதர் கோயில், திருப்பருத்திக்குன்றம் சந்திரபிரபா கோயில், பட்டீசுவரம் தேனுபுரீசுவரர் கோயில், திருவலஞ்சுழி வெள்ளை விநாயகர் கோயில், தஞ்சை பெருவுடையார் கோயில், திருக்கோகர்ணம் கோகர்ணேசுவரர் கோயில், மதுரை மீனாட்சியம்மன் கோயில், திட்டக்குடி கைலாசநாதர் கோயில், கங்கைகொண்ட சோழபுரம் சோழீச்சுவரர் கோயில், சிதம்பரம் நடராசர் கோயில், திருப்பெருந்துறை ஆவுடையார்கோயில், ஸ்ரீவில்லிபுத்தூர் அரங்க மன்னார் கோயில், மடவார் வளாகம் கைலாசநாதர் கோயில், திருப்புடைமருதூர் நாறும்பூ நாதர் கோயில், களக்காடு சத்தியவாகீஸ்வரர் கோயில், தாராசுரம் ஐராவதேசுவரர் கோயில், மலையடிப்பட்டி பெருமாள் குடைவரை, மன்னார்கோயில் இராசகோபாலசுவாமி கோயில், திருமங்கலக்குடி பிராணநாதேஸ்வரர் கோயில், நத்தம் கோயில்பட்டி கைலாசநாதர் கோயில் ஆகிய இடங்களிலுள்ள ஓவியங்கள் குறிப்பிடத்தக்கனவாகும்.

தஞ்சை சரசுவதி மகாலில் உள்ள சுவடி நிலையத்தில் காகித அட்டையில் தீட்டப்பட்டுள்ள இராமாயண ஓவியம் கி.பி. 17ஆம் நூற்றாண்டைச் சார்ந்ததாகக் கருதப்படுகிறது.[35]

பட்டீசுவரம், மதுரை, மன்னார்கோயில் முதலிய இடங்களில் இருந்த ஓவியங்கள் பெரிதும் அழிந்துபோயின. திருக்குறுங்குடி, ஆழ்வார்திருநகரி, கோடங்கிப்பட்டி முதலிய இடங்களில் இருந்த ஓவியங்கள் முற்றிலும் அழிக்கப்பட்டுவிட்டன.

திருவாரூர் தியாகேசுவரர் கோயில், திருவையாறு ஐயாறப்பர் கோயில், திருமரைக்காடு மரைக்காடர் கோயில் ஆகியவற்றில் உள்ள ஓவியங்கள் காலத்தால் சற்றுப் பிந்தியவையாயினும் நாயக்கர் பாணியில் அமைந்தவையாகும்.

ஓவிய வரைமுறை

ஓவியங்களுக்குத் தாவர வண்ணங்களே பெரிதும் பயன்படுத்தப் பட்டுள்ளன. பெரும்பாலும் கதை அல்லது நிகழ்ச்சி சார்ந்தே ஓவியங்கள் அமைந்துள்ளன. கதை நிகழ்ச்சிகள் ஒவ்வொன்றும் அலங்காரப் பண்பு மிகுந்த எல்லைக் கோடுகளால் பகுத்துக்கொள்ளப்பட்டுள்ளன. உருவங்களால் காட்சிகள் விவரிக்கப்பெற்றுள்ளன. உருவங்களுக்கு மேற்புறத்திலும் பக்கங்களிலும் அமையும் வெளி *(space)* வண்ணம் தீட்டப்பெற்று பூவேலைப்பாடுகளால் நிரப்பப்பட்டுள்ளது. இதனால், ஓவியம் தீட்ட எடுத்துக்கொண்ட பரப்பு முழுவதும் வெற்றிடமின்றி ஏதேனும் ஒரு வகையில் நிரப்பப்பட்டுள்ளது. உருவங்களுக்கு மேல் திரைச்சீலை போன்ற அமைப்பு பல்லோவியங்களில் வரையப்பட்டுள்ளது. உருவங்கள், ஒரே பக்கப்பார்வை அல்லது நேர்பார்வை உடையனவாய்க் காட்டப்பட்டுள்ளன. உடல்களைப் பல்வேறு கோணங்களில் சித்திரிப்பது குறைவாக உள்ளதெனலாம். ஒரு காட்சியில் இடம்பெறும் பல்லுருவங் களும் ஒரே மாதிரியான அமைப்பும், உணர்ச்சி வெளிப்பாடும் கொண்டுள்ளன. பெரிய அளவிலான கண்கள், கூரிய மூக்கு, வட்ட முகம், திரண்ட உடல், ஒரே திசை நோக்கிய பாதங்கள், அலங்காரமான மடிப்புகளும் வேலைப்பாடுகளும் கொண்ட ஆடைகள், நுட்பமாகத் தீட்டப்பெற்ற மிகு அணிகலன்களைக் கொண்டவையாய் உருவங்கள் காணப்படுகின்றன. ஒரே வகைப்பட்ட ஒளிர்தன்மை மிக்க, அடிப்படை வண்ணங்களே மிகுதியாகப் பயன்படுத்தப்பட்டுள்ளன. காட்சியின் உணர்ச்சி வெளிப்பாட்டிற்கு ஏற்ற வண்ணங்கள் பயன்படுத்தப் பெற்றுள்ளதாகக் கூறவியலவில்லை.

காட்சிகளின்கீழ் விளக்கங்கள் தமிழிலும் தெலுங்கிலும் எழுதப் பட்டுள்ளன. அவை, பேச்சு வழக்குகளையும் வட்டார வழக்குகளையும் கொண்டுள்ளன. எழுத்துப் பிழைகளும் மலிந்து காணப்படுகின்றன.

ஓவிய உள்ளடக்கங்கள்

இராமாயணம், பாகவதம், சிவபுராணம், விஷ்ணுபுராணம், கந்த புராணம், பெரியபுராணம், திருவிளையாடற் புராணம், நவகிரகங்கள், திசைக்காவலர்கள், தலபுராணங்கள், தெய்வ உலாக்காட்சிகள், விழாக்கள், இறையடியார் உருவங்கள், அரசர்கள் தொடர்பான காட்சிகள், நாட்டுப்புற வாழ்வியற் காட்சிகள் முதலியன ஓவியங்களில் இடம்பெற்றுள்ளன.

ஓவியக் கலைஞர்கள்

நாயக்கர் கால ஓவியர்களைக் குறித்து விரிவான தகவல்கள் கிடைக்கவில்லை.

சிற்பக் கலைஞர்களைப் போலவே ஓவியக்கலைஞர்களும் தனிப் பிரிவினராக இருந்துள்ளனர். பெரும்பாலும், பரம்பரையாக அத் தொழிலில் ஈடுபட்டு வந்துள்ளனர்.[36]

தனியாகவும் குழுவினராகவும் ஓவியங்களைத் தீட்டியுள்ளனர் எனத் தெரிகிறது. செங்கம் கோயில் ஓவியங்களை ஆராய்ந்த இரா. நாகசாமி ஓவியங்களுக்குக்கீழ் தெலுங்கில் எழுதப்பட்டுள்ள விளக்கங்களைக் கொண்டு, அவற்றைத் தீட்டிய ஓவியன் ஆந்திரப் பகுதியைச் சேர்ந்தவனாக இருக்கலாம் என்று கருதுகிறார்.[37] தெலுங்கில் இயற்றப்பட்ட அரங்கநாத இராமாயணத்தைத் தழுவிச் செங்கம் ஓவியங்கள் தீட்டப்பட்டுள்ளமையும் தெலுங்கில் போதனர் எழுதிய பாகவதத்தை அடியொற்றித் திருவரங்கத்தில் ஓவியங்கள் தீட்டப் பட்டுள்ளமையும் இக்கருத்திற்கு அரண்செய்கின்றன எனலாம்.[38]

தஞ்சை பெருவுடையார் கோயிலில் விஜயராகவ நாயக்கர் காலத்தில் தீட்டப்பட்ட ஓவியங்களின்கீழ் 'அப்பல பெத்ரால ராமய்யா வரைந்தது' என எழுதப்பட்டிருப்பதையும் அவ்வோவியன் தெலுங்கு நாட்டினன் என்பதையும் குடவாயில் பாலசுப்ரமணியன் சுட்டிக்காட்டி யுள்ளார்.[39]

திருவரங்கம் ஓவியங்களுக்கும் இராமநாதபுரம் சேதுபதி அரண்மனை ஓவியங்களுக்குமிடையேயுள்ள ஒப்புமைகளைக் கொண்டு இரண்டையும் ஒரே ஓவியக்குடும்பத்தைச் சேர்ந்தவர்கள் தீட்டியிருக்கலாம் என்பர்.[40]

தஞ்சை சரசுவதி மகாலிலுள்ள சுவடி ஓவியங்களைக் காஞ்சிபுரத்தைச் சேர்ந்த ஓவியன் தீட்டியதாகக் குறிப்புள்ளது.[41] திருமங்கலக்குடியிலுள்ள ஓவியங்களை கோவிந்தப்பநாயக்கர் மகன் வேங்கடபதி நாயக்கன் எழுதினான் என்னும் குறிப்பும் கிட்டியுள்ளது.[42] திருவாரூரிலுள்ள ஓவியங்கள் 'சிங்காதனம்' என்னும் ஓவியனால் தீட்டப்பட்டுள்ளன என்பதை 'இந்தச் சித்திரம் எழுதுகின்ற சித்திரவேலை சிங்காதனம் சதாசேவை' என்னும் குறிப்பால் அறியமுடிகிறது.[43]

வரைவித்தோர்

மங்கம்மாள், விசயரகுநாத சேதுபதி, தென்காசிப் பாண்டியர், விசயரங்க சொக்கநாத நாயக்கர், இரகுநாத நாயக்கர் முதலிய மன்னர் களாலும் பெரியபட்டம் பெரியசாமி செம்புலி, சின்னணைஞ்சாத் தேவர், சின்ன பட்டம் இராசகோபாலத் தேவர், ஆச்சி, பொன்னம்பலப் பிள்ளை மகன் சாமிநாதப் பிள்ளை முதலிய பிறராலும் ஓவியங்கள் வரைவிக்கப்பட்டுள்ளன. இதிலிருந்து, மன்னர்கள் மட்டுமன்றி மக்களும் ஓவியக் கலையில் ஈடுபாடு கொண்டிருந்தமை புலப்படுகிறது.[44]

வாழ்வு நிலை

தமிழகமெங்கும் பரவலாகக் கோயில்கள், அரண்மனைகள், இல்லங்கள் போன்றவற்றில் ஓவியங்கள் தீட்டப்பெற்றிருந்தமையை அறிகின்றபோது, தொடர்ந்து பணி வாய்ப்பினை ஓவியர்கள்

பெற்றிருந்திருப்பர் என எண்ண இடமுள்ளது. ஆயினும், இவர்களது பொருளாதார நிலை குறித்து அறியத்தக்க சான்றுகள் இல்லையெனலாம். இருப்பினும், வறுமைக்குரியவர்கள் யார், யார் எனப் பட்டியலிடும் தனிப்பாடலொன்றும் ஓவியம் கற்றவர், ஓவியக் கலைஞர் முதலியோரையும் இணைத்துச் சொல்கிறது.[45] இதிலிருந்து, அன்றைய ஓவியக் கலைஞர்களின் வறுமை நிலையை உணரவியலுகிறது.

நாயக்கர் கால இலக்கியங்கள்

நாயக்கர் காலத்தில் பல்வகையான இலக்கியங்கள் தோன்றியுள்ளன. பெரும்பான்மை கருதி அவற்றைக் காப்பியங்கள், புராணங்கள், சிற்றிலக்கியங்கள், இலக்கண நூல்கள், உரைநடை நூல்கள் என வகைப்படுத்தலாம்.

இக்காலப் பகுதியில் மிகுந்த எண்ணிக்கையில் காப்பியங்கள் தோன்றவில்லை. தேம்பாவணி, சீறாப்புராணம், நைடதம் போன்ற சில நூல்களே குறிப்பிடத்தக்க வகையில் தோன்றியுள்ளன.

கி.பி. 15ஆம் நூற்றாண்டு முதற்கொண்டு மிகுதியான எண்ணிக்கையில் புராணங்கள் தோன்றியுள்ளன. சைவ, வைணவ சமயம் சார்ந்தவையே அவற்றுள் மிகுதி. கி.பி. 16ஆம் நூற்றாண்டு முதலாகத் தலபுராணங்கள் நூற்றுக்கணக்கில் தோன்றியுள்ளன. தமிழிலக்கிய வரலாற்றில் முன்னெப் பொழுதும் இல்லாத வகையில் புராணங்களும் தல புராணங்களும் தோன்றியமை! இக்காலப்பகுதியிலேயே எனலாம். முந்தைய சமய இலக்கியங்களுக்கு உரைகளும் விளக்கங்களும் எழுதும் பணியும் மிகுதியாக நடைபெற்றுள்ளது. பல்வேறு சிற்றிலக்கிய வடிவங்களைப் பயன்படுத்திப் புலவர்கள் நூல்களை இயற்றியுள்ளனர்.[46] சிற்றிலக்கிய வகைகளுள் பள்ளு, குறவஞ்சி, விறலிவிடு தூது, ஒருதுறைக் கோவை, நொண்டி நாடகம், காதல் போன்ற புதிய இலக்கிய வடிவங்கள் இக்காலப்பகுதியில் தோன்றியுள்ளன. இசுலாமியத் தமிழ்ப் புலவர்கள் படைப்போர், மசலா போன்ற புதிய இலக்கிய வடிவங்களைத் தமிழுக்கு அறிமுகப்படுத்தியுள்ளனர். கிறித்துவப் புலவர்களால் உரைநடையும் ஐரோப்பிய இசை வடிவங்களும் தமிழுக்கு அறிமுகப்படுத்தப்பட்டுள்ளன.

மாறனகப்பொருள், மாறனலங்காரம் முதலிய இலக்கண நூல்களும் சிதம்பரப்பாட்டியல், பிரபந்த மரபியல், இலக்கண விளக்கம், தொன்னூல் விளக்கம் முதலிய பாட்டியல் நூல்களும் தோன்றியுள்ளன.

தற்போது நமக்குக் கிடைத்துள்ள மதுரைவீரன் கதை, இராமப்பய்யன் அம்மானை முதலிய நாட்டுப்புறக் கதைப்பாடல்கள் பலவும் நாயக்கர் காலத்தில் தோன்றியுள்ளன.

புலவரும் புரவலரும்

தமிழ், தெலுங்கு, வடமொழியாகிய மும்மொழிகளிலும் புலவர்கள் நூல்களை இயற்றியுள்ளனர். ஆயினும், நாயக்க மன்னர்கள் தெலுங்கு, வடமொழிப் புலவர்களையே பெரிதும் ஆதரித்துள்ளனர். கி.பி.16ஆம் நூற்றாண்டிலிருந்து வெளிவந்த தெலுங்கு இலக்கியங்களில் பெரும்

பாலானவை நாயக்கர்கள் ஆதரவினால் வெளிவந்துள்ளமையைக் காணமுடிகிறது. இதனால், இக்கால கட்டத்தைத் தென்னாந்திர காலம் எனச் சுட்டுகின்றனர்.[47] தஞ்சை இரகுநாத நாயக்கர் வட மொழியிலும் தெலுங்கிலும் காவியங்கள் இயற்றியுள்ளார்.[48] அவர்தம் மைந்தர் விசயராகவ நாயக்கர் ஐம்பது நூல்களைத் தெலுங்கில் எழுதி யிருப்பதாகத் தெரியவருகிறது.[49] தென்பகுதியில் நிகழ்ந்த தெலுங்கு இலக்கிய வளர்ச்சியில் தஞ்சைக்கு அடுத்த இடத்தை மதுரை பெறுகிறது. திருமலை நாயக்கர், சொக்கநாத நாயக்கர் போன்றோர் தெலுங்குக் கவிஞர்களைப் புரந்துள்ளனர்.[50] இவையன்றி, செஞ்சி, புதுக்கோட்டைப் பகுதியிலும் தெலுங்கு புலவர்களைச் சிறப்பாக ஆதரித்துள்ளனர்.[51] தஞ்சை, மதுரை நாயக்கர்களுக்குப் பிறகு, தெலுங்கு இலக்கியத்தைத் தமிழகத்தில் போற்றி வளர்த்தவர்கள் புதுக்கோட்டை மன்னர்களாவர். இவர்கள் தமிழ் மன்னர்களாயிருந்தாலும் தெலுங்கு மொழியைக் கற்று, அதில் இலக்கியம் படைக்கும் திறமையுடையோராய் இருந்தன ரென்பர்.[52] தமிழ்ப்புலவர்கள் புரப்பாரின்றி வருந்தியுள்ளனர். அவர்தம் படைப்பார்வம் புறக்கணிக்கப்பட்டுள்ளது. பெரும்பாலும் பாளையக் காரர்களையும் உள்ளூர்த் தலைவர்களையும் அண்டி வாழ்ந்த அவர்களது துயரத்தையும் மனக் குமுறலையும் தனிப்பாடல்கள் உணர்த்துகின்றன.

பாடலைக்கேட்டுப் பரிசு வழங்க வேண்டியவன் தமிழை அறியாத வனாக இருக்கிறான் என்பதை ‘அந்தகனே நாயகனானால், செந்திருவைப் போல் அணங்கைச் சிங்காரித்து என்ன பயன்?’ என்று துயரத்துடன் குறிப்பிடுகின்றனர் இரட்டைப் புலவர்கள்.[53] தன்னை ஆதரிக்கும் தமிழ்வேந்தர்கள் இல்லாத நிலையில் ‘கனத்தசிராப்பள்ளிதனிலே வடுகர்கூத்து கட்டி யாளுவ தாச்சு ...’[54] என வருந்திக் கூறுகிறார் குழந்தைக் கவிராயர்.

தங்கள் புலமையையே வாழ்வுக்கான அடிப்படையாகக் கொண் டிருந்த புலவர்கள் அலைக்கழிந்து துயருற்றமைக்கு,

வடவைக் கனலைப் பிழிந்து கொண்டு
மற்றும் ஒருகால் வடித்தெடுத்து
வாடைத் துருத்தி வைத்தூதி
மருகக் காய்ச்சி குழம்பு செய்து
புடவிக் கயவர் தமைப்பாடிப்
பரிசு பெறாமற் திரும்பிவரும்
புலவர் மனம்போல் சுடும் நெருப்பைப்
புழுக்கென் றிறைத்தாற் பொறுப்பாளோ[55]

என்னும் அந்தகக்கவி வீரராகவரின் பாடல் சிறந்த சான்றாகிறது.

நிலப்பிரபுக்கள் சிலர் தம்மை நாடிவந்த புலவர்க்கும் பொருள் கொடுத்தபோது அவர் மனைவியர் எதிர்ப்புத் தெரிவித்தனர். தாங்கள் தலைமுறை தலைமுறையாய்த் தமிழ்ப்பாட்டைக் கேட்டதில்லை; எனவே, புதிதாகத் தமிழ்ப்பாடக் கேட்பது தமக்கு இழிவு தரும் செயலென்று சிலர் எண்ணினர். மற்றுஞ் சிலரோ தமிழ்ப்பாட்டை அண்ணாந்து கேட்டனர்; அழகழகு என்றனர். ஆயின் புலவர்க்குச்

சுண்ணாம்பு இருந்த வெற்றிலையைக் கூடக் கொடுக்கவில்லை.[56] என்று புலவர் இருந்த நிலையைத் தமிழன்பன் சுட்டிக்காட்டுகிறார்.

நாயக்கர் காலத்தில் தோன்றிய பாட்டியல் நூல்களுள் ஒன்றான பிரபந்த மரபியலில் தமிழைக் குலமகளாக உருவகம் செய்த ஆசிரியர், அக்குலமகட்குரிய உறவினர்களாகச் சிலரைக் குறிப்பிடும்போது,

தந்தை புலவன்; தாயவள் தரித்திரம்[57]

என்று உருவகம் செய்வது குறிப்பிடத்தக்கது.

ஆதலால், நாயக்கர் காலத்தில் நுண்கலைகள் வளர்ச்சியுற்றுள்ளன. புதிய கோயில்களைக் கட்டுவதினும் பழைய கோயில்களை விரிவுபடுத்தும் பணி ஆர்வமுடன் மேற்கொள்ளப்பட்டுள்ளது. மண்டபங்கள் கற்சிற்பங்களாலும் கோபுரங்கள் சுதைச் சிற்பங்களாலும் அழகுபடுத்தப்பட்டன. பெரிய மண்டபச் சுவர்களிலும் விதானங்களிலும் புராண, இதிகாச ஓவியத்தொடர்கள் இடம்பெற்றுள்ளன. தமிழிலக்கியத்தில் பல்வகைப் பட்ட நூல்கள் தோற்றம் பெற்றன.

குறிப்புகள்

1. சீனி. வேங்கடசாமி, களப்பிரர் ஆட்சியில் தமிழகம், ப. 19.
2. கே.கே. பிள்ளை, தமிழக வரலாறு: மக்களும் பண்பாடும், ப. 189.
3. மேலது, பக். 206 – 207.
4. மேலது, ப. 249.
5. கே.வி. இராமன், பாண்டியர் வரலாறு, ப.103.
6. மேலது, ப. 129.
7. அ.கி. பரந்தாமனார், மதுரை நாயக்கர் வரலாறு, பக். 56 – 58.
8. மேலது, ப.53.
9. கு. ராஜய்யன், தமிழக வரலாறு 1565 – 1967, ப. 7.
10. *V.K. Krishna Murthi, History of Tamil Nadu, pp. 18 - 44.*
11. *Ibid, p. 18.*
12. *Ibid, p. 13.*
13. அ.கி. பரந்தாமனார், மு. நூல், ப. 89.
14. கு. ராஜய்யன், மு. நூல், பக்.9 – 10 & 13 – 14
15. அ.கி. பரந்தாமனார், மு. நூல், ப. 89.
16. நடன. காசிநாதன், கட்டடக்கலை, தமிழக நுண்கலைகள், M.I. ஞானப்பிரகாசம் & க.சி. கமலையா (பதி.), ப. 82.
17. மேலது, ப. 84.
18. ஆர். வெங்கட்ராமன், இந்தியக் கோவில் கட்டடக்கலை வரலாறு, ப. 35.

19. மேலது, பக். 86 – 88.

20. க.த. திருநாவுக்கரசு, கட்டடக்கலை, தமிழகக் கலைச் செல்வங்கள், துளசி. இராமசாமி (பதி.), ப. 161.

21. C. Sivaramamurthi, The Chola Temples, pp. 10 - 13.

22. N. Subramanian & R. Venkatraman, Tamil Epigraphy, p. 145.

23. Burton Stein, (Ed.), South Indian Temples, pp. 20 - 21.

24. V. கந்தசாமி, தமிழ்நாட்டின் தலவரலாறுகளும் பண்பாட்டுச் சின்னங்களும், ப. 389.

25. அ.கி. பரந்தாமனார், மு.நூல், ப. 212.

26. V. கந்தசாமி, மு.நூல், பக்.108 – 109.

27. K.R. Srinivasan, Temples of South India, p. 184.

28. அ.கி. பரந்தாமனார், மு. நூல், பக். 217.

29. V. கந்தசாமி, மு. நூல், ப. 267.

30. அ.கி. பரந்தாமனார், மு. நூல், பக். 361.

31. மே.சு. இராமசுவாமி, தமிழ்நாட்டுச் செப்புத் திருமேனிகள்

32. இரா. நாகசாமி, ஓவியப் பாவை, ப. 65.

33. மேலது, ப. 55.

34. மேலது, ப. 62.

35. மேலது, பக். 158 – 159.

36. முனைவர் ஜோப் தாமஸ் அவர்கள் இந்நூலாசிரியடம் தெரிவித்த கருத்து. 22.11.1996.

37. முந்நூல், ப. 131.

38. செ. வைத்தியலிங்கன், மு. நூல், ப. 481.

39. குடவாயில் பாலசுப்ரமணியன், தஞ்சாவூர், ப. 251.

40. இரா. நாகசாமி, மு. நூல், ப. 149.

41. மேலது, ப. 159.

42. மேலது, ப. 171.

43. செ. வைத்தியலிங்கன், மு. நூல், ப. 478.

44. இரா. நாகசாமி, மு. நூல், ப. 162 – 171.

45. கா.சு. பிள்ளை (பதி.), தனிப்பாடல் திரட்டு – 1, ப. 244.

46. "அகவல், அட்டகம், அட்டவணை, அடைவு, அந்தாதி, (எழுத்தந்தாதி, ஒலியந்தாதி, நிரோட்டக யமக அந்தாதி, நூற்றந்தாதி, பதிற்றுப் பத்தந்தாதி, யமக அந்தாதி, வெண்பா அந்தாதி), அம்மானை, அமிர்தம், அருட்பா, அலங்காரம், அனுபவம், அனுபூதி, ஆற்றுப் படை, ஆனந்தக்களிப்பு, இரகசியம், இரட்டை மணிமாலை,

இரத்தினம், இரத்தினாவளி, இலகிரி, உண்மை, உத்திரம், உந்தியார், உபதேசம், உலா, ஊடல், ஊர் வெண்பா, எச்சரிக்கை, ஏசல், கோவை, ஒடுக்கம், கட்டளை, கட்டளைக் கலித்துறை, கட்டியம், கண்டனம், கண்ணி, கலம்பகம், கலித்துறை, கலிப்பா, கலிவிருத்தம், கலிவெண்பா, கவசம், காண்டம், காதல், கீதை, குளுவ நாடகம், குறவஞ்சி, கோவை (ஒருதுறைக் கோவை), சங்கிதை, சதகம், சதமணி, சந்நிதி முறை, சாதகம், சிகாமணி, சித்தாந்தம், சித்தியார், சித்திரகவி, சிந்து, சீட்டுக்கவி, சூடாமணி, சோபனம், தசகாரியம், தசாங்கம், தரிசனம், தாலாட்டு, திக்குவிசயம், திரையம், திருநாமம், திருப்பணிமாலை, திருப்புகழ், திறவுகோல், துதி, தூது, துறவு, தெளிவு, தென்பாங்கு, தொகைச் செய்யுள், தோத்திரம், நவமணி மாலை, நவரத்தினமாலை, நாமாவளி, நான்மணிமாலை, நிச்சியம், நிர்ணயம், நிராகரணம், நீதிநெறி, நொண்டி நாடகம், பஞ்சகம், பஞ்சரத்தினம், பஞ்ச ரத்தினமாலை, படைப்போர், பத்து, பதிகம், பயன், பரணி, பரிபாஷை, பள்ளு, பள்ளியெழுச்சி, பழமொழி, பன்மணிமாலை, பாடுதுறை, பிரபந்தம், பிரபாவம், பிரலாபம், பிள்ளைத்தமிழ், புகழ்ச்சிமாலை, புலம்பல், போதகம், போதம், மகாத்மியம், மஞ்சரி, மடல், மணிமாலை, மாலை, மாலைமாற்று, மான்மியம், யட்சகானம், யோகம், லீலை, வகுப்பு, வண்ணம், வருக்கக்கோவை, வாகனக்கவிதை, வார்த்தை, வாழித்திருநாமம், விகாசம், விசிட்டம், விதி, விருத்தம், கழிநெடில் விருத்தம், சந்தவிருத்தம், விலாசம், வெண்பா, வைபவம்" – ந.வீ. செயராமன், சிற்றிலக்கிய அகராதி, பல பக்கங்கள்.

47. தூ. சேதுபாண்டியன் & எஸ். ஜெயப்பிரகாஷ், தெலுங்கு இலக்கியம்: ஓர் அறிமுகம், ப. 85.

48. மேலது, பக். 89 – 90.

49. மேலது, ப. 93

50. மேலது, ப. 101.

51. மேலது, பக். 105, 109.

52. டி.எஸ். கிரிபிரகாஷ் & பா. ஆனந்தகுமார், தெலுங்கு இலக்கிய வரலாறு, பக். 123 – 24.

53. கா.சு. பிள்ளை (பதி.), தனிப்பாடல் திரட்டு, ப. 197.

54. மேலது, பா. 12.

55. தனிப்பாடல் திரட்டு, ப. 190.

56. தமிழன்பன், தனிப்பாடல் திரட்டு: ஓர் ஆய்வு, ப. 179.

57. பிரபந்த மரபியல், (மேற்கோள்), ச. அரங்கராசன், பாட்டியல் நூல்கள், பக். 233 – 34.

வடிவக் கோட்பாடுகள்

பெருந்தோற்றம்

வெளிப்புற அமைப்பால் ஏற்படும் பேரளவிலான வடிவத் தோற்றம் என்னும் பொருளிலேயே 'பெருந்தோற்றம்' என்னும் சொல் ஈண்டு வழங்கப்பெறுகிறது. நாயக்கர் காலத்தில் எழுப்பப் பெற்ற கட்டடங்கள், சிற்பங்கள், ஓவியங்கள், இலக்கியங்கள் என்னும் கலைப்பொருட்கள் யாவும் கட்புலனுக்குப் பெருந் தோற்றம் உடையனவாதலால் அதனை அக்காலக் கலைக்கோட் பாடுகளுள் ஒன்றாகக் கருதவியலுகிறது.

பெருந்தோற்றக் கட்டடங்கள்

நாயக்கர் காலத்தில் கட்டப்பெற்ற கோபுரங்கள், மண்டபங்கள், தூண்கள், மதில்கள், அரண்மனைகள், குளங்கள் முதலியன பெரும்பாலும் தம் நீள, அகல, உயரத்தால் பெருந்தோற்றம் கொண்டு விளங்குகின்றன.

கோபுரங்கள்

தமிழகக் கோயில்களின் வாயிலில் கோபுரங்கள் பல்லவர் காலம் முதற்கொண்டு படிப்படியாக வளர்ச்சி பெற்றுள்ளன. இருப்பினும், சோழர்கால இறுதி வரை விமானங்களே கோபுரங் களை விட உயரமாகக் கட்டப்பெற்றன. பிற்காலப் பாண்டியர்கள் காலம் முதலாகவே விமானங்களைவிடப் பெரியதாகக் கோபுரங்கள் கட்டப்பட்டன. அம்மரபைத் தொடர்ந்த விசயநகர வேந்தர்களும் பெரிய கோபுரங்களை அமைத்தனர்.

பாண்டியர்களது கோபுர மரபை அடியொற்றிய நாயக்க மன்னர்கள் தாங்கள் திருப்பணி செய்த கோயில்களில் மிக உயர்ந்த கோபுரங்களை அமைத்துள்ளனர். மதுரை, ஸ்ரீவில்லிபுத்தூர் முதலிய இடங்களிலுள்ள கோபுரங்கள் இவ்வகையில் சிறப்பாகக் குறிப்பிடத்தக்கனவாகும்.

மதுரை மீனாட்சியம்மன் ஆலயத்தின் மீனாட்சி நாயக்கர் மண்டபத்தினின்றும் கோயிலுக்குள் நுழையும் வாயிலில் ஏழு நிலைகளையுடைய கோபுரத்தைக் கி.பி. 1569இல் தளவாய் அரியநாத

முதலியாரின் குமாரர் காளத்தியப்பர் கட்டியுள்ளார். இக்கோபுரம் 117 அடி உயரமும், 38 அடி அகலமும், 78 அடி நீளமும் உடையதாகும். செவ்வந்திமூர்த்திச் செட்டியாரால் கி.பி. 1559இல் கட்டப்பட்ட நடுக்கட்டுக் கோபுரம் 69 அடி உயரமும், 44 அடி நீள அடித்தளமும், 33 அடி அகலமும் உடையதாகும். வடக்குத் திருச்சுற்றினை ஒட்டியுள்ள ஐந்து நிலைக் கோபுரம் 71 அடி உயரமும், 45 அடி நீளமும் 34 அடி அகலமும் உடையதாகும். இது கி.பி.1560இல் செவந்தி வேலப்பர் என்பவரால் உருவாக்கப்பட்டதாகும்.

மதுரைக் கோயிலிலுள்ள கோபுரங்களிலேயே மிக உயரமானது தெற்குக் கோபுரமாகும். கி.பி.1559இல் சிராமலை செவந்தி மூர்த்தி என்பவரால் கட்டப்பெற்ற இக்கோபுரம் 160 அடி உயரமும், 108 அடி நீளமும், 67 அடி அகலமும் உடையதாகும். கிருஷ்ண வீரப்ப நாயக்கரால் (கி.பி.1564 – 72) ஒன்பது நிலைகளை உடையதாகக் கட்டப் பெற்ற வடக்குக் கோபுரம் 152 அடி உயரமும், 111 அடி நீளமும், 66 அடி அகலமும் உடையதாகும்.[1] புதுமண்டபத்தின் கிழக்கே அடித்தளம் மட்டும் கட்டப்பெற்று முற்றுப்பெறாதிருக்கும் இராயர் கோபுரம் திருமலை நாயக்கரால் கட்டப்பெற்றதாகும். இதன் அடித்தளம் 174 அடி நீளமும், 117 அடி அகலமும் 57 அடி நிலையின் உயரமும் உடையது. இக்கோபுரம் கட்டப்பெற்றிருந்தால் தென்னிந்தியாவின் மிகப் பெரிய கோபுரமாக விளங்கியிருக்கும் என்பர்.[2]

ஸ்ரீவில்லிபுத்தூர் ஆண்டாள் கோயில் கோபுரம் 192 அடி உயர முடையது. தென்னிந்தியாவின் உயர்ந்த கோபுரங்களில் இதுவும் ஒன்றாகும்.

மண்டபங்கள்

நாயக்கர் காலத்தில் கட்டப்பெற்ற நூற்றுக்கால், ஆயிரங்கால் மண்டபங்களும், ஊஞ்சல், கல்யாண மண்டபங்களும் மிகப் பெரிய தோற்றமுடையனவாய் அமைந்துள்ளன. நாயக்கர் காலத்தில் பெருகிய சடங்குகளுக்கு நிகழிடமாகவும், பெருமைக்குரிய கலைப்படைப்பாகவும் கருதப்பெற்ற மண்டபங்கள் பெரும்பாலும் பேரளவு உடையனவாய்க் காணப்படுகின்றன.

மதுரை மீனாட்சியம்மன் ஆலயத்திலுள்ள மீனாட்சி நாயக்கர் மண்டபம் கி.பி.1707இல் மீனாட்சி நாயக்கர் என்பவரால் கட்டப் பெற்றது. இது 160 அடி நீளமும், 110 அடி அகலமும் கொண்டது. 22 அடி உயரமுள்ள 110 தூண்கள் இம்மண்டபத்தைத் தாங்குகின்றன.

தளவாய் அரியநாத முதலியரால் கி.பி.1569இல் கட்டப்பெற்ற ஆயிரங்கால் மண்டபம் 250 அடி நீளமும் 240 அடி அகலமும் கொண்டுள்ளது. இம்மண்டபத்தில் 985 கற்றூண்கள் காட்சியளிக்கின்றன.

திருமலை நாயக்கரால் கட்டப்பெற்ற புதுமண்டபம் 333 அடி நீளமும், 105 அடி அகலமும் பெற்று 25 அடி உயரமுள்ள 124 தூண்களுடன் திகழ்கிறது.

இங்குள்ள இருபத்தெட்டுத் தூண்களுடன் விளங்கும் கிளிக்கூட்டு மண்டபமும், 46 தூண்களுடன் விளங்கும் வீரவ சந்தராயர் மண்டபமும் சிறப்பாகக் குறிப்பிடத்தக்கனவாகும்.

மேலும், திருப்பரங்குன்றத்தில் திருமலை நாயக்கர் கட்டிய இருபதடி உயரமுள்ள நாற்பத்தெட்டுத் தூண்களால் இயன்ற சுந்தர பாண்டியன் மண்டபமும், மங்கம்மாள் கட்டிய முன்மண்டபமும் மிகப் பெரிய அளவில் அமைக்கப்பெற்றனவாகும். இம்முன்மண்டபம் 116 அடி நீளமும், 94 அடி அகலமும் உடையது. இதில் 25 அடி உயரமுள்ள 48 தூண்கள் காணப்படுகின்றன.

மதுரையைப் போலவே திருவரங்கம் அரங்கநாதர் கோயிலிலும் பெரிய மண்டபங்கள் பல கட்டப்பட்டுள்ளன. திருமலை நாயக்கரால் கட்டப்பட்ட அரங்க விலாச மண்டபமும் 114 அடி நீளமும் 69 அடி அகலமும் உடையதாகும். இங்குள்ள ஆயிரங்கால் மண்டபமும் நாயக்கர் காலப் படைப்பாகும்.

அழகர்கோயில், தாடிக்கொம்பு, மன்னார்குடி முதலிய இடங்களிலுள்ள மண்டபங்களும் மிகப் பெரிய தோற்றமுடன் உருவாக்கப் பட்டுள்ளமை குறிப்பிடத்தக்கதாகும்.

திருச்சுற்றுகள், திருமதில்கள்

மதுரை மீனாட்சியம்மன் கோயில் இரண்டாம் திருச்சுற்று மண்டபம் கி.பி. 1563இல் செட்டியப்ப நாயக்கர் என்பவரால் கட்டப் பட்டுள்ளது. கிருஷ்ண வீரப்ப நாயக்கர் இரண்டாம் திருச்சுற்று மண்டபத்தைக் கட்டியுள்ளார். அவரால் கட்டப்பெற்ற உட்சுற்றுமதில் ஏறத்தாழ 250 அடி நீளமும் 156 அடி அகலமும் உடையதாகும்.

நாயக்கர் காலப் பெருந்தோற்றக் கட்டட அமைப்பிற்குச் சிறந்த சான்றாக அமைவது இராமேசுவரம் கோயிலிலுள்ள மூன்றாம் திருச்சுற்றாகும். ‘இம்மூன்றாம் திருச்சுற்று உலகிலேயே மிக நீண்டது’ என்ற பெருமையைப் பெற்றுள்ளது. இத்திருச்சுற்றின் நான்கு பக்கங்களின் நீளம் 1980 அடி ஆகும். இதில் நிறுவப்பெற்றுள்ள தூண்களின் எண்ணிக்கை 1212 ஆகும். 12 அடி உயரமுள்ள ஒவ்வொரு தூணும் ஒரே கல்லினாலானது.

பிறவகைக் கட்டடங்கள்

மதுரை நகரின் மையத்தில் உள்ள ‘திருமலை நாயக்கர் மகால்’ என்னும் அரண்மனை கி.பி. 1634இல் கட்டப்பெற்றதாகும். இப்போது காணக்கிடைக்கும் அரண்மனைப் பகுதி முன்பிருந்ததில் நான்கில் ஒரு பங்கே ஆகும். இது கட்டப்பட்டபோது தெற்குமாசி வீதி வரை விரிந்திருந்ததென்பர். இது அரிய வேலைப்பாடுகளுடன் கூடிய மேல் தளங்கள், கூடங்கள், தூண்கள் முதலியனவற்றைக் கொண்டுள்ளது. இங்கு 248 தூண்கள் உள்ளன. உயரமான மேடையின் மீது 158 தூண்களும் தலைமீது 40 தூண்களும் உள்ளன. இத்தூண்கள் ஒவ்வொன்றும் ஏறத்தாழ 15 அடிச் சுற்றளவுடையது.

பாரி மதில் எனப் பெயர் பெற்ற சுற்றுச்சுவர் கிழக்கு மேற்காக 900 அடி நீளமும், வடக்குத் தெற்காக 600 அடி அகலமும் 36 அடி உயரமும் உடையதாகும்.

அரண்மனையின் வடமேற்கு மூலையில் அமைந்துள்ள அழகிய நாடக சாலை 126 அடி நீளமும், 66 அடி அகலமும் 69 அடி உயரமும் உடையதாகும்.[3]

இதனை விட, திருமலை நாயக்கரால் கட்டப்பட்ட ஸ்ரீவில்லிபுத்தூர் அரண்மனை சற்று சிறியதாகும். மேலும், மதுரை தமுக்கம் திடலில் உள்ள மங்கம்மாள் மாளிகைக் கட்டடம், காய்கறிச் சந்தை அருகிலுள்ள மங்கம்மாள் மாளிகை, தெற்குச் சித்திரை வீதியிலுள்ள கட்டடங்கள் முதலியனவும், சத்திரக் கட்டடங்களும் நாயக்கர் காலப் பெருந்தோற்றக் கட்டடங்களுக்குச் சான்றுகளாக அமைந்துள்ளன.

தெப்பக்குளம்

மதுரை வண்டியூரிலுள்ள தெப்பக்குளம் நாயக்கர் காலத்தில் கட்டப்பட்டதாகும். நீராழி மண்டபத்துடன் கூடிய இத்தெப்பக்குளம், தெற்கு வடக்கில் 1000 அடிநீளமும், கிழக்கு மேற்கில் 950 அடி அகலமும், 9½ இலட்சம் சதுர அடிப் பரப்பும் கொண்டது. இக்குளத்தைச் சுற்றிலும் கருங்கல்லினாலான ஏறத்தாழ 5 அடி உயரமுள்ள சுவர் கட்டப் பட்டுள்ளது. சுவருக்குக் கீழ் உட்புறமாகக் குளத்தைச் சுற்றிவருவதற்கு மூன்று படித்துறைகளாக 12 படித்துறைகள் இதில் உள்ளன. தென்னிந்தியாவிலுள்ள தெப்பக்குளங்களில் இதுவே பெரியதாகும்.[4] விசுவநாத நாயக்கரால் வெட்டப்பெற்ற திருச்சி மலைக்கோட்டை அடிவாரத்திலுள்ள தெப்பக்குளமும் பேரளவினதாகும்.

சிற்பங்கள்

நாயக்கர் கால மண்டபங்களில் உள்ள தூண்கள் மிக உயரமானவை யாகும். அவை சிற்பங்களால் அழகுபடுத்தப்பட்டுள்ளன. அத்தூண் களுக்குப் பொருத்தமுடையனவாய் மிகப் பெரும் தோற்றத்துடன் சிற்பங்கள் காணப்படுகின்றன.

பேரூர் பட்டீசுவரர் கோயில் கனகசபைத் தூண்களிலுள்ள எட்டுச் சிற்பங்களும் திருமாலிருஞ்சோலை கள்ளழகர் கோயிலிலுள்ள கல்யாண மண்டபத்தூண் சிற்பங்களும், ஸ்ரீவில்லிபுத்தூர் ஆண்டாள் திருக்கோயில் கல்யாண மண்டபம், தாடிக்கொம்பு சௌந்திரராசப் பெருமாள் கோயில் சுந்தரபாண்டிய மண்டபம், கிருஷ்ணாபுரம் வேங்கடாசலபதி கோயில், சுசீந்திரம் தாணுமாலயன் கோயில் முதலியவற்றிலுள்ள சிற்பங்களும் இவ்வகையில் குறிப்பிடத்தக்கனவாகும். இவை ஒவ்வொன்றும் ஆறு முதல் எட்டடி வரை உயரமுடையது; அடிப்பகுதியான பீடத்துடன் 12 அடிவரை உயரமுடையனவாய் விளங்குகின்றது.

மதுரை ஆயிரங்கால் மண்டபம், சொக்கநாதர் கோயில் மண்டபம் முதலியவற்றில் கிருஷ்ண வீரப்ப நாயக்கர் செய்வித்த சிற்பங்களைப் பற்றிக் குறிப்பிடும்போது 'ஆறு அல்லது ஏழு அடிக்கு மேலான

இவைபோன்ற பெரிய சிற்பங்கள் மதுரையில் இவருக்குமுன் தோற்று வித்தவர் யாருமில்லை' என இரா.நாகசாமி குறிப்பிடுகிறார்.[5]

மண்டபங்கள், திருச்சுற்று ஆகியவற்றில் உள்ள தூண்களில் காணப்படும் யாளி, குதிரை வீரர் சிற்பங்களும் 6 அடி முதல் 9 அடிவரை உயரமுள்ளவை. மன்னார்குடி, மதுரை, விரிஞ்சிபுரம், வேலூர் முதலிய இடங்களில் பேருருவத்துடன் யாளிகளும் குதிரை களும் வடிக்கப்பெற்றுள்ளன.

விசயநகரத் தலைநகரமான ஹம்பியில் நரசிம்மர், சிவலிங்கம், வினாயகர் முதலிய சிற்பங்களும் பெருந்தோற்றத்துடன் அமைந்துள்ளமை போலவே, நாயக்க மன்னர்களும் தெய்வச் சிலைகளைப் பேரளவுடையன வாக வடித்துள்ளனர். மதுரை மீனாட்சியம்மன் ஆலயத்திலுள்ள முக்குறுணிப் பிள்ளையார் சிற்பம் எட்டடி உயரமுடையது. குடந்தை இராமசாமி கோயில் கருவறையில் தஞ்சை நாயக்கர் காலத்தில் நிறுவப்பெற்ற இராமன், இலக்குவன், சீதை ஆகியோரது உருவங்கள் ஆறடி வரை உயரமுடையன.

மதுரைப் புதுமண்டபத்தில் திருமலை நாயக்கர் குதிரைமீது அமர்ந்த கோலத்தில் விளங்கும் உருவச்சிலை உள்ளது. 'இந்திய நாட்டில் ஆண்ட எந்த இந்து அரசனது உருவச்சிலையும் இவ்வளவு பெரிதாக, குதிரைமீது அமர்ந்ததாக, இதுகாறும் கிடைத்ததில்லை' என்பர்.[6]

தஞ்சைப் பெருவுடையார் கோயில் கருவறையின் முன்னுள்ள நந்தி, தஞ்சை நாயக்கரான செவப்பன் என்பவரால் அமைக்கப்பட்ட தென்பர். இது 11 அடி உயரமும், 18 அடி நீளமும், 7.5 அடி அகலமும், 25 டன் எடையும் கொண்டுள்ளது.[7]

சுதைச் சிற்பங்கள்

இக்காலப்பகுதியில் இராமேசுவரம் இராமநாதசாமி திருக்கோயிலில் சேதுபதிகளால் அமைக்கப்பட்ட சுதையாலான நந்தி 22 அடி நீளமும், 12 அடி அகலமும், 17 அடி உயரமும் உடையதாகும்.[8]

திருமலை நாயக்கர் காலத்தில் சுசீந்திரம் தாணுமாலயன் கோயில் செண்பகராமன் மண்டபத்திற்கெதிரே அமைக்கப்பட்ட மாக்காளை, தஞ்சை பெருவுடையார் கோயில் நந்திபோல் பெருந்தோற்றமுடைய தாகும்.[9]

கங்கைகொண்ட சோழபுரத்திற்கு அருகிலுள்ள சலுப்பை அழகர்கோயில் என்னுமிடத்தில் உள்ள சிவன்கோயில் முன் 17, 18ஆம் நூற்றாண்டைச் சார்ந்த நாயக்கர் கலைப்பாணியிலான சுதை யுருவங்கள் உள்ளன. இங்குள்ள யானைச் சிற்பம் 80 அடி உயரமும், 75 அடி நீளமும் உடையது. இச்சுதையுருவம் தமிழகத்திலேயே மிகப் பெரியதென்பர். அத்துடன் குதிரைச் சிற்பங்களும் காணப்படுகின்றன. இக்குதிரைச் சிற்பங்கள் 30 அடி உயரம், 25 அடி நீளம்; 25 அடி உயரம் 15 அடி நீளம்; 20 அடி உயரம், 10 அடி நீளம் ஆகிய அளவுகளில் அமைந்துள்ளன.[10]

கங்கைகொண்ட சோழபுரம் செல்லும் வழியிலுள்ள அணைக்கரை என்னுமிடத்தில் தூண்டில்காரன் கோயிலருகில் ஏறத்தாழ 30 அடி உயரமுள்ள சுதையாலான யானைச் சிற்பமொன்று காணப்படுகிறது.

மிகப் பெரிய தோற்றமுடைய சுதைச் சிற்பங்கள் இக்காலத்தில் உருவாக்கப் பெற்றமைக்கு இவை மிகச் சிறந்த சான்றுகளாகும்.

மேலும், இக்காலத்தில் ஆட்களின் உண்மையான உயரத்திற்கும் பருமனுக்கும் போலிகையாகவே வெண்கலச் சிலைகளும் செய்யப் பட்டுள்ளன. வெண்கலத்தைப் பயன்படுத்தி இவ்வாறு பெரிய உருவங் களைச் செய்தல் இதற்குமுன் காணவியலாததாகும்.[11]

ஓவியங்கள்

சுவர்களில் மிகப் பெரிய அளவில் ஓவியங்களைத் தீட்டுவது பண்டுதொட்டே இந்தியாவில் பெருவழக்காக இருந்துள்ளது. இருப்பினும், காலப்போக்கில் இம்முறை மாற்றம் பெற்றுள்ளது.

> தென்னாட்டில் தற்காலம் வரை மிகப் பெரிய சுவர் ஓவியங்கள் வழக்கத்தில் இருந்து வந்தன. ஆனால், வட இந்தியாவில் கி.பி.8ஆம் நூற்றாண்டிற்குப் பின்னர் சுவரில் பெரிய அளவில் ஓவியங்கள் தீட்டுவது மறைந்துவிட்டது. சிறு அளவில் ஓவியங்கள், மதநூல் களின் கைப்பிரதிகளில் தோன்றலாயின.[12]

என்று இரா. நாகசுவாமி குறிப்பிடுகின்றார்.

தமிழகத்தில் பல்லவ, சோழ, பாண்டியப் பேரரசுகளின் காலத்திலும் விசயநகரப் பேரரசு காலத்திலும் மிகப்பெரிய அளவிலான ஓவியங்கள் தீட்டப்பட்டிருந்தமையைப் பனைமலை, தஞ்சை, சித்தன்னவாசல் முதலிய இடங்களில் காணமுடிகிறது. ஆயினும் முந்தைய ஓவியங் களிலிருந்து விசயநகர ஓவியங்கள் அவற்றின் தொடர் பண்பினால் சிறிது மாற்றம் பெற்றுள்ளன. நீண்ட கதைப் பொருண்மையைத் தொடர்களாக (*panels*) அவை சித்திரித்துள்ளன. நாயக்கர் கால ஓவியங்களும் இத்தன்மையனவாகும்.

> கதையின் ஒவ்வொரு நிகழ்ச்சியினையும் அதன் உயிர்த்துடிப்புடன் மிக நுண்ணிய விபரங்களுடனும், மிக நீண்ட, பெரிய அளவிலான ஓவியங்களில் கூறுவது நாயக்க ஓவியக்கலையின் மிக முக்கியமானதொரு பண்பாகும்.[13]

என நந்திதா கிருஷ்ணா கூறுவது கருதத்தக்கது.

செங்கம் நகரிலுள்ள வேணுகோபால பார்த்தசாரதி கோயில் முன்மண்டப மேல் விதானம் முழுவதும் இராமாயணக் கதை ஓவியமாகத் தீட்டப்பெற்றுள்ளது. முன்மண்டபத்தின் நாற்புறமும் தொடங்கி ஒவ்வொரு காண்டமும் சித்திரிக்கப்பட்டுள்ளது.[14]

இராமநாதபுரம் சேதுபதி அரண்மனையில் தீட்டப்பெற்றுள்ள ஓவியங்கள் வழங்கும் காட்சி புதுமையானவையாகும். அரண்மனையில்

முன்பகுதி, மையப்பகுதி, மாடியிலுள்ள அறை ஆகியவற்றில் ஒரு சிறிதும் இடைவெளியின்றி ஓவியங்கள் தீட்டப்பெற்றுள்ளன. அரசவையில் மன்னர் வீற்றிருக்கும் காட்சிகள், போர்க் காட்சிகள் முதலியன ஏறத்தாழ ஆறு அடி வரை உயரமுள்ளவை. இராமாயண, பாகவதக் கதைகள் முறையே 183, 129 ஓவியங்களில் தொடர்ந்து சித்திரிக்கப் பட்டுள்ளன. சேதுபதியின் மிதுனக்காட்சி ஓவியங்களும், ஏறத்தாழ ஆறடி வரை உயரமும், ஐந்தடி வரை அகலமும் கொண்ட பெரிய அளவிலானவை.

குற்றாலத்திலுள்ள சித்திரசபையில் சிவபுராண, திருவிளையாடல் புராண ஓவியங்கள் சுவரில் நீக்கமறத் தொடர்காட்சிகளாகத் தீட்டப் பெற்றுள்ளன.

திருவரங்கம் கோபுரத்தில் தீட்டப்பெற்றுள்ள பெருமாள் உலாக் காட்சித்தொடர், மண்டபத்தில் உள்ள இராமாயண ஓவியத்தொடர், தாயார் கோயிலிலுள்ள பாகவத ஓவியத்தொடர், இராமானுசர் கோயிலிலுள்ள ஆழ்வார்கள் வரலாற்றுத்தொடர் ஆகியன பெரிய அளவில் தீட்டப்பெற்றவையாகும்.

மதுரையில் மங்கம்மாள் காலத்தில் தீட்டப்பெற்ற மீனாட்சி சுந்தரேசுவரர் திருமணக்காட்சி, திசைக்காவலர்களுடன் அங்கயற் கண்ணி போரிடும் காட்சி, சிவபெருமானின் இருபத்து நான்கு திருவுருவக் காட்சிகள், அறுபத்து நான்கு திருவிளையாடல்களைக் குறிக்கும் காட்சிகள் ஆகியன பெரிய அளவிலான தொடர்களாக வரையப் பெற்றுள்ளன. அதுபோலவே, அழகர்கோயிலிலும் இராமாயணம் மிக நீண்ட அளவில் தீட்டப்பெற்றுள்ளன.

தஞ்சைப் பெரிய கோயிலில் தேவர்களின் உருவங்கள், போர்க்களக் காட்சிகள், திருமால் மலர் கொய்யும் காட்சி, முனிவர்க்கு அவர் அருள்தரும் காட்சி, பாற்கடலை அசுரர்களும், தேவர்களும் கடையும் காட்சி முதலியன பெரிய அளவில் தீட்டப்பெற்றுள்ளன.

திருவாரூர் தேவாசிரிய மண்டபத்தில் மனுநீதிச் சோழன் கதையும், முசுகுந்தபுராணமும் பல்வேறு காட்சிகளாக, விரிவான முறையில் தொடர் ஓவியங்களாக வரையப்பட்டுள்ளன.

மேலும், சிதம்பரம், திட்டக்குடி, ஆவுடையார்கோயில், ஸ்ரீவில்லி புத்தூர், மடவார் வளாகம், களக்காடு, நத்தம் கோயில்பட்டி, மன்னார் கோயில், திருப்பருத்திக்குன்றம், திருமங்கலக்குடி, குடந்தை முதலிய இடங்களில் தீட்டப்பட்டுள்ள கதைப்பொருண்மை சார்ந்த ஓவியங்களும் இவ்வகையில் குறிப்பிடத்தக்கனவாகும்.

திருப்புடைமருதூர் நாறும்பூநாதசுவாமி கோயில் கோபுரத்தின் உட்புறம் ஐந்து நிலைகளிலும் பல புராணக் கதை ஓவியங்கள் தீட்டப்பட்டுள்ளன. திருக்கோகர்ணம் கோகர்ணேசுவரர் கோயில் முன்மண்டப விதானத்தில் இராமாயணம் விரிவாகவும் முழுமையாகவும் தீட்டப்பட்டுள்ளது.

நாயக்கர் ஓவியங்களில் காணப்படும் தனித்தன்மை ஒன்று குறிப்பிடத்தக்கதாகும். கதை சார்ந்த ஓவியத் தொடர்களைத் தீட்டும் போது முத்தாய்ப்பான காட்சி, ஏனைய ஓவியங்களை விட மிகப் பெரிய அளவில் தீட்டப்பட்டுள்ளது. எடுத்துக்காட்டாக, கும்பகோணம் இராமசாமி கோயிலிலுள்ள ஓவியத்தொடரில் இராமர் முடிசூட்டப் பெறும் காட்சி ஏறக்குறையப் பத்தடிக்கும் அதிகமான நீள, அகல முடைய ஓவியமாகத் தீட்டப்பட்டுள்ளது. இது அவர்களது ஓவியத் தொடர்கள் பலவற்றிலும் காணப்படுமொரு தன்மையாகும்.

இலக்கியங்கள்

நீள, அகல, உயரங்களால் உருவாகும் தோற்றம் கட்டட, சிற்ப, ஓவியங்களுக்குக் கொள்ளப்படுவதுபோல், பாடல் எண்ணிக்கையால் ஏற்படும் அளவே இலக்கியத்தின் தோற்றமாக ஈண்டுக்கொள்ளப்படுகிறது.

இவ்வடிப்படையில் நோக்கும்போது, பாடல்களின் எண்ணிக்கையால் மிகுந்த பெரிய இலக்கியங்கள் நாயக்கர் காலத்தில் தோன்றியுள்ளன அளவினால் சிறிய சிற்றிலக்கியங்கள் நாயக்கர் காலத்தில் தோற்றம் பெற்றிருப்பினும் இக்காலப்பகுதியில் தோன்றிய புராணங்களும், தல புராணங்களும், காப்பியங்களும் பெரிய அளவினை உடையனவாகப் படைக்கப்பெற்றுள்ளன.

புராணங்களும் தல புராணங்களும்[15]

ஆசிரியர்	நூல்	பாடல் எண்ணிக்கை
வரகுணராம பாண்டியர்	இலிங்க புராணம்	2506
குலசேகர பாண்டியர்	வாயு சங்கிதை	1134
வரதுங்கராம பாண்டியர்	பிரமோத்தர காண்டம்	1323
அதிவீரராம பாண்டியர்	கூர்ம புராணம்	3717
	காசிக் காண்டம்	2525
	மகா புராணம்	1424
சிதம்பரநாதகவி	சங்கர விலாசம்	1437
	சீவலமாறன் கதை	1395
நிரம்ப அழகிய தேசிகர்	சேது புராணம்	3438
	திருவையாற்றுப் புராணம்	2207
அளகை சம்பந்த முனிவர்	திருவாரூர் புராணம்	2929
மறைஞானசம்பந்தர்	கமலாலய புராணம்	1066
பரஞ்சோதி முனிவர்	திருவிளையாடல் புராணம்	3369
அனதாரியப்பப்புலவர்	சுந்தர பாண்டியம்	2017
ஆனந்தக்கூத்தர்	திருக்காளத்தி புராணம்	1726

செவ்வைச் சூடுவார்	பாகவத புராணம்	4973
அருளாள தாசர்	பாகவத புராணம்	9147
அரிதாசர்	இருசமய விளக்கம்	2139
திருக்குருகைப்பெருமாள்	திருக்குருகை மான்மியம்	3030

காப்பியங்கள்

இக்காலப்பகுதியில் வாழ்ந்த நல்லாப்பிள்ளை என்னும் புலவர் வில்லிபுத்தூராரின் பாரதத்திற்கு மேலும் 10,000 பாடல்களை இயற்றிச் சேர்த்துள்ளார். வீரகவிராயர் படைத்த அரிச்சந்திர புராணம் 1225 செய்யுட்களை உடையது. வடமொழியிலிருந்து அரசகேசரி என்பார் தழுவி எழுதிய இரகுவம்சம் 2480 பாடல்களை உடையது.[16] கச்சியப்ப சிவாச்சாரியார் இயற்றிய கந்த புராணம் பதினாயிரம் பாடல்களைக் கொண்டதாகும்.

இக்கால இசுலாமியப் புலவர்கள் இயற்றிய இலக்கியங்கள் பலவும் பெரும் எண்ணிக்கையிலான பாடல்களைக் கொண்டவை. உமறுப் புலவரின் சீறாப் புராணம் 5027 பாடல்களையும், பனீ அகமது மரைக்காயரின் சின்னச்சீறா 1829 பாடல்களையும், கனவிராயரின் கனகாபிசேக மாலை 2791 பாடல்களும் கொண்டுள்ளன. செய்கு இப்ஹாக் என்பரால் இயற்றப்பெற்ற ஆயிரமசலா 1092 பாடல்களையும், பீர்முகம்மது இயற்றிய திருநெறிநீதம் 2,226 செய்யுட்களையும் உடையன வாகும்.[17]

கிறித்தவ சமயத்தின் தனிப்பெரும் தமிழ்க் காப்பியங்களுள் ஒன்றான தேம்பாவணி 3615 பாடல்களைக் கொண்ட பெருநூலாகும்.

சிற்றிலக்கியங்கள் மிகுதியாகத் தோன்றிய காலப்பகுதியான நாயக்கர் காலத்தில், பேரளவிலான புராணங்களும், காப்பியங்களும் தோற்றம் பெற்றிருப்பது குறிப்பிடத்தக்கதாகும்.

ஆதலால், தமிழகத்தின் மிகப் பெரிய கோபுரமும், மிகப் பெரிய திருச்சுற்றுமண்டபமும், பெரிய தெப்பக்குளமும் நாயக்கர் காலத்தில் உருவானவையாகும். அதுபோல், மிகபெரிய ஓவியத்தொடர்கள் நாயக்கர் காலத்தில் தீட்டப்பெற்றுள்ளன. மிகுந்த எண்ணிக்கையிலான பாடல்களைக் கொண்ட காவியங்கள், புராணங்கள், தல புராணங்கள் இக்காலப்பகுதியில் இயற்றப்பெற்றுள்ளன.

குறிப்புகள்

1. இரா. ஜானகிராமன், (தொ.ஆ.), மதுரை தல வரலாறு: கோயில் அதிசயங்கள், பக். 50 – 54.
2. *James Fergusson. (Quoted by) K.Rajaram, History of Thirumalai Nayak, p. 60.*
3. *...Thirumalai Nayak Palace, Tamil Nadu State Department of Archaeology, p. 2 - 6.*

4. க.த. திருநாவுக்கரசு, கட்டடக்கலை, தமிழகக் கலைச் செல்வங்கள், துளசி.இராமசாமி (பதி.), பக். 171 – 172.

5. இரா. நாகசாமி, ஓவியப் பாவை, ப. 60.

6. கல்வெட்டு – இதழ் – 2.

7. வி. கந்தசாமி, தமிழ்நாட்டின் தலவரலாறுகளும் பண்பாட்டுச் சின்னங்களும், ப. 150.

8. ஏ. உத்தண்டராமன், ஸ்ரீ இராமேசுவரம்: தனுஷ்கோடி தல வரலாறு, ப. 35.

9. தே. கோபாலன், கன்னியாகுமரி மாவட்டத் தொல்லியல் கையேடு, ப.96.

10. கல்வெட்டு – இதழ் 33, பிப்ரவரி 1992, பக். 11 – 12.

11. கோ. தங்கவேலு, இந்தியக் கலை வரலாறு, (இரண்டாம் புத்தகம்), ப. 259.

12. ரா. நாகசுவாமி, கலைச் செல்வங்கள், ப. 42.

13. Nanditha Krishna, Nayaka Paintings, The India Magazine, April 1989, p. 46.

14. இரா. நாகசாமி, மு. நூல், ப. 131,

15. மு. அருணாசலம், தமிழ் இலக்கிய வரலாறு, (பதினாறாம் நூற்றாண்டு – முதல் பாகம்), பிற்சேர்க்கை – 2, ப. 464 – 466.

16. மு. வரதராசன், தமிழ் இலக்கிய வரலாறு, ப. 197.

17. ம. முகம்மது உவைஸ் & பீ.மு. அஜ்மல்கான், இஸ்லாமியத் தமிழ் இலக்கிய வரலாறு, பக். 170, 223, 407 – 408.

விரிவாக்கம்

முன்னர் இருந்த ஒன்றினோடு, அதனுடன் தொடர்புடைய ஒன்றினையோ பலவற்றினையோ மேலும் சேர்ப்பதை விரிவாக்கம் எனலாம். இதனால் முந்தைய பகுதி வளர்ச்சி பெறுகிறது. நாயக்கர் காலக் கலைகளில் இவ்விரிவாக்கப்பண்பு பெரிதும் தொழிற் பட்டிருத்தலால் இதனை ஒரு கோட்பாடாகக் கருதவியலுகிறது.

கட்டடக் கலையில் விரிவாக்கம்

பல்லவர், சோழர், முற்காலப் பாண்டியர் காலக் கோயிற் பணிகளுக்கும் நாயக்கர் காலக் கோயிற் பணிகளுக்கும் அடிப்படை யான வேறுபாடுகளுள் இவ்விரிவாக்கமும் ஒன்றெனலாம். பல்லவர்களும் சோழர்களும், முற்காலப் பாண்டியர்களும் பெரும்பாலும் புதிய கோயில்களை எடுப்பித்தனர். அவை குடைவரைகளாகவோ, ஒற்றைக் கற்றளிகளாகவோ, கட்டுமானக் கோயில்களாகவோ காணப்படுகின்றன. கி.பி. 12ஆம் நூற்றாண் டிற்குப் பின் வந்த மன்னர்கள், குறிப்பாக, பாண்டியர்கள் விரிவாக்கப் பணியில் ஈடுபட்டுள்ளனர். பாண்டியர் காலத்தைப் போலவே நாயக்க மன்னர்கள் காலத்திலும் புதிதாக எடுக்கப் பெற்ற கோயில்கள் எண்ணிக்கையில் குறைவேயாகும். அவர்கள் முன்பிருந்த கோயில்களில் மண்டபங்கள், திருச்சுற்றுகள், மதில்கள், சுற்றுக் கோயில்கள், கோபுரங்கள் முதலியனவற்றை எடுப்பித்து, விரிவாக்கப் பணியிலேயே பேரீடுபாடு காட்டியுள்ளனர்.[1] இன்று காணப்பெறும் கோயில்களின் இறுதி வடிவம் பெரும்பாலும் நாயக்கர் காலத்ததாகவே உள்ளது. இக்காலப்பகுதியில் நடைபெற்ற விரிவாக்கப் பணிகளும், மதுரை, தஞ்சை, வேலூர், செஞ்சி நாயக்க மன்னர்களால் தத்தம் பகுதிகளில் உள்ள கோயில்களில் செய்த விரிவாக்கப் பணிகளும் சிறப்பாக மதுரை மீனாட்சி சுந்தரேசுவரர் ஆலயத்தில் செய்யப்பட்ட விரிவாக்கப் பணிகளும் இதனை நன்கு உணர்த்துவனவாகும்.[2]

சிற்பக்கலையில் விரிவாக்கம்

சிற்பக் கலையில் நாயக்கர் காலத்தில் ஏற்பட்ட விரிவாக்கத்தினை இரண்டு வகையாகப் பகுக்கலாம்.

1. நிகழ்ச்சியை முழுமையாக ஓரிடத்தில் வடித்தல்.
2. ஒரு நிகழ்ச்சியைத் தொடராகப் பலவிடங்களில் சித்திரித்தல்.

1. நிகழ்ச்சியை முழுமையாக ஓரிடத்தில் வடித்தல்

பல்லவர், சோழர் காலத்துக் கோயில்களில் கதைப் பொருண்மை சார்ந்த நிகழ்ச்சிச் சிற்பங்களைவிடத் தனி உருவச் சிற்பங்களுக்கு மிகுதியான இடம் கொடுக்கப்பட்டுள்ளமை அறியமுடிகிறது. மாமல்ல புரத்தில் மகிடாசுரமர்த்தினி, கண்ணன் கோவர்த்தன மலையை உயர்த்தும் காட்சி, அர்ச்சுனன் தபசு, கடற்கரைக் கோயிலில் சிதைவுற்றுள்ள திருச்சுற்றுச் சுவர் சிற்பங்கள் ஆகிய சிலவற்றிலேயே பலர் கூடி நிகழ்த்தும் கதைப்பொருண்மையும் வரலாற்று நிகழ்வுகளும் சித்திரிக்கப்பட்டுள்ளன எனலாம். அதுபோலவே காஞ்சி வைகுந்தப் பெருமாள் கோயில் திருச்சுற்றிலும் இத்தகைய வரலாற்று நிகழ்வுச் சிற்பங்களைக் காணமுடிகிறது.

பிற்காலச் சோழர்காலத்தில் எழுப்பப்பட்ட தஞ்சை பெருவுடையார் கோயில் கோபுரத்தில் கிராதார்ச்சுண்யமும், மண்டபத் தென்புறப் படிக்கட்டுப் பக்கச் சுவரில் திரிபுராந்தகர் கதை போன்றனவும் திருப்புள்ளமங்கை பசுபதிநாதர் கோயில் கருவறையின் வெளிச்சுவரில் இராமாயணக் காட்சிகளும் தாராசுரம் ஐராவதேசுவரர் கோயில் புறச்சுவர், திருச்சுற்றுச் சுவரிலும் பெரியபுராணம், சிவபுராண நிகழ்ச்சிகளும் திருபுவனம் கம்பகரேசுவரர் கோயில் வெளிச்சுவற்றில் இராமாயண, மகாபாரதக் காட்சிகளும் தொடர்களாகச் சித்திரிக்கப் பட்டுள்ளன. குடந்தை நாகேசுவரர் கோயில் கருவறை வெளிச்சுவரில் இராமாயணம் விரிவாக வடிக்கப்பட்டுள்ளன. சோழர் காலத்தில் உருவாக்கப்பட்ட கோயில்களின் பேரெண்ணிக்கையைக் கருத்தில் கொண்டு நோக்கும்போது இத்தகைய தன்மையில் சிற்ப முயற்சிகள் குறைந்த எண்ணிகையிலேயே நடைபெற்றுள்ளன எனலாம். ஆனால் ஏறக்குறைய அனைத்துக் கோயில்களிலும் தனியுருவச் சிற்பங்களே பெரிதும் வடிக்கப்பெற்றுள்ளன.

ஆனால், நாயக்கர் காலத்தில் இவ்வாறான ஒற்றை உருவச் சிலைகளுடன் நிகழ்ச்சிச் சிற்பங்களும் மிகுதியாகப் படைக்கப் பெற்றுள்ளன.

தூண்களில் குதிரைகளின் மீது வீரர்கள் அமர்ந்துள்ள காட்சிகள், போரிடும் காட்சிகள், முன்னங்கால்களை உயரத் தூக்கி நிற்கும் யாளிகள், யானைகளுடன் போரிடும் யாளிகள், யாளிகள் மீது விரைந்து செல்லும் வீரர்கள் முதலிய காட்சிகளைக் காணமுடிகிறது.

வேட்டைக் காட்சிகள் நாயக்கர்காலச் சிற்பங்களில் குறிப்பிடத் தக்கனவாகும். வீரர்கள் பலரிணைந்து புலி வேட்டை, பன்றி வேட்டை ஆடும் காட்சிகள் இடம் பெற்றுள்ளன.

அதுபோலவே, கோலாட்டம், மல்யுத்தம் முதலிய பலர் ஈடுபடும் காட்சிகள் அமைவுற வடிக்கப்பெற்றுள்ளன. குறவன், குறத்தியர் சிற்பங்களை வடிக்கும்போது, குறத்தி தன் குழந்தைகளுடன் படைக்கப் பெற்றுள்ளாள். கிருஷ்ணாபுரத்தில் குறத்தி, பெண்ணொருத்திக்குக் கைரேகை பார்த்துக் குறி சொல்லுதலும், தலையின் மீது கைவைத்துக் காட்டுதலும் சித்திரிக்கப்பட்டுள்ளன. பெண்ணொருத்தியைக் குறவன் சுமந்து செல்லல் தூணின் முன்புறமும், அவனை வீரன் ஒருவன் குதிரை மீது வந்து வேலால் தாக்குவது தூணின் பக்கப் பகுதியிலும் காட்டப்பட்டுள்ளன.

சென்னிமநாயக்கன் குளத்தில் பாலுறவு செயல்கள் விரிவான காட்சிகளாகச் சித்திரிக்கப்பட்டுள்ளமை குறிப்பிடத்தக்கதாகும். கழுதையொன்று பெண்ணைப் புணர முயற்சிப்பதும், கணவன் அதனைக் கோல்கொண்டு விரட்டுவதும், கணவன் உறங்கும் நிலையில் தானியம் குற்றும் பெண்ணுடன் ஆடு புணர முயற்சிப்பதுமான சிற்பக் காட்சி களை இதற்குச் சான்றாகக் கொள்ளலாம். மேலும், இங்கு இடம் பெற்றுள்ள பல்லக்குத் தூக்கிச் செல்லல், வீரர்கள் அணிவகுத்துச் செல்லல், குடிமக்கள் வணங்குதல் முதலிய ஊர்வலக் காட்சிகள் ஒரே தொடராகச் சித்திரிக்கப்பட்டுள்ளமை குறிப்பிடத்தக்கதாகும். இதுபோலவே, பிச்சாடனர், மோகினி அவதாரக் காட்சிகளும் விரிவாகப் பலவிடங்களில் இடம்பெற்றுள்ளமை குறிப்பிடத்தக்கதாகும்.

2. ஒரு நிகழ்ச்சியைத் தொடராகப் பலவிடங்களில் சித்திரித்தல்

தொடர்ச் சிற்பங்களை அமைத்தல்

ஒரு நிகழ்ச்சியை எதிர் எதிர் தூண்களில் சித்திரித்தல், பல தூண்களில் ஒரு நிகழ்ச்சியைக் காட்டல், ஒரு தூணின் நான்கு பக்கங்களிலும் ஒரு நிகழ்ச்சியை விரிவாகக் காட்டுதல் முதலிய இயல்புகளை நாயக்கர் காலச் சிற்பங்களில் காணமுடிகிறது.

நாயக்க மண்டபத் தூண்களில் பெருவடிவில் வடிக்கப்பெற்றுள்ள சிற்பங்களில் இப்பண்பு பெரிதும் காணப்படுகிறது.

இரணியன், நரசிம்மன் போர்	– இரணியவதம்
காளி	– ஊர்த்துவத் தாண்டவமூர்த்தி
இரதி	– மன்மதன்
பிச்சாடனர்	– மோகினி

போன்றவை பல தூண்களில் வடிக்கப்பட்டுள்ளமையை தாடிக்கொம்பு, கிருஷ்ணாபுரம், அழகர்கோயில், தென்காசி, பேரூர் கோயில்களில் காணவியலுகிறது.

தாரமங்கலம் கைலாசநாதர் கோயிற் சிற்பங்கள் இவ்வகையில் சிறப்பாகக் குறிப்பிடத்தக்கனவாகும். இங்கு, பிச்சாடனராக இறைவன் வருவதை ஒரு தூணிலும், முனி பத்தினியர் பிச்சையிட வருவதை அருகில் பல தூண்களிலும், மோகினியை மற்றொரு தூணிலும் காட்டியுள்ளனர். சிவன் கங்கையைத் தலையில் வைத்துள்ளமையால் உமை ஊடல்கொள்ள, அதனைச் சிவன் தணிக்க முயல்வதை ஒரு தூணிலும், உமை ஊடல் தீர்வதை மற்றொரு தூணிலும் காட்டியுள்ளனர். அதுபோலவே, வாலி – சுக்ரீவன் போரிடும் காட்சியை ஒரு தூணிலும், இராமன் வாலி மீது அம்பு தொடுப்பதைப் பிறிதொரு தூணிலும் காட்டியுள்ளனர்.

சங்ககிரி கோட்டை வரதராசப் பெருமாள் கோயில் கருவறையின் வெளிச்சுவற்றில் கிராதார்ச்சுண்யம் தொடர் சிற்பமாகத் தீட்டப் பெற்றுள்ளமை குறிப்பிடத்தக்கதாகும்.

ஆதலால் தனிச்சிற்பங்கள் வடிக்கப்பெற்றதுடன், கதை நிகழ்வு களைச் சித்திரித்தல், கதை நிகழ்ச்சிகளைத் தொடர்ச்சிற்பங்களாக அமைத்தல் முதலியன நாயக்கர்காலச் சிற்பங்களில் மிகுதியாக இடம் பெற்றுள்ளமையைச் சிற்பக்கலையில் ஏற்பட்ட விரிவாக்கப் பண்பாகக் கருதலாம்.

ஓவியத்தில் விரிவாக்கம்

தமிழக ஓவியக்கலை வரலாற்றில் நாயக்கர்கால ஓவியங்களின் விரிவாக்கப் பண்பினை அறிய, அதற்கு முந்தைய காலப்பகுதி ஓவியங்கள் குறித்தறிதல் வேண்டப்படுவதாகும்.

கி.பி. 7 – 9ஆம் நூற்றாண்டுகளில் ஆண்ட பல்லவர்களின் ஓவியங்கள் சில காஞ்சிபுரம், பனைமலை ஆகிய இடங்களில் எஞ்சியுள்ளன. பனைமலையில் தலையில் மகுடமும் தலைக்கு மேல் கொற்றக்குடையும் கொண்ட உமாதேவியும் காஞ்சிபுரக் கைலாசநாதர் கோயில் திருச்சுற்றைச் சுற்றியுள்ள சிறுசிறு அறைகளில் காணப்படும் சோமஸ்கந்தர், தேவ கணத்தினர் உருவங்களும் இராசசிம்மன் காலத்து ஓவியக் கலையின் உயர்நிலையைப் புலப்படுத்தி நிற்கின்றன.[3]

கி.பி. 6 – 9ஆம் நூற்றாண்டுகளில் ஆண்ட முற்காலப் பாண்டியரால் தீட்டப்பட்ட ஓவியங்கள் திருமலைபுரம், திருநந்திக்கரை, சித்தன்ன வாசல் ஆகிய இடங்களில் எஞ்சியுள்ளன. திருமலைபுரத்தில் வேட்டைக் காட்சியும் திருநந்திக்கரையில் மனித உருவங்களும் சித்தன்னவாசலில் ஆடல் மகளிர், அரசன், அரசி, தாமரைப் பொய்கை ஆகியன தீட்டப் பெற்றுள்ளன.[4]

கி.பி. 9 – 13ஆம் நூற்றாண்டுகளில் ஆண்ட பிற்காலச் சோழர்களால் தீட்டப்பெற்ற ஓவியங்கள் நார்த்தாமலை, தஞ்சை ஆகிய இடங்களில் காணப்படுகின்றன. தஞ்சைப் பெரியகோயிலில் சுந்தரமூர்த்தி நாயனாரின் வாழ்க்கை நிகழ்ச்சிகளும் தட்சிணாமூர்த்தியாக சிவன் அமர்ந்துள்ள கோலமும், திரிபுராந்தகரும், நடனமாதர், மறையவர், முனிவர், அரசர், குடிமக்கள், அசுரர், தேவகணங்கள், பிற கடவுளர் முதலியோரின் தோற்றங்களும் காணக்கிடைக்கின்றன.

இவற்றை ஆழ்ந்து நோக்கும்போது பெரும்பாலும் தனி உருவங்களும், குறிப்பிட்ட ஒரு நிகழ்ச்சியைச் சித்திரிக்கும் காட்சிகளுமே தீட்டப் பட்டிருப்பதை உணரமுடிகிறது. தஞ்சை பெருவுடையார் கோயிலில் உள்ள சுந்தரமூர்த்தி நாயனார் வரலாற்று ஓவியம் பல நிகழ்ச்சிகளின் தொகுப்பாக அமைந்துள்ளது. இறைவன் வேதியனாக வந்து சுந்தரரைத் தடுத்தாட்கொள்ளல், திருவிஞ்சைக்களத்திலிருந்து சுந்தரரும் சேரமான் பெருமாளும் கயிலைக்குச் செல்லல், கயிலை நாதனைப் பாடிப்பரவல் ஆகியன இடம்பெற்றுள்ளன.

ஆனால், விசயநகர ஆட்சிக் காலத்தில் சிவபுராணம், விஷ்ணு புராணம், பாகவதம், இராமாயணம், பாரதம், அடியார் வரலாறுகள், திவ்விய தேசங்கள் ஆகியன திருவண்ணாமலை, திருவெள்ளறை, காஞ்சிபுரம் ஆகிய இடங்களில் தீட்டப்பெற்றுள்ளன. இவை பெரிதும் ஒரு கதையைப் பல நிகழ்ச்சிகளாக முழுமையாக விவரிக்கும் தொடர் ஓவியங்களாக இருப்பது குறிப்பிடத்தக்கதாகும்.

நாயக்கர்கால ஓவியங்களிலும் இத்தகைய கதைகள் விரிவாகவும் முழுமையாகவும் சித்திரிக்கப்பட்டுள்ளமையைச் செங்கம், இராமநாத புரம், திருவரங்கம், அழகர்கோயில், மதுரை, ஸ்ரீவில்லிப்புத்தூர், மடவார் வளாகம், திருப்புடைமருதூர், திருவாரூர், நத்தம் கோயில்பட்டி, சிதம்பரம், திட்டக்குடி, திருமங்கலக்குடி, திருப்பருத்திக்குன்றம் முதலிய இடங்களில் காணவியலுகிறது. புராணங்கள், தலபுராணங்கள், இதிகாசக் கதைகள், அடியவர் வரலாறுகள் முதலியன இவ்விடங்களில் தொடர் ஓவியங்களாக வரையப்பட்டுள்ளன.

இவ்வாறு, விரிந்த நிலையில் கதையை முழுமையாக விளக்கும் ஓவியமுறை விசயநகர காலத்தில்தான் தமிழகத்திற்கு வந்ததெனலாம். குறிப்பிட்ட உருவங்களையோ, சில நிகழ்ச்சிகளையோ சித்திரிக்கும் மரபிலிருந்து, விரிவாக விவரிக்கும் பண்பைத் தமிழக ஓவியக்கலை விசயநகர – நாயக்கர் காலத்தில்தான் அடைந்தது எனலாம்.

இலக்கியத்தில் விரிவாக்கம்

நாயக்கர் காலத்தில் ஏனைய கலைகளைப் போலவே இலக்கியமும் விரிவாக்கம் பெற்றுள்ளது.

முன்னமே தமிழ்நாட்டில் இருந்த கோயில்கள், பெரிய பெரிய கட்டடங்களும்இக்காலத்தில் சிற்ப வேலைப்பாடுகள் நிரம்பிய

மண்டபங்களும் பெற்று விளக்கம் உற்றன. முன்னமே இருந்த சமய நூல்கள், விரிவான விளக்கங்களும் துணை நூல்களும் பெற்று விரிவு அடைந்தன. அவை போலவே, முன்னமே இருந்த உயர்ந்த இலக்கியங்கள், உரையாசிரியர்களால் நுட்பமான உரைகளும் நயமான விளக்கங்களும் பெற்றுச் சிறப்பு அடைந்தன.[5]

என இக்கால இலக்கியப் போக்குகள் குறித்து மு. வரதராசன் குறிப்பிடுகிறார்.

இலக்கியங்கள் பெற்ற விரிவாக்க நிலைகளைக் கீழ்க்காணும் வண்ணம் பகுக்கலாம்:

- முந்தைய நூல்களின் கூறு விரிவுறுதல்.
- முந்தைய நூல் முழுதும் விரிவுபெறல்.
- முந்தைய நூல்கள் உரைகளும் விளக்கங்களும் பெறல்.
- முன்னிருந்த கூறுகள் இணைந்து புதிய இலக்கிய வடிவங்கள் உருவாதல்.

முந்தைய நூல்களின் கூறு விரிவுறுதல்

முந்தைய இலக்கியங்களில் இடம் பெறும் சிறிய கிளைக்கதைகள், அதன் சிறப்பு நோக்கிப் பிற்காலப் புலவர்களால் தனி நூல்களாக விரிவு செய்யப்பெறுவது இலக்கியப் படைப்பாக்க மரபுகளில் ஒன்றாகவே இருந்துள்ளது. நாயக்கர் காலத்தில் இத்தகைய விரிவாக்கப் போக்கு இருந்தமைக்கு நைடதம், அரிச்சந்திரபுராணம், புரூரவ சரிதை முதலியன தக்க சான்றுகளாகும்.

நளன் கதை

நளோபாக்கியானம் என்ற பெயரில் மகாபாரதம் ஆரணிய பருவத்துள் நளன் கதை ஒரு கிளைக்கதையாக அமைந்துள்ளது. இது 13ஆம் நூற்றாண்டில் புகழேந்தி என்னும் புலவரால், வெண்பா யாப்பில் சிறுகாப்பியமாகத் தமிழில் இயற்றப்பெற்றது. 16ஆம் நூற்றாண்டில் அதிவீரராமபாண்டியரால் 28 படலங்களும் 1173 பாடல்களும் உடைய பெருநூலாக ‘நைடதம்’ என்ற பெயரில் இயற்றப்பட்டுள்ளது.

அரிச்சந்திர புராணம்

அரிச்சந்திரனது கதையும் மகாபாரதத்தின் கிளைக்கதைகளுள் ஒன்றாகும். இதனை 16ஆம் நூற்றாண்டில் வாழ்ந்த நல்லூர் வீரகவிராசர் என்னும் புலவர் 10 காண்டங்களும் 1215 பாடல்களும் உடைய தனி நூலாகச் செய்துள்ளார்.

புரூரவ சரிதை

மகாபாரதக் கிளைக்கதைகளுள் புரூரவன் கதையும் ஒன்றாகும். இதனை, ஐயம் பெருமாள் சிவந்த கவிராசர் என்பார் 16ஆம் நூற்றாண்டில், 845 செய்யுட்களில் விரிவாகப் பாடியுள்ளார்.

முந்தைய நூல் முழுதும் விரிவு பெறல்

முன்னம் இயற்றப்பெற்ற நூல்கள் விரிவு பெறுதலும், மீண்டும் விரிவாக அதே கதை வேறு இலக்கியப் படைப்பாதலும் இக்காலப் பகுதியின் படைப்பாக்கப் போக்குகளாகக் காணப்படுகின்றன. இதனால், ஒரே கதை மேலும் விரிவுற்றமையைக் காணமுடிகிறது.

வில்லிபுத்தூராழ்வார் இயற்றிய பாரதம் நாலாயிரத்து முந்நூறு செய்யுட்களைப் பெற்றிருந்தது. 18ஆம் நூற்றாண்டில் நல்லாப்பிள்ளை, முருகப்ப உபாத்தியாயர் என்ற இருவர், மேலும் பதினாயிரத்து நானூறு செய்யுட்களை எழுதிச் சேர்த்து அதனை விரிவு செய்தனர்.[6]

சிவபெருமான் நிகழ்த்திய திருவிளையாடல்களைக் கூறும் வேம்பத்தூரார் திருவிளையாடலை 13ஆம் நூற்றாண்டில் செல்லிநகர்ப் பெரும்பற்றப்புலியூர் நம்பி இயற்றினார். இத்திருவிளையாடற் புராணம் 16ஆம் நூற்றாண்டில் 3393 செய்யுட்களால் மீண்டும் பரஞ்சோதி முனிவரால் இயற்றப்பட்டுள்ளது.

முந்தைய நூல்கள் உரைகளும் விளக்கங்களும் பெறல்:

நாயக்கர் காலத்தில் ஏராளமான பழைய சமய சாத்திர நூல்களும் இலக்கிய இலக்கண நூல்களும் உரையும் விளக்கங்களும் பெற்றுள்ளன.

> சித்தாந்த சாத்திரங்களில் திருவுந்தியாரும் திருக்களிற்றுப்படியாரும் 12ஆம் நூற்றாண்டில் தோன்றின என்பது வரலாறு. பிற சாத்திரங்கள் பன்னிரண்டும் 12–14ஆம் நூற்றாண்டுகளில் தோன்றின. உரைகளும் 14ஆம் நூற்றாண்டு முதல் எழுந்தன. 16ஆம் நூற்றாண்டில் தான் அதிகமான உரைகள் எழுகின்றன.[7]

என மு. அருணாசலம் குறிப்பிடுவது ஈண்டுக் கருதத்தக்கது.

இக்காலப்பகுதியில் வாகீச முனிவர் ஞானாமிர்தத்திற்கு உரை வகுத்தார். வீரைகவிராச பண்டிதரால் இயற்றப்பெற்ற சௌந்தர்ய லகரிக்குச் சைவ எல்லப்ப நாவலர் உரை எழுதியுள்ளார். சிவஞான சித்தியார் சுபக்கவுரை, சிவதருமோத்திர உரை, பதிபசுபாசத் தொகையுரை ஆகிய மூன்றும் மறைஞான தேசிகரால் எழுதப்பெற்றன. சிவஞான சித்தியாருக்குச் சிவாக்கிர யோகிகள் புதிய உரை கண்டார். சிவநெறிப் பிரகாசம் என்னும் உரைநூல் நந்திசிவாக்கிர யோகிகளால் எழுதப் பெற்றது. திருவண்ணமலை ஞானப்பிரகாசர் சிவஞான

சித்தியார் சுபக்கத்துக்கு உரை எழுதியுள்ளார். சித்தியார் சுபக்க உரை, திருவருட்பயன் உரை ஆகிய இரண்டும் நிரம்ப அழகியதேசிகரால் இயற்றப் பட்டுள்ளன. திருவொற்றியூர் ஞானப்பிரகாசர் சித்தியார் பரபக்க உரை, சங்கற்ப நிராகரண உரை என்பனவற்றைச் செய்தார். திருவொற்றியூர்த் தத்துவப்பிரகாசரால் சித்தியார் பரபக்கத்திற்கு மற்றோர் உரை எழுதப்பெற்றது. திருமந்திரப் பாடல்களுக்குச் சட்டைமுனி கயிலாயசித்தர் உரை வகுத்துள்ளார்.

வைணவ சமய நூல்கள் பலவற்றினுக்கும் இக்காலப்பகுதியில் உரைகள் வரையப் பெற்றன. இராமானுச நூற்றாந்தாதி வியாக்கியானம், அர்த்த பஞ்சக வியாக்கியானம், சப்தகாதை வியாக்கியானம், உபதேச ரத்தின மாலை, ஆர்த்திப் பிரபந்தம், திருவாய்மொழி நூற்றாந்தாதி ஆகியனவற்றிற்கு வியாக்கியானங்கள், நாலாயிரப் பிரபந்தத் தனியன் விளக்கம் ஆகியன பிள்ளை லோகஞ்சீயரால் இயற்றப்பட்டன. ஸ்ரீ வைஷ்ணவத்தின் ரகஸ்யத்ரயம் என்னும் மூன்று மந்திரங்களுக்கும் பரகால நல்லான் என்பார் விரிவான விளக்கம் எழுதியுள்ளார்.

17ஆம் நூற்றாண்டில் சங்கரநமச்சிவாயர் நன்னூலுக்கு விருத்தியுரை வரைந்துள்ளார். இதே நூற்றாண்டைச் சேர்ந்த ஆண்டிப் புலவர் நன்னூலுக்கு ஆசிரிய விருத்தங்களால் உரையெழுதியுள்ளார். 18ஆம் நூற்றாண்டினரான கூழங்கைத் தம்பிரான் நன்னூலுக்குப் பதவுரை வரைந்துள்ளார். இந்நூற்றாண்டைச் சேர்ந்த சிவஞான முனிவர் நன்னூல் விருத்தியுரை, தொல்காப்பியப் பாயிர விருத்தியும் முதற் சூத்திர விருத்தியும், சிவஞானபோத மாபாடியம், சிவஞானபோதச் சிற்றுரை, சிவஞான சித்தியார் சுபக்க பொழிப்புரை ஆகியவற்றை இயற்றியுள்ளார்.[8] பரிமேலழகரின் உரையிலுள்ள அரிய கருத்துகளை விளக்கி, 'நுண்பொருள் மாலை' என்ற நூல் இக்காலப்பகுதியில் தோன்றியுள்ளது.[9]

முன்னிருந்த கூறுகள் இணைந்து புதிய இலக்கிய வடிவங்கள் உருவாதல்

சங்ககாலம் முதற்கொண்டு வழங்கிய அகப்புறக் கூறுகள் பலவும் தனிச் சிற்றிலக்கியங்களாகப் பிற்காலத்தில் வளர்ச்சியுற்றன. பல கூறுகளை இணைத்துப் புதிய வடிவங்களாகப் புலவர்கள் விரிவு செய்துள்ளனர்.

குறவஞ்சி

கலம்பகத்தில் இடம்பெற்றிருந்த குறம் என்னும் உறுப்பு பிற்காலத்தில் 'குறம்' என்னும் தனி இலக்கிய வகையாக வளர்ச்சியுற்றது. 17ஆம் நூற்றாண்டில் குறத்தி குறி சொல்வதையே பொருளாகக் கொண்ட அம்மானை நூல்கள் தோன்றின. பாட்டும் நாட்டியமும் கொண்டிருந்த இச்சிற்றிலக்கியத்துள் நாடகப்பாங்கும் கலந்து 'குறவஞ்சி' என்னும்

இலக்கிய வகையாகிறது. தமிழில் முதற் குறவஞ்சியான குற்றாலக் குறவஞ்சி 18ஆம் நூற்றாண்டில் எழுந்ததாகும். இதில் பாட்டுடைத் தலைவனின் பெயர் சுட்டப்பட்டும், கிளவித் தலைவன், தலைவியாகிய சிங்கன், சிங்கி ஆகியோர் பெயர் சுட்டப்படாமலும் அகப்பொருள் மரபு சார்ந்து கோவையின் கூறுகளைப் பெற்றும், தலைவன் உலா வருதலும் தலைவி அவனைக் கண்டு காதலுறுதலுமாகிய உலா இலக்கியக் கருப்பொருளைப் பெற்றும், தலைவனிடம் தோழியைத் தூதனுப்பும் தூது இலக்கியக் கூறினைப் பெற்றும், முக்காலத்தையும் திறமையாக அறிந்துரைக்கும் குறத்திப்பாட்டு என்னும் இலக்கியவகையின் கருவினைப் பெற்றும் உள்ளதால், குறவஞ்சி இலக்கியம் முந்தைய கூறுகளைப் பெற்று விரிவுற்ற இலக்கிய வடிவமெனலாம்.[10]

பள்ளு

'பள்ளு' என்னும் சிற்றிலக்கிய வகை நாயக்கர் காலத்தில் தோன்றியதாகும். இதனுடைய தோற்றம் குறித்து மாறுபட்ட கருத்துகள் நிலவுகின்றன. இருப்பினும், மிகப் பழைய காலத்தே உழவுத் தொழிலில் ஈடுபட்ட பள்ளர், பள்ளியர் வாழ்க்கையையொட்டிய கூத்து வகைகள் பாட்டும் தாளமும் பொருந்தப் பாமர மக்களால் விரும்பி ஆடப்பட்டு வந்தன. இவ்வாட்டத்திற்கான பாட்டை அனுபவித்த கவிஞர்கள் இதற்கு இலக்கிய நிலை தந்தபோது பள்ளுப் பிரபந்தமாகிவிட்டது[11] என்னும் கருத்து ஏற்புடையதாகும்.

விறலிவிடு தூதும் நொண்டி நாடகமும்

தாசியினிடத்து மையல் கொண்ட ஒருவன் அடையும் சீரழிவினைச் சுட்டுவது விறலிவிடு தூதாகும். தூது என்னும் பழைய வடிவத்தில் புதிய கதைப் போக்கினைக் கலந்து இவ்வடிவம் நாயக்கர் காலத்தில் உருப்பெற்றது. விறலிவிடு தூதின் கதையமைப்பில் திருடுதல், உறுப்புக் குறைக்கப் பெறல் முதலியன சேர்ந்து, சிந்து யாப்பில் அமைந்தது நொண்டி நாடகமாகும்.

ஒரு துறைக் கோவை

அகப்பொருள் துறைகளை நானூறு பாடல்களால் பாடுவது கோவை நூலாகும். இதில் ஒரே ஒரு துறை குறித்து நானூறு பாடல் களை விரிவுற எழுதும் 'ஒரு துறைக் கோவை' என்னும் இலக்கிய வடிவம் நாயக்கர் காலத்தில் தோன்றியதாகும்.

காதல்

திருமலை நாயக்கரின் மைத்துனராகிய கூளப்ப நாயக்கன் மீது பாடப்பெற்ற 'காதல்' இலக்கியமே இவ்வகையில் தோன்றிய முதல் நூலாகும். 'சங்க இலக்கியத்தின் அகத்திணைப் பகுப்புகளாகிய களவு,

கற்பு என்னும் இரண்டனுள் களவொழுக்கத்தின் மரபுகளைப் பின்பற்றி எழுந்தது 'காதல்' என்னும் வடிவமாகும். காட்சி, ஐயம், துணிவு, குறிப்பறிதல், ஊர், பேர் வினாதல், மெய்தொட்டுப் பயிறல் போன்ற கோவை மரபுகளும், தலைவி, தலைவனைப் பற்றிக் கூறித் தூதனுப்பும் தூது மரபுகளும், வீதியில் செல்லும் வேந்தனைக் கண்டு காமுற்ற பெண்கள் புலம்பும் உலா மரபுகளும் இணைந்து 'காதல்' என்னும் இலக்கிய வடிவம் தோன்றியுள்ளது.[12]

மஞ்சரி

கி.பி. 15, 16ஆம் நூற்றாண்டுகளில் தோன்றிய மற்றோர் இலக்கிய வகை 'மஞ்சரி' என்பதாகும்.

> மஞ்சரி என்பது பூங்கொத்துக்கும் பெயராதல் போல இந்த மஞ்சரிப் பிரபந்தமும் அகப்பொருள் புறப்பொருள் பற்றிய சில பிரபந்தங்களின் கூட்டமைப்பாயும் உள்ளது. கேசாதிபாதம், விறலியாற்றுப்படை, தசாங்கம், காதல், குறம், உலா, தூது என்னும் பிரபந்தங்களின் அமைப்புகள் முறையே இதில் இடம் பெற்றுள்ளமை காணலாகும்.[13]

என மு. சண்முகம் பிள்ளை குறிப்பிடுகின்றார்.

ஆதலால், கோயிற் கட்டடங்களைப் பொருத்தமட்டில் நாயக்கர் காலத்தில் விரிவாக்கப் பணி சிறப்பாக நடைபெற்றுள்ளது. முந்தைய கோயில்களில் கோபுரங்கள், மண்டபங்கள், திருச்சுற்றுகள், மதில்கள், உட்கோயில்கள் முதலியனவற்றை அமைத்து விரிவுபடுத்தியுள்ளனர். சிற்பங்கள் நிகழ்ச்சி சார்ந்தனவாய் விரிவாக்கம் பெற்றுள்ளன. ஓவியங்கள் கதைப் பொருண்மையை முழுதும் சித்திரிக்கும் விதத்தில் விரிவுற்றுள்ளன. முந்தைய நூல்கள் பெரிதுபடுத்தப்பட்டும், உரைகளும், விளக்கங்களும் சேர்க்கப்பெற்றும், முன்னிருந்த பல கூறுகள் இணைக்கப்பெற்றும் இலக்கியங்கள் விரிவடைந்துள்ளன.

குறிப்புகள்

1. *"The final form which the Dravidian style assumed under these rulers and flourishers to this day is, in principle, a continuation of the building methods of the Pandyas (1150 - 1300) who lavished most of their skill and resources on the architecture of the gopuram and in extending and improving the shrines already in existence." - K.R. Srinivasan, Temples of South India, p. 24.*

2. அ. மதுரை, தஞ்சை, வேலூர், செஞ்சி நாயக்கர்களால் திருக் கோயில்கள் பெற்ற விரிவாக்கம்:

இடம்	விரிவாக்கம் பெற்ற பகுதி	செய்தோர்	காலம்
மதுரை நாயக்கர்			
திருப்பரங்குன்றம்	எழுநிலைக் கோபுரம், திருமதில் கோயிற் கருவறை முன்மண்டபம்	வீரப்பநாயக்கர் திருமலைநாயக்கர் மங்கம்மாள்	*1505* *1623–1659*
அழகர்கோயில்	யாகசாலை, பள்ளியறை, திருமுழுக்காட்டு மண்டபம், கலியாண மண்டபம், இராய கோபுரம் (முற்றுப்பெறவில்லை)	திருமலைநாயக்கர்	
திருபுவனம் (முற்றுப்பெறவில்லை)	இராயகோபுரம்	திருமலைநாயககர்	
ஸ்ரீவில்லிபுத்தூர்	கலியாண மண்டபம்,கொடிக் கம்ப மண்டபம், ஏகாதசி மண்டபம்	திருமலைநாயக்கர் வீரப்ப நாயக்கர்	
தாடிக்கொம்பு	சுந்தரபாண்டிய மண்டபம்	பெரியவீரப்பர்	*16ஆம் நூ.ஆ.*
திருவரங்கம்	மூன்றாம் திருச்சுற்றில் மண்டபம், கண்ணாடி அறை	விசயரங்க சொக்கநாதர்	*1706–1732*
சிதம்பரம்	வீரப்பநாயக்கர் மதில்	வீரப்பநாயக்கர்	*1572–1732*
சேலம்–அயோத்தியா பட்டணம்	கோதண்டசாமி கோயில் மண்டபம்	திருமலைநாயக்கர்	*1623–1659*
பேரூர்	பட்டீசுவரர் கோயில்	அளகாத்திரி கனகசபை	

காரமடை	அரங்கநாதர் கோயில் சில பகுதிகள்	திருமலைநாயக்கர்	*1623–1659*
பழனி	நாயக்கர் மண்டபம், பாரவேல் மண்டபம்	----	
தாரமங்கலம்	கைலாசநாதர் கோயில் பெரும்பகுதி	கட்டிமுதலிகள்	17ஆம் நூ.ஆ.
குடுமியான்மலை	ஆயிரங்கால் மண்டபம் வசந்த மண்டபம்	---	17ஆம் நூ.ஆ.
சுசீந்திரம்	கருடாழ்வார் மண்டபம்	திருமலைநாயக்கர்	*1623–1659*
நெல்லை	சங்கிலி மண்டபம்	வடமலையப்பபிள்ளை	*1647*
	நந்தி மண்டபம்	சிவந்தியப்பநாயக்கர்	*1654*
	அம்மன் கோபுரம்	---	*1726*
குற்றாலம்	கொடிமர மண்டபம், திரிகூட மண்டபம், சபாபதி மண்டபம், சித்திரசபை முன்மண்டபம்.	சின்னணைஞ்சாத் தேவர் இராஜகோபாலத்தேவர்	*1660–1721*
ரிசிவந்தியம்	மண்டபம்	திருமலைநாயக்கர்	*1623–1659*
குதியார்குண்டு	கலியாண மண்டபம்	இராமப்பையன்	
தஞ்சை நாயக்கர்			
தஞ்சை	நந்திமண்டபம்	செவப்பநாயக்கர்	*1532–1580*

திருவரங்கம்	பல திருப்பணிகள்	அச்சுதப்பநாயக்கர்	1560–1614
திருவிடைமருதூர்	முருகன் கோயில்	---	
குடந்தை	மகாமகக் குள மண்டபங்கள், காசி விசுவநாதர் கோயில் மகா மண்டபம், சாரங்கபாணி கோயில் பெரிய மண்டபம்.	அச்சுதபாலன்	
மன்னார்குடி	இராசகோபால சுவாமி கோயில் பெரும்பகுதி	இரகுநாதநாயக்கர்	1600–1634
வேலூர் நாயக்கர்			
வேலூர்	சலகண்டேசுவர் கோயில் கலியாண மண்டபம்,	சின்னபொம்ம நாயக்கர்	கி.பி.16 நூ.ஆ.
பிறபகுதிகள்	முதலானோர்		
விரிஞ்சிபுரம்	மார்க்க சகாயர் கோயில்	---	
	மண்டபம்	செஞ்சி நாயக்கர்	
திருக்கழுக்குன்றம்	பக்தவச்சலர் கோயில் முகமண்டபம் ஊஞ்சல் மண்டபம்	தம்பி எல்லப்பர்	கி.பி.18ஆம் நூ.ஆ.

விரிவாக்கப் பணிகள் நிகழ்ந்துள்ள பல இடங்களில் அவற்றைச் செய்தவர், காலம் முதலிய தகவல்களைச் சரியான வகையில் பெறவியலவில்லை. சில தகவல்களும் முரண்பட்ட நிலையில் காணப்படுகின்றன. இருப்பினும், குறிப்பிடத்தக்க கோயில்களில் நிகழ்ந்த விரிவாக்கம் குறித்து இவ்வாறு அறியவியலுகிறது. (தகவல் திரட்டு: பல நூல்கள்).

ஆ. மதுரை மீனாட்சியம்மன் திருக்கோயில் விரிவாக்கம்:

விரிவாக்கம் பெற்ற பகுதி	செய்தவர்	காலம்
மடைப்பள்ளி அருகிலுள்ள சின்னீச்சுரர் கோயில் அக அணைகள், புற அணைகள், நூற்றுக்கால் மண்டபம்.	சின்னப்பநாயக்கர்	*1526*
கோபுரம் பொன் பூச்சு	விசுவநாதநாயக்கர்	*1559–1563*
ஒன்பது நிலைத் தெற்குக்கோபுரம்	சிராமலை செவந்தி	*1559*
முக்குறுணி விநாயகர் முன்னுள்ள ஐந்துநிலைக் கோபுரம், சொக்கர் கோயில் சிகரத்தில் முப்பத்திரண்டு பொற்குடங்கள், அம்மனுக்குப் பொன் விமானம்.	மூர்த்தி செட்டியார்	
வடக்காடி வீதி சுவாமிகோயில் ஐந்து நிலைக் கோபுரம்	செவந்தி வேலப்பச்செட்டி	*1560*
சுவாமி கோயில் நடுக்கோபுர மண்டபம், பொற்றாமரைக் குள வடபுற மண்டபம், படிக்கட்டுகள்	பெருமாள்	*1562*
ஊஞ்சல் மண்டபம் செட்டி	*1562*	திருவம்பலச்
ஊஞ்சல் மண்டபத்திற்கு முன்னுள்ள மண்டபம், அம்மன் கோயில் இரண்டாம் திருச்சுற்றும் சுற்று மண்டபமும்.	செட்டியப்பநாயக்கர்	*1563*

வன்னியடி நடராசர் மண்டபம், அன்னக்குழி மண்டபம்	செல்லப்பெண்மாணிக்கம்	1563
பொற்றாமரைக் குள மேற்குக் கரையில் செவ்வந்தீசுரர் கோயில்	கல்லூர்ச் செவ்வந்தி	1564
புருஷாமிருக மண்டபம்	திம்மப்பநாயக்கர்	1564
எழுகடலின் தென்மேற்கு மண்டபம்	திம்முராவுத்தர்	1564
சுவாமி கோயிலில் உள் திருச்சுற்று மேற்புற மண்டபம், அம்மன் கோயில் இரண்டாம் திருச்சுற்றுத் தென்மண்டபம்	தீத்தியப்பசெட்டி	1565
சுவாமி கோயில் கொடிக்கம்ப மண்டபம், வடக்கு வீதி ஒன்பது நிலைக்கோபுரம், சம்பந்தர் கோயில் மண்டபம், வெள்ளியம்பலம், செவ்வீச்சுரம், திருமடைப்பள்ளி, மூர்த்தியம்மன் மண்டபம், வீரப்ப மண்டபம், அம்மன் கோயில் இரண்டாம் திருச்சுற்றில் வடபுற, மேற்புற மண்டபங்கள்.	கிருஷ்ணவீரப்பநாயக்கர்	1564–1572
அரியீச்சுரர் கோயில் எழு நிலைக் கோபுரம்	காளத்தியப்ப முதலியார்	1569
கங்காளநாதர் முன்னுள்ள மண்டபம்	பட்டுத் திருமலை நாயக்கர்	1569

அறுபத்துமூவர் மண்டபம், அறச்சாலை மண்டபம், ஆயிரங்கால் மண்டபம், அம்மன் தேர் மண்டபம்	அரியநாத முதலியார்	1569
அம்மன் கோயில் இரண்டாம் திருச்சுற்று மேற்கு ஐந்து நிலைக் கோபுரம்	வீரத்தும்மகி	1570
சுவாமிகோயில் மூலத்தானக்கற்குறடு, கோயில் வாயிற்கதவு, தென்புற வாயிற்படிக்கட்டு, வெள்ளியம்பல நடராசர் கோயில் தளவரிசை, திருப்பள்ளியறைப் படிகள்	வீரப்பநாயக்கர்	1570–1595
பொற்றாமரைக் குளக் கிழக்கு மண்டபம் திருமதிற்படிகள்	குப்பையாண்டி	1573
செவ்வந்தீசுவரச் சுற்றுமதில் மண்டபம்	கல்லூர்ச் சின்னச்செவ்வந்தி	1574
விசுவநாதர் கோயில் பொற்றாமரைக் குளத் தென்புற மண்டபம், படிகள், திருமதில்	அப்பன்பிள்ளை	1578
ஆடிவீதிப் பெரிய திருமதில்	திருநோக்கழகியார்	1584
நிருதி மூலை மண்டபம்	விருப்பணன்	1588
வீரவசந்த மண்டபம்	முத்துவீரப்பநாயக்கர்	1611

◆ 88 ◆

சா. பாலுசாமி

சுவாமி கோயில் மேல், வடபுறத் தள வரிசைகள்	குஞ்சமழகிய நாயக்கர்	*1611*
முதலிப்பிள்ளை மண்டபம்	கடந்தை முதலியார்	*1613*
புதுமண்டபம், இராயகோபுரம் (கோயில் முழுதும் திருப்பணி)	திருமலை நாயக்கர்	*1623–1659*
அட்டசக்தி மண்டபம்	உருத்திராபதியம்மாள்	*1623*
சுவாமி கோயில் இரண்டாம் திருச்சுற்றில் தெற்கு, வடக்கு, மேற்கு மண்டபங்கள், கிளிக்கூட்டு மண்டபம்	அபிசேக பண்டாரம்	*1623*
அம்மன் உட்கோயிலில் நகரா மண்டபம்	அச்சயராயன்	*1635*
பேச்சக்காள் மண்டபம்	பேச்சியக்காள்	*1658*
ஆடிவீதிச் சுற்று மண்டபங்கள்	இராணி மங்கம்மாள்	*1689–1706*
திருக்கலியாண மண்டபம், பள்ளியறை முன் சிங்கார அறை	விசயரங்க சொக்கநாதர்	*1706–1732*
பெரிய மண்டபம்	சமுகம் மீனாட்சி	*1708*
திருக்கலியாண மண்டபம், பள்ளியறை முன் சிங்கார அறை	விசயரங்க சொக்கநாதர்	*1706–1732*
பெரியமண்டபம்	சமுகம் மீனாட்சி	*1708*
–இரா.ஜானகிராமன், (தொ.ஆ.), மதுரை தல வரலாறு : கோயில் அதிசயங்கள்,		பக். 49–53.

3. க.சிவராமமூர்த்தி, இந்திய ஓவியம், மே.சு. இராமசாமி (மொ.பெ.), பக். 68 – 70.

4.. கோ. தங்கவேலு, இந்தியக் கலை வரலாறு (இரண்டாம் புத்தகம்), பக். 43 – 50.

5. மு. வரதராசன், தமிழ் இலக்கிய வரலாறு, ப.193.

6. மேலது, ப. 223.

7. மு. அருணாசலம், தமிழ் இலக்கிய வரலாறு (பதினாறாம் நூற்றாண்டு – மூன்றாம் பாகம்), ப.7.

   16ஆம் நூற்றாண்டில் எழுந்த சைவ, வைணவ உரை முயற்சிகள் குறித்து இவர்தம் இலக்கிய வரலாற்று நூல் (பதினாறாம் நூற்றாண்டு – மூன்றாம் பாகம்) விரிவான தகவல்களைத் தருகிறது. (பக். 7–143)

8. சோம. இளவரசு (பதி.), நன்னூல் விருத்தியுரை, ப. vii - iv.

9. மு. வரதராசன், மு. நூல், ப. 195.

10. குமார. பத்மநாபன், திரிகூடராசப்ப கவிராயர் – ஓர் இலக்கிய நோக்கு, பக். 123 – 126.

11. மு. அருணாசலம் (பதி.), முக்கூடற்பள்ளு, முன்னுரை, ப. 22.

12. ம. இராசேந்திரன் (பதி.), காதல் கொத்து, (பதிப்பாய்வுரை), ப. 7.

13. சண்முகம் பிள்ளை, சிற்றிலக்கிய வகைகள், ப. 64.

மரபுத் தொடர்ச்சி

வழிவழியாகப் பின்பற்றப்படுவது மரபாகிறது. கால மாற்றத்தின் விளைவாக, தேவைகளுக்கேற்பப் பல்வேறு தன்மைகள் மாறினும் அடிப்படையான போக்குத் தொடர்வதை மரபுத் தொடர்ச்சி எனலாம். குறிப்பிட்டதொரு காலப்பகுதியில் நிலவும் கலைகளும் மரபுத் தொடர்ச்சி பெற்றே காணப்படுகின்றன.

பொருளாதார மாற்றங்களால் விளையும் சமூக மாற்றங்கள் புதியன புகுவதற்கு வழிவகை செய்யினும், அம்மக்கட் தொகுதியின் பண்பாட்டு விளைபொருளாக அமையும் மரபு, அடிப்படைப் பண்பாகத் தொடரவே செய்கிறது.

தமிழகத்தைப் பொருத்தவரை நாயக்க மன்னர்கள் தெலுங்கினைத் தாய் மொழியாகக் கொண்ட வேற்றுநிலப் பகுதியைச் சேர்ந்தோராவர். இருப்பினும், இவர்கள் காலக் கலைகளில், தமிழகத்தில் அதற்கு முந்தைய காலப்பகுதிகளில் வளர்ந்த கலை மரபுகள் தொடரப்பட்டுள்ளதால் மரபுத் தொடர்ச்சி யைக் கலைக் கோட்பாடுகளுள் ஒன்றாகக் கொள்ளவியலுகிறது.

கட்டடத்தில் மரபுத் தொடர்ச்சி

நாகரம், வேசரம், திராவிடம் என வழங்கும் முப்பெரும் கட்டடக்கலை மரபுகளில் திராவிடபாணி தமிழகத்திற்கே சிறப்பாக உரியதாகும். பல்லவர் காலம் தொடங்கிக் காணக்கிடைக்கும் இக்கட்டடக்கலை மரபு, பின் வந்த சோழர்களாலும் பாண்டியர் களாலும் போற்றி வளர்க்கப் பெற்று முழுமை எய்திற்று. வேற்று மொழியினரான விசயநகர வேந்தர்களாலும் இம்மரபே தொடரப் பெற்றது. அவர்களது ஆட்சிக்குப்பட்ட ஆந்திரா, கர்நாடகப் பகுதிகளில் எடுக்கப்பெற்ற கோயில்களிலும் திராவிட மரபே பின்பற்றப்பட்டமை குறிப்பிடத்தக்கதாகும்.

பெரியதான மாற்றம் ஏதுமின்றி ஒரு பாணி நானூறு ஆண்டுகளுக்கு மேலாகத் தொடர்ந்ததைத் தமிழ்ப்பகுதியில் எடுக்கப்பட்ட கட்டடங்கள் காட்டுகின்றன. முன்னிருந்த சோழ, பாண்டியர் காலக் கட்டடக்கலையின் அமைப்பு

வகைகள், அடித்தளங்கள், சுவர் சித்திரிப்புக்கள், தூண்கள் ஆகியவற்றில் ஒரு மறுமலர்ச்சியோடு சங்கமக் காலக் கட்டடங்கள் தோற்றம் பெற்றுள்ளன. உண்மையில் சங்கமக் (மரபு) கோயில்கள் தனக்கு முன்னிருந்த காலப்பகுதியின் மாதிரிகளையே பிரிதிபலித்தன. ஆதலால் விசயநகர கட்டுமானங்களையும் முன்னிருந்த கட்டுமானங் களையும் வேறுபடுத்திக் காண்பது கடினமாக உள்ளது.[1]

என்று ஜார்ஜ் மைக்கேல் கூறுவது இங்குக் குறிப்பிடத்தக்கதாகும்.

விசயநகரத்தின் வழித்தோன்றல்களாக விளங்கிய நாயக்கர்களும் அக்கட்டடக்கலை மரபையே பின்பற்றியுள்ளனர்.

கோயிற் கட்டடங்கள்

பல்லவர்கள் காலத்தில் குடைவரை, ஒற்றைக் கற்றளி, கட்டுமானக் கோயில் முதலியன உருவாக்கப்பட்டன. பின்னர் பாண்டியர்கள் காலத்தில் பல கோயில்கள் முதலில் செங்கற்களால் கட்டப்பட்டுப் பின்னர் கற்கோயில்களாக மாற்றப்பட்டன.[2] அதன் பின்னர் கருங் கற்களால் கட்டும் வழக்கமே தொடர்ந்தது. விசயநகர காலத்திலும் அதற்குப் பின்வந்த நாயக்கர் காலத்திலும் இம்மரபே பேணப்பட்டுள்ளது.

கோபுரங்கள்

தமிழகக் கோயிற்கலையின் தனிச்சிறப்புக் கூறாக விளங்குவன கோபுரங்களாகும். கி.பி. 8ஆம் நூற்றாண்டைச் சேர்ந்த பல்லவ மன்னன் இராசசிம்மன் கட்டிய மாமல்லபுரக் கடற்கரைக் கோயிலிலும் காஞ்சி கைலாசநாதர் கோயிலிலும் கோபுர அமைப்பின் தொடக்கநிலையைக் காணமுடிகிறது. மிகச் சிறிய அளவிலான கோபுரங்களே பல்லவர் காலத்தில் காணப்படுகின்றன. கருவறை மீது எழுப்பப்பட்ட விமானங்களே உயரமானவை. சோழர்காலத்தின் தொடக்கத்திலும் விமானங்களை விட அளவிற் சிறிய கோபுரங்களே கட்டப்பட்டன.

முதலாம் இராசராசனால் எடுக்கப்பெற்ற தஞ்சைப் பெருவுடையார் கோயிலில்தான் இரண்டு கோபுரங்களை எடுக்கும் மரபு தொடங்கியது. இது சோழர்களின் இறுதிக்காலம் வரை தொடர்ந்தது. இருப்பினும் இக்கோபுரங்களும் விமானத்தைவிட அளவிற் சிறியனவாகவே உள்ளன. இரண்டாம் குலோத்துங்கன் காலத்திலிருந்து கோயிலின் நான்கு புறங்களிலும் நான்கு கோபுரங்கள் எழுப்பும் மரபு தொடங்கியது. தில்லையில் நான்கு புறங்களிலும் நான்கு கோபுரங்கள் திருநிலை எழுகோபுரம் என்ற பெயரில் கட்டப்பட்டன. இக்கோபுரங்களும் ஏறக்குறைய 100 அடி உயரம் தாம் எழுப்பப்பட்டன.[3]

கி.பி. 12, 13ஆம் நூற்றாண்டுகளில் எழுச்சியுற்ற பிற்காலப்பாண்டிய மன்னர்களால் கட்டப்பெற்ற கோபுரங்கள் மிகவும் உயரமானவை. நீண்ட சதுர நிலப்பரப்பில் எழுப்பப்பட்டு, வானளாவி உயரே செல்லச் செல்லக் குறுகும் பிரமீடு போன்றவை. விசயநகர மன்னர்களும் மிக உயரமான கோபுரங்களை எடுத்துள்ளனர். ஆயினும், கோபுரங்களில்

சுதைச் சிற்பங்கள் பெருமளவு இடம்பெறவில்லை. ஆதலால், அமைப்பிலும், அணி செய்தலிலும் பாண்டிய மரபைவிடச் சோழ மரபையே அவர்கள் பின்பற்றினர் எனலாம். ஆனால், பின் வந்த நாயக்க மன்னர்கள் பாண்டியர்களது கோபுரக் கலை மரபைப் பின்பற்றி அடிபருத்து, மேலே செல்லச் செல்ல குறுகிச் சுதைச் சிற்பங்கள் நிறைந்து காணப்படும் கோபுரங்களையே எடுத்துள்ளனர்.தமிழகத்தின் மிக உயரமான, ஸ்ரீவில்லிபுத்தூர் ஆண்டாள்கோயில் கோபுரம் மதுரை நாயக்கர் படைப்பாகும். ஒடுங்கி, உயர்ந்து, நேர்த்தியோடு காணப்படும். இது பதினொரு நிலைகளைப் பெற்றுள்ளது. பருத்ததும், உயரம் குறைந்தது மான சோழர்காலக் கோபுர வடிவத்திலிருந்து விலகி, ஒடுங்கி, உயர்ந்த பாண்டியர்களது கோபுரவடிவத்தை மேற்கொண்டு இது உருவாக்கப் பட்டுள்ளது என T.V. மகாலிங்கம் குறிப்பிடுவது ஈண்டுக் கருதத்தக்கதாகும்.[4]

மண்டபங்கள்

முன்னிருந்த கோயில்களில் நாயக்கர் காலத்தில் விரிவாக்கம் பெற்ற கூறுகளுள் மண்டபங்கள் குறிப்பிடத்தக்கனவாகும். நூற்றுக்கால், ஆயிரங்கால் மண்டபங்களும், கல்யாண, ஊஞ்சல் மண்டபங்களும் இவர்களால் கட்டப்பெற்றன.

நூற்றுக்கால், ஆயிரங்கால் மண்டபங்கள் அமைக்கும் மரபு சோழர் காலத்தில் தொடங்கியதாகும். சேக்கிழார் தமது பெரிய புராணத்தைச் சிதம்பரம் கோயிலில் ஆயிரங்கால் மண்டபத்தில் இரண்டாம் குலோத்துங்கள் காலத்தில் அரங்கேற்றியதாகக் கூறப் படுகிறது. மேற்கூறிய மண்டபம் சேக்கிழார் காலத்திற்கு முன்பே கட்டப்பட்டிருக்கலாம் என்கிறார் கே.கே. பிள்ளை.[5]

பிற்காலப் பாண்டிய மன்னர்கள் மிகப் பெரிய மண்டபங்களைக் கட்டுவித்துக் கோயிலை விரிவுபடுத்தினர். இம்மரபு, விசயநகர மன்னர் களாலும் நாயக்க மன்னர்களாலும் தொடரப்பட்டுள்ளது.

அம்மன் சன்னிதி

முதலாம் இராசேந்திரன் காலம் முதலாக அம்மனுக்குத் தனிக் கருவறை அமைக்கும் வழக்கம் உருவாயிற்று. இது ‘திருக்காமக்கோட்டம்’ எனப்பட்டது. மூலக்கோயில் கட்டும்பொழுதே இராசேந்திரன் காமக் கோட்டத்தையும் அமைத்தான். அதுமுதல் சக்தி வழிபாடு பிரபல மடைந்தது.[6]

இவ்வாறு, அம்மனுக்குத் தனிக்கோயில் அமைக்கும் மரபு 12, 13ஆம் நூற்றாண்டுகளில் பாண்டியர்களாலும் தொடர்ந்து கைக் கொள்ளப்பட்டது.[7]

சோழர் காலத்திலிருந்து ஆளுமை பெற்ற சக்தி வழிபாடு நாயக்கர் காலத்தில் உயரிய நிலையை எட்டியது. மதுரை மீனாட்சியம்மனுக்குப் பெருமதிப்பும், விழாக்களும் ஏற்பட்டன. அதற்கேற்பக் கோயில்கள் தோறும் அம்மனுக்குத் தனி ஆலயங்கள் ஏற்படுத்தப்பட்டன.

கொடுங்கை

மண்டபக் கூரைப் பகுதியின் ஓரத்தில் வளைந்த வண்ணம் அமைக்கப்பெறும் அமைப்பு கொடுங்கையாகும். கோயில்கள் மரத்தால் கட்டப்பட்டிருந்த காலத்தில் கூரையைத் தாங்க மரத்தால் அமைந்திருந்த இப்பகுதி கற்களால் கோயில்கள் அமைக்கப்பட்ட காலத்திலும் தொடர்ந்து இடம்பெற்று வந்துள்ளது. பல்லவ, சோழ, பாண்டிய, விசயநகர காலத்திலும் இவ்வமைப்பு கோயில்களில் இடம்பெற்றுள்ளது. இம்மரபுகளின் தொடர்ச்சியான நாயக்கர் மண்டபங்களிலும் இக் கொடுங்கை அமைப்புக் கைக்கொள்ளப்பெற்றுள்ளது.

தூண்கள்

பல்லவர் காலத்தில் எளிய முறையில், மிகுந்த அலங்காரமற்ற தூண்கள் வடிக்கப்பெற்றன. சோழர் காலத்தில் இவை ஓரளவு வளைவு களைப் பெற்றன. பாண்டியர்கள் காலத்தில் சாளுக்கிய பாணியின் கலப்பால் மிகுந்த அலங்காரப் பண்புடைய தூண்கள் ஏற்பட்டன. பாண்டியரின் தூண் போதிகைகளில் மணி போன்ற அமைப்பு உருவாயிற்று. தூண் பட்டைகளில் பூவேலைப்பாடுகள் மிகுந்தன. விசயநகர, நாயக்கர் காலங்களில் இப்புட்ப போதிகை வாழைப்பூவின் வடிவத்தைக் கொண்ட கூரிய அமைப்பாக உருவாயிற்று.

விலங்குகளின் உருவங்களைத் தூண்களில் அமைப்பது இந்தியக் கட்டடக்கலையின் தொடக்க காலத்திலிருந்தே நிலவிவரினும் விசயநகரக் கலையில் அது புதியதொரு பரிமாணத்தைப் பெற்றது. முழுத்தூண்களும் வீரர்களுடன் கூடிய குதிரைகள், யானைகள் மற்றும் கற்பனை உருவங் களுடன் சமைக்கப்பெற்றன. இது, விசயநகரக் கட்டடக்கலைக்கே உரிய சிறப்பும், தனித்தன்மையும் கொண்ட அமைப்பாகும்[8] என்கிறார் சீ. நிர்மலா குமாரி. பேருருவம் கொண்ட யாளிகள், குதிரைகள் அவற்றில் பாய்ந்து செல்லும் வீரர்கள், போர்க்காட்சிகள் முதலியனவற்றைத் தூண்கள் பெற்றுள்ளன. ஆதலால், தூண் சிற்பங்கள், விசயநகர மரபின் தொடர்ச்சியாகவே நாயக்கர் காலத்தில் உருவாகியுள்ளன எனலாம்.

கோயிலின் சிறு கூறுகளான நாசி, கூடு, கோட்ட பஞ்சரம், கும்ப பஞ்சரம் போன்ற அமைப்புகள் பிற்காலச் சோழ, பாண்டிய மரபுகளின் தொடர்ச்சியாகவும் அலங்கார நோக்கில் வளர்ச்சி பெற்றன வாயும் நாயக்கர் காலக் கோயில்களில் அமைந்துள்ளன.

தேர்கள்

குதிரைகள் மற்றும் யானைகளால் இழுத்துச் செல்லப்படுவன போன்ற இரத வடிவிலான மண்டபங்கள் பிற்காலச் சோழர்கள் காலம் தொடங்கித் தமிழகக் கோயில்களில் காணப்படுகின்றன. இவ்வடிவ முறை விசயநகர வேந்தர்களாலும், நாயக்க மன்னர்களாலும் தொடர்ந்து கைக்கொள்ளப் பெற்றுள்ளது. கற்களால் மட்டுமன்றி மரங்களாலும் தேர்கள் செய்யப்பெற்றன. சோழர்காலத்திலிருந்தே தேர்த்திருவிழாக்கள்

இருந்தமைக்கான கல்வெட்டுச் சான்றுகள் கிடைக்கின்றன.[9] எனினும் இது நாயக்க மன்னர்கள் காலத்திலேயே பெருவழக்காகியுள்ளது.

சிற்பங்கள்

உருவ அமைதி மற்றும் உள்ளடக்கக் கூறுகளில் சோழ மற்றும் விசயநகரச் சிற்பக்கலையின் தொடர்ச்சியாக நாயக்கர் காலச் சிற்பங்கள் காணப்படுகின்றன. உடல் வாக்கிலும் அணிகலன்களின் அமைப்பிலும் இவர்களது சிற்பங்கள் சோழச் சிற்ப மரபிலிருந்து வளர்ச்சியுற்று அமைந்துள்ளதென்பர்.[10]

கடவுளர் சிற்பங்கள், புராணச்சிற்பங்கள், அரசர்களது உருவச் சிலைகள், குப்தர் கலையிலிருந்து வளர்ச்சி பெற்ற யாளி முதலிய சிற்பங்கள் மற்றும் சிறப்பித்துக் .குறிக்கத்தக்க நாட்டுப்புற மக்களது சிற்பங்கள் முதலியன விசயநகரச் சிற்பக்கலையின் தொடர்ச்சியாகவே நாயக்கர் கலையில் இடம்பெற்றுள்ளன எனலாம். விசயநகர காலத்தில் கட்டப்பட்ட திருவரங்கம் குதிரை மண்டபத்தில் காணும் தூண்சிற்பங் களுள் குறவன் ஒருவன் பெண்ணொருத்தியைச் சுமந்து செல்லும் சிற்பம் நாயக்கர் காலத்தில் எழுப்பப்பட்ட கிருஷ்ணாபுரம் வேங்கடா சலபதி கோயில் மண்டபத் தூணில் பேருருவில் செதுக்கப்பட்டுள்ளதை எடுத்துக்காட்டாகக் கொள்ளலாம். விசயநகரக் கதைக்கூறு நாயக்கர் காலச் சிற்பங்களில் தொடர்ந்தமைக்கு இது சான்றாக அமைவது போலவே விசயநகரச் சிற்பத்தினும் நாயக்கர் காலச் சிற்பம் விரிவுற்றும், கலை நோக்கில் நளினப் பாங்குடன் சிறப்புற்றும் காணப்படுவது நுட்பமாக உணரத்தக்கதாகும்.

கஜரிஷபம்

யானை, காளை ஆகிய இரண்டு விலங்குகட்கும் ஒரே தலையினை அமைத்து, யானை உடலோடு பார்க்கும்போது யானைத் தலையாகவும், காளை உடலோடு பார்க்கும்பொழுது காளைத் தலையாகவும் காணப்படும் கஜரிஷபச் சிற்பம் நாயக்கர் காலத்தில் கட்டப்பட்ட பெரும்பாலான மண்டபங்களில் அமைந்துள்ளது. இது குப்த, சாளுக்கிய, சோழ, விசயநகரச் சிற்பங்களிலும் தொடர்ந்து இடம்பெற்றுள்ளமை குறிப்பிடத்தக்கதாகும்.[11] சோழர்களின் அரிய கலைப்படைப்பான தாராசுரம் ஐராவதேசுவரர் கோயிலிலும், சிதம்பரம் நடராசர் கோயிலிலும் விசயநகர மண்டபங்களிலும் காணப்படும் இவ்வுருவை நாயக்கர் காலச் சிற்பிகளும் ஏற்றுப் படைத்துள்ளனர்.

பாம்பாட்டி

பாம்பாட்டி ஒருவன் மகுடி ஊத, நாகம் படமெடுத்து ஆடுதலும், அவனருகில் குரங்கொன்று அமர்ந்திருத்தலும் நாயக்கர் கலையில் இடம்பெற்றிருப்பதைச் சென்னிம நாயக்கன் குளம் முதலாகப் பல்வேறு இடங்களிலும் காணவியலுகிறது. இச்சிற்பம் ஏறத்தாழ 1500

ஆண்டுகளுக்கும் மேலாகச் சிற்பங்களிலும், ஓவியங்களிலும் இடம் பெற்றுள்ளதென்பர்.[12]

இதுபோலவே, சோழர்களாலும் பாண்டியர்களாலும் சிற்பங்களில் போற்றப்பட்ட நாகக் குறியீடு நாயக்கர்களாலும் தொடரப்பட்டுள்ளது. கழைக்கூத்து (*acrobatics*) மற்றும் கோமாளி போன்ற சிற்பங்கள் விசய நகர மரபின் தொடர்ச்சியாக, நாயக்கர் சிற்பங்களில் இடம்பெற்றுள்ளன.

விதானச் சிற்பங்கள்

விதானங்களில் மலர்கள், மலர் கொத்தும் கிளிகள் முதலியனவற்றை அமைப்பது விசயநகர காலத்துக் கோயில் மண்டபங்களில் காணப் படுகின்றது. இம்மரபினை நாயக்க மன்னர்கள் பின்பற்றித் தாங்கள் கட்டிய கோயில் மண்டப விதானங்களில் மலர் கொத்தும் கிளிகள், இராசி தேவதைகள், திக்குப் பாலகர்கள், கற்சங்கிலிகள் முதலியனவற்றை வடித்துள்ளனர்.

திணைச் சிற்பங்கள்

நாயக்கர்காலச் சிற்பங்களில் சங்க கால ஐந்திணையைச் சேர்ந்த நிலமக்கள் உருவங்கள் இடம்பெற்றிருப்பதாக ஒரு கருத்து நிலவுகின்றது.

குறவன், குறத்தியரது சிற்பங்கள் குறிஞ்சித் திணையையும், வேடன், வேட்டுவிச்சி சிற்பங்கள் பாலைத் திணையினையும், இடையன், இடைச்சியரது சிற்பங்கள் முல்லைத் திணையினையும், தானியம் குற்றல் முதலியன ஓரளவு மருதத் திணையும் குறிப்பனவாகக் கருத இடமிருப்பது உண்மையே எனினும், குறத்தி சிற்பத்தில் காட்டப் பட்டிருக்கும் குழந்தைகள், குறவன் சிற்பத்தில் காட்டப்பட்டிருக்கும் பறவை வேட்டைக்குரிய கருவிகள் முதலியன சங்க இலக்கியம் காட்டும் குறிஞ்சிநில மக்கள் காட்சிக்கும், வாழ்வியலுக்கும் ஒத்துவருவனவாகத் தெரியவில்லை. மருதத் திணைக் காட்சியிலும் உழவு முதன்மை கொடுக்கப்பெற்றுச் சித்திரிக்கப் பெறவில்லை. நெய்தல் நிலத்தைக் குறிக்கும் காட்சி நாயக்கர் சிற்பங்களில் எவ்விடத்திலும் இடம்பெற்றுள்ள தாகத் தெரியவில்லை. ஆதலால், சங்க மரபு, நாயக்க சிற்பங்களில் இடம்பெற்றுள்ளதாகக் கொள்வதில் மிகுந்த இடர்ப்பாடுள்ளது. இது மேலும் ஆய்வுக்குரிய ஒன்றாகும்.

ஓவியங்களில் மரபுத் தொடர்ச்சி

நாயக்கர் காலத்தில் தீட்டப்பெற்ற ஓவியங்கள் பல்லவ, சோழ, பாண்டிய ஓவியங்களின் மரபுகளையும், விசயநகர ஓவியங்களின் மரபுகளையும் எந்த அளவு மேற்கொண்டுள்ளன என்பது ஆழ்ந்த ஆய்வுக்குரியதாகும்.

> குஜராத்திய ஏட்டுப்பிரதி ஓவிய பாணியினையே விசயநகர ஓவியங்கள் பெரிதும் பின்பற்றியுள்ளன என்பது பெரும்பான்மை யான அறிஞர்களின் கருத்தாகும். இலேபாக்சி கோயில் ஓவியங்

களைத் தவிர, விருபாக்சர் மற்றும் சென்னகேசவர் கோயில் ஓவியங்கள் இவ்வகையில் தொடர்பு பெறாதனவாகும். அவை முழுதும் அசந்தா, பல்லவ மற்றும் சோழ ஓவியங்களோடு தொடர்புடையனவாகும்.[13]

என விசயநகர ஓவியங்கள் குறித்து சீ. நிர்மலா குமாரி குறிப்பிடுகின்றார். இக்கருத்து மேலும் ஆய்வுக்குரியதாகும்.

ஆயினும், நாயக்கர்கால ஓவியங்கள் பல்லவ, சோழ, பாண்டிய மரபு சார்ந்தவையா எனக்காணல் வேண்டப்படுவதாகும். மேற்குறித்த இம்மூன்று காலகட்டங்களிலும் தீட்டப்பெற்ற ஓவியங்களுள் நமக்குக் கிடைப்பவை சிலவேயாகும். அவற்றின் வரைகலையும், வண்ண நிலையும் உயரியவை. மெல்லிய கோடுகளாலான உருவங்கள் பல்வேறு கோணங்களில் வரையப்பெற்றவை. உணர்ச்சிகளை உயரிய முறையில் வெளிப்படுத்துபவை. பல வண்ணக் கலவைகளால் தீட்டப்பெற்றவை. இயக்க நிலைகளை (*animation*) உயிர்த்துடிப்போடு காட்டுபவை. தேவையான அளவு அலங்காரப் பண்புடையவை. எல்லைக்கோடு களில் வேலைப்பாடுகள் ஏதுமற்றவை. அத்துடன், குறிப்பிட்ட கதைப் பொருண்மையை மிக விரிந்த தொடராகச் சித்திரிக்காதவை.

ஆனால், நாயக்கர்கால ஓவியங்களில் இத்தகையை பண்புகள் ஏறக்குறைய இல்லையென்றே கூறிவிடலாம். ஒருபக்கத் தோற்றம் அல்லது நேர்கொண்ட தோற்றமுடைய உருவங்களில் வரைநிலையில் அடர் வண்ணங்களும் மிகுந்த அலங்காரப் பண்பும் ஓரளவு நளினமற்ற தன்மையும் காணப்படுகின்றன. இவற்றை நோக்கும்போது, குசராத், ஒரிசா முதலிய பகுதிகளிலிருந்து பெற்ற பக்கவாட்டுத் தோற்றம் அல்லது நேர்முகத் தோற்றம், மிகு அலங்காரம், ஒரே மாதிரியான உருவங்கள் மற்றும் வட்டாரத் தன்மை கொண்ட மனித உருவங்கள் ஆகியவற்றை உடைய விசயநகரக் கலையின் தொடர்ச்சியாகவே நாயக்கர் ஓவியங்கள் அமைந்துள்ளன.

பட்டீசுவரம் தேனுபுரீசுவரர் கோயிலில் இரகுநாத நாயக்கர் காலத்தில் தீட்டப்பட்ட ஓவியங்கள் லேபாக்ஷி ஓவியங்களை ஒத்துள்ளன.[14]

திருமெய்யம் அருகில் உள்ள மலையடிப்பட்டி குடைவரையில் தீட்டப்பட்டுள்ளன / நாயக்கர் கால ஓவியங்களும் லேபாக்ஷி பாணியில் வரையப்பட்டுள்ளன.

நாயக்கர்கால ஓவியங்களில் குறிப்பிடத்தக்க மற்றொரு கூறு, ஓவியங்களுக்கு எழுதப்பட்டுள்ள விளக்கக் குறிப்புகளாகும். ஓவியங்கள் குறிப்பிடும் கதை நிகழ்ச்சிகள் பற்றிய விளக்கங்கள் தமிழிலும் தெலுங்கிலும் காணப்படுகின்றன.

ஓவியங்களுக்கு விளக்கம் எழுதும் மரபு கி.பி. இரண்டாம் நூற்றாண்டைச் சார்ந்த பர்ஹூத் (*Bharhut*) ஓவியங்களில்தான் காணப் படுகிறது. பிராகிருத மொழியில் இக்குறிப்புகள் எழுதப்பெற்றுள்ளன. இம்மரபு, விசயநகர, குறிப்பாக, நாயக்க ஓவியங்களின் சிறப்புக்கூறாக அமைகிறது என்பர்.[15]

ஆதலால், இவற்றை நோக்கும்போது குசராத், ஓரிசா முதலிய ஓவியப் பாணிகளை ஏற்று வளர்ந்த விசயநகர ஓவிய மரபினையே நாயக்கர் ஓவியங்கள் பின்பற்றியுள்ளன எனலாம்.

இலக்கியங்களில் மரபுத் தொடர்ச்சி

தமிழிலக்கிய மரபைச் சங்க இலக்கிய மரபு, நீதி இலக்கிய மரபு, பக்தி இலக்கிய மரபு, காப்பிய மரபு, சிற்றிலக்கிய மரபு எனப் பகுத்துக்கொள்ள இயலும். நாயக்கர்கால இலக்கியங்களில் மேற்காணும் மரபுகள் தொடரப்பெற்றுள்ளமையைக் காணமுடிகிறது.

சங்க இலக்கிய மரபு

அகம், புறம் எனப் பொருளை இருவகையாகக் கொள்வது தொல்காப்பியம் தொடங்கிப் பேணப்படும் மரபாகும். சங்க இலக்கியங்கள் இம்மரபிற்கேற்பவே படைக்கப்பெற்றும், பகுக்கப்பெற்றும் உள்ளன. முதற்பொருள்களுள் ஒன்றான நிலத்தைக் குறிஞ்சி, முல்லை, மருதம், நெய்தல், பாலை எனப் பகுத்துக்கொண்டு காதலைப் பாடுவது சங்க கால அக இலக்கிய மரபாகும்.

ஐந்திணைகள்

ஐந்து நிலங்களைப்பற்றியும் சங்க இலக்கிய முறையில் பாடுகின்ற மரபு நாயக்கர்கால இலக்கியங்களிலும் காணப்படுகிறது. ‘ஐந்திணைச் செய்யுள்’ என்ற சொற்றொடர் வீரமாமுனிவரின் தொன்னூல் விளக்கத்தில் காணப்படுவது குறிப்பிடத்தக்கதாகும். ஐந்தாம் நூற்றாண்டைச் சார்ந்தனவாகக் கருதப்பெறும் ஐந்திணை எழுபது, ஐந்திணை ஐம்பது, திணைமாலை நூற்றைம்பது ஆகிய நூல்களுக்குப் பின் சங்கரமூர்த்திக் கவிராயரின் ஐந்திணைக் கோவை என்னும் நூல் 18ஆம் நூற்றாண்டில் தோன்றியிருப்பது குறிப்பிடத்தக்கதாகும்.

நாயக்கர் காலத்தில் தோன்றிய காப்பியங்களில் ஐந்நில வருணனைகள் சிறப்பாக அமைக்கப்பட்டுள்ளன. தேம்பாவணியில் பாலத்தீன நாடும், எருசலேம் நகரமுமே வருணிக்கப்படுகின்றன. ஆனால், வருணனைகள் எல்லாம் தமிழ்நாட்டு வருணனைகளாக உள்ளன. பழைய தமிழிலக்கிய மரபின்படி நாடு ஐந்து வகை நிலங்களாகப் பாகுபாடுசெய்து வருணிக்கப் படுகிறது. எருசலேமில் இல்லாத அன்னம், குயில் முதலான பறவைகளும், யானை முதலான விலங்குகளும், அசோகு முதலான மரங்களும், வீரமாமுனிவருடைய வருணனையில் உள்ளன. பாலைவனத்தைச் சேர்ந்த எருசலேமில் ஒட்டகமும் பேரீச்சமரமும் காணப்படவில்லை.[16]

உமறுப்புலவரின் சீறாப்புராணத்திலும் இத்தகைய போக்கைக் காண்கிறோம். நபியின் நாடாகிய அரபு நாட்டை வருணிக்கும் புலவர் தமிழ் நாட்டில் உள்ள மரம், செடி கொடிகளும், பறவைகளும், விலங்குகளும் விளங்க வருணனை அமைத்துள்ளார். தமிழ்நாட்டு மலைகளில் வாழும் குறவர், குறத்தியர், பரண்கள், தினைப்புனம், யாழ், பறை, மா, பலா, வாழை ஆகிய முக்கனிகள், ஒலியோடு வீழும் அருவிகள்

முதலியவற்றைப் பாலைவன நாடாகிய அரபு நாட்டில் அமைத்துப் பாடியுள்ளார்.[17]

16ஆம் நூற்றாண்டின் இறுதியில் வாழ்ந்த ஐயம்பெருமாள் சிவந்த கவிராசரால் இயற்றப்பட்ட புரூரவசரிதையில் அரசன் விறகு பொறுக்கிச் சமைக்கிறான் என்று சொல்லுமிடத்து, ஆசிரியர் பாலைநில வெம்மையை வருணிக்கிறார். இளவேனிற் படலத்தில் குறிஞ்சி, பாலை, முல்லை, மருதம், நெய்தல் என ஐந்திணை வளத்தையும் கூறியுள்ளார்.[18]

நாயக்கர் காலத்தில் தோன்றிய பள்ளு நூல்களில் ஐவகை நில வருணனை இடம் பெறுகிறது. மழை பொழிந்து ஆற்றில் வெள்ளம் பெருக்கெடுத்து ஓடுவதை வருணிக்கும் ஆற்றுவரவு என்னும் பகுதியில் வெள்ளம் ஐவகை நிலங்களின் வழியாக வருவதாக உரைக்கப்படுகிறது.

இதில், குறிஞ்சி நிலத்தைக் குறிக்கும்போது களிறு, பன்றி, சந்தனம், மூங்கில், மரமல்லிகை, குறவர், முருகன் முதலிய குறிஞ்சிக் கருப்பொருட் களும், பாலை நிலத்தைக் குறிக்கும்போது மரவம், வெதிர், பாலை, குரவம், இருப்பை, ஈந்து, கள்ளி, மூங்கில், பருந்து, எயினர், மறத்தியர், கொற்றவை முதலிய அந்நிலக் கருப்பொருட்களும், முல்லை நிலத்திற்குரிய தோன்றி, மல்லிகை, எள், அவரை, துவரை, காயா, துளசி, திருமால் முதலிய கருப்பொருட்களும், மருதத்தினைக் குறிக்கும்போது மருதமரம், தாமரைக்குளம், கமலை ஏற்றம், முதலை, வாழை, இந்திரன் முதலிய அந்நிலக் கருப்பொருட்களும் அழகுற இணைத்துப் பாடப்பட்டுள்ளன.

குறவஞ்சி நூல்களில் குறத்தியின் வாயிலாகக் குறிஞ்சி நிலவளம் வருணிக்கப்பட்டுள்ளது.

முல்லை, நெய்தல், பாலை முதலிய திணைகளை அடிப்படையாகக் கொண்ட தனி இலக்கியங்கள் தோன்றியதாகத் தெரியவில்லை.

அகத்துறைகள்

அகத்துறைகளை விளக்குவதற்காகவே தோன்றியவை கோவை நூல்களாகும். 11, 12ஆம் நூற்றாண்டு முதற்கொண்டே கோவை நூல்கள் தோன்றியிருப்பினும், 16, 17, 18ஆம் நூற்றாண்டுகளிலேயே மிகுதியாகத் தோன்றியுள்ளன. கமலை ஞானப்பிரகாசரின் அண்ணாமலைக் கோவை, பலபட்டடைச் சொக்கநாதப் புலவரின் கரந்தைக் கோவை, அந்தகக்கவி வீரராகவரின் சந்திரவாணன் கோவை முதலியன குறிப்பிடத்தக்கன வாகும். ஒரு துறையில் 400 பாடல்கள் பாடும் ஒருதுறைக்கோவை என்னும் இலக்கியவகை இக்காலத்தில்தான் தோற்றம் பெற்றுள்ளது. அமிர்த கவிராயரின் இரகுநாத சேதுபதி ஒருதுறைக் கோவையும், கீழ்வேளூர் குருசாமி தேசிகரின் ஒருதுறைக் கோவையும் முறையே 17, 18ஆம் நூற்றாண்டுகளில் தோன்றியுள்ளன.

இக்காலப்பகுதியைச் சேர்ந்த தனிப்பாடல்களில் அகத்துறைகள் மிகுதியாகக் கையாளப்பட்டுள்ளன. எடுத்துக்காட்டாக, கடிகைமுத்துப் புலவர், நற்றாயிரங்கல், தலைவியிரங்கல், தலைவி தோழியோடு கூறல்,

தாயிரங்கல், வண்டுவிடு தூது, செவிலி கூற்று, தலைவி குயிலோடு கூறி இரங்கல், தலைவி நெஞ்சோடு கூறி உவத்தல், தலைவியைச் செவிலி தேற்றல், செவிலி வெறி விலக்கல், தலைவியைத் தாய் வியத்தல், அலர்க்குறி முதலிய துறைகளில் தம்மை ஆதரித்த புரவலர்களைப் பாடியுள்ளார்.[19]

அகத்துறைகளைப் போல் புறத்துறைகளைத் தனிப்பட அமைத்து மிகுதியாக நூல்கள் இயற்றப்பட்டதாகத் தெரியவில்லை. இருப்பினும், இக்காலப்பகுதியில் பண்டைய ஆற்றுப்படை வகையில் கச்சியப்ப முனிவரின் திருத்தணிகை ஆற்றுப்படை, திருமேனி இரத்தினக் கவிராயரின் புலவராற்றுப்படை முதலியனவும், ‘காலம் கண்ணிய ஓம்படை’ என்பதைக் கருவாகக் கொண்டு ‘சாதகம்’ என்னும் இலக்கிய வகையில் கீரனூர் நடராசனது சாதக அலங்காரம், குமாரதேவரின் சுத்த சாதகம் ஆகிய நூல்களும் தோன்றியுள்ளன.[20]

அற இலக்கிய மரபு

பதினெண் கீழ்க்கணக்கிலுள்ள அறநூல்களுக்குப் பின்னர், கம்பர், ஒட்டக்கூத்தர் காலத்தில் வாழ்ந்ததாகக் கருதப்பெறும் ஔவையாரே மீண்டும் தனி அறநூல்களை இயற்றியுள்ளார்.

அதன்பின்னர், நாயக்கர் காலத்திலேயே குறிப்பிடத்தக்க அறநூல்கள் தோன்றியுள்ளன. அதிவீரராம பாண்டியரின் வெற்றி வேற்கை, குமரகுருபரரின் நீதிநெறி விளக்கம், சிவப்பிரகாச சுவாமிகளின் நன்னெறி, உலகநாதரின் உலக நீதி முதலியனவும் குறிப்பிடத்தக்கனவாகும். திருக்குறளை விளக்கும் கதைகளைக் கொண்ட தினகர வெண்பா நாகராசன் என்பவரால் இயற்றப்பட்டதாகும்.

அறமுரைக்க உகந்த வெண்பா யாப்பினைப் பண்டைய அறநூல்கள் கைக்கொண்டது போலவே இக்கால அறநூல்களும் வெண்பா யாப்பினைக் கைக்கொண்டுள்ளன. அத்துடன் ஒற்றையடியில் அறக் கருத்துகளைக் கூறிச் செல்லும் போக்கும் காணப்படுகிறது. ஔவையாரின் ஆத்திசூடி முதலாக அதிவீரராம பாண்டியரின் நூலில் இம்முறையினைக் காண்கிறோம். இதற்கு, கலித்தொகையில் நல்லந்துவனார் பாடிய நெய்தற்கலிப் பாடலில் உள்ள ஓர் அடியில் அறமுறைக்கும் போக்கும், சீவ சம்போதனை என்ற சமண சமய நூலில் சிரேணிக அரசன் அறம் உரைப்பதாக அமைந்த ஆசிரியப்பாவும் முன் மாதிரியாக விளங்கியிருக்கலாம் என்பர்.[21]

பக்தி இலக்கிய மரபு

நாயன்மார் மற்றும் ஆழ்வார் பாடல்களில் காணப்பெறும் வெளியீட்டுப் பாங்கு, பதிகமுறை, தலங்களை முதன்மைப்படுத்தல், நாயகன் – நாயகி, பாவம், அகத்துறைகளைப் பக்திக்குப் பயன்படுத்துதல் போன்ற மரபுகளை நாயக்கர் காலப் பக்தி இலக்கியத்தில் காணமுடிகிறது.

வரதுங்கராம பாண்டியர் தாமியற்றிய திருக்கருவைப் பதிற்றுப் பத்தந்தாதியைத் திருவாசக இலக்கிய நெறிகளுக்கியைய வெளிப்படுத்தி

யுள்ளார். அதுபோலவே, தத்துவராயர் பாடல்களிலும் திருவாசக வெளியீட்டு உத்தி மரபுகள் தொடர்வதைக் காணவியலுகிறது. திருவாசகத்தில் உள்ளது போல் 'குயிலே! இறைவனை நீவரக் கூவாய்' எனக் குயிலை விளித்துப் பாடியுள்ளார். அதிலுள்ள அன்னைப் பத்தினை அடியொற்றி 'அன்னே என்னும்' என்று முடியும் பாடல்களை இயற்றியுள்ளார். திருச்சாழல் பாடியுள்ளார். 'அச்சோ' என்று முடியும் அம்மானை, திருவெம்பாவை, திருப்பள்ளியெழுச்சி, ஊசல் முதலிய பாடல்களும் திருவாசகப் போக்கில் இயற்றப்பட்டுள்ளன. அவற்றுடன், தேவாரத்தில் உள்ளவை போலக் காதல் துறைகள் அமைந்த பக்திப் பாடல்களும் பாடியுள்ளார்.[22]

17ஆம் நூற்றாண்டைச் சார்ந்த மதுரை சிதம்பர சாமிகளின் முருகன் அடைக்கலப்பத்து, முருகன் குயிற்பத்து, திருப்பள்ளியெழுச்சி ஆகியன திருவாசகத்தைப் பின்பற்றி எழுதப்பெற்றுள்ளன.

தாயுமானவரது பாடல்கள் பக்தி இலக்கியம் மற்றும் சித்தர் இலக்கிய மரபுகளைச் சார்ந்து அமைந்துள்ளன. அதுபோலவே, வீரமா முனிவர் தமது திருக்காவலூர்க் கலம்பகத்தில் குலசேகர ஆழ்வாரின் இலக்கிய மரபினைப் பின்பற்றியுள்ளமையைக் காணவியலுகிறது.[23]

காப்பிய மரபு

தேம்பாவணி, சீறாப்புராணம், நைடதம் ஆகியன நாயக்கர் காலத்தில் தோன்றிய காப்பியங்களுள் குறிப்பிடத்தக்கனவாகும்.

வீரமாமுனிவரின் தேம்பாவணி, கிறித்தவக்காப்பியம் ஆதலால் அச்சமய வழக்கிற்கேற்பச் சிற்சில மாற்றங்கள் இருப்பினும், பொதுவாக இந்தியக் காப்பிய மரபினுக்கு இயையவே படைக்கப்பட்டுள்ளது.

... கடல் வருணனையோ, மதுக் களியோ, புலவியோ, சருக்கம், இலம்பகம் என்ற பிரிவோ தேம்பாவணியில் இல்லை. ஏனைய வீர காப்பியக் கூறுகள் பலவற்றைக் காப்பியத் தலைமை மாந்தர் களுக்கு அமைக்காமல் கிளைக்கதைகளுக்கு வரும் பாத்திரங்களுக்கு அமைக்கிறார்... எனவே, குறிப்பிட்ட எந்த மரபையும் முழுமை யாகப் பின்பற்றாது பெரும்பான்மையான இடங்களில் இந்திய மரபை அடியொற்றியும், சிறுபான்மை மேல்நாட்டு மரபுகளை ஏற்றும் தனக்கே உரிய ஒரு புது நோக்கில் வீரமாமுனிவர் தன் காப்பிய மாளிகையைக் கட்டியெழுப்பியுள்ளார் எனலாம்.[24]

என்று ஜான் சாமுவேல் குறிப்பிடுகிறார்.

இருப்பினும், ஏனைய காப்பிய மரபுகளைவிடக் கம்பர் பயன்படுத்தும் உத்திகளையும், கதை கூறும் போக்கினையுமே வீரமாமுனிவர் அதிகம் பின்பற்றியுள்ளமை குறிப்பிடத்தக்கது.

உமறுப்புலவரின் சீறாப்புராணம் நபிகளின் வரலாற்றைச் சொல்வதெனினும் இந்தியக் காப்பிய மரபைத் தழுவியதேயாகும். காண்டங்களாகவும், படலங்களாகவும் பகுக்கப்பட்டுள்ள இந்நூல், நாட்டுப்படலம், நகரப்படலம் முதலியவற்றில் தமக்குமுன் தோன்றிய

தமிழ்க் காப்பியங்களின் பாடுமுறை, வருணனை முதலியவற்றையே அடியொற்றிச் செல்கிறது.

பாரதத்தின் கிளைக்கதையாக இடம்பெறும் நளனது கதையை அதிவீரராம பாண்டியர் 'நைடதம்' என்னும் காப்பியமாகப் பாடியுள்ளார். இது இந்தியக் காப்பிய மரபினைச் சார்ந்து இயற்றப்பட்டுள்ளது. சர்சகவி எழுதிய நைடதம் என்ற நூலை முதல் நூலாகக் கொண்ட இந்நூல் இருபத்தெட்டுப் படலங்களாக அமைந்துள்ளது.

இறைவனது பெருமையினைப் பேசும் புராணங்களும், இறைவன் எழுந்தருளியுள்ள தலத்தின் பெருமையினைப் பேசும் தல புராணங்களும் நாயக்கர் காலத்தில் மிகுதியாகத் தோன்றியுள்ளன. புராணங்கள் பெரும்பாலும் வடமொழியிலிருந்து மொழிபெயர்க்கப் பெற்றவை யாதலால் அமைப்பு, உள்ளடக்கம் எனும் இரண்டிலும் வடமொழிப் புராண மரபினைச் சார்ந்து அமைந்துள்ளன. தல புராணங்கள் கதையடிப்படையில் வடமொழி மரபினையும், திருநாட்டுப் படலம், திருநகரப் படலம் முதலியவற்றில் காப்பிய மரபினையும் அடியொற்றிச் செல்கின்றன எனலாம்.

சிற்றிலக்கிய மரபு

நாயக்கர் காலத்தில் இயற்றப்பெற்ற பிள்ளைத்தமிழ், உலா, தூது, கோவை, அந்தாதி போன்ற சிற்றிலக்கியங்கள் பலவும் அமைப்பிலும், பாடுமுறையிலும் முந்தைய காலகட்டங்களில் இயற்றப்பெற்ற அவ்வகை இலக்கிய மரபுகளையே பெரிதும் பின்பற்றிச் செல்கின்றன. இவையன்றி, இக்காலப் பகுதியில் புதியனவாகத் தோற்றம் பெற்ற விறலிவிடு தூது, நொண்டி நாடகம், பள்ளு, குறவஞ்சி, காதல் முதலிய சிற்றிலக்கிய வகைகளும் பண்டைய தமிழ் மரபின் அடிப்படையில் தோன்றியன எனலாம்.

காதல் பொருட்டுச் செல்லும் வாயில்களைத் தொல்காப்பியர்,
தோழி தாயே பார்ப்பான் பாங்கன்
பாணன் பாடினி இளையர் விருந்தினர்
கூத்தர் விறலியர் அறிவர் கண்டோர்
யாத்த சிறப்பின் வாயில்கள் என்ப.

(தொல்.பொருள்.கற்.52)

என்று குறித்துள்ளார்.

பிற்காலத்தில், தூது செல்லும் வாயில்களைப் பலவாகப் பெருக்கிக் கொண்டு புலவர்கள் இலக்கியம் படைத்தனர். எனினும், விறலியைத் தூதுவிடுப்பதாகத் தனி இலக்கிய நூல் நாயக்கர் காலத்தில்தான் தோற்றம் பெற்றுள்ளது. ஆதலால், வாயிலாக அமையும் விறலியைத் தூதாக விடுப்பது, தொல்காப்பிய அக இலக்கண மரபு சார்ந்த ஒன்றெனலாம்.

நொண்டி நாடகம் வரிக்கூத்தின் 93 வகைகளுள் ஒன்றான 'சிந்து'வின் வளர்ச்சியாகும். வரிக்கூத்து என்பது ஒருவன் மட்டும்

தனித்து நின்று வேற்றுருவம் தாங்கி நடிப்பது. அவ்வாறு நடிக்கும் காலத்து ஒருவர் தாம் பிறந்த நிலத்தின் தன்மையையும், பிறப்பிற் கேற்ற தொழிலின் தன்மையையும் விளக்கி நடிப்பர்.[25]

ஆதலால், இந்நாடக வகையும் பழந்தமிழ் மரபிலிருந்து தோன்றிய ஒன்றாகவே கருதத்தக்கது.

'காதல்' என்னும் இலக்கியவகை நாயக்கர் காலத்தில் தோற்றம் பெற்ற மற்றொரு வகையாகும். தலைவன் வேட்டையினை மேற்கொண்டு காட்டிற்குச் செல்லும்போது அங்குப் பெண்ணொருத்தியைக் கண்டு காதலுற்றுக் கூடுவதை இந்நூல் பாடுபொருளாக உடையது. இது தமிழ் அக இலக்கிய மரபிற்படி, களவின் வழிவந்த கற்பு எனலாம்.

கள்ளப் புணர்ச்சியுள் காதலர்க்குரிய மெய்யுறு புணர்ச்சியைக் காலச் சூழலுக்கு ஏற்ற புனைவுகளோடு இது பாடுகிறது. மேலும், காட்சி, ஐயம், துணிவு, குறிப்பறிதல், ஊர், பேர் வினாதல், மெய் தொட்டுப் பயிறல் போன்ற கோவை மரபுகளுடன், தலைவி தலைவனைப் பற்றிக் கூறித் தூதனுப்பும் தூது மரபுகளும் வீதியில் செல்லும் வேந்தனைக் கண்டு காமுற்றுப் பெண்கள் புலம்பும் உலா மரபுகளும் இதில் நிறைந்து காணப்படுகின்றன.[26]

பள்ளு இலக்கியத்தின் முன்னோடியாக உழத்திப் பாட்டினைக் குறிப்பிடலாம் என்பர். இதனையே தொல்காப்பியர் 'சேரி மொழியால் செவ்விதிற் கிளந்து' (தொ.பொருள்.செய்.133) எனக் குறிப்பிடுகிறார். இத்தகைய பாடல்களைப் பேராசிரியர் வெண்டுறைச் செய்யுள் எனவும், ஒருவகை நாடகச் செய்யுள் என்றும் விளக்குகிறார். சிலப்பதிகாரத்தில் காணப்படும் சில உழவுப் பாடல்களைப் பிற்காலப் பள்ளுப் பாடல்களுக்கு முன்னோடியாகக் கருதலாம். அடியார்க்குநல்லார் பள்ளியர் இருவரைப் பற்றிக் குறிப்பிடுகிறார். ஆதலால், இம்மரபுகளின் இணைப்பில் எழுந்ததே பள்ளு இலக்கியம் எனக் கொள்ளலாம்.[27]

நாயக்கர் காலத்தில் தோற்றம் கொண்ட குறவஞ்சி இலக்கியமும் முந்தைய மரபுகளின் தொடர்ச்சியால் விளைந்ததேயாகும். கலம்பகத்தில் குறம் என்னும் உறுப்பினைக் குறித்து 14ஆம் நூற்றாண்டில் தோன்றிய நவநீதப் பாட்டியல் கூறுகிறது. இக்கலம்பக உறுப்பிலிருந்து குறம் என்னும் நடனமும், இசையும் மிகுந்த 'குறம்' என்னும் சிற்றிலக்கிய வகை தோற்றம் பெற்றுள்ளது. இதில் குறத்தியொருத்தியே பாடி, ஆடிக் கதையினை நடத்துகிறாள். பாட்டும், நாட்டியமும் கொண்டிருந்த இக்குறம் என்னும் சிற்றிலக்கியம் நாடக அமைப்பையும் இணைத்துக் கொண்டு குறவஞ்சியாக வளர்ச்சி பெற்றது.[28]

ஆதலால், நாயக்கர்காலக் கட்டடம், சிற்பம் முதலியன தமக்கு முந்தைய சோழ, பாண்டிய, விசயநகர மரபுகளின் தொடர்ச்சியாகவும், ஓவியங்கள் விசயநகர மரபின் தொடர்ச்சியாகவும், இலக்கியங்கள் பெரும்பான்மை தமிழ் மரபின் தொடர்ச்சியாகவும் ஓரளவு வடமொழி மரபின் தொடர்ச்சியாகவும் அமைந்துள்ளன எனலாம்.

குறிப்புகள்

1. George Michell, The New Cambridge History of India, pp. 73 - 74.
2. ஆர். வெங்கட்ராமன், இந்தியக்கோயில் கட்டடக்கலை வரலாறு, ப. 87.
3. இரா. நாகசாமி & மா. சந்திரமூர்த்தி, தமிழகக் கோயிற் கலைகள், பக். 74 – 75.
4. T.V. Mahalingam, Studies in The South Indian Temple Complex, pp. 33 - 34.
5. கே.கே. பிள்ளை, சோழர் வரலாறு, பக். 654.
6. ஆர். வெங்கட்ராமன், மு.நூல், பக். 101 – 102.
7. கே.வி. இராமன், பாண்டியர் வரலாறு, பக். 278.
8. Y. Nirmala kumari, Social Life as Reflected in Sculptures and Paintings of later Vijayanagara Perioed (A.D. 1500 - 1650), p. 12.
9. "An inscription of Raja raja deva (1225 A.D.) from Virincipuram in the North Arcot district refers to the construction and donation of a temple car by the king to the temple of Validunai Nayanar. Another inscription of Rajarajadeva from Sakkaramanallur in the same district mentions a gift of a buffalo for a sagatai (cart?) to the temple. A record of Kulottunga from Nallur in the South Arcot district refers to the procession of the temple car. From Ulaganallur in the same district comes an inscription which mentions, among other things, the endowment made for the provision of a temple car in a temple of Ardhanarisvara. These few inscriptional references are enough to indicate the prevalence of the car festival even as early as the late Cola period.

    - T.V.Mahalingam, The South Indian temple Complex, p. 40.
10. கோ. தங்கவேலு, இந்தியக்கலை வரலாறு (இரண்டாம் புத்தகம்), ப. 264.
11. "We have other example, which have continued from the Gupta to the Vijaya Nagara and even Nayaka period, of the combination of the elephant and bull in a fusion that has made the theme famous as Gajavrishaba; and even in philosophic literature there is mantion of it in the sixteenth century by Appaya Dixshita. Representations of this theme include one of the Gupta period at Deogarh, of the early Western Chalukyan at Badami, Pattadakal and Aihole, Chola at Darasuram and Chidambaram and even in Chola temples in Ceylon. It occurs also in Vijaynagara sculptural delineations".

    - C. Sivaramamurthi, Vijayanagara Paintings, p. 44.

12. இரா. நாகசாமி, ஓவியப்பாவை, ப. 126.
13. Y. Nirmala Kumari, Op. Cit., p. 25.
14. குடவாயில் பாலசுப்பிரமணியன், தஞ்சாவூர் நாயக்கர் வரலாறு, ப. 189.
15. C. Sivaramamurthi, Op.Cit., p. 47 - 48.
16. மு. வரதராசன், தமிழ் இலக்கிய வரலாறு, பக். 241 – 242.
17. மேலது, பக். 236 – 237.
18. மு. அருணாசலம், தமிழ் இலக்கிய வரலாறு, (பதினாறாம் நூற்றாண்டு: இரண்டாம் பாகம்), ப. 36.
19. பார்த்தசாரதி நாயுடு (பதி.), தனிப்பாடற்றிரட்டு (முதற்பாகம்), பக். 317 – 368.
20. ந.வீ. செயராமன், சிற்றிலக்கிய அகராதி, பக். 48, 49, 128, 129.
21. மு. அருணாசலம், மு.நூல், பக். 66 – 67.
22. மு. வரதராசன், மு.நூல், ப. 216.
23. ஜி. ஜான்சாமுவேல், கலையும் கலைக்கோட்பாடுகளும், பக். 72–73.
24. மேலது, ப. 83.
25. ம.இராசேந்திரன், நொண்டி நாடகங்கள், தமிழ் இலக்கியக் கொள்கை – 8, ச.வே. சுப்பிரமணியன் & கே. பகவதி (பதி.), ப. 248.
26. ம. இராசேந்திரன், (பதி.) காதல் கொத்து, ப. 7.
27. அ.நா. பெருமாள், நாட்டுப்புறவியல் சிந்தனைகள், ப. 73.
28. மு. அருணாசலம் & இரா. இளங்குமரன், குறவஞ்சி, பக். 8 – 18.

பிற பாணிக் கலப்பு

நாயக்கர் காலக் கட்டடங்கள், சிற்பங்கள், ஓவியங்கள், இலக்கியங்கள் முதலிய கலைகளில் பல்வேறு பாணிகளின் கலப்பினைக் காணமுடிகிறது. ஆதலால், 'பிற பாணிக் கலப்பு' நாயக்கர் காலக் கலைக்கோட்பாடுகளுள் ஒன்றாக அமைகிறது.

பாணி – விளக்கம்

பாணி என்று பொருள்படும் '*style*' என்னும் ஆங்கிலச் சொல்லிற்கு அகராதி தரும் பல்வகைப் பொருள்களுள் 'தனி மனிதர், குழு மற்றும் காலகட்டத்தின் தனித்தன்மை மிக்க வெளியீட்டு முறை அல்லது செயல் தன்மை' என்பது கலைப் பாணி விளக்கத்திற்குப் பொருத்தமாக அமைகிறதெனலாம்.[1]

கலைப் பாணிகள்: உருவாக்கக் காரணங்களும் இயல்புகளும்

ஒரு காலகட்டத்தில் தோன்றும் கலைகளில் குறிப்பிடத்தக்க, தனித்தன்மை மிக்க பாணி உருவாவதற்குப் பின்வரும் காரணங் களைச் சுட்டலாம்:

- கலைஞர்கள் தோன்றிப் பயின்று வரும் கலை மரபுகள்.
- அக்காலப் பகுதியின் மனநிலைகள்.
- தேவைகள்.
- பிற பாணிகளின் செல்வாக்கு

குறிப்பிட்ட காலப்பகுதிக்கு முன்னுள்ள கால கட்டங்களின் பல்வேறு கூறுகளும், சமகாலத்தில் உறவுறும் பண்புகளும் தேவைக் கேற்பக் கலந்தே கலைப்பாணிகள் (*styles of art*) உருவாகின்றன. ஆதலால் எந்தவொரு கலைப்பாணியும் ஒன்று அல்லது ஒன்றிற்கு மேற்பட்ட பாணிகளின் கலப்பால் வளமுறுவது இயல்பாகும்.

நாயக்கர் கலைப் பாணி: பொதுவியல்பு

விசயநகரப் பேரரசின் தொடர்ச்சியாக அமைந்தது நாயக்க ராட்சியாகும். நாயக்க மன்னர்கள் அரசியல், ஆட்சிமுறை

போன்ற பல்வேறு கூறுகளிலும் விசயநகரத்தைப் பெரிதும் பின்பற்றியவர் களாவர். அதுபோலவே, விசயநகரக் கலைகளின் பல்வேறு தன்மை களையும் பின்பற்றியோராவர். ஆதலால் நாயக்கர் கலைகள் பெரிதும் விசயநகரக் கலைகளின் தொடர்ச்சி அல்லது மறுபதிப்பு என்றே கருதப்படுகிறது.

விசயநகரக் கலையானது தனக்கு முன்னும் சமகாலத்திலுமிருந்த சோழ, பாண்டிய, சாளுக்கிய, ஒய்சள, காகதீய, இசுலாமிய, கலிங்க, ஐரோப்பியக் கலைப் பாணிகளின் கூறுகளை இணைத்துக்கொண்டு, தனக்கெனத் தனித்தன்மைகள் பலவற்றுடன் உருவானதாகும். இக் கலைப்பாணியின் தொடர்ச்சியாக அமையும் நாயக்கர் கலைப் பாணி யிலும் இத்தகு கலப்பு நிலையைக் காணமுடிகிறது.

கட்டடங்களில் பிற பாணிக் கலப்பு

நாயக்கர் காலத்தில் கோயில்கள், அரண்மனைகள், கோட்டைகள், சத்திரங்கள் முதலிய கட்டடங்கள் கட்டப்பட்டுள்ளன.

கட்டடங்களில் சோழ, பாண்டியர், பாணியாகிய திராவிடக் கட்டடக்கலை முறையே பின்பற்றப்பட்டுள்ளது. குறிப்பாக, கோயிற் கட்டடங்களில் கோபுரங்கள், மண்டபங்கள், தூண்கள், கோஷ்டப் பஞ்சரம், கும்ப பஞ்சரம், கூடு முதலிய உறுப்புகள் திராவிடக்கலை முறையிலேயே அமைக்கப்பட்டுள்ளன. இக்கூறுகள், மரபுத் தொடர்ச்சி என்னும் பகுதியில் விரிவாக ஆராயப்பெற்றுள்ளன.

பொதுவாக, அரண்மனைகள் மற்றும் பிறவகைக் கட்டடங்களில், இவை தவிரக் குறிப்பிடத்தக்க வகையில் காணப்படுவன இசுலாமிய பாணி, ஐரோப்பிய பாணி என்னும் இரு பாணிகளின் செல்வாக்காகும்.

இசுலாமிய பாணிக் கலப்பு

கி.பி. 1206இல் இசுலாமியர் வந்தது முதலாக நீண்ட காலம் நிகழ்ந்த அவர்தம் ஆட்சியின் விளைவாய் இந்தியப் பண்பாட்டில் இசுலாமியக் கூறுகள் கலந்தன. குறிப்பாக, கட்டடக் கலையில் ‘இந்திய – இசுலாமிய பாணி (Indo-Islamic style) என்றதொரு புதிய கலைப்பாணி உருவாயிற்று.

இசுலாமியக் கட்டடக்கலையின் முதன்மையான கூறு அழகிய வளைவுகளை (arches) அமைப்பதாகும். இத்தகைய வளைவுகள், வாயில்களிலும், சாளரங்களிலும் மற்றும் சுவர்களுக்கு இடையிலான பகுதிகளிலும் அமையும். கவிகை மாடங்கள் (domes) அமைப்பது இசுலாமிய பாணியின் மற்றொரு சிறப்புக் கூறாகும். இக்கலைப் பாணியின் கலப்பால் பட்டைக் கூம்பு வடிவுடைய கூரைகள் மற்றும் தூபி முனைகளுக்குப் பதிலாகக் கவிகை மாடங்கள் எழுந்தன. வில் வடிவிலான நுழைவாயில்களும், உயரமான தூபிகளும் இந்தியக் கட்டடக் கலையில் கலந்து உருப்பெற்றன.[2]

இந்தியக் கலையுடன் இணைந்து தோன்றிய ஒன்றே இசுலாமியக் கட்டடக் கலையெனினும் அது சில தனித்தன்மை மிக்க இயல்புகளையும் பெற்றுள்ளது. இதனை, ‘கவிகை மாடம், வளைவு, சாலி வேலைப்பாடு,

பதித்து அணி செய்தல், அலங்கார எழுத்துக்கலை என்பவை இப்பாணியின் சிறப்புக் கூறுகளில் முக்கியமானவை' என வாசுதேவ S. அகர்வால் குறிப்பிடுகிறார்.[3]

கட்டடக்கலையும், ஓவியக் கலையும் இசுலாமியர்களால் போற்றி வளர்க்கப்பெற்றன. விசயநகர நாயக்க மன்னர்கள் இசுலாமியர் மன்னர்களுக்கு எதிரான அரசியல் நிலைப்பாடு உடையராயினும் அவர்தம் படைப்புகளில் இசுலாமியக் கூறுகள் இடம் பெற்றுள்ளன.

திருமலை நாயக்கரால் கட்டப்பெற்ற மதுரை அரண்மனை இந்திய, இசுலாமிய, ஐரோப்பிய பாணிகளின் கலப்புடையதாகும். இதிலுள்ள வளைவுகள், தூபிகள், மினார் வடிவங்கள், சாலி (*jali*) வேலைப்பாடுகள் ஆகியன இசுலாமிய பாணியைச் சேர்ந்தவையாகும். அத்துடன், சுவர்களிலும், விதானங்களிலும் உள்ள மிகு அலங்கார வேலைப்பாடுகளும் இசுலாமிய பாணிச் செல்வாக்கின் விளைவெனலாம்.

> இவ்வரண்மனை, மசூதி போன்று அமைக்கப்பெற்றுள்ளது. இசுலாமிய வளைவுகளால் இணைக்கப்பெற்ற பன்னிரு தூண்கள், மையக் கவிகை மாடத்தைத் தாங்கி நிற்கின்றன. மூலையில் நான்கு ஒத்த வளையங்கள் உள்ளன. இவற்றின் மேலாக, எண்பக்கக் கவிகை மாடச் செங்குத்துப் பகுதியும், பலகணி வரிசையுடைய மதிற்பகுதியும் உள்ளன. கட்டட உச்சிப்பகுதியில் (45½ அடி உயரத்தில்) எண்பக்கப் பகுதி வட்டமாக அமைந்துள்ளது. கவிகை மாடம் வட்டமாக அமைந்துள்ளது. கவிகை மாடம் தரையிலிருந்து 75 அடி உயரம் உடையது.[4]

என இவ்வரண்மனையின் இசுலாமியக் கூறுகள் குறித்து சேம்சு பர்கூசன் குறிப்பிடுகின்றார்.

நாடக சாலையின் கூரையானது செங்கற்களால் கட்டப்பெற்ற கூர்வளைவு ஆகும். இது கருங்கல்லாலான உத்தரங்களால் வலுவூட்டப்பெற்றுள்ளது. இந்த உத்தரங்கள் தூண்களால் தாங்கப்பெற்ற கூர்வளைவுகளினின்று மேலெழுந்தவை. ஒன்றின் மேல் ஒன்றான இரு பத்திகளாக இக்கூர் வளைவுகள் காணப்படுகின்றன. மேல்பத்தி வளைவுகளின் பின்னர் ஒரு நுழைமாடம் உள்ளது.[5]

இதுபோலவே, இவ்வரண்மனையிலுள்ள இராசராசேசுவரி கோயிலும் வளைவுகள் மற்றும் தூபிகளைக்கொண்டு, இசுலாமியக் கலைச்செல்வாக்குடன் விளங்குகிறது.

மேலும், மதுரை மகால் போன்ற அமைப்பிலேயே சிறிய அளவில் கட்டப்பெற்ற ஸ்ரீவில்லிபுத்தூர் அரண்மனையிலும் இசுலாமியச் செல்வாக்கினை உணரமுடிகிறது.

திருப்பரங்குன்றம் மலைமேல் சிக்கந்தர் சமாதிக்கு முன்னுள்ள மண்டபத்தின் மேலேயுள்ள கூருருளைத் தூபிகள் இசுலாமியக் கலைப் பாணியில் அமைந்துள்ளன. மேலும், வேலூரில் உள்ள கோட்டையில் இசுலாமிய துருக்கியரின் கட்டடக் கலைக் கூறுகள் உள்ளதென்பர்.[6]

நாயக்கர் காலத்தில் கட்டப்பெற்ற இராமநாதபுரம் சேதுபதி அரண்மனையில் இசுலாமிய பாணியிலான வளைவுகள் மிகுதியாக இடம்பெற்றுள்ளமையைக் காணமுடிகிறது.

மேலும், இந்திய இசுலாமியக் கட்டடக்கலைப் பாணியினைச் சார்ந்த, நேர்த்தியான ஆட்படிம, மிகுஅணியுடைய சிற்பங்கள் திருச்சி மாவட்டத்திலுள்ள உடையார்பாளையம் நிலக்கிழார் (*zamindar*) அரண்மனையில், கி.பி. 17ஆம் நூற்றாண்டிற்கு முற்படாத, வேலைப்பாடு மிக்க அழகிய சிற்பங்கள், இந்திய – இசுலாமியக் கட்டடக்கலையுடன் இணைந்து காணப்படுகின்றன என்பர்.[7]

ஆர்க்காடு அகழ்வைப்பகத்தில் காட்சிக்கு வைக்கப்பட்டுள்ள தேர்ச் சிற்பமொன்றில் முனிவரொருவர் நின்றகோலத்தில் காட்டப் பட்டுள்ளார். இச்சிற்பம் ஓர் அழகிய மாடத்துள் காட்டப்பட்டுள்ளது. இம்மாடத்தின் மேற்புற வளைவு அமைப்பு, இசுலாமியக் கட்டடக் கலையின் வளைவைப் போன்று காணப்படுகிறது. தமிழ் நாட்டுச் சிற்பக் கலையில் இசுலாமியக் கட்டடக்கலையின் தாக்கம் ஊடுருவி இருப்பதற்கு, 18ஆம் நூற்றாண்டைச் சேர்ந்த இச்சிற்பம் ஒரு சிறந்த எடுத்துக்காட்டாகும்.[8]

ஐரோப்பிய பாணிக் கலப்பு

மதுரை திருமலை நாயக்கர் அரண்மனை மேரட் (*Marret*) என்ற இத்தாலிய நாட்டுக் கட்டடக்கலை வல்லுநரால் வடிவமைக்கப்பட்டது.[9] ஆதலால் இம்மகாலில் ஐரோப்பிய, இசுலாமிய, இந்தியக் கலை மரபுகளின் இணைப்பைக் காணமுடிகிறது.

சிற்பங்களில் பிற பாணிக் கலப்பு

நாயக்கர் காலச் சிற்பங்களில் சாளுக்கிய, காகதீய, கலிங்க, சேர, ஒய்சள, இசுலாமிய, ஐரோப்பிய பாணிகள் கலந்துள்ளமையை அறிய முடிகிறது.

ஏறத்தாழ கி.பி. 5ஆம் நூற்றாண்டு முதலாகப் பல்வேறு காலக் கட்டங்களில் வளர்ச்சியுற்ற இப்பாணிகள், ஒன்றுடன் மற்றொன்று உறவுற்று வளர்ந்தபோதிலும் சிறப்பான தனித்தன்மைகளைப் பெற்றன வாகும். தமக்கு முன்னும் சமகாலத்திலும் நிலவிய இப்பாணிகளை இணைத்து விசயநகரக் கலை உருப்பெற்றதைப் போல நாயக்கர் கலையும் உருவாகியுள்ளது. நாயக்கர் காலக் கலையில் இவை பெற்றுள்ள செல்வாக்கினை உணருவதற்கு அவை குறித்த சிறு அறிமுகக் குறிப்பு இவ்விடத்தில் வேண்டப்படுவதாகும்.

மேலைச் சாளுக்கியர் கலைப் பாணி

தக்காணப்பகுதியில் கி.பி. 6 – 8ஆம் நூற்றாண்டுகளில் உருவான மேலைச் சாளுக்கிய கலைப்பாணியை வாதாபி, பட்டடக்கல், அய்ஹொளே முதலிய இடங்களில் உள்ள கோயில்களில் காண முடிகிறது. பல்லவர்களது கலையுடன் தொடர்புற்று வளர்ந்த போதிலும்

பல்லவச் சிற்பங்கள், தூண்களை விட அலங்காரப் பண்பு மிகுந்தும் பெருந்தோற்றமுடையனவாயும் இப்பாணி அமைந்துள்ளது. குப்தர் கலையின் முதிர்ச்சி பெற்ற நிலையை இக்கலைப்பாணியில் காண வியலுகிறது என்கிறார் ஆனந்த குமாரசாமி.[10]

ஒய்சளர் கலைப் பாணி

கி.பி. 11ஆம் நூற்றாண்டிலிருந்து 13ஆம் நூற்றாண்டு வரை கர்நாடகத்தின் மேற்குப்பகுதியை ஆண்டு ஒய்சளர்களின் கோயிற்பணிகள் பேளூர், சோமநாத்பூர், அளபேடு முதலிய இடங்களில் உள்ளன. நுட்பமான வேலைப்பாடுகளுக்கும் அலங்காரப் பண்புகளுக்கும் இப்பாணி புகழ் பெற்றதாகும்.[11]

காகதீயர் கலைப் பாணி

கி.பி. 11ஆம் நூற்றாண்டில் வாரங்கல் பகுதியிலிருந்து ஆண்ட காகதீயரின் கலைப் பாணியினை வாரங்கல், பாலம்பட்டு, அனங்கொண்டா, திரிபுராங்கம், மாசேர்லா முதலிய இடங்களிலுள்ள கோயில்களில் காணமுடிகிறது. இப்பாணி மேலைச் சாளுக்கியர் கலைப் பாணியின் செல்வாக்கினைப் பெற்று வளர்ந்ததாகும்.[12]

கலிங்கர் கலைப் பாணி

கி.பி. 8 முதல் 13ஆம் நூற்றாண்டு வரை வளர்ந்தோங்கிய இப்பாணி ஒரிய பாணி எனவும் சுட்டப்பெறுகிறது. இப்பாணியிலமைந்த கோயில்கள் புவனேசுவர், கொனாரக், பூரி ஆகிய இடங்களில் அமைந்துள்ளன. அலங்காரமும் சிற்பத்தூண்களும் இப்பாணியின் சிறப்பியல்புகளாகும்.[13]

சேரர் கலைப் பாணி

கி.பி. 8 – 9ஆம் நூற்றாண்டுகளிலும், 16, 18ஆம் நூற்றாண்டுகளிலும் கேரளத்தில் மிகுதியாகக் கோயில்கள் கட்டப்பெற்றுள்ளன. மர வேலைப்பாடுகள் மிகுந்த இப்பாணி தனித்தன்மைகள் பலவற்றை உடையதாகும்.[14]

சாளுக்கிய பாணிக் கலப்பு

நாயக்கர் காலத்திற்கு முந்தைய பல்லவ, சோழர் கோயில்களில் உள்ள தூண்களில் மிகுதியான அலங்கார வேலைப்பாடுகளைக் காணமுடியவில்லை. அவை பெரிதும் மண்டபத்தினைத் தாங்கும் பொறியியல் தேவையினை நிறைவு செய்வனவாகவும், ஓரளவு பூ வேலைப்பாடுகள், சிம்மம், யாளி போன்ற உருவங்களைப் பெற்றனவாகவும் திகழ்கின்றன. பிற்காலச் சோழர் காலத்துப் படைப்பான ஐராவதேசுவரர் கோயிலிலேயே சாளுக்கிய, சோழ பாணிக் கலப்பின் காரணமாக, மிகுந்த அலங்கார வேலைப்பாடுடைய தூண்களைக் காணமுடிகிறது. அவை போலவே, நாயக்கர் காலத் தூண்கள் பல வகையான அலங்காரப் பூவேலைப்பாடுகளையும் புடைப்புச் சிற்பங்களையும், முழுச் சிற்பங்களையும் பெற்றுள்ளன.

மண்டப விதானங்களைச் சிற்பங்களால் அழகுபடுத்துவதை பாதாமி, பட்டடக்கல், அய்யொளே முதலிய இடங்களிலுள்ள சாளுக்கியர் கோயில்களில் காணமுடிகிறது. நாயக்கர் காலச் கோயில் மண்டப விதானங்கள் குறித்து,

> தாமரை மலர்கள், மலர் கொத்தும் கிளிகள், எண்திசைத் தெய்வங்கள், இராசி மண்டலங்கள், பத தேவதைகள், பத மண்டலங்கள், கற்சங்கிலிகள், பாம்பு வளையங்கள் போன்ற பலவகைப் படைப்பு களைக் காணலாம். சாளுக்கியர், காகதீயர் மண்டபங்களில் மிகுதியாக உண்டு.[15]

எனக் கூறும் குடவாயில் பாலசுப்பிரமணியன் நாயக்க மண்டபங்களில் பிற கலைப்பாணிகள் சங்கமித்த நிலையைக் காணமுடிகிறது என்கிறார்.

ஆதலால், நாயக்கர் தூண்களில் அலங்கார அமைப்பிலும் விதானச் சிற்பங்களிலும் பிறபாணிகள், குறிப்பாக, சாளுக்கிய பாணியின் செல்வாக்கினைக் காண முடிகிறது.

ஒய்சளர் பாணி

அருப்புக்கோட்டை வட்டம் திருச்சுழிக் கிராமத்தில் உள்ள திருமேனிநாதர் கோயிலில் உள்ள நாயக்கர் பாணிச் சிற்பங்களில் அனுமனும் சித்திரிக்கப்பட்டுள்ளார். அவரது வாலைப்போல அவரது இருபக்கங்களிலும் சுருள்வளையங்களாகச் செல்லும் கொடித் தளிர் வளையங்கள் ஒவ்வொன்றிற்குள்ளும் ஒரு நடன உருவம் சித்திரிக்கப் பட்டுள்ளது. இந்த வடிவமைப்பு கங்கர் மற்றும் ஒய்சளர் படைப்புகளில் பெருவாரியாகக் காணப்படும் சித்திரிப்பை நினைவூட்டும் வண்ணம் அமைந்துள்ளது.[16]

காகதீய பாணிக் கலப்பு

மதுரை நாயக்கர் சிற்பங்களில் காணப்படும் உருவத்தின் மெல்லிய தன்மை, நீண்ட முக அமைப்பு முதலியன காகதீயக் கலைத் தாக்கத்தின் காரணமாக உருவானவையாகும்.

> ஆயிரங்கால் மண்டபத்தில் புறத்தே அலங்கரிக்கின்ற காலாந்தகர், திரிபுர சம்ஹாரமூர்த்தி, குறவன், குறத்தி, கண்ணப்பனுக்கு அருள் பாலித்த அண்ணல் ஆகிய உருவங்கள் முகத்தின் அமைதியாலும், உடலின் வளைவுகளாலும், அவற்றை அலங்கரிக்கும் அணிகளாலும், அங்க நெகிழ்வாலும் அனைவர் மனத்தையும் கவருகின்றன. முகம் சற்று நீண்ட முகமாகக் காணப்படுகிறது. பிற்காலத்தில் நாயக்கர் தோற்றுவித்த சிற்பங்கள் பருத்த உருவும், தடித்த மேனியும் உடையவை. அவ்வாறு இல்லாமல் இவை உயர்ந்தவையாய் மெல்லிய உடல் உடையதாய்க் காணப்படுகின்றன. ஹம்பி விஜயநகரச் சிற்பங்களையும், இராமபாலில் உள்ள காகதீயர் சிற்பங்களையும் இவை பெரிதும் ஒத்திருக்கின்றன.[17]

என இரா. நாகசாமி கூறுவது குறிப்பிடத்தக்கதாகும்.

கலிங்க பாணிக் கலப்பு

ஒரிசாப் பகுதியைக் கிருஷ்ணதேவராயர் வென்ற பின்னர், அப்பகுதியின் கலைப்பாணி விசயநகரக் கலைகளில் மிகுதியாகக் கலந்தது. கொனாரக் சூரியனார் கோயிலிலுள்ள குதிரை, யானை, யாளி ஆகிய சிற்பங்கள் விசயநகர காலத்தில் மாற்றமும் வளர்ச்சியும் பெற்று, நாயக்கர் காலத்தில் முழுமை நிலையை எய்தியதெனலாம்.

சூரியனார் கோயிலிலுள்ள இத்தகைய சிற்பங்களுடன் நாயக்கர் சிற்பங்களை ஒப்பிட்டுப் பார்க்கும்போது அவற்றிடையே நிலவும் ஒப்புமை பெருவியப்பளிக்கிறது.

உருண்டு பிதுங்கும் கண்களும், வளைந்த கொம்புகளும், நிறைந்த பிடரி முடியும் கொண்டு எழுந்து கர்சிக்கும் யாளியின் மீதமர்ந்து வீரர்கள் பாய்ந்து செல்வதைப் போன்ற சிற்பம் கி.பி. 5ஆம் நூற்றாண்டளவிலேயே உயர்ந்த கலைத்தன்மையுடன் படைக்கப்பட்டுள்ளது.[18]

கஜுரோகாவிலுள்ள விசுவநாதர் கோயில் யாளி உருவங்களும் இத்தகைய கற்பனைத் தன்மை மிகுந்து விளங்குகின்றன. யாளிகள் மீது பெண்கள் அமர்ந்து செல்லும் போர்க்கோலமும் நேர்த்தியாக வடிக்கப்பட்டுள்ளது. இந்த யாளி உருவங்கள் கற்பனைத் தன்மை மிகுந்து, பிற கூறுகளுடன் யானைத் தந்தத்தையும் பெற்றுள்ளதை விசயநகரச் சிற்பத்தில் காணமுடிகிறது. நாயக்கர் காலத்திலும் இத்தகைய போர்க் குணமுள்ள யாளி வடிவங்கள் நூற்றுக்கணக்கில் படைக்கப் பட்டுள்ளன. யானையைப் பிடித்துத் தூக்கும் யாளியின் கொனாரக் சிற்பங்களுடன் அத்தகைய நாயக்கர் சிற்பத்தை ஒப்பிட்டுப் பார்ப்பது சுவை பயப்பதாகும்.

யாளியைப் போலவே பாயும் குதிரையும் அதை ஊர்ந்து செல்வோனுமாகப் படைக்கப்பட்டுள்ள கொனாரக் சிற்பம், நாயக்கர் காலத் தூண்களில் அதிக அலங்காரத்துடன் படைக்கப்பட்டுள்ளது.

தாக்க வரும் வீரனைத் துதிக்கையால் பற்றித் தூக்கும் கொனாரக் யானைச் சிற்பம் இவ்வகையில் குறிப்பிடத்தக்கதாகும். மத்தகம், கழுத்து, கால்கள் ஆகியவற்றில் கட்டப்பட்டுள்ள சங்கிலிகளும் மணிகளும் நுட்பமாகப் படைக்கப்பெற்றுள்ளன. போரிடும் இத்தகைய யானை வடிவங்கள் குடந்தை இராமசாமி கோயில் தூணிலும், தஞ்சைப் பெரியகோயில் சுப்பிரமணியசாமி கோயில் படிக்கட்டின் பக்கச் சுவரிலும் அழகுற வடிக்கப்பட்டுள்ளன.

குப்தர் காலம் முதலாகப் படைக்கப்பெற்ற இத்தகைய சிற்பங்கள் ஒரிசாப் பகுதியில் வளர்ச்சிபெற்று, விசயநகரக் கலையிலும் அதன் தொடர்ச்சியான நாயக்கர் கலையிலும் சிறப்படைந்திருப்பது ஒப்பீட்டு நிலையில் மேலும் ஆய்வுக்குரியதாகும்.

சேர பாணிக் கலப்பு

கிருஷ்ணாபுரம், ஸ்ரீவில்லிபுத்தூர், திருக்குற்றாலம், சுசீந்திரம் முதலிய தென்பகுதியில் வடிக்கப்பெற்றுள்ள சிற்பங்கள் ஒத்த தன்மைகளைப்

பெற்றுள்ளன. அவற்றின் தலையலங்காரம் பிறவிடங்களில் காணுதற் கரியது. சேரநாட்டினுடைய தெய்யம் முதலிய நாட்டுப்புறக் கலைகளிலும், கதகளி முதலியவற்றிலும் பயன்படுத்தப் பெறும் தோள்கள் வரை வரும் மகுடம் போன்ற அமைப்பினை இச்சிற்பங்களில் காணமுடிகிறது. சேரநாட்டின் அக்கலைப் பாணிகளின் செல்வாக்கினையே இச்சிற்பங் களில் காணமுடிகிறதென்பார்.[19] ஆயினும் இக்கருத்து மேலும் ஆய்விற்குரிய தாகும்.

ஸ்ரீவில்லிபுத்தூர் வடபத்ரசாயி கோயிலின் கருவறைக்கு எதிரே மேற்புறம் அமைந்துள்ள கோபால விலாசத்தில், வெளிப்புற அமைப்பில் 80 சிற்பங்களும் உட்புற பகுதியில் 70 சிற்பங்களும் சில பூவேலைப் பாடுடைய சிற்பங்களும் அமைந்துள்ளன. இவையும் கோபால விலாசத்தின் மேற்பகுதியும் கேரள பாணியில் அமைந்துள்ளன என்பர்.[20]

நாயக்கர் கால மண்டபங்களில் சிறப்பாக இடம்பெற்றுள்ளவை கொடுங்கைகளாகும். மர வேலைப்பாடுகள் போன்று குறுக்கு நெடுக்குச் சட்டங்கள், உத்திரங்கள், இரும்புக்குமிழ் ஆணிகள் போன்று அனைத்தும் கல்லிலேயே படைக்கப் பெற்றிருக்கும். சேரநாட்டு அம்பலங்களிலும், மண்டபங்களிலும் உள்ள மர வேலைப்பாட்டு அமைப்பே நாயக்கர் மண்டபங்களில் கல் வடிவில் இடம்பெற்றுள்ளது என்பர்.[21]

இசுலாமிய பாணிக் கலப்பு

இசுலாமியர் உருவ வழிபாட்டு மறுப்புக் கொள்கையர். ஆதலால், அவர்தம் வழிபாட்டிடங்களில் சமயத் தொடர்பான சிற்ப வடிவங்கள் இடம் பெறவில்லை. பறவை, விலங்கு உருவங்களும் பூவேலைப்பாடு களுமே அவர்தம் சிற்பங்களில் முதன்மை பெறுகின்றன. ஆதலால் இசுலாமிய சிற்பப் பாணி என்பதையும் அது நாயக்கர் சிற்பங்களில் கொண்டிருந்த உறவினையும் அறிதல் இடர்ப்பாடுடையது.

இருப்பினும், ஆர்க்காடு அகழ்வைப்பகத்திலுள்ள இசுலாமிய வீரன் ஒருவனது உருவச் சிற்பம் குறிப்பிடத்தக்கதாகும்.

> வாலாசா வட்டம் மகிமண்டலம் கோட்டையிலிருந்து எடுத்து வரப்பட்ட இசுலாமிய வீரனின் உருவம் முக்கியமானது. இசுலாமிய பாணியிலான தொப்பி அணிந்து, அராபியர் பாணியில் மீசையைக் கீழே இறக்கிக் கூரிய மூக்கும், ஒட்டிய கன்னங்களும் கொண்டு விளங்கும் இவ்வுருவம் சிறப்பானதாகும்.[22]

என்பர். இவ்வுருவம் நாயக்கர் காலப்பகுதியினைச் சார்ந்ததாகக் கருதப்பெறுகிறது. இசுலாமியர் சிற்பங்கள் கிடைக்கப்பெறா நிலையில் இச்சிற்பம் முக்கியத்துவம் பெறுவதுடன், இசுலாமிய உருவங்களைச் சிற்பங்களில் வடிக்கும் வழக்கம் நாயக்கர் காலத்தில் நிலவியமைக்குத் தக்க சான்றாகத் திகழ்கிறது.

ஐரோப்பிய பாணிக் கலப்பு

கண்ணால் காணும் உருவங்களை, அவை உள்ளவாறு சிற்பங்களில் படைப்பது ஐரோப்பியப் பாணியாகும். மனித உருவங்கள் மட்டுமன்றி,

மனித உருவில் வடிக்கப்பெற்ற தெய்வ உருவச் சிற்பங்களும் இயல்புத் தன்மை (realism) மிக்கனவாய்ப் படைக்கப்பெற்றுள்ளன. உடற்பயிற்சியும், போர்ப்பயிற்சியும் போற்றப்பட்ட அச்சமூகப் பண்பிற்கேற்பவும் வாழ்வியலை வடிக்கும் கலை நோக்கிற்கேற்பவும் அந்நாடுகளில் சிற்பங்கள் சதைத்திரட்சியும் முறுக்கிய தன்மையும் கொண்டு இயற்கைக்கு மிக நெருங்கிய பான்மையில் படைக்கப்பெற்றன. தமது நாட்டுக் கடவுளர்களின் உருவங்களைச் சிற்ப உருவமாக அமைத்தபோது மனித உடலமைப்பு எவ்வளவு அழகாக அமையக்கூடுமோ அவ்வளவு அழகையும் அமையப் பொருத்தி அத்தெய்வ உருவங்களை அமைத்தார்கள்.[23]

மேலைநாட்டுத் தொடர்புகள் காரணமாக மிகப் பண்டைக்காலம் முதற்கொண்டே இந்தியநாட்டுச் சிற்பக்கலையிலும் அப்பாணியின் செல்வாக்கு இடம் பெற்றுள்ளது.[24] வடநாட்டில் இருந்த அளவிற்குத் தமிழகத்தில் இப்பாணி போற்றப்பட்டதாகத் தெரியவில்லை. பல்லவ, சோழ, பாண்டியர்களது சிற்பங்களில் இவ்வியல்பு போற்றப்படவில்லை எனலாம். உருவத்தினும் மெய்யியல் உள்ளடக்கங்களுக்கே இக்காலப் பகுதிச் சிற்பங்களில் முதன்மை கொடுக்கப்பட்டுள்ளது எனலாம்.

ஆனால், நாயக்கர் காலச் சிற்பங்களில் இப்பாணிகளின் தொடர்ச்சி யினைக் காணுகின்ற அதே வேளையில், ஐரோப்பிய சிற்பங்களில் காணப்படும் திரண்டு முறுக்கிய தசைகளும், உடல் வளைவுகளும், மூட்டு அமைப்புகளிலும் இயல்புக்கு நெருக்கமாய்ச் சித்திரிக்கப்பட் டுள்ளமையையும் நாயக்கர் சிற்பங்களில் காணமுடிகிறது. மதுரை, பேரூர், தாடிக்கொம்பு, கிருஷ்ணாபுரம் முதலிய இடங்களில் வடிக்கப் பெற்றுள்ள சிற்பங்களில் ஐரோப்பிய பாணியின் செல்வாக்கு இருக்கலாம் என்று கருத இடமுள்ளது.

அரசர்கள், நாட்டுமக்களின் உருவங்கள் பல்லவர் காலம் முதற் கொண்டே சிற்பங்களில் காணக்கிடைக்கின்றன. எனினும், நாயக்கர் காலத்திலேயே இத்தகு சிற்பங்களின் எண்ணிக்கை மிகுந்துள்ளது. நாயக்க மன்னர்களும் பிற தலைவர்களும் தாங்கள் கட்டிய கோயில் மண்டபத் தூண்களில் தங்கள் உருவங்களையும், தங்கள் மனைவியர், அரசியலாளர்கள், குடிமக்கள் முதலியோர் உருவங்களையும் செதுக்கி யுள்ளனர். அவ்வுருவங்களின் ஆடை, தலைமுடியலங்காரம், உடல் உறுப்புகள், சதைத்திரட்சிகள் போன்றவை இயற்கையமைப்பிற்கு மிக நெருங்கி அமைந்துள்ளன. காந்தாரச் சிற்பக் கலையில் உரோமக் கலைமரபின் செல்வாக்கினால் உடலோடு ஒட்டிய ஆடைகள் பல நுட்பமான மடிப்புகளுடன் சித்திரிக்கப்பட்டன. நாயக்கர் கால ஆண், பெண், சிற்பங்களிலும் அதேபோல் ஆடை அமைப்பு முறைகளும் பிறவும் நுட்பமாகவும், இயல்பு தோன்றவும் சித்திரிக்கப்பட்டுள்ளன.

மனித உருவங்களை இயல்பாகச் சித்திரிக்க நாயக்கர் காலச் சிற்பிகள் முனைந்துள்ளமைக்குப் பல்வேறு இடங்களிலுள்ள திருமலை நாயக்கரின் உருவச் சிற்பங்கள் சிறந்த சான்றுகளாகும். அவை வடிக்கப் பெற்றுள்ள முறைகுறித்து,

நாயக்கர் உருவச் சிற்பங்கள் உண்மைக்கு நெருங்கிய வடிவில் வடிக்கப்பெற்றுள்ளன. திருமலை நாயக்கரின் பிற்கால உருவங்களில் காணப்படும் தொந்தி இளமைக்கால உருவங்களில் காணப்பட வில்லை.[25]

என்று நந்திதா கிருஷ்ணன் குறிப்பிடப்படுவது எண்ணத்தக்கதாகும்.

ஆர்க்காடு அகழ்வைப்பகத்தில் உள்ள நாயக்கர் காலப் பெண் உருவங்களின் கொண்டையழகும், உருவ அமைப்பும், அணிகளின் வனப்பும், ஆண்வீரர்களின் முடியழகும், வீரம் பொருந்திய உருவ அமைப்பும், முறுக்கி விடப்பட்ட மீசையும் இயற்கைத் தன்மையுடன் வடிக்கப்பெற்றுள்ளன. மேலும், இங்கு இடம் பெற்றுள்ள கி.பி.18ஆம் நூற்றாண்டைச் சேர்ந்த இரண்டு சுடுமண் உருவங்களைப் பற்றி அழகிய முடி அலங்காரமும், உப்பிய கன்னங்களும் எடுப்பான நாசியும், மயக்கும் கண்களும் உடைய இவ்வுருவங்கள் ஐரோப்பியக் கலைத்தாக்கம் கொண்டு விளங்குகின்றன[26] என்று துளசிராமன் குறிப்பிடுகின்றார்.

கற்சிற்பங்களில் மட்டுமன்றி திருவரங்கத்தில் தற்போதுள்ள நாயக்கர் காலத் தந்தச் சிற்பங்களிலும் ஐரோப்பிய பாணியின் செல்வாக்கு இருப்பது பற்றி,

> . . . சில ஐரோப்பிய உருவங்களும் இங்கு இடம் பெற்றுள்ளன. பறக்கின்ற கந்தர்வர், விண்ணோர் முதலியோர் உருவங்கள், சுருண்ட மயிரும் இறக்கையும் உடைய மேலைநாட்டு ஏஞ்சல்ஸ் போலக் காணப்படுவது குறிப்பிடத்தக்க ஒன்றாகும். அவை நாயக்கர் காலத்தே அவர்களது அவையிலே மேலைநாட்டுக் கலைத்தொடர்பு இருந்தது எனக் காட்டும் நேர்முகச் சான்றுகளாம்.[27]

என இரா. நாகசாமி கூறுவது குறிப்பிடத்தக்கது.

பிற நாட்டார் உருவங்கள்

தமிழகச் சிற்பக்கலை வரலாற்றில் முன்னில்லாத புதுமையொன்றினை நாயக்கர் காலத்தில் காணவியலுகிறது. ஐரோப்பிய கலைப் பாணியைப் பெற்றது மட்டுமன்றி ஐரோப்பியர்களின் உருவங்களையும் நம்நாட்டுச் சிற்பங்களுடன் கலந்து படைத்துள்ளனர்.

விசயநகரப் பேரரசர் கிருஷ்ண தேவராயர் காலத்தில் பிற நாட்டார் உருவங்களும் அரண்மனையிலும், அந்தப்புரத்திலும் தீட்டப் பெற்றிருந்தனவென்றும், அவற்றுள் போர்த்துக்கீரியரின் உருவங்களும் இருந்தனவென்றும் பேய்ஸ் என்பார் குறிப்பிட்டுள்ளார்.[28]

இம்மரபு நாயக்கர் காலத்திலும் தொடர்ந்துள்ளதைத் தஞ்சைப் பெருவுடையார் கோயில் விமானம், கங்கைகொண்டசோழபுர விமானம் முதலியவற்றில் உள்ள சுதை உருவங்கள் காட்டுகின்றன. பெருவுடையார் கோயில் விமானத்தின் வடபகுதியில் தலையளவில் ஓர் ஐரோப்பிய னுடைய வடிவம் காணப்படுகிறது. இது தஞ்சை நாயக்க மன்னர்

இரகுநாதரின் நண்பரான ரோலண்ட் கிரேப் (*Roeland Crape*) என்பாரது உருவம் என்பர்.[29]

இம்மன்னரின் படைப்பான குடந்தை இராமசாமி கோயில் தூணில் டேனியப் போர் வீரனின் சிற்பம் இடம் பெற்றுள்ளமை குறிப்பிடத்தக்கதாகும்.

கங்கைகொண்டசோழபுரக் கோயில் விமானத்தில் தெய்வ, மனித உருவச் சுதைச் சிற்பங்களுக்கிடையே ஐரோப்பிய பாணியில் உடையணிந்த இரு வெளிநாட்டார் உருவங்கள் இடம் பெற்றுள்ளமை குறிப்பிடத்தக்க தாகும். ஆர்க்காடு அகழ்வைப்பகத்திலும் 18ஆம் நூற்றாண்டைச் சேர்ந்த, ஐரோப்பியர் ஒருவரின் சுடுமண் உருவம் இடம் பெற்றுள்ளமை குறிப்பிடத்தக்கதாகும்.

ஓவியங்களில் பிறபாணிக் கலப்பு

கட்டடம், சிற்பங்களில் பிறபாணிகள் கலந்திருப்பது போலவே, நாயக்கர் கால ஓவியங்களிலும் பிற ஓவியப் பாணிகள் கலந்துள்ளன. சாளுக்கிய, சோழ, திராவிட, கேரள, கருநாடக பாணிகளின் கூறுகளும், ஓரளவிற்குக் கலிங்கத்துப் பாணிக் கூறுகளும் கலந்து உருவானதே விசயநகர ஓவியக் கலை எனலாம் என்று சிவராமமூர்த்தி குறிப்பிடு கின்றார்.[30] இக்கூற்று விசயநகரக் கலையின் தொடர்ச்சியான நாயக்கர் கால ஓவியங்களுக்கும் பொருந்துவதெனலாம். இவற்றுடன், இசுலாமிய, ஐரோப்பியப் பாணிகளும் நாயக்கர் கால ஓவியங்களில் வந்துள்ளமை குறிப்பிடத்தக்கது.

கி.பி. 11, 12ஆம் நூற்றாண்டுகளில் வளர்ச்சி பெற்ற ஒய்சளர் பாணி, ஒரிசா, கலிங்கப் பாணிகளின் கலப்பு அடிப்படையிலானதாகும். பக்கவாட்டுத் தோற்றம் அல்லது நேர் தோற்றம் கொண்ட உருவங்களும், அதிக அசைவற்று விளங்கும் காட்சியமைப்பும், ஒளிர் வண்ணங்களும், தடித்த கோடுகளும் இப்பகுதிகளில் தோன்றிய ஓவியப் பாணிகளில் குறிப்பிடத்தக்க அம்சங்களாக இருந்தன. அத்துடன், மகரம் முதலிய விலங்குகளும் மரங்களும், எல்லைக் கோடுகளும் மிகுந்த அலங்காரத் துடன் அமைக்கப்பெற்றன. இத்தகைய பாணிகளின் கலப்பினை விசயநகர ஓவியங்களிலும், நாயக்க ஓவியங்களிலும் காணமுடிகிறது.

இசுலாமிய பாணிக் கலப்பு

சைவ – வைணவக் கோயில்களில் மனித உருவங்கள், தெய்வ வடிவங்கள், விலங்குகள், தாவரங்கள் முதலியவை சிற்பங்களாக வடிக்கப் பெற்றன; ஓவியங்களாகத் தீட்டப்பெற்றன. ஆனால், இசுலாமியர் வடித்த கட்டடங்களில் அலங்காரத் தன்மைமிக்க பூவேலைப்பாடுகள், செடிகொடிகள், கோடுகள் முதலியன தீட்டப்பட்டன. இவைகளன்றி, தனியாகத் தீட்டப்பெற்ற ஓவியங்களில் அரச உருவங்கள், அரண்மனைக் காட்சிகள், போர்க்காட்சிகள், வாழ்வியற் காட்சிகள் முதலியன இடம் பெற்றுள்ளன. நுட்பமான வேலைப்பாடுகளும், பலவகை வண்ணங்களும் அலங்காரப் பண்பும் மிகுந்த இசுலாமிய ஓவியங்கள் பலவகையில் தனித்தன்மை மிக்கனவாகும்.

மொகலாயக் கலையோ தனித்தன்மை பெற்றிருந்ததால் குறிப்பிட்ட பொருள்களைப் பெருமைப்படுத்திற்று; உயர்குடிமக்களைத் தனிப் படக் காட்டிற்று; அந்தப்புரக் களியாட்டத்தை, அரசவையின் உயர்வை உற்று நோக்கிற்று; சக்கரவர்த்திக்குக் கவர்ச்சி யூட்டிய யானை, ஒட்டகச் சண்டைகள், வேட்டைக் காட்சிகள், குலுக்கு மினுக்கு மங்கையரின் ஒப்பனை ஆடை அலங்காரங்களைத் தீட்டிக் காட்டிற்று.[31]

என்பார் சிவராமமூர்த்தி.

இசுலாமிய மன்னர் பலரும் ஓவியக் கலையில் ஆர்வம் காட்டினர். ஆயினும் ஔரங்கசீப் காலத்தில், அவர்தம் கலை எதிர்ப்புக் கொள்கையின் காரணமாக ஓவியக் கலையும் நசிவுற்றது. ஆதரவற்ற ஓவியக் கலைஞர்கள் தக்காணம் சென்றனர். இத்தொடர்பு நாயக்கர் அரண்மனைகளிலும் ஏற்பட்டுள்ளது.[32] கோயில்கள், அரண்மனைகள் முதலிய இடங்களில் தீட்டப்பட்டுள்ள நாயக்கர் கால ஓவியங்களில் இசுலாமிய பாணியின் செல்வாக்கினைத் தெளிவாகக் காணவியலுகிறது.

இராமலிங்க விலாசம் அரண்மனையில் தீட்டப்பட்டுள்ள ஓவியங்களில் ஆண்களும் பெண்களும் மொகலாய ஆடை ஆணியும் முறையில், மிக மெல்லிய துகிலைப் பாவாடைபோல் அணிந்துள்ளனர். மொகலாயப் பெண்கள் ஆடுவது போன்ற காட்சிகளும், அவர்கள் அணிவது போன்ற தலையணிகலன்களும் காட்டப்பட்டுள்ளன. ஆடும் பெண்களின் ஆடையிலும், அணிகளிலும் தமிழ் மரபும், மொகலாய மரபும் இணைந்து கலந்து நிற்கிறது.

நடனமாடும் பெண்கள் ஆடலின் தொடக்கத்தில் சலாம் செய்வது போல் காட்டப்பட்டுள்ளனர். சேதுபதி செங்கோல் வாங்கும் காட்சியில் தீட்டப்பட்டுள்ள அவரது ஆடை அணிகலன்கள் மொகலாய ஆடைகளை நினைவுறுத்துகின்றன. மற்றொரு ஓவியத்தில் மொகலாய ஆடையும், தலைமுடியும் பூண்டு அமர்ந்து ஆடல் காண்பதாகத் தீட்டப்பட்டுள்ளது. அதில் ஆடும் பெண்ணும் மொகலாய அவையில் ஆடும் பெண்போல் உள்ளார்.

மதுப்புட்டிகளின் நடுவே, திராட்சைப் பழத்தட்டுகளுடன் தன் தேவியுடன் சேதுபதி களித்திருக்கும் காட்சி ஓவியம் உள்ளடக்கமும் வரைமுறையும் இசுலாமிய கலைப் பாணியைத் தழுவியுள்ளது. ஓவியங்களிலுள்ள கட்டடங்கள் இசுலாமிய பாணியில் வரையப்பெற்றுள்ளன.[33]

தஞ்சை சரசுவதி மகால் காகித அட்டையில் உள்ள இராமாயண ஓவியம் நாயக்கர் கால இறுதியைச் சார்ந்ததாகத் தெரிகிறது. நாயக்கர் தலைமுடிகளும் ஆடை அணிகலன்களும் காணப்படுகின்றன. நீண்ட கவுன்கள் மொகலாயர் பாணியை நினைவூட்டுகின்றன.[34] மேலும், நாயக்கர் கால ஓவியங்களில் பூவேலைப்பாடுகள் மிகுந்திருக்க இசுலாமிய, கிறித்தவர்களின் கலைப் பண்பாட்டுத் தாக்கமே காரணம் என்னும் கருத்தும் இங்கு எண்ணத்தக்கதாகும்.[35]

ஐரோப்பிய பாணிக் கலப்பு

உருவங்களையும் காட்சிகளையும் இயல்பு நோக்கில் *(Realism)* தீட்டுவது ஐரோப்பிய ஓவியங்களின் அடிப்படைப் பண்பெனலாம். தற்போது காணக்கிடைக்கும் நாயக்கர் கால ஓவியங்களில் சேதுபதி அரண்மனை ஓவியங்களும் சிதம்பரம் நடராசர் கோயில் அம்மன் சன்னிதி ஓவியங்களும் திருவாரூர் ஓவியங்களும் இவ்வகையில் குறிப்பிடத்தக்கனவாகும்.

சேதுபதி அரண்மனையில் தீட்டப்பட்டுள்ள சேதுபதியின் உருவமும் அரச மாந்தர்கள், வெளிநாட்டினர் உருவங்களும் அரசவைக் காட்சிகளும் இயல்புத் தன்மைக்கு மிக நெருக்கமாகப் படைக்கப் பெற்றுள்ளன எனலாம். சிதம்பரம் கோயிலில் உள்ள ஓவியத்தில் வேடன் ஆறலைக்கும் காட்சியும், திருவாரூர் தியாகேசர் கோயில் ஓவியத்தில் நடனக்காட்சியும் ஊர்வலக்காட்சியும் திருவரங்க ஓவியத்தில் இறைவன் பவனிக் காட்சிகளும் இயல்பு தோன்றக் காட்டப்பட்டுள்ளன.

சேதுபதி, இராசராசேசுவரியிடம் செங்கோல் பெறும் காட்சியில், இராசராசேசுவரி அமர்ந்திருக்கும் ஆசனம் ஐரோப்பிய பாணியில் விளங்குகிறது.[36]

கடவுளர் காட்சிகளில் தேவதைகள் தீட்டப்படும் போது அவர்களை இறக்கைகளுடன் காட்டுவது ஐரோப்பிய மரபாகும். மதுரை மீனாட்சி அம்மன் கோயிலில் தீட்டப்பட்டுள்ள மீனாட்சி – சொக்கநாதர் திருமணக் காட்சியில் இறக்கையுடன் தேவதைகள் காட்டப்பட்டுள்ளமை குறிப்பிடத்தக்கவையாகும்.

இலக்கியத்தில் பிற பாணிக் கலப்பு

தமிழில் பண்டு தொட்டு தொடர்ந்து வரும் இலக்கிய வடிவங்களுடன் இசுலாமிய இலக்கிய வடிவங்களும் ஐரோப்பிய இலக்கிய வடிவங்களும் புதியனவாகச் சேர்ந்தமையே பிற இலக்கிய பாணிகளின் கலப்பாகக் கொள்ளப்படுகிறது. உள்ளடக்கம், வடிவம் ஆகியவற்றில் அதுவரை தமிழில் வழங்காத முறையில் புதியனவாக இவை ஏற்பட்டுள்ளன என்பது மனங்கொளத்தக்கவையாகும்.

இசுலாமிய இலக்கிய வடிவங்கள்

நாயக்கர் காலத்தில் இசுலாமியப் புலவர்கள் தமிழ் நூல்கள் பலவற்றைப் படைத்துள்ளனர். அவற்றை

- முன்னம் தமிழில் வழங்கிய வடிவங்களை ஏற்றுப் படைத்த நூல்கள்
- அரபு, பாரசீகம் முதலியவற்றில் வழங்கிய இலக்கிய வடிவங்களைப் பயன்படுத்திப் படைத்த நூல்கள்.
- புதிதாகப் படைத்த நூல்கள்.

என வகைப்படுத்தலாம்.

தமிழில் முன்னம் வழக்கிலிருந்த சிற்றிலக்கியங்கள், காப்பியங்கள் போன்றவற்றின் அமைப்பினைத் தழுவி இசுலாமிய சமய நூல்களை மிகுதியாகப் படைத்துள்ளனர். அடுத்து, தமிழில் அதுவரை வழங்காத புதிய இலக்கிய வடிவங்களைப் பிற மொழிகளிலிருந்து தமிழுக்கு அறிமுகம் செய்து நூல்களை இயற்றியுள்ளனர்.

> இஸ்லாமியத் தமிழிலக்கிய வடிவங்களாக நாம் குறிப்பிடுவன கிஸ்ஸா, நாமா, மசலா, முனா ஜாத்து, படைப்போர் முதலான இலக்கியப் பிரிவுகளாகும். ஏனைய பிறசமய இன இலக்கியங்களில் இல்லாத இவ்விலக்கிய வகைகள் இஸ்லாமிய மதத்திற்கே உரிய சிறப்பிலக்கிய வகைகளாகும்.[37]

என்பர்.

இவற்றுள் கிஸ்ஸா, மசலா, முனாஜாத்து என்பன அரபிப் பெயர் களாகும். நாமா என்பது பாரசீகப் பெயர். படைப்போர் என்பது தமிழ்ப் பெயராகும்.[38]

நொண்டி நாடகம் என்ற இலக்கிய வடிவம் இசுலாமியப் புலவர்களால் உருவாக்கப் பெற்ற புதிய வடிவம் என்பர்.[39]

பிற மொழிகளிலிருந்து இசுலாமியப் புலவர்கள் கொணர்ந்து தமிழில் வழங்கிய வடிவங்கள் குறித்துச் சுருங்கக் காண்பது ஈண்டு வேண்டப்படுவதாகும்.

மசலா

மசலா என்பது வினா – விடை வடிவில் அமையும் இலக்கிய வகையாகும். இஸ்லாமிய அறிஞர் ஒருவரிடம் சென்று இசுலாமிய நெறிபற்றித் தெளிவு பெற, வினாவெழுப்பி உரிய விடைகளால் ஐயம் தீர்வதாகும். இவ்வகை நூல்களும் ‘மசலா’ என்ற நூல் நாயக்கர் காலத்தில் (கி.பி.1572) இயற்றப் பெற்றதாகும்.[40]

கிஸ்ஸா

‘கதை கேட்டல்’ என்று பொருள்படும் ‘கஸஸ்’ என்ற அரபிச் சொல்லினடியாகப் பிறந்தது. ‘கிஸ்ஸா’ இலக்கியங்களின் வடிவ அமைப்பு எவ்வகையானது என்பதை எளிதில் கணிக்க இயலவில்லை. எனினும் தமிழிலுள்ள கிஸ்ஸா இலக்கியங்கள் செய்யுள் நடையிலும் சில உரைநடை வடிவிலும் இன்னும் சில செய்யுள், உரைநடை கலந்த போக்கிலும் அமைந்துள்ளன.[41] ‘யூசுப் நபி கிஸ்ஸா’ ‘முகம்மது அனிபு கிஸ்ஸா’ முதலியன செய்யுள் வடிவத்திலும் ‘சைத்தூன் கிஸ்ஸா’ ‘ஷம்ஊன் கிஸ்ஸா’ போன்றவை செய்யுள், உரைநடை இரண்டும் விரவிய வடிவிலும் காணப்படுகின்றன.[42]

நாமா

‘வரலாறு’ என்று பொருள்படும் ‘நாமே’ என்ற பாரசீகச் சொல்லின் தமிழ் வடிவமே நாமா என்பதாகும். அருஞ்செயலாற்றிய பெரியவர்

களின் வரலாற்றை விளக்கிக் கூறும் இது, பாரசீக இலக்கிய அமைப்பை உட்கொண்டதாகத் தமிழில் புத்துருப் பெற்றுள்ளது.[43]

முனாஜாத்து

இறைவனிடம் மனமுருகி வேண்டுதல் என்றும் இரகசியமாய்ச் செல்லுதல் என்றும் பொருள்படும். இவ்விலக்கிய வடிவம் அரபிலிருந்து தமிழுக்கு வந்ததாகும்.[44]

படைப்போர்

இசுலாமிய வரலாற்றில் நடைபெற்ற பல்வேறு போர்ச் செய்திகளை உள்ளடக்கமாகக் கொண்டு செய்யப்பெற்ற புதுவகை இலக்கிய வடிவமாகும். படைப்போர் இலக்கியங்கள் கண்ணி, விருத்தம், நாட்டுப் புறச் சந்தம் முதலிய யாப்பமைதிகளில் எழுதப்பட்டுள்ளன. உரைநடை வடிவிலும் எழுதப்பட்டுள்ளது. ஐந்து படைப்போர் என்ற நூல் ஏறத்தாழ 200 ஆண்டுகட்கு முன் எழுதப்பட்டதாகும்.[45]

ஐரோப்பிய இலக்கிய வடிவங்கள்

ஐரோப்பிய நாட்டினர் வணிக நோக்கத்திற்காகவும் சமய நோக்கத் திற்காகவும் தமிழகம் வந்தனர். கிறித்தவ சமயத்தைப் பரப்ப வந்த சமயப் பெரியார்கள் தமிழகத்தின் பல்வேறு இடங்களில் தங்கிச் சமயப் பணியில் ஈடுபட்டனர். தமிழைக் கற்றும் தமிழில் நூல்களியற்றி யும் தமிழிலிருந்து மொழிபெயர்த்தும் தொண்டாற்றினர். இவர்களது இலக்கியப் பணிகளால் தமிழில் நேர்ந்த மிகப் பெரிய மாற்றம் உரை நடை வளர்ச்சியாகும்.

தமிழில் பண்டுதொட்டே உரை இருந்தபோதும், பெரும்பாலும் இலக்கண, இலக்கியங்களுக்கு வரையப்பட்ட விளக்கங்களாகவே *(Commentries)* அமைந்திருந்தன. தனி உரைநடை நூல் (Prose) எதுவும் ஐரோப்பியருக்கு முன் தமிழில் தோன்றியிருந்ததாகத் தெரியவில்லை. கருத்து விளக்கக் கட்டுரை, கதை இலக்கியம் முதலியவற்றிற்கு உரை நடையைப் பயன்படுத்தி ஐரோப்பியர்களே தமிழில் முதன் முதலில் நூல்கள் எழுதினர். ‘அடியார் வரலாறு’ *(Lives of Saints)* என்ற நூலை ஆண்டிரூஸ் சாமியார் அச்சிட்டார். இதுவே தமிழில் முதலாக வெளி வந்த நீண்ட உரைநடை நூலாகும்.[46] பின்னர் இராபர்ட் – டி – நொபிலி அடிகளார் தமிழில் உரைநடை நூல்கள் இயற்றியுள்ளார்.

உரைநடை வடிவில் கதை இலக்கியம் படைப்பதும் ஐரோப்பியர் களால் தமிழுக்கு வந்ததாகும். வீரமாமுனிவர் இயற்றிய ‘பரமார்த்த குரு கதை’ தமிழ் உரைநடையில் வெளிவந்த முதல் கதை நூலாகும்.

இசைப்பாடல்கள் வடிவங்கள்

இறை வழிபாட்டிற்குரிய பாமாலைகளை ஐரோப்பிய மொழிகளி லிருந்து கிறித்தவ சமய அடியவர்கள் தமிழாக்கம் செய்துள்ளனர். ‘சீகன் பால்கு ஐயர்’ செருமானியப் பாமாலைகளைத் தமிழாக்கம்

செய்துள்ளார். இதுவே முதல் முதலில் தமிழில் அச்சிடப்பட்ட கிறித்து சபைப் பாமாலை நூலாகும். நாற்பத்தெட்டுப் பாமாலைகள் அடங்கிய அந்நூல் கி.பி. 1713 இல் அச்சிடப்பெற்றது.[47] சி.டி.ஈ. இரேனியஸ் ஐயர், தமிழில் பாமாலைகளை ஆங்கில யாப்பைப் பின்பற்றி இயற்றியுள்ளார்.[48] எல்லிஸ்மூரின் புனித இசைப்பாடல்கள் (moor sacred melodies) என்ற நூலைத் தமிழாக்கம் செய்துள்ளார்.[49]

ஆதலால் நாயக்கர் காலத்தில் ஐரோப்பியர்களால் உரைநடை, உரைநடைக் கதை இலக்கியம், அயல்நாட்டுப் பண்கள், பாடல்கள், புதிய யாப்பு வடிவங்கள் முதலியன தமிழில் கலந்துள்ளன.

நாயக்கர் காலத்துக் கலைகளில் பலவகைப் பாணிகள் கலந்துள்ளன. இசுலாமிய ஐரோப்பிய பாணிகளை அவர்களது சமயஞ்சாராக் கட்டடங்களிலேயே காணமுடிகிறது. கோயில் கட்டடங்களில் காண இயலவில்லை எனலாம். சிற்ப, ஓவியக் கலைகளில் இந்தியாவின் பல்வகைப் பாணிகளும் ஐரோப்பிய பாணியும் கலந்துள்ளன. இலக்கியத்திலும் புதிய வடிவங்கள் புகுந்துள்ளன.

குறிப்புகள்

1. J.B. Foreman (ed.) Collins National Dictionary.
2. து. துளசிராமன், ஆர்க்காடும் அகழ்வைப்பகமும், பக். 27.
3. Vasudeva S. Agarwala, The Heritage of Indian Arts, p. 27.
4. James Pergusson, (Quoted By) K. Rajaram, History of Thirumalai Nayak, p. 54.
5. Ibid, p. 56.
6. களஞ்சியம், (தொகுதி – 7, இதழ் – 1), 1992, ப. 38.
7. Vincent A. Smith, A History of Fine Art in India & Ceylon, p. 123.
8. து. துளசிராமன், மு. நூல், பக். 59 – 60.
9. க.த. திருநாவுக்கரசு, 'கட்டடக்கலை', தமிழகக் கலைச் செல்வங்கள், துளசி. இராமசாமி (பதி.), ப. 171.
10. The Pillar of the Verandah in some of these temple are decorated with triple brackets ornamented with magnificent human in the full bloom of Gupta abundance Anand K. Coomaraswamy. (Quated by), Vasudeva, S. Agarawala, The Heritage of Indian Art, p. 21.
11. The minute carving of the Hoysala temples is their most attractive feature, achieving the effect of Sandalwood and ivory carving and reproducing the same infinite variety of ornamental decoration. The figure sculpture loaded with jewellary and ornament, head dress and pendants is repeated 'ad infinitum'.

    - Ibid. p. 24.

12. க. சிவராமமூர்த்தி, இந்திய ஓவியம், மே.சு. இராமசாமி (மொ.பெ.) ப. 86.
13. Their special features are the profusely ornamented outer walls relived by projections and the surfaces every where loaded with the richest sculpture of its kind comprising dancing male and female figures and decorative patterns of the most exquisits character.

    - Vasudeva S. Agarwala. Op.Cit., p. 25.

14. க.சிவராமமூர்த்தி, மு. நூல், பக். 71, 94.
15. பாலசுப்ரமணியன், தமிழகக் கோயிற்கலைமரபு, ப. 12.
16. க.இலக்குமி நாராயணன், விருதுநகர் நாயக்கர் சிற்பங்கள், ப. 26.
17. இரா. நாகசாமி. ஓவியப்பாவை, ப. 60.
18. ... Rare Sculptures, Plate No. 31, p. 33.
19. Avvai Natarajan & Natana Kasinathan, Art Panorama of Tamils, p. 38.
20. இரா. இரகுநாதன், ஸ்ரீவில்லிபுத்தூர், பக். 50 – 51.
21. பாலசுப்ரமணியன், மு. நூல், பக். 11 – 12.
22. துளசிராமன், மு.நூல், ப. 58.
23. சீனி. வேங்கடசாமி, தமிழர் வளர்த்த அழகுக் கலைகள், ப. 48.
24. Vincent A. Smith. Op.Cit., p. 59.
25. Nanditha Krishna, Nayaka Paintings, The Indian Magazine, April 1989. p. 47.
26. மு. நூல், பக். 58 – 59.
27. இரா. நாகசாமி, ஓவியப் பாவை, ப. 66.
28. கோ. தங்கவேலு, இந்தியக் கலை வரலாறு, பக். 66.
29. க.த. திருநாவுக்கரசு, முதலாம், இராசராசசோழன், ப. 117.

இச்சிற்பம் ரோலண்ட கிரேப் அல்லது மார்க்கோ போலோ அல்லது சோழர் காலத்தே வந்த மேனாட்டாரின் உருவம் ஆகியவற்றுள் ஏதேனும் ஒருவருடையதாக இருக்கலாம் என்ற சோமசுந்தரம் பிள்ளையின் கருத்தினைக் கூறி, சோழர் காலத்தியதாகவே இருக்கலாம் என்று க.த. திருநாவுக்கரசு குறிப்பிட்டுள்ளார். ஆனால் பெருவுடையார் கோயில் விமானம், கோபுரங்களில் நாயக்கர் காலச் சுதைச் சிற்பங்கள் இடம் பெற்றிருப்பதாலும் கங்கைகொண்ட சோழபுர விமானத் திலுள்ள நாயக்கர் காலச் சுதையுருவங்களில் மேனாட்டார் உருவங்கள் இடம் பெற்றுள்ளமையாலும் பெருவுடையார்

கோயில் விமானத்திலுள்ள உருவம் தஞ்சை நாயக்கர்களாலேயே வைக்கப்பட்டிருக்க வேண்டும் எனக் கருதுவது பொருத்தமுடையதாகும்.

30. *C. Sivaramamurthi, Vijayanagara Paintings, p. 24.*

31. க. சிவராமமூர்த்தி, மு. நூல், ப. 111.

32. இரா. நாகசாமி, மு. நூல், ப. 147.

33. மேலது, பக். 145 – 146.

34. மேலது, ப. 159.

35. செ. வைத்தியலிங்கன், தமிழ்ப் பண்பாட்டு வரலாறு, (முதல் பாகம்), பக். 517 – 518.

36. இரா. நாகசாமி, மு. நூல், ப. 140.

37. ம. முகம்மது உவைஸ் & பீ.மு. அஜ்மல்கான், இஸ்லாமியத் தமிழ் இலக்கிய வரலாறு, (தொகுதி ஒன்று), ப. 149.

38. மு. சாயபு மரைக்காயர், இஸ்லாமியச் சிற்றிலக்கியங்கள், தமிழ் இலக்கியக் கொள்கை – 8, ச.வே. சுப்பிரமணியன், & கே. பகவதி (பதி.) ப. 280.

39. மேலது, ப. 297.

40. ம. முகம்மது உவைஸ் & பீ.மு. அஜ்மல்கான், மு. நூல், ப. 153.

41. முஸ்தபா, தமிழில் இஸ்லாமிய இலக்கிய வடிவங்கள், பக். 61 – 62.

42. மு. சாயபு மரைக்காயர், மு. நூல், ப. 282.

43. முஸ்தபா, மு.நூல், ப. 78.

44. மு. சாயபு மரைக்காயர், மு.நூல், பக். 294 – 295.

45. முஸ்தபா, மு. நூல், ப. 123.

46. நா. வானமாமலை, உரைநடை வளர்ச்சி, ப. 34.

47. *K. Meenashisundaram, The Contribution of Eupopean Scholars to Tamil. p. 318.*

48. *Ibid, p. 318.*

49. *Ibid, p. 99.*

மிகு அணியுடைமை

ஒரு பொருளினை அழகுறுத்தும் நோக்கில் புறவயமாகச் செய்யப்படும் ஒப்பனையை அணி எனலாம். கட்டடம், சிற்பம், ஓவியம், இலக்கியம் முதலிய கலைப்பொருட்களும் அழகு நோக்கில் அணி செய்யப்பெறுகின்றன. நாயக்கர் காலத்தெழுந்த இத்தகு கலைப் பொருட்கள், தமிழகத்தில் அதற்கு முந்தைய காலக்கட்டடங்களில் தோன்றியவற்றினும் மிகுந்த அணிகளைப் பெற்றுள்ளன. ஆதலால், அணி மிக்குடைமையை இக்காலப்பகுதி யின் கலைக் கோட்பாடுகளுள் ஒன்றாகக் கொள்ளவியலுகிறது.

கட்டடங்களில் அணி

நாயக்கர் காலத்தில் உருவாக்கப்பெற்ற அரண்மனைகள், கோயில் கோபுரங்கள், மண்டபங்கள், தூண்கள், குளங்கள் ஆகிய கட்டடக் கூறுகள் ஒவ்வொன்றும் பல வகைகளிலும் அணியூட்டப் பெற்றனவாய்க் காணப்படுகின்றன.

அரண்மனைக் கட்டடங்கள்

நாயக்கர் கால அரண்மனைகளுள் இன்று குறிப்பிடத்தக்க வகையில் எஞ்சி நிற்பன மதுரை திருமலை நாயக்கர் அரண்மனை யும், ஸ்ரீவில்லிபுத்தூர் அரண்மனையும் தஞ்சை அரண்மனையும் சேதுபதி அரண்மனையும் ஆகும். மதுரையிலுள்ள திருமலை நாயக்கர் அரண்மனை இந்திய, இசுலாமிய – கோத்திக் கட்டட பாணிகளின் கலப்புடையதாகும். இவ்வரண்மனை உயர்ந்தும் பருத்த தூண்களையும் அதிலிருந்து தொங்கும் போதிகைகளையும் கொண்டுள்ளது. கூடங்களும், வளைவுகளும் மிக நேர்த்தியாக அமைந்துள்ளன. விதானங்களிலும், மேற்சுவர்களிலும் மிக நுண்ணிய முறையில் சுதை உருவங்களும், மலர்த்தோரணங்களும், பூவேலைப்பாடுகளும் காணப்படுகின்றன. இங்குள்ள நாடக சாலை தமிழ்நாட்டில் அமைந்த பழம்பெரும் நாடக சாலைகளில் மிக அழகிய நுட்பமான சுதை வேலைப்பாடுகள் கொண்டதாகும்.[1] இவ்வரண்மனையில் இன்று எஞ்சியிருக்கும் ஒரு பகுதியின் தூண்களும் விதானங்களும் சுவர்களும் ஒவ்வொரு அங்குலமும்

ஏதேனும் ஒருவகையில் அணியூட்டப்பெற்று விளங்குகின்றன எனலாம். நாயக்கர்காலத்தில் இவ்வரண்மனை எங்ஙனம் திகழ்ந்தது என டெயிலர் பாதிரியார் விவரிப்பது மிகச்சுவை மிகுந்ததாகும். நாயக்கர் காலத்தில் வாழ்ந்தவர் நேரில் கண்டெழுதிய அக்குறிப்பு, அயல் நாட்டினரும் வியக்கும் வண்ணம் அணியூட்டப் பெற்றதாக இவ் வரண்மனை திகழ்ந்தமைக்குத் தக்க சான்றாகும்.² சேசுசபைத் துறவிகள் இதனை தீபீஸின் (Thebes) பழைய சின்னங்களோடு ஒப்பிட்டு வியந்துள்ளனர்.³

மதுரை அரண்மனையுடன் ஒப்பிடும்போது திருமலை நாயக்கரால் கட்டப்பெற்ற ஸ்ரீவில்லிபுத்தூர் அரண்மனை அளவில் சிறியதெனினும் பிற பண்புகளில் ஒத்ததாகும்; அணி மிக்கதாகும். இராமநாதபுரம் இராமலிங்க விலாச அரண்மனையும் பலவகைச் சுதைவேலைப்பாடு களாலும் ஓவியங்களாலும் அழகூட்டப்பட்டதாகும். தஞ்சை நாயக்க அரண்மனையின் ஒரு பகுதியான விஜய பவனம்,

> பொன் மயமான நுழைவாயிலும் சுதை வேலைபாடுகளோடு பவளக் கால்களைப் போல எழில்காட்டும் தூண்களும் பச்சை, நீல இரத்தினங்களையொத்துச் சுடர் விடும் சுவர்களும் சிவப்பு மணிகளால் அமைந்த போதிகைகளும் செப்புத் தோரணங்களாலும் முத்துக் குஞ்சலங்களாலும் ஒப்பனை செய்யப் பெற்ற பலகணிகளும் மடிக்கத்தக்க கதவுகளும் இந்த விஜய பவனத்திற்கு எழில் கூட்டுகின்றன.⁴

என்று குறிப்பிடப்படுவது இவ்வரண்மனையின் மிகு அணியுடைமையைச் சுட்டுவதாகும்.

கோபுரங்கள்

பல்லவர் காலம் முதல் கோயில்களில் கோபுரங்கள் எடுக்கும் மரபு தொடங்கியது. முற்காலச் சோழர்களும் பிற்காலத்தில் இராசராசனும் கோபுர வளர்ச்சியில் நாட்டம் செலுத்தியுள்ளனர். ஆயினும், இவர்கள் காலக் கோபுரங்களில் சிற்பங்கள் பெருமளவில் இடம் பெறவில்லை. பிற்காலச் சோழர்களில் முதலாம் குலோத்துங்கன் விக்கிரமசோழன் ஆகியோர் எடுப்பித்த கோபுரங்களில் ஓரளவு கற்சிற்பங்கள் இடம் பெற்றுள்ளன. பிற்காலப் பாண்டியர்களும் விஜயநகர வேந்தர்களும் வானளாவிய கோபுரங்களை எடுத்துள்ளனர். இவர்கள் கட்டுவித்த கோபுரங்களில் கற்சிற்பங்களும் சுதைச் சிற்பங்களும் அமைக்கப் பெற்றுள்ளன. விசயநகரப் பேரரசர்கள் உயர்ந்த கோபுரங்களை எடுக்கத் தலைப்பட்ட போது அவற்றில் சில சுதை உருவங்களை வைத்திருந்திருக் கிறார்கள். ஆயினும், அவர்களுக்குப் பின்வந்த நாயக்க மன்னர்களே கோபுரங்களின் மேல்நிலைகளில் ஆயிரக்கணக்கான சுதை உருவங்களை வைத்து அலங்கரித்தவர்கள் ஆவர். மதுரை அங்கயற் கண்ணி ஆலயத்தில் விளங்கும் கோபுரங்கள் சிலவற்றில் ஏராளமான சுதை உருவங்கள் திருமலை மன்னன் காலத்தில் வைக்கப்பட்டன.⁵ இவை புராணக்கதைச் சிற்பங்கள், தெய்வ உருவங்கள், மனித உருவங்கள், பாலுறவுச் சிற்பங்கள்

என அமைந்தவையாகும். மதுரை, ஸ்ரீவில்லிபுத்தூர், தென்காசி, மன்னார்குடி போன்ற இடங்களிலுள்ள நாயக்கர் காலக் கோபுரங்கள் இவ்வகையில் குறிப்பிடத்தக்கனவாகும்.

தாங்கள் எடுப்பித்த கோபுரங்களில் மட்டுமன்றி, பண்டைய நாளில் எடுக்கப்பெற்ற கோபுரங்களிலும் நாயக்க மன்னர்கள் சுதைச் சிற்பங்களைப் புதிதாக இணைத்து அழகூட்டியுள்ளனர். தஞ்சைப் பெருவுடையார் கோயில் விமானம், கோபுரங்கள், தாராசுரம் ஐராவதேசுவரர் கோயில் முதலிய இடங்களில் இத்தகைய சுதைச் சிற்ப அலங்கரிப்பு வேலையினைக் காணமுடிகிறது. கங்கைகொண்ட சோழபுரத்துக் கோயில் விமானத்தில் துவாரபாலகர், சிவன், பிச்சாடனர், திருமால், நடராசர், இடப வாகனச் சிவனார், குண்டோதரன், இடையன், மிதுனக்காட்சி, பைரவர், சிவன், மீனாட்சி திருமணம், பிரமன், வெளிநாட்டினர் உருவங்கள் முதலிய சுதைச் சிற்பங்களை நாயக்க மன்னர்கள் இணைத்துள்ளனர். முன்னிருந்த கோயில்களுக்குப் புதிதாக வண்ணம் பூசியும் ஓவியங்கள் தீட்டியும் அணியூட்டியுள்ளனர். தாராசுரம், திருப்புள்ளமங்கை முதலிய இடங்களிலுள்ள கோயில்கள் இதற்குத் தக்க சான்றுகளாகும். இவையனைத்தும், கோபுர, விமான அமைப்புகளுக்கு அணியூட்டுவதில் நாயக்க மன்னர்கள் காட்டிய ஈடுபாட்டினை உணர்த்துகின்றன.

மண்டபங்கள்

நாயக்க மன்னர்களால் கோயில்களில் நூற்றுக்கால், ஆயிரங்கால் மண்டபங்களும், கல்யாணம், ஊஞ்சல் மண்டபங்களும் எடுக்கப் பட்டுள்ளன. அத்துடன், திருக்கோயில் திருச்சுற்றுகளை மண்டபங்களாக வும் மாற்றியமைத்துள்ளனர். இம்மண்டபங்களில் உள்ள தூண்கள் பொறியியல் தேவையை மட்டும் நிறைவு செய்வனவல்ல. ஒவ்வொரு தூணும் குதிரை வீரர்கள், யாளிகள், யாளிகள் மேல் அமர்ந்து செல்லும் வீரர்கள், தெய்வ உருவங்கள், குறவன், குறத்தி, வேடன், வேடுவிச்சி முதலிய மக்கள் உருவங்கள், மன்னர் உருவங்கள், புராண இதிகாச மாந்தர்களின் உருவங்கள், கதை நிகழ்ச்சிகள் எனப் பல்வகை உருவச்சிலைகளைப் பெற்றுத் திகழ்கின்றன. ஒவ்வொரு தூணும், தூணிலுள்ள சிற்பங்களும் சிறந்த நுட்பமான வேலைப்பாடுகள் கொண்டு மண்டபமே சிற்பக் களஞ்சியமாகக் காட்சி தருகிறது. இச்சிற்பங்கள் மண்டபத்திற்கு அணியூட்டி நிற்கும் பான்மையை மதுரை, வேலூர் தாடிக்கொம்பு, பேரூர், ஸ்ரீவில்லிபுத்தூர், கிருஷ்ணாபுரம், தாரமங்கலம், திருக்கழுக்குன்றம், குடந்தை, திருவரங்கம் முதலிய இடங்களிலுள்ள கோயில் மண்டபங்களில் காணமுடிகிறது.

விதானங்கள்

நாயக்கர் கால மண்டப விதானங்கள் சிற்பங்களால் அழகுபடுத்தப் பட்டுள்ளன. நடுவில், சுழலும் அமைப்புடைய பெரிய தாமரைப்பூவும் அதன் இதழ்களைப் பற்றித் திறக்க முற்படும் கிளிகளும் பன்னிரு இராசிகளுக்குரிய தேவதைகளும் அல்லது திசைக்காவலர்களும் நான்கு

மூலைகளில் கற்சங்கிலிகளும் காணப்படுகின்றன. இத்தகைய அமைப்பினை குடந்தை, தாரமங்கலம், திருச்செங்கோடு, மதுரை, பேரூர் முதலிய இடங்களில் காணமுடிகிறது.

குளங்கள்

நாயக்கர் காலத்தில் நாடெங்கும் பல குளங்கள் வெட்டப்பட்டுள்ளன. அவற்றுள் சென்னிம நாயக்கன் குளம், கீழ்ராவந்தவாடிக் குளம், மகாமகக் குளம், திருச்சி தெப்பக்குளம், மதுரை வண்டியூர்த் தெப்பக்குளம் முதலியன குறிப்பிடத்தக்கனவாகும். அழகுநோக்கில் சிற்பங்களால் அணி செய்யப்பட்டனவற்றுள் சென்னிம நாயக்கன் குளம், கீழ் ராவந்தவாடிக் குளம், குடந்தை மகாமகக் குளம் முதலியன சிறப்பாகக் குறிப்பிடத்தக்கனவாகும்.

16 அல்லது *17*ஆம் நூற்றாண்டில் செஞ்சியை ஆண்ட சென்னிம நாயக்கனால் வெட்டப்பெற்ற சென்னிம நாயக்கன் குளம் சிற்பங்களாலும்[6] குடந்தை மகாமக குளம் சிற்பங்கள் நிறைந்த மண்டபங்களாலும் அணி செய்யப்பட்டுள்ளன.[7]

சிற்பங்களில் அணி

ஆடைகள், அணிகலன், தலையலங்காரம் முதலியவற்றால் சிற்பங்களை அழகுபடுத்துதல் பண்டைக்காலம் முதற்கொண்டே காணப்படும் ஒன்றெனினும், தமிழகத்தில் விசயநகர நாயக்கர் காலச் சிற்பங்களிலேதான் அணிகள் மிகுந்திருக்கக் காண்கிறோம். 'சோழர் காலத்தை விட இக்காலத்திலேயே ஆடை, அணிகலன்கள், பிற அலங்காரங்கள் மிகவும் விரிவான வகையில் இடம்பெற்றுள்ளன என்பார் ஈடித் தோமரி.[8]

நாயக்கர் காலத்துச் சிற்பங்களில் இடம்பெறும் தெய்வங்கள், அரசர்கள் மட்டுமன்றி குறவன், குறத்தி போன்ற சமூகத்தின் அடித்தள மக்களும் மிகு அணிகலன்களை உடையவர்களாகக் காட்டப்பட்டுள்ளனர். அதுபோலவே, பறவைகள், விலங்குகளும் அணி அலங்கார நோக்கில் அணி செய்யப்பட்டனவாய்க் காணப்படுகின்றன.

தெய்வ, மனித உருவங்களில் உள்ள அணிகலன்களை, தலையணிகள், காதணிகள், மூக்கணிகள், கழுத்தணிகள், கையணிகள், இடையணிகள், காலணிகள் என வகைப்படுத்தலாம்.

நாயக்கர் காலச் சிற்பத்தின் மிகு அணியுடைமைக்கு கிருஷ்ணாபுரம் வேங்கடாசலபதி கோயில் மண்டபச் சிற்பங்கள் மிகச் சிறந்த சான்றுகளாகும்.[9]

ஓவியங்களில் அணி

கோயில் மண்டபத் தூண்களின் வெறுமை சிற்பங்களால் மாற்றப் பட்டிருப்பது போலவே, கோயில், அரண்மனை, வீடுகளின் சுவர் வெறுமையும் ஓவியங்களால் மாற்றப்பட்டு, அழகுபடுத்தப்பட்டுள்ளன.

நாயக்கர் கால ஓவியங்களில் இடம்பெறும் தெய்வ, மனித உருவங்கள், பொருட்கள், திரைச்சீலையமைப்பு, எல்லைக்கோடு, எல்லைக் கோட்டிற்கும், காட்சியைக் காட்டும் உருவங்களுக்கும் இடைப்பட்ட வெளி (*space*) ஆகிய அனைத்திலும் அலங்காரப் பண்பைக் காணவியலுகிறது.

தெய்வ உருவங்களும் மனித உருவங்களும் தலை, கழுத்து, கைகள், இடை, கால்கள் எனப் பல்வேறு அங்கங்களிலும் அணிகலன்களை அணிந்துள்ளன. ஆடைகள், மிகுந்த பூவேலைப்பாடுகள் வண்ண வேலைப்பாடுகள் உடையனவாய்த் திகழ்கின்றன. ஆடைகளின் மடிப்புகள் அவற்றின் இயல்பு நோக்கில் சித்திரிக்கப்படாமல் அழகு நோக்கிலேயே சித்திரிக்கப்பட்டுள்ளமை குறிப்பிடத்தக்கது. குறிப்பாக, கோலாட்டம், கும்மி, பிறவகை ஆடல்கள், இசைக்கருவி, இசைப்போர் முதலியோரைக் காட்டும்பொழுதும் காட்சியின் அசைவியக்கத்திற்கு ஏற்ற மாறுபாடுகளை இயல்பாகச் சித்திரித்தல் குறைவாக உள்ளது. ஆடைகள் உடலோடு ஒட்டிய நிலையில் அசைவின்றியே பெரிதும் காட்டப்பட்டுள்ளன. அதிலுள்ள பூவேலைப்பாடுகளும் ஆடைமடிப்பு களில் இயல்புக்கேற்ப அமைவதில்லை. ஆதலால், காட்சியின் இயல்புத் தன்மைக்கு முக்கியத்துவம் கொடுப்பதைவிட அலங்காரப் பண்பிற்கே முக்கியத்துவம் கொடுத்துத் தீட்டப்பட்டிருப்பதை உணரவியலுகிறது.

ஓவியங்களில் இடம்பெறும் ஆசனம், தேர், மண்டபம், முதலான பல பொருட்களும் மிகுதியாகப் புனையப்பெற்றுள்ளன. திருவாரூர் முசுகுந்தச் சக்கரவர்த்தி கதையில் இடம்பெறும் தேர்கள், மண்டபங்கள், இராமநாதபுர அரண்மனை ஓவியங்களிலுள்ள ஆசனங்கள், கண்ணாடி முதலிய பொருட்கள் இவ்வகையில் சிறப்பாகக் குறிப்பிடத்தக்கனவாகும்.

ஓவியங்களில் இடம்பெறும் விலங்குகள், பறவைகளின் உருவங்களும் அலங்கார மெருகூட்டப் பெற்றுக் (*stylised*) காணப்படுவது குறிப்பிடத் தக்கது. இவ்வகையில், மரங்கள் சிறப்பாகக் குறிக்கத்தக்கனவாகும். இயல்பாகவன்றி, காந்தாரம் மற்றும் கூர்ச்சர நாட்டு ஓவியங்களில் இடம் பெறுவதைப் போன்றே அலங்கார நோக்கில் வரையப் பெற்றுள்ளன.

விசயநகர – நாயக்க ஓவியங்களில் காணப்படும் திரைச்சீலை அமைப்பு குறிப்பிடத்தக்க ஒன்றாகும். இச்சீலை வண்ணமயமாகவும், வேலைப்பாடுகளுடனும் விளங்குவதுடன் காட்சிக்கு ஓர் அலங்காரப் பொருளாகவும் காணப்படுகிறது.

ஓவியங்களில் வெளியே வரையப்பட்டுள்ள எல்லைக்கோடுகள் வட்டவடிவ மலர் அமைப்புகள், வளைகோடுகள், சதுரங்கள், முக்கோணங்கள் எனப் பல்வகையாக வரையப்பட்டுள்ளன.

உருவங்களுக்குப் பின்னும், மேலேயும் அமையும் வெளி (space) அடர்வண்ணம் தீட்டப் பெற்றுள்ளது. அத்துடன் பூக்கள் வரையப்பட்டு வெளியின் வெறுமை நீக்கப்பட்டுள்ளது.

இலக்கியங்களில் அணி

செய்யுளில் அணிகள் இருவகையான சூழல்களில் இடம்பெறு கின்றன. (1) பொருள் புலப்பாட்டின் சிறப்பினை விளக்க; (2) அலங்காரமாகிக் கேட்போர்க்கு இன்பம் பயக்க அணி செய்யுளுக் குரிய அகத்துறுப்பாகக் கருதப்படும்போது அஃது இதன் பொருளைப் புலப்படுத்தத் துணை நிற்கின்றன. புறத்துறுப்பாக விளங்கும்போது அஃது அலங்காரமாகி, செய்யுளை அழகுபடுத்தத் துணை நிற்கின்றன. முன்னது பொருளுக்குத் துணைநிற்கும் புலப்பாடு. பின்னது புனைவிற்குத் துணைநிற்கும் அணிகலன்.[10] என்பர். காலத்தால் முற்பட்ட தொல்காப்பியத்துள் உவமவியல் அமைந்துள்ளது. ஆயினும், தொல்காப்பியர் உவமையை அணி என்று எவ்விடத்தும் குறிக்கவில்லை. இதனால், தொல்காப்பியர் உவமையைச் செய்யுளின் அகத்துறுப்பாகவே கொண்டுள்ளார் எனக் கருத இடமுள்ளது.[11]

பிற்காலத்தில் அணிகள் பலவாகப் பெருகின. காலந்தோறும் தமிழில் அணிகள் மிகுந்து வந்துள்ளமையை அணியிலக்கண நூல்களால் அறிய முடிகிறது. கி.பி. 11ஆம் நூற்றாண்டில் தோன்றிய வீரசோழியமும் கி.பி. 12ஆம் நூற்றாண்டில் தோன்றிய தண்டியலங்காரமும் 35 அணிகளைப் பற்றிக் கூறுகின்றன. நாயக்கர் காலமாகிய கி.பி. 16ஆம் நூற்றாண்டில் தோன்றிய மாறனலங்காரம் 64 அணிகளைக் குறிப்பிடுகின்றது.[12] 17ஆம் நூற்றாண்டில் தோன்றிய இலக்கண விளக்கம் 35 அணிகளையும் 18ஆம் நூற்றாண்டில் தோன்றிய தொன்னூல் விளக்கம் 30 அணிகளையும் விளக்கிச் செல்கின்றன.

இவை, நாயக்கர் காலத்தில் அணிகளின் வகைகள் மிகுதிப்பட்டதை யும், அணியிலக்கண நூல்கள் தொடர்ந்து தோன்றியதையும் காட்டு கின்றன. புற அலங்காரமாகச் செய்யுட்களில் நிற்கும் அணிகளின் மிகுதிப்பாடு அக்கால இலக்கியங்களின் அலங்காரப் பண்பை உணர்த்து கின்றன எனலாம்.

சொல்லணி, பொருளணி எனப்படும் அணி வகைகளுள் சொல் லணிகளையே இக்காலக் கவிஞர்கள் பெரிதும் போற்றியுள்ளனர். யமகம், திரிபு, சிலேடை, மடக்கு, சித்திரகவி, நிரோட்டகம் முதலிய எழுத்து – சொல்லணி இலக்கியங்கள் இக்காலகட்டத்தில் மிகுதியாகத் தோன்றியுள்ளன.

அணிகளை மிகுதியாகப் பெய்தும் தங்கள் இலக்கியங்களைப் புலவர்கள் அலங்கரித்த பான்மைக்கு இக்காலகட்டப் பெருங்கவிஞருள் ஒருவரான குமரகுருபரரின் நூல்கள் தக்க சான்றுகளாகும். உயர்வு நவிற்சியாக வருணித்தல் இவரது படைப்புகளில் பெருமுனைப்புப் பெற்றுள்ளது.[13]

கி.பி. 16ஆம் நூற்றாண்டில் தோன்றிய மாறனலங்காரத்தைப் பதிப்பித்த திருநாராயணையங்கார்,

... ... மல்லலுறச்
சந்தி பொருத்தித் தருஞ்சீர் கெடாதடுக்கிப்
புந்தி மகிழ்அற் புதஅணித்தா – முந்தையோர்
செய்யுள்போற் செய்த திருக்கோயில்

எனத் திருவெங்கையுலாவில் சிவப்பிரகாசசுவாமிகள் பாடியுள்ளதை மனங்கொண்டு,

> இதனால், கோயிலுள் நூன்முறையான் அமைக்கும் குணாலங்காரம் (வடிவழகு) போலச் செய்யுளுள்ளும், நூன்முறையான் அமைக்கும் குணாலங்காரங்கள் உண்டென்றும், கோயிலுள் தெய்வ பிம்பம் தீபஜாலம் உற்சவ பரிவாரம் முதலியவற்றான் அமைக்கும் பொருளழகு போலச் செய்யுளுள்ளும் உவமை, உருவகம் முதலிய பொருள் வகையான் அமைக்கும் அர்த்தாலங்காரங்கள் உண்டென்றும், கோயிலுள் வர்ண விசேஷங்களால் அமைக்கும் சித்திர கலாபங்கள் போலச் செய்யுளுள்ளும் வர்ண (அஷர) விசேஷங்களால் அமைக்கும், சப்தாலங்காரங்கள் உண்டென்றும், கோயிலுள் ஒரோவழி நிகழ்ந்தபடி வரையும் விகிருத ரூபங்கள் போலச் செய்யுளுள்ளும் ஒரோவழி நிகழ்ந்த படிவரையும் தோஷாலங்காரங்கள் உண்டென்றும் குறிப்பிடுகின்றன.[14]

எனப் பதிப்புரையில் குறிப்பிடுகிறார்.

கி.பி. 17ஆம் நூற்றாண்டினரான சிவப்பிரகாசர் முதலாகக் கோயில் அலங்காரங்களுக்கும் செய்யுள் அலங்காரங்களுக்கும் இடையேயுள்ள ஒப்புமை பற்றிய உணர்வு இருந்ததையும் பல்வகையான அணிகளைப் பயன்படுத்துதல் சிறப்புமிக்கதொரு கலையாக்கப் பண்பாக இக்காலப் பகுதியில் கருதப்பட்டதையும் உணரவியலுகிறது. இந்து சமயம் சார்ந்த புலவர்கள் மட்டுமன்றி இசுலாமிய சமயப் புலவர்களும் தங்கள் நூல்களில் மிகுந்த அணிகளைப் பயன்படுத்தியுள்ளமை இஃது, இக்கால இலக்கியங்களின் அடிப்படைப் பொதுப்பண்பாக நிலவியதைக் காட்டுகிறது எனலாம்.

இவ்வாறு நாயக்கர் காலத்தில் மண்டபங்கள், தூண்கள், விதானங்கள், கோபுரங்கள், குளங்கள் முதலியன சிற்பங்களாலும் பூவேலைப்பாடு களாலும், அழகூட்டப் பெற்றுள்ளன. சிற்பங்கள் மிகுதியான அணிகளைத் தாங்கியுள்ளன. ஓவியங்கள், பூவேலைப்பாடுகள், திரைச்சீலைகள், அலங்கார எல்லைக்கோடுகள் முதலியவற்றால் அழகுப்படுத்தப் பட்டுள்ளன. புற அணிகள் மிகுதியாகப் பெய்யப்பட்டு இலக்கியங்கள் அணி செய்யப்பட்டுள்ளன.

குறிப்புகள்

1. நடன. காசிநாதன் (பதி.), தமிழக வரலாற்றுச் சின்னங்கள், ப. 51.
2. அதின் தெற்கு சொர்க்க விலாசம் (க). இந்த அரண்மனையில் இருக்கும் சிங்காரங்களும் உன்னதத்திலும் விஸ்தாரத்திலும்

நீளத்திலும் வேலைப்பாடுகளிலும் வெகு விநோதமாக இருக்கிற திலும் தேச தேசாந்திரங்களிலும் இந்த வேலைகளுக்குச் சமானம் ஒரு இடத்திலுமில்லை என்று சொல்லும்படியாக இருக்கிற சொர்க்க விலாசம் தொட்டிக்கட்டு (க) ... அதற்கு முன்னதாக நடுவே சாலையும் இரண்டு பக்கத்திலும் இரண்டு சிகரமும் அலங்காரமாகச் சொர்ன கலசங்களுடனே செய்திருந்தது. ரெங்க விலாசம் தே பூசைக் கோவில் நாடக சாலை விலாசத் துக்கும் சொர்ன கலசம் வைத்திருந்தது ... அதில் கருங்கல் சவுக்கைகளும் நானா வர்ண வேலைகளுமுண்டு. இதன் மேற்கு ஆயுதசாலை. அதன் வடக்கு வசந்த வாவி. அதைச் சுற்றி வரக் கும்முடம் வெகு சிங்காரமாயிருக்கும்.

– மு. கோவிந்தசாமி ஐயர், திருமலை நாயக்கர் சரித்திரம், ப. 98 – 100

3. R. Sathyanatha Aiyar. History of the Nayaks of Madura, p. 108.

4. குடவாயில் பாலசுப்ரமணியன், தஞ்சாவூர், ப. 310.

5. இரா. நாகசாமி & மா. சந்திரமூர்த்தி, தமிழகக் கோயிற் கலைகள், ப. 81.

6. திருவண்ணாமலையிலிருந்து அரூர் செல்லும் பாதையில் அமைந்துள்ளது. இக்குளம் ஏறத்தாழ 507 அடி சுற்றளவுடையது, 14,4005 அடி பரப்பளவுள்ளது. இதன் சுற்றுமதிலின் உட்புறத் திலும் தளங்கள் மற்றும் படிகளிலும் புராண நிகழ்ச்சிகள், போர்க்காட்சிகள், பாலுறவுக் காட்சிகள், அரசர்கள் தொடர் பான காட்சிகள், தெய்வ உருவங்கள், நாட்டுப்புற வாழ்வியற் காட்சிகள், விலங்குகள் மற்றும் பறவைகளின் உருவங்கள் ஏறத்தாழ இருநூறுக்கும் மேல் புடைப்புச் சிற்பங்களாகச் செதுக்கப்பட்டுள்ளன.

திருவண்ணாமலையிலிருந்து சென்னிம நாயக்கன் குளத்திற்குச் செல்லும் பாதையில் உள்ள கீழ்ராவந்தவாடி என்னும் சிற்றூரிலும் இதே போன்று மற்றொரு குளம் வெட்டப்பட் டுள்ளது. இன்று சிதைவுற்ற நிலையில் காணப்படும் இக்குளம் சென்னிம நாயக்கன் குளத்தைவிட அளவிற் சிறியதாகும். இதன் மதிற்சுவரின் உட்பகுதியிலும், தளங்களிலும், படிகளிலும் புராணச் சிற்பங்கள், தெய்வ உருவங்கள், பாலுறவுச் சிற்பங்கள், நாட்டுப்புறக் கலைகளைக் காட்டும் சிற்பங்கள், பறவைகள், விலங்குகள் முதலியனவும் பிறவும் புடைப்புச்சிற்பங்களாக வடிக்கப்பெற்றுள்ளன.

நீராடல் முதலிய தேவைகளுக்காக வெட்டப்பட்ட இக்குளங்களில் சிற்பங்கள் நிறைந்து காணப்படுவது குறிப்பிடத்தக்கதாகும். குளத்தைச் சுற்றியமைந்த கற்களை வெறுமையாக விட மனமின்றி, அக்காலத்தில் நிலவிய கலைப் போக்குகளுக்கேற்பச் சிற்பங்களைச்

செதுக்கியுள்ளமைக்கு அழகுபடுத்தும் நோக்கமே பெரிதும் காரணமாக அமைந்திருந்தது எனலாம்.

7. கும்பகோணம் மகாமகக் குளத்தைச் சுற்றிலும் மகாதான மண்டபங்கள் என்ற பெயரில் 16 மண்டபங்கள் உள்ளன ... இம்மண்டபங்களுள் மிகவும் சிறப்பு வாய்ந்தது துலாபுருச மண்டபமாகும். தூண்களிலும் விதானங்களிலும் அழகுமிகுந்த சிற்பத்தொகுதிகள் அடுக்கடுக்காய் உள்ளன. மன்னன் துலாபாரம் ஏறும் காட்சி, தெய்வத் திருவுருவங்கள், அழகுப்பாவைகள் போன்றவை இம்மண்டபத்தில் காணப்பெறும் சிறப்புமிகு சிற்பங்களாகும். இம்மண்டபம் போன்றே மற்ற 15 மண்டபங்களும் சிறிய கோயில்களுடன் இணைந்து காணப்பெறுகின்றன. தடாகங்களையும் கட்டடக்கலையின் திறத்தால் அழகு செய்த நாயக்கர்களின் கலைப் பாணி போற்றுதற்குரியதாகும்.

என குடவாயில் பாலசுப்ரமணியன் குறிப்பிடுகிறார்.

– தமிழகக் கோயிற்கலை மரபு, ப. 13.

8. *The Clothing. Ornaments and decorative have become evenmore elaborate than in the later Chola period. Edith Tomory, A History of Fine Arts in India and the West, p. 227.*

9. கிருஷ்ணாபுரத்திலுள்ள இரதி சிற்பம் மிகு அணியுடைமைக்குத் தக்கச் சான்றாகும். இதில் தலையில் கொப்பு, இலலாடம், நெற்றிச்சூடி முதலியனவும், காதில் குண்டலம், மூக்கில் மூக்குத்தி முதலியனவும் கழுத்தில் கண்டிகை, அட்டியல், ஆரம் முதலியனவும், தோளில் தொடி, கடையம், வளையல்கள் முதலியனவும், மார்பில் தான பூசணம் என்னும் மார்பு அணியும், இடையில் பலவகையான இடையணிகளும், காலில் சிலம்பு, மெட்டி, மிஞ்சி முதலியனவும் பெயரறிந்து கொள்ளவியலாத பல அணிகலன்களும் காணப்படுகின்றன. ஆடை மிகுந்த மடிப்புகளும் பூவேலைப்பாடுகளும் உடையனவாய்க் காட்டப்பட்டுள்ளன. ஆடைமடிப்புகள் இயல்பு நோக்கிலன்றி அலங்கார நோக்கில் புனையப்பட்டுள்ளமை குறிப்பிடத்தக்கதாகும்.

10. செ.ப. சுருளிவேல், சங்க இலக்கிய அணி இலக்கண வளர்ச்சி, நூல் வடிவில் வெளியிடப்பெறாத முனைவர் பட்ட ஆய்வேடு, மதுரை காமராசர் பல்கலைக்கழகம், 1986, ப. 61.

11. மேலது, ப. 1.

12. 1. முதன்மை 2. உவமை 3. உருவகம் 4. உள்ளுறையுவமம் 5. ஒட்டு 6. உல்லேகம் 7. ஒப்புமைக்கூட்டம் 8. வேற்றுமை 9. திட்டாந்தம் 10. தற்குணம் 11. பிரத்தியனீகம் 12. சந்தயம் 13. அற்புதம் 14. நிதரிசனம் 15. தற்குறிப்பேற்றம் 16. அதிசயம் 17. சிலேடை 18. பின்வருநிலை 19. தீபகம் 20. நிரனிறை 21. பூட்டுவில் 22. இறைச்சிப் பொருள் 23. பொருள்மொழி

24. அதிகம் 25. வகை முதலடுக்கம் 26. இணையெதுகை 27. விரோதம் 28. உபாயம் 29. விசேடம் 30. சமாயிதம் 31. ஏது 32. சுவை 33. பரியாயம் 34. இலேசம் 35. தற்பவம் 36. அசங்கதி 37. தடுமாறுத்தி 38. புணர்நிலை 39. வேற்றுப் பொருள் 40. விபாவனை 41. ஆர்வமொழி 42. நெடுமொழி 43. பரிவருத்தனை 44. காரணமாலை 45. ஏகாவளி 46. பிரதீபம் 47. பிறவணி 48. முன்னவிலக்கு 49. அபநுதி 50. நிந்தாத்துதி 52. புகழ்வதினிகழ்தல் 53. மாறுபடு புகழ்நிலை 54. பரிசங்கை 55. காவியலிங்கம் 56. பரிகாரம் 57. உறுசுவை 58. விநோத்தி 59. சமுச்சயம் 60. உதாத்தம் 61. ஆசி 62. சங்கரம் 63. சங்கீரணம் 64. பாவிகம்.

13. ஆற்றின் மூழ்கு மடந்தையும் செம்பொற் சுண்ணத்தை ஒருவர் மீது மற்றொருவர் எறிந்து விளையாடுங்காலை, அச்சுண்ணத்தாற் சிவந்த வெளியிலே அம்மை குழற்கணுள்ள வண்டெழுந்து பறப்பது, இறைவனது செம்மேனிமிசை அவள் விழிகள் பொருந்தினாற் போன்று இருந்தது எனவும், முகில்கள் மாணிக்கம் பதித்த மதில் முகப்பிலேறித் தவழ்தல், கதிரவன் மடியில் அரண்மகள் யமுனை விளையாடுவது போன்றுள்ளது. என்னும் போக்கில் அமையும் இவரது உவமைகள் கூடச் செய்யுளின் அகத்துறுப்பாக அமையாது புனைநிலை வகையில் புறத்துறுப்பாக நின்று அலங்காரமாவதை உணரவியலுகிறது.

– கா. சுப்பிரமணிய பிள்ளை, குமரகுருபர அடிகள் வரலாறு, ப. 104.

14. மு. அருணாசலம், தமிழ் இலக்கிய வரலாறு (பதினாறாம் நூற்றாண்டு – இரண்டாம் பாகம்), பக். 169 – 170.

தன் திறன் காட்டல்

ஓர் உள்ளடக்கத்தை, அதன் இயல்புகள் நன்கு புலப்படு மாறு, அழகுணர்வுடனும் வடிவச் சிறப்புடனும் வெளிப்படுத்துவது கலைஞனது பணியாகும். தன் உள்ளக் கருத்தினையும் உணர்வினை யும் படைப்பில் தேவைக்கேற்ற அளவில் வெளிப்படுத்துவதே சிறந்த படைப்பாக்கத் திறன் எனலாம். அத்தகைய திறனால் உருவாக்கப் பெறும் படைப்பில், கருத்து, உணர்ச்சி, கற்பனை, வடிவம் முதலிய கூறுகள் ஒத்திசைவுற்று அமையும்.

ஆயினும் சில வேளைகளில் கலைஞன் தன் கற்பனைத் திறன் காரணமாகவும் தன் திறனை நுட்பமாக வெளிப்படுத்த முனைப்புறும் காரணத்தாலும் படைப்புக்குச் சில கூடுதல் வெளிப்பாடுகளைப் புறநிலையாக அமைக்கிறான். நாயக்கர் காலத்துக் கலைகளில் இத்தகு தன்மை பன்முகமாக வெளிப் பட்டுள்ளமையால் தன் திறன் காட்டலை ஒரு கோட்பாடாகக் கருதவியலுகிறது.

சிற்பங்களில் தன் திறன் காட்டல்

நாயக்கர் சிற்பங்கள் மிக நுட்பமாக வடிக்கப்பெற்றவையாகும். சிற்பத்தின் தலையலங்காரத்தில் முடிகளும், உடல் உறுப்புகளில் மூட்டுகள் மற்றும் தசைத்திரட்சிகள், நகங்கள் முதலியனவும் மிக நுட்பமாகச் செதுக்கப்பெற்றுள்ளன. ஆடைகளும், அணிகலன் களும், அவற்றின் சிறு கூறுகளும் வெளிப்படும் வண்ணம் நுண்மை யாகச் சித்திரிக்கப்பட்டுள்ளன. கைகளில் ஏந்தியுள்ள ஆயுதங்கள் போன்ற பொருட்களும் இத்தகைய தன்மைகளையே பெற்றுள்ளன. இச்சிற்பங்களைக் காணும்போது, சிற்பியின் கலைத்திறன் குறித்த வியப்பே மேலோங்கும் வண்ணம் திகழ்வதை உணரமுடிகிறது. நெல்லை, கிருஷ்ணாபுரம், மதுரை, அழகர்கோயில், ஸ்ரீவில்லிபுத்தூர், திருச்செங்கோடு, தாரமங்கலம் முதலிய இடங்களிலுள்ள சிற்பங்கள் இத்தன்மைக்குச் சிறந்த எடுத்துக்காட்டுகளாகும்.

நாயக்கர் காலச் சிற்பங்களில் சிறப்பிடம் பெறும் குறவன், குறத்தியர் சிற்பங்கள் இவ்வகையில் குறிக்கத்தக்கன. குறத்தி

பல்வேறு அணிகலன்களுடனும் அலங்காரத்துடனும் காணப்பெறுகிறாள். கையிலுள்ள பனைக்கூடையை அதன் ஓலைகளும் புலப்படும் வண்ணம் காட்டியுள்ளனர். மார்பில் துணித் தொட்டிலிலுள்ள குழந்தையும் பின் நிற்கும் குழந்தைகளும் நுட்பமாக வடிக்கப்பெற்றுள்ளனர். குறவனின் கையிலுள்ள பறவைக் கூடையும், அதிலிருந்து எட்டிப் பார்க்கும் பறவையும் கையிலுள்ள தடியும், அவற்றின் பொருள் தோற்றம் உண்மையாகத் தோன்றும் வண்ணம் உருவாக்கப்பட்டுள்ளன.

தாரமங்கலம் கைலாசநாதர் கோயிலில் வாலி, சுக்ரீவன் போர்க் காட்சி ஒரு தூணிலும், வாலி மீது அம்பு தொடுக்க வில் வளைத்துள்ள இராமர் உருவம் மற்றொரு தூணிலும் காட்டப்பட்டுள்ளன. இராமன் உள்ள தூணிலிருந்து பார்த்தால் வாலியின் உருவம் தெரியும்படியும், வாலியுள்ள தூணிலிருந்து பார்த்தால் இராமன் உள்ள தூண் தெரியாத படியும் அமைக்கப்பட்டுள்ளமை குறிப்பிடத்தக்கதாகும். இதுபோன்ற இராமர், வாலி, சுக்ரீவன் இடம்பெறும் சிற்பத் தூண்கள் சுசீந்திரம் தாணுமாலயன் கோயிலிலும் இடம் பெற்றுள்ளன.

தாரமங்கலத்தில் கோபுரம் முதல் அடித்தளம் ஈறாக ஒன்பது கற்களால் சித்தி விநாயகருக்கு அமைக்கப்பெற்றுள்ள கோயில், சிற்பிகளின் கலைத்திறனைக் காட்டுகின்றது.

தூண்களின் மேல் உள்ள யாளியின் உருவம் குறிப்பிடத்தக்கது. பல யாளிகளின் வாயில் கல் உருண்டை வெளிவராமல் சுழலும் வண்ணம் செதுக்கப்பட்டிருப்பதை அழகர்கோயில், பேரூர் முதலிய இடங்களில் காணமுடிகிறது. ஸ்ரீவைகுண்டம் வைகுண்டநாதர் கோயிலில் உள்ள மண்டபத்தில் யாளித் தூண்கள் உள்ளன. அவற்றுள் ஒரு யாளியின் வாயில் அனுமன் இருப்பதுபோல் வடிக்கப்பெற்றுள்ளமை குறிப்பிடத்தக்கது.[1]

நாயக்கர் காலச் சிற்பிகளின் திறன்காட்டலுக்கு மற்றோர் எடுத்துக் காட்டு மண்டப விதானங்களாகும். நடுவில் தாமரை மலர் விரிந்திருத்தலும் அதனைக் கிளிகள் அலகுகளால் பற்றி விரிக்க முயலுதலும் 12 இராசிகள், கற்சங்கிலிகள் முதலியனவற்றையும் காண்கிறோம். நடுவில் உள்ள தாமரை மலர் கைகளால் சுற்றினால் சுழலும் வண்ணம் இருப்பது குறிப்பிடத்தக்கதாகும். ஆவுடையார் கோயில் தியாகராச மண்டபம், திருச்செங்கோடு செங்கோட்டு வேலர் கோயில் மண்டபம், தாரமங்கலம், பேரூர் முதலிய இடங்களில் இத்தகைய சிற்பங்கள் உள்ளன. பேரூரில் அட்ட வீரட்ட சித்திரங்களின் நடுவே ஒரே கல்லில் செதுக்கப்பட்ட சுழல் தாமரையும், நாற்புறமும் எட்டுக் கற்சங்கிலிகளும், எட்டுப் பாம்புகளின் உடல் நடுவே இணைக்கப்பெற்றுத் தொங்குகின்றன. இச்சங்கிலிகள் சதுரத்தின் முனையிலுள்ளன. எட்டு உட்சதுரங்களில் எட்டுத் திக்குப்பாலகர்கள் காணப்படுகின்றனர். நடுவில் அமைந்துள்ள தாமரையைச் சுற்றிலும் எட்டுக் கிளிகள் அமைந்துள்ளன.

கிருஷ்ணாபுரம் வேங்கடாசலபதி கோயிலில் மன்மதன் சிற்பம் மிக நுட்பமாக வடிக்கப்பெற்றுள்ளது. மன்மதன் ஏந்தியுள்ள கரும்பு

வில்லின் மேற்புறம் ஒரு துளை உள்ளது. அதன் வழியாக ஓர் ஊசியை இட்டால் அது மறுபுறம் வெளிவந்துவிடும் வண்ணம் நுட்பமாகச் செய்யப்பெற்றுள்ளது.

சுசீந்திரம் தாணுமாலயன் கோயில் கருடாழ்வார் மண்டபத்தில் உள்ள திருமலை நாயக்கரின் கற்சிலையில் மூக்குத்துளை தலை உச்சிவரை செல்கிறது. காதிலுள்ள துளை வழியாக ஒரு கம்பியைச் செலுத்தினால் அது மறு காது வழியாகவும் மூக்குத் துளை வழியாகவும் வரும்படி அமைக்கப்பட்டுள்ளது.

திருச்செங்கோட்டு வேலவர் ஆலய முன் மண்டபத்தில் உள்ள துவாரபாலகர்கள் அணிந்திருக்கும் மாலைகளுக்கும் மார்பிற்கும் அரைஞாணிற்கும் இடுப்பிற்கும் நடுவில் ஊசி போய்வரும் அளவிற்கு இடைவெளியோடு நுணுக்கமாகச் செய்யப்பட்டுள்ளன.

யானைக்கும் காளைக்கும் ஒரே தலை அமைக்கும் சிற்பக்கலைத் திறம் குப்தர் காலம் தொடங்கி சாளுக்கிய, சோழ, விசயநகரக் கலைகளிலும் தொடர்ந்ததாகும். நாயக்கர் காலத்திலும் இது தொடர்ந் தமைக்குச் சென்னிமநாயக்கன் குளம், கிருஷ்ணாபுரம் உள்ளிட்ட பல இடங்களிலும் உள்ள சிற்பங்கள் சான்றுகளாகும்.

குடுமியான்மலையிலுள்ள குடுமிநாதர் கோயில் சண்டிகேசுவரர் கோயில் கிழக்குச் சுவரில் தடி ஒன்றை ஊன்றிக் கொண்டு இரண்டு ஆண் உருவங்கள் ஒரே தலையுடன் காணப்படுகின்றன. இத்தகு வேலைப்பாட்டைப் பல இடங்களில் காணவியலுகிறது. திருப்புடை மருதூர் மரச்சிற்பங்களில் பல உடல்களும் ஒரு தலையும் கொண்ட குரங்குச் சிற்பங்கள் வடிக்கப்பட்டுள்ளன. ஸ்ரீவைகுண்டம் வைகுண்ட நாதர் கோயில் கோபுரத்தின் தென்பகுதியில் ஐந்து பெண்கள் சேர்ந்து குதிரை உருவில் இருப்பதையும் ஏழு பெண்கள் சேர்ந்து யானை உருவில் இருப்பதையும் காணமுடிகிறது.[2]

இத்தகைய சிற்பங்கள், நாயக்கர் காலச் சிற்பக் கலைஞர்களின் தன்திறன் காட்டும் முனைப்பிற்குத் தக்க சான்றுகளாய் அமைகின்றன.

ஓவியங்களில் தன்திறன் காட்டல்

நாயக்கர் கால ஓவியங்களில், காட்சியின் தன்மைக்கேற்ப உடல் அசைவுகள், முக பாவனைகள் முதலியவற்றுடன் உருவங்களை வரைதற்கு மிகுந்த முக்கியத்துவம் கொடுக்கப்பட்டதாக உணரவியலவில்லை. அதுபோலவே, பல்வேறு கோணங்களில் உருவங்களை வரைதலும், மனநிலைகளுக்கு ஏற்ற வண்ணங்களை அமைத்தலும் மிகவும் குறை வாகவே காணப்படுகின்றன.

மாறாக, ஓவியங்களில் இடம்பெற்றுள்ள மனிதர்களும் தெய்வங்களும் அணிந்துள்ள ஆடைகளை நுட்பமான பூவேலைப்பாடுகளுடன் தீட்டு வதற்கும் அணிகலன்களை வரைவதற்கும் மிகுந்த அலங்காரத்தன்மை மிக்க எல்லைக் கோடுகளைத் தீட்டுவதற்கும் உருவங்களுக்கு மேலுள்ள

வெளிகளைப் பூவேலைப்பாட்டால் நிரப்புவதற்கும் முதன்மை கொடுக்கப்பட்டுள்ளது எனலாம். இப்பண்புகள் ஓவியர்களின் கலைப் படைப்பாக்கத் திறனினும் தொழில்திறனையும் (*craftmanship*) அதனை வெளிப்படுத்திக் கொள்வதில் அவர்கள் காட்டிய ஆர்வத்தினையுமே வெளிப்படுத்துகின்றன எனலாம். இவ்வியல்புகள் அவர்தம் பெரும் பான்மையான ஓவியங்களில் வெளிப்படுவதாகக் கொள்ளுதல் தக்கதாகும்.

ஓவியங்கள் பெரும்பாலானவற்றிற்கு அமையும் இப்பொதுப் பண்புகளுடன் சில இடங்களில் உருவங்களைத் தீட்டுவதிலும் தன் திறன் காட்டலில் ஆர்வம் காட்டியுள்ளமையை அறியமுடிகிறது.

திருவெள்ளறையில் தீட்டப்பட்டுள்ள விஜயநகர ஓவியங்கள் குறித்தெழுதும் போது,

> *அவற்றில் ஒரு தலையும் இரு உருவங்களும் காண்பிக்கும் மரபு காணப்படுகிறது. 'இரு மீன்கள் ஒருதலை' காளை உடலுக்கும் யானை உடலுக்கும் ஒரே தலை, ஒரு மீனுக்கும் ஒரு மனிதனுக்கும் ஒரே தலை எனக் காண்பிக்கப்பட்டுள்ளது. ஓவியர்கள் திறமையை வெளிப்படுத்தக்காட்டும் உருவங்கள்.*[3]

என இரா.நாகசாமி குறிப்பிடுவது ஈண்டு கருதத்தக்கது.

அழகர்கோயில் இராமாயண ஓவியத்தில் இராமனது அம்பு கழுத்தில் தைக்க தாடகை அலறிய வண்ணம் கீழே சாய்கிறாள். அரக்கி நிற்பதும் கீழே சாய்வதும் ஒரே உருவத்தில் வரைந்து காட்டப் பட்டுள்ளன. அதுபோலவே ஸ்ரீவில்லிபுத்தூர் ஓவியத்தில் விராதன் வதைக்காட்சியில் அவன் சீதையைக் கவர்ந்து செல்ல முற்பட்டு கைகளில் தூக்கியிருப்பதும் இராம, இலக்குவணர் அம்புகள் பாய்ந்து துண்டிக்கப்பட்ட தலையுடன் கீழே சாய்வதும் ஒரே உருவத்தில் காட்டப்பட்டுள்ளதும் இவ்வகையில் எண்ணிப்பார்க்கத் தக்கனவாகும்.

மேலும் இராமநாதபுரம் அரண்மனை ஓவியங்களில் சேதுபதி பெண்களுடன் கூடிக்களிக்கும் சிற்றின்பக் காட்சிகளை விரிவாகத் தீட்டியுள்ளனர். பல பெண்கள் சேர்ந்து கிளிபோலவும் அன்னம் போலவும் அமைய அவர்கள் மீதமர்ந்து சேதுபதியும், அவர் தேவியும் மன்மதன் இரதியாகக் காட்சி தருகிறார்கள். பெண்களின் உடல்களைப் பாங்குறச் சேர்த்துக் கிளிபோலும் அன்னம் போலும் அமைக்கும் மரபு நுண்ணிய கலைத்திறனின் எடுத்துக்காட்டு என்பர்.[4] இவை போலவே, பெண்கள் சேர்ந்து யானை போலும் குதிரை போலும் அமைய அதன் மீதமர்ந்து சேதுபதியும் துணைவியும் வருவது போல ஓவியங்கள் தீட்டப்பட்டுள்ளன. இவை ஓவியனின் தொழில்திறன் வெளிப்பாடுகளாக அமைந்துள்ளன.

இலக்கியங்களில் தன் திறன் காட்டல்

சொல்லணி, பொருளணி என அணி இருவகைப்படும். இவற்றுள், சொல்லணி சொற்களின் அமைப்புக்கு முதலிடம் கொடுத்து ஓசை

நயத்திற்கும் சொல் நயத்திற்கும் சிறப்பிடம் தருவதாகும். உவமை, உருவகம், உயர்வு நவிற்சி போன்ற பொருள் அழகு பற்றி வருவன பொருளணி எனப்படும்.[5]

கவிஞன் பொருட்செறிவுக்கு முக்கியத்துவம் அளித்தால் அவற்றைப் பொருளணியாகவும் சொற்களுக்கும் எழுத்துகளுக்கும் முதன்மையளித்துப் பொருள் சிறப்பினை இரண்டாவதாக்கினால் சொல்லணியாகவும் இலக்கண நூலார் கொண்டனர் என்பர்.[6]

பொருளணிகள் படைப்பின் அடிப்படையான கலை வெளிப் பாட்டினை நோக்கமாகக் கொண்டு மேற்கொள்ளப்படுகின்றன. ஆனால், படைப்பின் பொருட் சிறப்பினைப் புறந்தள்ளிப் படைப்பாளியின் திறன் வெளிப்பாட்டினை நோக்கமாகக் கொண்டு சொல்லணிகள் அமைக்கப்பெறுகின்றன எனலாம்.

சொல்லணி இலக்கியங்கள்

கோவை, ஒருதுறைக்கோவை, வருக்கக்கோவை, வருக்கமாலை, எழுகூற்றிருக்கை, யமகம், திரிபு, சிலேடை, நிரோட்டகம், அங்க இலக்கியங்கள் முதலிய நூல்கள் சொல்லணிகளையே முதன்மை நோக்கமாகக் கொண்டு படைக்கப் பெறுவனவாகும்.[7]

இவை தவிர, நாயக்கர் காலத்தில் தோன்றிய புராணங்கள், காப்பியங்கள் தனிப்பாடல்கள் எனப் பல்வகைப்பட்ட இலக்கியங் களிலும் சொல்லணிகள் மிகுந்துள்ளன. பல்வேறு சொல்லணிகள் மிகுந்துள்ள காலப்பகுதியாதலால் சில அணிகளும் அவை இடம் பெற்றுள்ள நூல்களும் ஈண்டுக் குறிப்பிடப்படுகின்றன.

சித்திரக்கவி

சித்திரக்கவி என்பதை *A variety of metrical composition fitted into fanciful figures* எனத் தமிழ் – ஆங்கில அகராதி கூறுகிறது. நால்வகைக் கவிகளுள் சித்திரத்தில் அமைத்தற்கேற்பப் பாடும் அருங்கவிகளைச் சித்திரக்கவிகள் எனலாம்.[8]

கி.பி. 16ஆம் நூற்றாண்டில் தோன்றிய மாறனலங்காரத்தில், சொல்லணியியலில் சித்திரக்கவி என்னும் தலைப்பில் மொத்தம் 26 வகைகள் கூறப்படுகின்றன. அவற்றுள், யாப்பருங்கலம் கூறும் 11 வகைகளுடன் புதியனவாக, நாகபந்தம், அக்கரச்சுதகம், வல்லினப்பாட்டு, மெல்லினப்பாட்டு, இடையினப்பாட்டு, நிரோட்டியம், ஒட்டியம், ஒட்டிய நிரோட்டியம், வக்கிரவுத்தி, பதுமபந்தம், முரசபந்தம், இரதபந்தம், பிரிந்தெதிர் செய்யுள், பிறிதுபடுபாட்டு, திரிபங்கி என்னும் 15 வகைகள் கூறப்படுகின்றன.[9] இதிலிருந்து இக்காலத்தில் சித்திரக்கவி பெற்ற செல்வாக்கை உணரமுடிகிறது.

தில்லை விடங்கன் மாரிமுத்துப்பிள்ளையின் சித்திரக்கவி என்ற நூலும் சர்க்கரைப் புலவரின் திருவனை சித்திரக்கவி மஞ்சரி என்ற நூலும் 18 ஆம் நூற்றாண்டில் தோன்றியுள்ளன.[10]

புராணம் பாடிய ஆசிரியர்களும் இதில் மிகுந்த ஈடுபாடு காட்டியுள்ளனர். திருக்குருகைப் பெருமாள் கவிராயர் தமது 'திருக்குருகை மான்மியம்' என்ற புராண நூலில் சித்திரக்கவிகள் பலவற்றையும் கொம்பும் காலும் ஒன்றும் இன்றி வந்த நிரோட்டகம், அதில் பிற வகைகள், மடக்குகள், வல்லினம், மெல்லினம், இடையினம் முதலியவற்றால் வந்த பாடல்களையும் அமைத்துள்ளார்.[11]

சிவஞான முனிவர் இயற்றிய காஞ்சிபுராணத்திலும் மறைஞான சம்பந்தர் இயற்றிய சிவதருமோத்தரத்திலும் சித்திரக்கவிகள் உள்ளன. மாலை மாற்று என்னும் சித்திரகவி அமைப்பில் சங்கரமூர்த்திக் கவிராயர் 'மாலை மாற்று' என்னும் நூலை 18ஆம் நூற்றாண்டில் இயற்றியுள்ளார்.[12]

யமகம், மடக்கு

இதழ்கள் இயையும் எழுத்துகளின்றி எழுதப்பெறுவது யமகம் ஆகும். தலைமலைகண்ட தேவரின் திருக்கடவூர் யமக அந்தாதி, திருபுடைமருதீசர் யமக அந்தாதி, சிதம்பர அந்தணனாரின் திருவருணை யமக அந்தாதி, வேலையரின் திருவேரக யமக அந்தாதி, கந்தப்பையரின் செந்தில் நிரோட்டக யமக அந்தாதி, சிவப்பிரகாசரின் திருசெந்தில் நிரோட்டக யமக அந்தாதி, பட்டுக்கோட்டை வேலுப்பிள்ளை இயற்றிய திருத்தில்லை நிரோட்டக யமக அந்தாதி, பலபட்டடைச் சொக்கநாதரின் மதுரை யமக அந்தாதி, திரிகூடராசப்ப கவிராயரின் திருக்குற்றால யமக அந்தாதி முதலியன இக்காலப் பகுதியில் தோன்றிய யமக நூல்களுள் சிலவாகும்.[13]

வந்த சீர்களும் அடியும் வரும்படி அமைத்துப் பாடுவது மடக்கு எனப்படும் சொல்லணியாகும். திருக்குருகைப் பெருமாள் கவிராயரின் திருக்குருகை மான்மியத்தில் மடக்குச் செய்யுட்கள் இடம்பெற்றுள்ளன.[14] நல்லூர் வீரகவிராசரின் அரிச்சந்திர புராணத்தில் 11 முதல் 21 வரையிலான பாடல்கள் அடிமடக்காக அமைந்துள்ளன. இவையன்றித் திரிபு என்னும் சொல்லணியும் பல நூல்களில் இடம் பெற்றுள்ளது.

சிலேடை

சிலேடை, பொருளணிகளுள் ஒன்றாகக் கருதப்பெறினும் புலவரின் சொல்விளையாட்டாகவே அமைகிறது. ஒரு சொல்லை இருபொருள் படக் கூறும் திறமையை வெளிப்படுத்தவே இவ்வணி பெரிதும் பயன் பட்டுள்ளது. அதன் விளைவாகவே பல்வேறு பொருட்களுக்கும் ஒப்புமை கூறி விளையாட்டாகவும், நகைச்சுவையாகவும், பொழுதுபோக்காகவும் அமையும் பல பாடல்களைத் தனிப்பாடல் திரட்டில் காணமுடிகிறது.

சிலேடை பாடுவதில் வல்லவரான காளமேகப் புலவர் நாயக்கர் காலத்திற்கு முந்தைய விசயநகர ஆட்சிக் காலத்தில் வாழ்ந்துள்ளார். நாயக்கர் காலப் புலவர்கள் பலரும் சிலேடை பாடுவதில் பெருவிருப்பம் காட்டியுள்ளனர்.

16ஆம் நூற்றாண்டுத் தொடக்கமாக ஊர் பற்றிய வெண்பாக்களும், சிலேடை வெண்பாக்களும், நூறு பாடல்கள் கொண்டனவாய்ப்

பலப்பல தோன்றியுள்ளன. இருபொருள் சிலேடை அமைப்பதோடு முப்பொருள், நாற்பொருள் பற்றிய சிலேடை வெண்பாக்களையும் கலந்து பாடுவாராயினர்.[15]

என மு. சண்முகம்பிள்ளை குறிப்பிடுகிறார்.

தொட்டிக்கலை சுப்பிரமணிய முனிவரின் பூவனூர்ச் சிலேடை வெண்பா, கலைசைச் சிலேடை வெண்பா, திரிகூடராசப்ப கவிராயரின் குற்றாலச் சிலேடை வெண்பா, கிருஷ்ணானந்த சுவாமியின் மயிலைச் சிலேடை வெண்பா முதலியன இக்காலப் பகுதியில் தோன்றிய தனிச் சிலேடை நூல்களாகும்.

பிள்ளைப் பெருமாளய்யங்கார் தமது திருவேங்கட மாலையில் 51 முதல் 100 வரையிலான செய்யுட்களைச் சிலேடையாகப் பாடி யிருப்பது குறிப்பிடத்தக்கது.[16]

இரண்டு, மூன்று, நான்கு கதைகளைச் சிலேடை முறையில் இணைத்துப் பாடும் துவர்த்தி காவியம், திரியர்த்தி காவியம் முதலியன இக்காலப் பகுதியில் தெலுங்கில் மிகுதியாகத் தோன்றியுள்ளன. இவற்றைப் போலச் செய்யும் நிலையில் தமிழிலும் ‘இரவீச மரபினர் காதை’ என்ற நூல் அமைந்துள்ளது. இது இராமாயண, மகாபாரதக் கதைகளை இணைத்துக் கூறுகிறது.[17]

பெரியபுராணத்தையும் திருவிளையாடல் புராணத்தையும் இணைத்துப் படைக்கப்பட்ட இருபுராண விருத்தம் இவ்வகையில் குறிப்பிடத்தக்க ஒன்றாகும்.[18]

எழுத்து, எண் முதலியன அமைத்தல்

‘வருக்கம் என்ற வடசொல் ஓர் எழுத்தையொட்டிப் பிறக்கும் வரிசை எழுத்துகள் அனைத்தையும் விளக்குகிறது. க என்னும் எழுத்து வருக்கத்தைச் சேர்ந்தவை, கா, கீ, கு, கூ... என்பன. இது ஒரு வகைச் சொல் அலங்காரம். இச்சொல்லணியைக் களமாகக் கொண்டு வருக்கக் கோவை, வருக்கமாலை எனவரும் இலக்கியங்கள் தமிழில் எழுந்துள்ளன.[19]

சொல்லலங்காரமாக அமைந்து புலவரின் தொழில் திறன் வெளிப் பாட்டு முனைப்பால் எழுந்த வருக்க இலக்கிய வகை நாயக்கர் காலத்தில்தான் தமிழில் தோன்றியது குறிப்பிடத்தக்கது. வீரை அம்பிகாபதி யின் நெல்லை வருக்கக் கோவை, சிறை மீட்டான் பிள்ளைப் பெருமாள் எழுதிய கபிலமலை குழந்தைக் குமாரர் வருக்கக் கோவை, படிக்காசுப் புலவரின் பாம்பலங்காரர் வருக்கக் கோவை, பலபட்டடைச் சொக்கநாதர் இயற்றிய கரந்தை வருக்கக் கோவை முதலியன இக்காலப் பகுதியில் எழுந்தவையாகும்.[20]

கோவை இலக்கிய வகையில் ஒருதுறைக் கோவை என்னும் புதிய வகை இக்காலத்தில் எழுந்ததாகும். இது அகத்திணையுள் ஏதேனும் ஒருதுறை பற்றி நானூறு பாடல்களால் பாடப்பெறும். அமிர்த கவிராயரின்

இரகுநாத சேதுபதி ஒருதுறைக் கோவை, கீழ்வேளூர் குருசாமி தேசிகரின் ஒருதுறைக் கோவை ஆகியன இக்காலப்பகுதியில் தோன்றியனவாகும்.[21]

எண்களை வரிசைப்படுத்தி அமைத்துத் தம் கவிதையாற்றலைப் புலப்படுத்தும் போக்கு இக்காலக் கவிஞர்களிடம் இருந்துள்ளமையைக் காணமுடிகிறது.

பன்னிருக்கை வேல்வாங்கப் பதினொருவர்
படைதாங்கப் பத்துத் திக்கும்
நன்னவவீ ரரும்புகழ் மலைகளெட்டும்
கடலேழும் நாடி ஆடிப்
பொன்னின் முடி ஆறேந்தி அஞ்சுதலை
எனக்கொழித்து புயநான் மூன்றாய்த்
தன்னிருதாள் தருமொருவன் குற்றாலக்
குறவஞ்சித் தமிழ்தந் தானே.[22]

எனக் குற்றாலக் குறவஞ்சியில் பன்னிரண்டு முதல் ஒன்று முடிய இறங்குவரிசையில் எண்ணமைத்துத் திரிகூடராசப்ப கவிராயர் பாடியுள்ளார்.

ஆறு கரணத் தைந் தினையுள்
ளடக்கி நான்கு மறை வழியே
ஏறு கழல்மூன் றியற்று மிரு
பிறப்போர்க் கோருமை யுடன் ஈவார்
கூறுமிசை ஏழ்பாடி எட்டு
வசைமங் கலங்கள் குயிற்றுவார்
ஊறும் இசைகள் ஒன்பதொடு
நடிப்பார் திசைபத் துவப்பாக.

என வரும் புரூரவசரிதைச் செய்யுளில் ஒன்று முதல் பத்து வரை எண்கள் அமைக்கப்பட்டுள்ளன.[23] இதுபோலவே, நெல்லிநகர் அருளாளதாசரின் புராண பாகவதத்துள்ளும் எண்கள் ஒன்றுமுதல் பத்து வரை நிரல்பட அமைக்கப் பட்டுள்ளன.[24]

ஆகவே, மிகு நுட்பத்துடனும் தொழில் திறன் வெளிப்பாடுகளுடனும் படைக்கப்பட்டுள்ள சிற்பங்களும் வியப்பூட்டும் உருவ வெளிப்பாடு களும் கொண்ட ஓவியங்களும் சொல்லணிகள் முதன்மை பெறும் இலக்கியங்களும் நாயக்கர் கலைஞர்களின் தன் திறன் காட்டும் உந்துதலை வெளிப்படுத்தி நிற்கின்றன எனலாம்.

குறிப்புகள்

1. எம். இராதாகிருஷ்ண பிள்ளை, தென்னாட்டுக் கோயில்கள் (பாகம் – 4), ப. 245.
2. மேலது, ப. 245.
3. இரா. நாகசாமி, ஓவியப்பாவை, ப.126.
4. மேலது, ப. 145.

5. வே.இரா. மாதவன், சித்திரக்கவிகள், (கட்.), தமிழ் இலக்கியக் கொள்கை – 8, ச.வே. சுப்பிரமணியன் & கே. பகவதி (பதி.), ப. 161.
6. ச.வே. சுப்பிரமணியன், (மேற்கோள்), மேலது, ப. 161.
7. ந.வீ. செயராமன், சிற்றிலக்கியத் திறனாய்வு, பக். 66 – 68.
8. வே.ரா. மாதவன், மு. நூல், ப. 152.
9. மேலது, ப. 166.
10. ந.வீ. செயராமன், சிற்றிலக்கிய அகராதி, ப. 131.
11. மு. அருணாசலம், தமிழ் இலக்கிய வரலாறு (பதினாறாம் நூற்றாண்டு – முதல் பாகம்), ப. 391.
12. ந.வீ. செயராமன், மு. நூல், ப. 285.
13. மு. நூல், பக். 25, 32, 33.
14. மு. அருணாசலம், மு. நூல், ப. 391.
15. மு. சண்முகம் பிள்ளை, சிற்றிலக்கிய வகைகள், ப. 136.
16. அஷ்ட பிரபந்தம், திருவேங்கட மாலை, (மர்ரே பதிப்பு), பக். 77 – 83.
17. ச.வே. சுப்பிரமணியன், திராவிட மொழி இலக்கியங்கள் – அறிமுகம், ப. 139.
18. இ. சுந்தரமூர்த்தி, (பதி.) இருபுராண விருத்தம்.
19. ந.வீ. செயராமன், சிற்றிலக்கியத் திறனாய்வு, ப. 100.
20. ந.வீ. செயராமன், சிற்றிலக்கிய அகராதி, பக். 297 – 298.
21. மேலது, பக். 118 – 119.
22. திருக்குற்றாலக் குறவஞ்சி, பா.எ. 2.
23. புரூரவசரிதை, (மேற்கோள்), மு. அருணாசலம், தமிழிலக்கிய வரலாறு, (பதினாறாம் நூற்றாண்டு – இரண்டாம் பாகம்), ப. 37.
24. புராண பாகவதம், (மேற்கோள்), மு. அருணாசலம், தமிழ் இலக்கிய வரலாறு, (பதினாறாம் நூற்றாண்டு – முதல் பாகம்), ப. 355.

உள்ளடக்கக் கோட்பாடுகள்

சமய ஒருமைப்பாடு

நாயக்கர் காலத் தமிழகத்தில் சைவம், வைணவம், இசுலாம், கிறித்தவம் ஆகியன பெரும்பான்மையான மக்களால் கடைப்பிடிக்கப்பட்ட சமயங்களாகத் திகழ்ந்துள்ளன. பண்டைய சமயங்களான சைவம், வைணவம் ஆகிய இரண்டும் முன்பே நிலைத்த வளர்ச்சியை எட்டியிருந்தன. முகமதியர் ஆட்சியின் காரணமாக, இசுலாமிய சமயம் மக்களிடம் பரவியிருந்தது. சமயப்பணிக் குழுக்களின் தீவிர முயற்சியின் காரணமாகக் கிறித்தவ சமயம் வேரூன்றி வளர்ந்து வந்தது. பண்டைய இந்தியச் சமயங்களுள் ஒன்றான சமண சமயமும் பல பகுதிகளில் மக்களால் கடைப்பிடிக்கப்பட்டு வந்தது. நாட்டுப்புற மக்களின் தெய்வ வழிபாடுகளும் தொடர்ந்துள்ளன. பெரும்பாலான நாயக்க மன்னர்கள் இச்சமயங்கள் அனைத்திற்கும் ஆதரவளித்துச் சமய ஒருமைப்பாட்டைப் பேணியுள்ளனர். அத்தன்மை அக்காலக் கலைகளிலும் வெளிப்பட்டுள்ளமையால் சமய ஒருமைப்பாட்டை கலைக் கோட்பாடுகளில் ஒன்றாகக் கருதவியலுகிறது.

சைவ, வைணவ சமயங்களின் நிலை

சைவ, வைணவ சமயங்கள் வளர்ச்சியுற்று, தனித்தனி மெய்யியற் பள்ளிகளாக உருவான பின்னர் இரண்டிற்குமிடையே போராட்டங்களும் நிலவி வந்துள்ளன. தத்தம் சமயக் கடவுளர் களை உயர்த்தி, பிற சமயக் கடவுளர்களைத் தாழ்த்தி உரைக்கும் போக்கு பக்தி இயக்க காலத்திலும் நிலவியுள்ளதை அக்கால இலக்கியங்கள் காட்டுகின்றன. மாறாக, இரண்டின் ஒருமைப் பாட்டை வலியுறுத்தும் கருத்துகளும் சில இடங்களில் காணப் பட்டாலும், அவை ஊன்றி நிலைத்து, வேறுபாடற்ற ஒருமை நிலையினைத் தோற்றுவித்ததாகக் கருதவியலவில்லை. நாயக்கர் காலத்திலும் இத்தகைய நிலையே தொடர்ந்தமையைச் சில வரலாற்றுச் சான்றுகள் உறுதி செய்கின்றன.

> செஞ்சித் தலைவர் கிருஷ்ணப்ப நாயக்கர் சிதம்பரத்தில் நடராஜப் பெருமான் திருக்கோயிலில் இருக்கும் தில்லை கோவிந்தராஜர் சந்நிதியில் சில சீரமைப்பு வேலைகளைச் செய்துகொண்டிருந்த போது, சைவர்கள் பெருமாள் திருவுருவத்தை அங்கு வைப்பது கூடாது என்று விடாது கிளர்ச்சி செய்து வந்தார்கள், கிருஷ்ணப்ப நாயக்கர், கிளர்ச்சி செய்ததால் தளர்ச்சி அடையாமல், சீரமைப்பு வேலைகளைச் செய்துகொண்டிருந்தார். கோயில் தீட்சிதர் சிலர் வெறிகொண்டு அறப்போர் செய்யும் நெறியில் கோயிலின் கோபுரத்தில் ஏறிக் கீழே விழுந்து மடிந்தனர். இது வல்லாமல் வேறு சிலர் கடுமையான கிளர்ச்சியும் நடத்திக்கொண்டிருந்தனர். செஞ்சிக் கிருஷ்ணப்பர் எதிர்ப்பவர்களைத் துப்பாக்கியால் சுடும்படி கட்டளையிட்டார். அப்படிச் சுட்டதால் இருவர் மாண்டனர். ஒரு பெண் இந்தக் கிளர்ச்சியில் ஈடுபட்டு ஆவேசம் கொண்டு தன் கழுத்தையே அறுத்துக்கொண்டாள். கிருஷ்ணப்பர் இந்தத் தவறான அறப்போர்க்கு அஞ்சித் திருப்பணியைக் கைவிடாது செய்து முடித்தார்.[1]

என அ.கி. பரந்தாமனார் குறிப்பிடுகின்றார்.

திருமலை நாயக்கர் மதுரை மீனாட்சியம்மன் ஆலயத்தில் புதுமண்டபத்தைக் கட்டியபோது, அங்கு முன்னர் குடியிருந்த வைணவ பட்டர்கள் ஏகபாத மூர்த்தியின் உருவமுடைய தூணை நிறுவ எதிர்ப்புத் தெரிவித்தனர். ஆனால் மன்னர் சைவ, வைணவ சமய சாத்திரங்களில் தேர்ச்சி பெற்றோரைக்கொண்டு வாதம் செய்வித்து அத்தூணை நிறுவினார்; அவ்வாதம் ஆறுமாதங்கள் நிகழ்ந்ததென்பர்.[2]

இக்குறிப்புகள் அன்றிருந்த சைவ, வைணவ முரண் நிலைகளையும் அவற்றை நீக்க நாயக்க மன்னர்கள் செயல்பட்ட பான்மையினையும் காட்டுகின்றன. இப்போக்கின் வெளிப்பாடாக சைவ, வைணவ சமய வேறுபாடின்றிக் கோயில் திருப்பணிகள் செய்துள்ளனர். வைணவத்தில் வடகலை, தென்கலைக் கோயில்களிலும் வேற்றுமை பாராட்டாது திருப்பணி புரிந்துள்ளனர். முருகன், சிவன், திருமால் முதலிய அனைத்துத் தெய்வங்களின் கோயில்களிலும் திருமலை மன்னரின் உருவச் சிலையிருப்பது அவரது சமய ஒற்றுமை நோக்கினைக் காட்டுவதாகும்.[3] அத்துடன் மீனாட்சி கோயில் பெருவிழாவுடன் கள்ளழகர் ஆற்றில் இறங்கும் சித்ரா பௌர்ணமி விழாவையும் நடத்திச் சைவ, வைணவ ஒருமைப்பாட்டை நிலைநிறுத்த திருமலை நாயக்கர் முயன்றுள்ளார்.

இசுலாம், கிறித்தவ சமயங்களின் நிலை

இந்துப் பேரரசைக் கட்ட முனைந்த விசயநகரத்தின் வழி வந்தவர் களாயினும் நாயக்க மன்னர்கள் இசுலாமியரிடம் பரிவுடன் நடந்துள்ளனர். அதுபோலவே, கிறித்தவ சமயத்திற்கும் பேராதரவு நல்கியுள்ளனர். இரு சமயங்களும் வளர இடமும் நிவந்தங்களும் வழங்கியுள்ளனர்.[4] சமண ஆலயங்களுக்கும் நாயக்கர்கள் பல உதவிகள் புரிந்துள்ளனர்.

நாட்டுப்புறத் தெய்வ வழிபாடு

சிறு தெய்வங்கள் எனக் குறிப்பிடப்பெறும் நாட்டுப்புறத் தெய்வங்கள் மெய்ப்பொருள் உள்ளடக்கமற்றவை. சடங்குகளை முதன்மையாகக் கொண்ட குலதெய்வங்களும் காவல் தெய்வங்களும் பிற வகை தெய்வங்களும் இவற்றுள் அடங்கும். இவை பெருந்தெய்வ வழிபாட்டுடன் பெரிதும் தொடர்பற்றவை. ஆனால், நாயக்கர் காலத்தில் இவை பெருந்தெய்வங்களுடன் இணைத்துப் பேசப்பட்டுள்ளன.

ஆதலால், அனைத்துச் சமயங்களையும் மதித்தல், வளர்ச்சிக்கு உதவுதல், ஒருமைப்பாட்டை ஏற்படுத்த முயலுதல் ஆகியன நாயக்க அரசின் சமயக் கொள்கையாகவே திகழ்ந்திருப்பதை உணரவியலுகிறது. இச்சமய ஒருமைப்பாட்டு நோக்கம் அக்காலக் கலைகளில் வெளிப் பட்டுள்ளமையால் ‘சமய ஒருமைப்பாடு’ கலைக்கோட்பாடுகளுள் ஒன்றாக அமைகிறது.

சிற்பங்களில் சமய ஒருமைப்பாடு

நாயக்க மன்னர்களால் செய்விக்கப்பட்ட கோயிற் சிற்பங்களில் குறிப்பிடத்தக்க போக்கொன்றினைக் காணவியலுகிறது. திருமால் கோயில்களில் சிவன் தொடர்பான சிற்பங்களும் சிவன் கோயில்களில் திருமால் தொடர்பான சிற்பங்களும் வடிக்கப் பெற்றுள்ளன.

தாடிக்கொம்பு சௌந்திரராசபெருமாள் கோயில் மண்டபத்தில் திருமால் தொடர்பான சக்கரத்தாழ்வார், மகாவிஷ்ணு, திருவைகுண்ட நாதர், இராமர், நரசிம்மர், வேணுகோபாலன், உலகளந்தபெருமாள் முதலியோர் சிற்பங்களுடன் நடராசர், தில்லைக்காளி, அகோர வீரபத்திரர் முதலிய சிவபெருமான் தொடர்பான சிற்பங்கள் இடம்பெற்றுள்ளன.

வைணவத் திருப்பதிகளுள் ஒன்றான ஸ்ரீவில்லிபுத்தூரிலுள்ள ஆண்டாள் திருக்கோயில் கல்யாண மண்டபத்தில் பிச்சாடனர் கதை சிற்பமாக வடிக்கப் பெற்றுள்ளது. மேலும், கொடிக்கம்ப மண்டபத்தில் அகோர வீரபத்திரர் உருவமும் ஏகாதசி மண்டபத்தில் ஊர்த்துவமுக வீரபத்திரர், நிர்த்தமுக வீரபத்திரர் சிலைகளும் காணப்படுகின்றன. இவை சிவபுராணத்தில் இடம்பெறும் நிகழ்ச்சிகள் சார்ந்தவையாகும்.

மதுரை மீனாட்சியம்மன் ஆலயக் கிளிக்கூட்டு மண்டபத்தில் வைணவ தொடர்பான இராமாயண, மகாபாரத நிகழ்ச்சிகளைச் சித்திரிக்கும் சிற்பங்கள் உள்ளன. பஞ்சபாண்டவர், திரௌபதி, வாலி, சுக்ரீவன் ஆகியோரது உருவங்கள் தூண்களில் செதுக்கப்பட்டுள்ளன. அம்மன் சன்னிதிக்கு எதிரில் பலிபீடத்திற்கு இருபுறமும் உள்ள தூண்களில் பீமனும் மனித மிருகமும் கதாயுதம் கொண்டு போரிடும் காட்சி சித்திரிக்கப்பட்டுள்ளது. கம்பத்தடி மண்டபத்தில் பாரதத்தில் இடம்பெறும் கிராதார்ச்சுண்ய சிற்பமும் தூண்களின் கீழ்ப்புறத்தில் திருமாலின் அவதாரச் சிற்பங்களும் இடம்பெற்றுள்ளன. மேலும் ஆயிரங்கால் மண்டபத்தின் தூண்களில் திருமால், பீமன், அர்ச்சுனன், திரௌபதி, மனித மிருகம் ஆகியோரது உருவங்கள் வடிக்கப்பெற்றுள்ளன.

தாரமங்கலம் கைலாசநாதர் கோயிலில் இராமர் வாலியை அம்பெய்யுங் காட்சியும், வாலியும் சுக்ரீவனும் போரிடும் காட்சியும் எழிலுறச் செதுக்கப்பட்டுள்ளன.

அதுபோலவே சிவாலயமான சுசீந்திரம் தாணுமாலயன் கோயிலில் இராமர் அம்பெய்யுங் காட்சியும், வாலி – சுக்ரீவன் போர்க்காட்சியும் சித்திரிக்கப்பட்டுள்ளன. அத்துடன் அர்ச்சுனன், கர்ணன் சிலைகளும் இடம்பெறுவது குறிப்பிடத்தக்கதாகும்.

திருநெல்வேலி நெல்லையப்பர் கோயிலில் நாயக்கர் கால மண்டபத்தில் கர்ணன், அர்ச்சுனன் முதலிய பாரதக் கதா பாத்திரங்களின் சிற்பங்கள் உள்ளன. சோமவார மண்டபத்தில் உள்ள சிற்பங்கள் அல்லி, அர்ச்சுனன், பவளக்கொடி ஆகியோரைக் குறிப்பன என்பர்.

கிருஷ்ணாபுரம் வேங்கடாசலபதி திருக்கோயில் வைணவத் தலமாகும். இங்குச் சிவபுராணத்தில் இடம்பெறும் வீரபத்திரர் உருவம் செதுக்கப்பட்டுள்ளது.

குடுமியான்மலையில் உள்ள குடுமிநாதர் கோயில் ஆயிரங்கால் மண்டபத்தில் வராகம், கூர்மம், மச்சம், நரசிம்மம், கல்கி ஆகிய திருமாலின் அவதாரச் சிற்பங்களும் விபீடணன், சுக்ரீவன், வாலி, அனுமன் ஆகிய இராமாயணக் கதை மாந்தர் சிற்பங்களும் வடிக்கப் பெற்றுள்ளன. வசந்த மண்டபத்தில் திருமால், நரசிம்மர், இராமர், இலக்குவன், இராவணன், மோகினி முதலிய வைணவம் தொடர்பான சிற்பங்கள் இடம்பெற்றுள்ளன.

நாயக்கர் காலச் சமய ஒருமைப்பாட்டுணர்விற்கு சென்னிம நாயக்கர் குளச் சிற்பங்கள் தகுந்த சான்றுகளாகும். இங்குள்ள மதிலின் உட்புறம் சிறிய அளவில் புடைப்புச் சிற்பங்கள் இடம்பெற்றுள்ளன. இதில் உமையம்மை இலிங்கத்தைத் தழுவி நிற்றல், காளை மீது சிவனும் உமையும் பவனிவரல், சிவனது பிச்சாடனக் கோலம் ஆகியனவும், வினாயகர், காளி, இலக்குமி ஆகியோரது உருவங்களும், திருமாலின் பத்து அவதாரங்களும், ஆயமகளிரின் சேலையைக் கண்ணன் கவரும் பால லீலைக் காட்சியும், வாலி சுக்ரீவன் போர்க்காட்சியும், ஏழு மராமரங்களை இராமன் அம்பினால் துளைத்தலும், அனுமனும் சுக்ரீவனும் இராமனுடன் உரையாடலுமாகிய இராமாயணக் காட்சிகளும் செதுக்கப் பெற்றுள்ளன.

மதுரை வலைவீசித் தெப்பக்குளத்தருகே திருமலை நாயக்கரால் நிறுவப்பட்ட நினைவுத் தூணொன்று காணப்படுகிறது. மைசூர் படையெடுப்பின் போது வீரமரணமடைந்த வீரன், நினைவாக எடுக்கப் பட்டது. இதில் இறந்த வீரன் குதிரை மீதிருந்த வண்ணம் யானை மீதுள்ள வீரனொருவனுடன் போரிடுவது போன்றும், இறந்த வீரனைத் தேவலோக கன்னியர் சிவலோகத்திற்குத் தூக்கிச் செல்வது போன்றும் மிகச் சிறிய சிற்பங்கள் செதுக்கப்பட்டுள்ளன. தூணின் மேற்பகுதியில் ஒருபுறம் இறந்த வீரன் சிவலோகப் பதவி, வைகுண்டப் பதவி ஆகிய இரண்டையும் ஒரு சேர அடைவது போன்று செதுக்கப்பட்டுள்ளமை குறிப்பிடத்தக்கதாகும்.[5]

ஓவியங்களில் சமய ஒருமைப்பாடு

நாயக்க மன்னர்களது சமய ஒருமைப்பாட்டினை அவர்களால் தீட்டுவிக்கப்பட்ட ஓவியங்களும் வெளிப்படுத்துகின்றன.

தஞ்சைப் பெருவுடையார் கோயிலில், தேவர்கள் பக்தியுடன் வணங்கத் தாமரைமேல் அமர்ந்துள்ள திருமகள், திருமால் கூர்மாவதாரம் கொண்டு மந்தர மலையைத் தாங்கத் திருப்பாற்கடல் கடையப்படும் காட்சி, திருமகள் மற்றும் பூதேவியுடன் கூடிய திருமாலை நான்முகனும் பிற தேவர்களும் வழிபடும் காட்சி, கருடன் மிசை திருமால் தோன்றி, முனிவருக்கு அருள்புரியும் காட்சி ஆகியன ஓவியங்களாகத் தீட்டப் பெற்றுள்ளன.[6]

திருவாரூர் தியாகேசர் ஆலயத்தில் முசுகுந்தச் சக்கரவர்த்தியின் கதை ஓவியமாகத் தீட்டப்பெற்றுள்ளது. இதில், கதைக்குத் தேவையில்லாத நிலையிலும் பாம்பணைமேல் துயிலும் திருமாலை முசுகுந்தன் வழிபடும் காட்சி தீட்டப்பெற்றுள்ளமை குறிப்பிடத்தக்கதாகும்.

மதுரைக்கு அருகிலுள்ள நத்தம் கோயில்பட்டி கைலாசநாதர் ஆலய மகா மண்டபத்தில் சிவனது பல ஆலயங்களுடன் கும்பகோணம் சாரங்கபாணி கோயில், அழகர் கோயில், திருப்பதி கோயில், திருவரங்கம் கோயில் முதலிய வைணவ ஆலயங்கள் தீட்டப்பெற்றுள்ளன.

திருப்புடைமருதூர் நாறும்பூநாதர் கோயிலில் சமயப் பாகுபாடின்றி சைவ, வைணவ சமய ஓவியங்கள் தீட்டப்பெற்றுள்ளன. திருவிளையாடற் புராணம், கந்தபுராணம், பெரியபுராணம், இராமாயணம், மகா பாரதம், பாகவத புராணம் முதலியவற்றுடன் திருப்பாற்கடலில் திருமால் பள்ளிகொண்டுள்ள காட்சியும் இரண்ய வதை காட்சியும் மிகப்பெரும் ஓவியங்களாகத் தீட்டப்பெற்றிருப்பது குறிப்பிடத்தக்கதாகும்.

இராமநாதபுரம் சேதுபதி அரண்மனையில் இராமாயணம், பாகவதம் ஆகியன விரிவாகத் தீட்டப்பெற்றிருப்பதுடன் பிச்சாடனர் கதையும் இடம்பெற்றிருப்பது குறிப்பிடத்தக்கதாகும்.

நாட்டுப்புறத் தெய்வங்களையும் நாயக்க மன்னர்கள் பெருந்தெய்வ வழிபாட்டுடன் இணைத்து ஒருமைப்பாடு கண்டமைக்கு ஈஞ்சார் ஆலடி ஈசுவரர் கோயில் ஓவியங்கள் தக்க சான்றுகளாகும். இங்குப் பெருந்தெய்வ உருவங்களுடன் மதுரைவீரன், சுடலைமாடன், இராசாச்சியம்மன், பேச்சியம்மன், மாடசாமி போன்ற சிறுதெய்வங்களும் தீட்டப்பெற்றுள்ளன.[7]

இலக்கியங்களில் சமய ஒருமைப்பாடு

நாயக்கர் காலத்தில் தோன்றிய புராணங்கள், சிற்றிலக்கியங்கள், பக்தி இலக்கியங்கள் என்ற பல்வகை இலக்கியங்களிலும் சமய ஒருமைப் பாட்டுணர்ச்சி முனைப்புற்றிருப்பதைக் காணமுடிகிறது.

செவ்வை சூடுவார் எனும் புலவரால் செய்யப்பெற்ற இதிகாச பாகவதம் 16ஆம் நூற்றாண்டில் தோன்றிய சிறந்த வைணவ புராணமாகும்.

திருமால் பக்தி இவரிடம் அழகாக விரிந்த சமயப் பொதுநோக்காக அமைந்திருக்கிறது. நெறியாக அமையவில்லை. இந்தச் சிறந்த இயல்பை நூல் முழுதும் காணலாம் . . . 'தக்க யாகத்தினழிவு கூறிய இடத்தில் சிவ பரம்பொருள் என்ற தன்மைக்கு மாறுபடாமல் பாடுகிறார் எனவும்' 'மார்க்கண்டேயன் தவமுரைத்த இடத்தும் சிவபிரான் தமக்கும் மாயனுக்கும் வேறுபாடில்லை என்று கூறுவதாக இவர் பாடுவதும் நோக்கத்தக்கது' எனவும் குறிப்பிட்டு மு.அருணாசலம் இரு பாடல்களை எடுத்துக்காட்டியுள்ளார்.[8]

நெல்லிநகர் அருளாளதாசரால் இயற்றப்பெற்ற பாகவத புராணம் வைணவ நூலாயினும் சிவனை ஒப்புயர்வற்ற முறையில் போற்றுகிறது. சரித்திரத்தில் தன்மையால் ஆசிரியர் திருமால் பரத்துவம் சொல்லும் நிலைமை இருப்பினும், பல இடங்களில் சிவனுக்கும் திருமாலுக்கும் வேறுபாடின்மையை நன்குணர்த்திச் செல்கிறார். தட்ச யாகப் படலத்தில், அரி அரனுடனே 'உன்னை எள்கினரேல் என்னையும் அகற்றினராம். உன்றனைத் தான் யானென உணரார் சாந்தியை உறார்' என்று ஓதுகிறார். இதன் முத்தாய்ப்பாக, கயிலாச யாத்திரைப் படலத்தில் அரி அரன் இருவரும் ஒருவரை ஒருவர் துதித்துக்கொள்வது காணத்தக்கது.

வரையினைத் தனுவாய் வளைத்தருள் முதல்வா
நம, உனை மதிக்கிலா அசுரர்
திரிபுர மெரித்த சிவநம, இந்து
திகழ் கின்ற வேணியாய் நமவே,
கரியுரி தனைப் போர்த் தருள்வாய் நமவே
கறை மிடற் றிறைவனே நமவே
அரகரா நமவே, பசுபதி நமவே
அந்தகாந் தகநம என்றான்.

எனத் திருமால் சிவனைப் போற்றுவதாகப் பாடப்பட்டுள்ளமை கவனிக்கத்தக்கதாகும்.

இதுபோலவே, சிவபெருமான் திருமாலைத் துதிப்பதையும் யாதவர்கள் அம்பிகை, வினாயகன் மற்றும் முருகனை வழிபடுவதையும் குறிப்பிடுகின்றார்.[9]

திருக்குருகைப்பெருமாள் கவிராயர் தாம் இயற்றிய திருக்குருகை மான்மியத்தின் காப்புச்செய்யுளில் முத்தொழிலையும் செய்யும் மூவரையும் குறிப்பிடுவது சமய ஒருமைப்பாட்டுணர்வை வெளிப் படுத்துகிறது.[10]

16ஆம் நூற்றாண்டில் தோன்றிய கூடற் புராணம் சிறந்த வைணவ நூலாகும். பெயரறியப்படாத இந்நூலாசிரியர் 'பரம் பொருள் ஒன்றே' என்னும் கருத்தமையப் பல இடங்களில் பாடிச் செல்கிறார். இவ்வகையில் நூலின் முதற் செய்யுள் குறிப்பிடத்தக்க சிறப்பமைந்ததாகும்.[11]

நிரம்ப அழகிய தேசிகர் செய்த சேது புராணம் சைவ சமய நூலாகும். ஆசிரியர் சைவத் துறவி; பாடுவது சிவபிரான் புகழ்,

இராமர் தாபித்து வழிபட்ட தலத்தின் பெருமை. ஆயினும் இவர் இங்கு வைணவம் என்றும் சைவம் என்றும் பாகுபடுத்தாமல், யாரை வழிபட்டாலும் எப்பெயரைக் கூறினாலும் முக்தியடைவர் என்று கூறுகிறார். ஈசன் மால் உறையும் பதிகங்களில் எதில் உறைந்தாலும் பெரும்பலன் கிட்டும் என்கிறார். நமசிவாய என்று ஓதாதார் பிறவியும் நமோ நாராயணா என்று உருவேற்றாதார் பிறவியும் சேதுத் தீர்த்தமாட லால் ஓடும் என்கிறார். சிவலிங்கத்தையும் சாளக்கிராமத்தையும் துவாரகா சக்கரத்தையும் பூசியாதவர் பாவமும், உருத்திராக்கம் அணியாதவர் பாவமும், கோபி சந்தனம் அணியாதவர் பாவமும் சேதுவில் மூழ்க நீங்கும் என்கிறார். திருமால் வழிபாட்டைக் கூறும் போது, கோபி சந்தனத்தை நெற்றி, நெஞ்சு, புயத்தினில் அணியாதது தீமை என்கிறார். ஒரு பாடலில் உருத்திராக்கத்தையும் அடுத்ததில் துழாய் மணியையும் குறிப்பிடுகின்றார். இவை இவரது சமயப் பொதுநோக்கைக் காட்டுகின்றன.[12]

நாயக்கர் காலப்பகுதியில் வாழ்ந்த வரதபண்டிதர் *(1656 – 1716)* ஏகாதசிப் புராணம், சிவராத்திரிப் புராணம் என்ற இரு நூல்களையும் படைத்துள்ளமை குறிப்பிடத்தக்கவையாகும்.[13]

இத்தகு சமய ஒருமைப்பாட்டு நோக்கினைச் சிற்றிலக்கியங்கள் பலவற்றுள்ளும் காணவியலுகிறது. அவற்றுள் பள்ளு நூல்கள் சிறப்பாகக் குறிப்பிடத்தக்கனவாகும்.

> பள்ளுப்பாடல்கள் அனைத்தும் சைவ, வைணவக் கருத்துகளின் மோதல்களைப் புறத்தோற்ற அளவில் *(surface level)* எடுத்துச் சொல்கின்றன. ஆனால் சாராம்சமாகப் பார்த்தோம் எனில் *(in essence)* இரண்டின் சமரசத்தை அவை வலியுறுத்துகின்றன.[14]

என்கிறார் கோ. கேசவன். பள்ளு நூல்களில் இடம்பெறும் பள்ளியர் இருவரும் சைவ, வைணவ சமயங்களைச் சார்ந்தவர்களாகப் படைக்கப் படுகின்றனர். திருமலை முருகன் பள்ளுவில் பள்ளியர் சைவ, கௌமார சமயங்களைச் சார்ந்தோராய்ப் படைக்கப்பட்டுள்ளனர். தொடக்கத்தில் தத்தம் சமயத்தையும் கடவுளரையும் உயர்த்திப் பேசி எதிர் சமயத்தை இகழ்ந்துரைக்கின்றனர். இறுதியில் இரு சமயங்களும் ஒன்றே என ஒருமைப்பாடு பேசுகின்றனர். ஏறக்குறைய எல்லாப் பள்ளு இலக்கியங் களிலும் இத்தகு போக்குக் காணப்படுகிறது.[15]

முக்கூடற் பள்ளுவில் சைவ, வைணவ தெய்வப் போற்றுதல்களுடன் பூலாவுடையார், குமுக்காவுடையார், கரையடிச்சத்தா, புலியூருடையார், வடக்குவாய்ச் செல்லி முதலிய நாட்டுப்புறச் சிறுதெய்வங்களும் வழிபடப் படுவதையும் சடங்குகள் விரிக்கப்பட்டுள்ளதையும் காணமுடிகிறது.[16]

16ஆம் நூற்றாண்டில் தோன்றிய மூவரம்மானை சைவ, வைணவ வேறுபாடின்றி ஒருமையுணர்ச்சியுடன் பாடப்பட்டுள்ளமை கருதத்தக்கது.[17]

நாயக்கர் காலத்தில் எழுந்த ஒருமைப்பாட்டுச் சிந்தனையின் மணிமுடியாகத் தாயுமானவர் பாடல்கள் திகழ்கின்றன. அறுவகைச் சமயத்துள்ளும் பரந்து நிற்கும் பரம்பொருள் ஒன்றே என்று கண்ட

மத சன்மார்க்கியான தாயுமானவர் சைவ சித்தாந்தம், அத்வைதம் ஆகிய இரண்டிற்கும் ஒருமைப்பாடு கண்ட ஞானியாகத் திகழ்கிறார்.

ஆகவே, வரலாற்றில் அவ்வப்போது சமயங்களுக்கிடையே ஒருமைப் பாடு காணும் முயற்சி நிகழ்ந்துள்ளது. அதுபோலவே, நாயக்கர் காலத்தில் நிகழ்ந்த சமய ஒருமைப்பாட்டு முயற்சி, கலைகளில் வெளிப்பட்டுள்ளது. இக்காலச் சிவன் கோயில்களில் வைணவச் சிற்பங்களும் ஓவியங்களும், திருமால் கோயில்களில் சைவச் சிற்பங்களும் இடம்பெற்றுள்ளன. புராணங்களில், சிற்றிலக்கியங்கள் போன்றவற்றில் சமய ஒருமைப்பாடு மிகுத்துப் பேசப்பட்டுள்ளது.

குறிப்புகள்

1. அ.கி. பரந்தாமனார், மதுரை நாயக்கர் வரலாறு, ப. 419.
2. இரா. ஜானகிராமன் (தொ.ஆ), மதுரை தலவரலாறு – கோயில் அதிசயங்கள், ப. 95.
3. இரா. நாகசாமி, ஓவியப்பாவை, ப. 63.
4. K.K. பிள்ளை, தமிழக வரலாறு – மக்களும் பண்பாடும், ப. 441.
5. தினமணி – நாளிதழ், 30.11.90.
6. செ. வைத்தியலிங்கன், தமிழ்ப் பண்பாட்டு வரலாறு, (முதல் பாகம்), பக். 467 – 468.
7. கல்வெட்டு – இதழ் 37, பக். 6 – 9
8. விரிசினை யாலநீழல் மெய்த்தவச் சனகனாதி
அருமறைக் கிழவர்சூழ அமர்ந்தவா னந்தரூபத்
தொருமுதல லவனைக்காணா உவந்தனர் அமரர்தாழ்ந்தார்
மரைமலர்ப் பொருட்டுவாழும் மறையவன் வழுத்தினானான்.

ஆவயி னாரன் மீனார் அறுவர்வந் தன்பு முற்றித்
தீவிய முலைப்பா லூட்டத் திருமுக மாறுகொண்டு
மேவிய மடவார் கொம்மை வெம்முலை யொருங்கு மாந்தி
மூவிரு முகனென் றெல்லா உலகமும் மொழிய நின்றான்

– இதிகாசபாகவதம், (மேற்கோள்), மு. அருணாசலம், தமிழ் இலக்கிய வரலாறு (பதினாறாம் நூற்றாண்டு – முதல் பாகம்), ப. 346.
9. மேலது, பக். 374 – 375
10. மேலது, ப. 386.
11. பொன்பூத்த புரிசடையும் பூண்மணிப்பொன் நீண்முடியும்
மின்பூத்த ஒருபாலும் திருமார்பும் வெண்ணீறும்
மன்பூத்த மான்பதமும் மானிடமும் வளையு மணிந்து
அன்பூற்றி உலகளிக்கும் அவரேஎம் வினை தவிப்பார்.

– கூடற்புராணம், (மேற்கோள்), மேலது, ப. 395.

12. மேலது, பக். 159 – 161.

13. ந.வீ. செயராமன், சிற்றிலக்கியப் புலவர் அகராதி, ப. 205.

14. கோ. கேசவன், பள்ளு இலக்கியம் – ஒரு சமூகவியல் பார்வை, ப. 35.

15. சொன்ன லென்ன நீயும் பொறு
நானும் பொறுத்தேன் – கிளை
சூழ்ந்திருக்க நாமே கூடி
வாழ்ந்தி ருக்கலாம்

– முக்கூடற்பள்ளு, பா.எ. 174.

ஆண்டை ரெண்டு கட்டலாமோ எக்களிப்பள்ளி – பொறு
அனபங்கு உங்களுக்கு நானே நடுவாய்க்
கூண்டு பிரித்துத் தருவேன் சண்டைபண்ணாமல் – ஒன்றாய்க்
கூடியிருந் தேகளித்துக் கூடிச்சுகிப்போம்

– திருக்கோட்டியூர் திருப்பத்தூர் பள்ளேசல், பா.எ. 20.

வானவர் தொழுங் குற்றாலர்
திருமலை வேலா – பதம்
வணங்கி வாழ்வோம் நாமிருபேர்
இணங்கி நாளுமே

– திருமலை முருகன் பள்ளு, பா.எ. 185.

உங்கள்கயி லாசநாதர்
எங்கள் தெய்வமே – எங்கள்
ஓவளவி சையமாலும்
உங்கள் தெய்வமே

– வையாபுரிப்பள்ளு, பா.எ. 235.

16. மு. அருணாசலம், (பதி.), முக்கூடற்பள்ளு, பா.எ. 32, 33.

17. மு. அருணாசலம், தமிழ் இலக்கிய வரலாறு (பதினாறாம் நூற்றாண்டு – மூன்றாம் தொகுதி), ப. 379.

புராண – இதிகாசக் கூறுகள்

வேதங்களும், உபநிடதங்களும் கூறுகின்ற நுட்பமான ஆன்மீக நீதிக் கருத்துகளையும், அவதார நாயகர்களின் வாழ்க்கையையும் விளக்கிக் காட்டுவன புராணங்கள்.[1] மிக ஆழ்ந்த மெய்ப்பொருள் கருத்துகளைக் கதைவடிவில் கூறும் புராணங்கள் தொன்றுதொட்டே மக்களிடம் வரவேற்புப் பெற்றிருந்துள்ளன. மிக எளிதாக மக்களைச் சென்றடைகின்ற புராண இலக்கியங்களைப் பெற்றிரா இந்தியச் சமயங்கள் இல்லையெனலாம். இருப்பினும், சைவ–வைணவ சமயக் கடவுளர்களுக்கே மிகுதியான புராணங்கள் தோன்றியுள்ளன. சைவ – வைணவ சமயம் பேரெழுச்சி பெற்ற காலமான நாயக்கராட்சிக் காலத்தில் புராணங்கள் பெரும் செல்வாக்கினைப் பெற்றன. அதன் விளைவாகச் சிற்பம், ஓவியம், இலக்கியம் ஆகிய நுண்கலைகளில் அதன் செல்வாக்கினைக் காணமுடிகிறது. அவற்றுடன், இராமாயணம், மகாபாரதம் ஆகிய இதிகாசங்களும் பெரும் செல்வாக்குப் பெற்றுள்ளன. இதனால், புராண, இதிகாசக் கூறுகளை நாயக்கர் காலக் கலைக்கோட்பாடுகளுள் ஒன்றெனக் கொள்ளவியலுகிறது.

பெரும் செல்வாக்குப் பெற்ற புராணங்கள்

மகாபுராணங்களைத் தெய்வங்களின் அடிப்படையில் வகைப்படுத்தும்போது அவை பிரமன், சூரியன், அக்னி, சிவன், விஷ்ணு ஆகிய தெய்வங்கள் குறித்து எழுந்துள்ளன என்பர்.[2] அவற்றுள், சிவன், திருமால் எனும் இரு தெய்வங்கள் குறித்தே மிகுந்த புராணங்கள் தோன்றியுள்ளன.

நாயக்கர் காலத்தில் சிவபுராணம், விஷ்ணு புராணம், பாகவத புராணம், திருவிளையாடற் புராணம், பெரியபுராணம் ஆகியனவும் இராமாயணம், பாரதம் ஆகிய இதிகாசங்களும் மிகுந்த செல்வாக்குப் பெற்றுள்ளன.

சைவ புராணச் சிற்பங்கள்

நாயக்கர் காலத்துச் சிற்பங்களில் சிவபுராணம் மற்றும் திருவிளையாடற் புராணம் ஆகியனவற்றிலிருந்து சிவபெருமான் தொடர்பான கதைகள் மிகுதியாக எடுத்துக்கொள்ளப்பட்டுள்ளன.

பிச்சாடனர்

தாருகாவனத்து முனிவர்களின் ஆணவத்தை அடக்கச் சிவபெருமான் பிச்சாடனராய் வந்ததும் முனிபத்தினியர் அவரது அழகில் ஈடுபட்டு உளநிறையழிந்ததும், திருமால் மோகினி வடிவில் வர முனிவர்கள் வேட்கையுற்றதும் சிவபுராணத்தில் இடம்பெற்றுள்ள நிகழ்ச்சியாகும். நாயக்கர் காலச் சிற்பிகளுக்குப் பெருமகிழ்வூட்டிய ஆர்வமிக்க கதையாக இது விளங்கியுள்ளது. நாயக்கர்களால் உருவாக்கப்பட்ட பெரும்பாலான கோயில் மண்டபங்கள் அனைத்திலும் தூண்களில் புடைப்புச் சிற்பங் களாகவும், முழு உருவச் சிற்பங்களாகவும் இது இடம் பெற்றுள்ள தெனலாம். மதுரை மீனாட்சியம்மன் கோயில் முதலிப்பிள்ளை மண்டபம், கம்பத்தடி மண்டபம், ஆயிரங்கால் மண்டபம், ஸ்ரீவில்லி புத்தூர் ஆண்டாள் கோயில் கல்யாண மண்டபம், பேரூர் பட்டீசுவரர் கோயில் கனகசபை மண்டபம், வேலூர் சலகண்டேசுவரர் கோயில் கல்யாண மண்டபம், தாரமங்கலம் கைலாசநாதர் கோயில் மண்டபம் முதலிய இடங்களில் பிச்சாடனர் உருவம் வடிக்கப் பெற்றுள்ளது.

யானை உரி போர்த்த அண்ணல்

சிவனை அழிப்பதற்காகத் தாருகாவனத்து முனிவர்கள், வேள்விக் குண்டத்தில் யானையைத் தோற்றுவித்து அனுப்பினர். அதனைக் கொன்று, அதன் தோலினை உரித்துத் தன்மேனியில் சிவன் போர்த்துக் கொண்டார். சிவபுராணத்தில் இடம்பெறும் யானை உரிபோர்த்த இந்நிகழ்ச்சி மதுரை மீனாட்சியம்மன் ஆலயக் கம்பத்தடி மண்டபம், பேரூர் பட்டீசுவரர் கோயில் கனகசபை மண்டபம், வேலூர் சலகண்டேசுவரர் கோயில் கல்யாண மண்டபம் முதலிய பல இடங்களில் செதுக்கப்பட்டுள்ளது.

முப்புரம் எரிசெய்த அண்ணல்

முப்புரங்களில் வாழ்ந்து உலகினர்க்கும், தேவர்களுக்கும் இடையூறு விளைவித்து வந்த அரக்கர்களை அழிக்க மேருமலையை வில்லாகவும், வாசுகிப் பாம்பை நாணாகவும், திருமாலை அம்பாகவும் கொண்டார். ஆனால், அவரது சினத்தில் எழுந்த சிரிப்பால் திரிபுரம் அழிந்தது. மதுரைக் கம்பத்தடி மண்டபம், வேலூர் சலகண்டேசுவரர் கோயில் கல்யாண மண்டபம் முதலிய இடங்களில் இந்நிகழ்ச்சி சிற்பமாக வடிக்கப்பெற்றுள்ளது.

ஊர்த்துவத் தாண்டவம்

காளிதேவியை வெற்றிகொள்ள இறைவன் நிகழ்த்திய நடனம் ஊர்த்துவத் தாண்டவமாகும். இது, காளி தாண்டவம் என்றும் கண்ட தாண்டவம் என்றும் அருள் நட்டம் அல்லது அனுக்கிரக தாண்டவம் என்றும் அழைக்கப்பெறும்.[3] ஒரு காலினைத் தலை வரையில் தூக்கிச் சிவன் ஆடுவதும், அவ்வாறு செய்யவியலாது காளி தோற்று நாணி நிற்பதுமான சிற்பங்களை மதுரை மீனாட்சியம்மன் கோயில் கம்பத்தடி மண்டபம், பேரூர் கனகசபை மண்டபம், வேலூர் சலகண்டேசுவரர்

கோயில் கல்யாண மண்டபம், தென்காசி காசிவிசுவநாதர் கோயில் மண்டபம், தாடிக்கொம்பு சௌந்திரராசப் பெருமாள் கோயில் கல்யாண மண்டபம், தாரமங்கலம் கைலாசநாதர் கோயில் மண்டபம் முதலிய இடங்களில் காணமுடிகிறது.

வீரபத்திரர்

தன் மருமகன் சிவபிரானுடன் கருத்து மாறுபாடு கொண்ட தட்சன், சிவனுக்கு அழைப்பு விடுக்காமல் வேள்வியொன்றைத் தொடங்கினார். தன் கணவனுக்குத் தந்தை செய்த அவமதிப்பைப் பொறாத தாட்சாயிணி அவருடன் வாதிட்டுத் தோற்று, வேள்விக் குண்டத்தில் வீழ்ந்து மடிந்தாள். சினம் கொண்ட சிவபெருமான் நெற்றிக்கண்ணைத் திறக்க, அதிலிருந்து வீரபத்திரர் தோன்றினார். இறைவனது கட்டளைப்படி தட்சனையும் வேள்வியையும் அழித்தார். நாயக்கர் காலச் சிற்பங்களில் முதன்மைபெறும் கதைகளுள் ஒன்றாக இது விளங்கியுள்ளது.

தோமரமும், கேடயமும் ஏந்தி அவன் வீறுகொண்டு நிற்கும் காட்சி மதுரை மீனாட்சியம்மன் ஆலயக் கம்பத்தடி மண்டபம், ஆயிரங்கால் மண்டபம், தாடிக்கொம்பு சௌந்திரராசப்பெருமாள் கோயில் கல்யாண மண்டபம், ஸ்ரீவில்லிபுத்தூர் ஆண்டாள் கோயில் கல்யாண மண்டபம், கிருஷ்ணாபுரம் வேங்கடாசலபதி கோயில் மண்டபம், பேரூர் கனகசபை மண்டபம், திருச்செங்கோடு வேலர் கோயில் முன்மண்டபம், தென்காசி காசி விசுவநாதர் ஆலயம் முதலிய இடங்களில் உணர்ச்சி வெளிப்பாடு தோன்றப் படைக்கப்பட்டுள்ளது.

இரதி – மன்மதன்

திருமாலின் இருபத்து நான்கு வடிவங்களுள் ஒன்றான பிரத்தியூமன னுடன் மன்மதன் சேர்த்தெண்ணப்படுகிறான். ஆதலால், திருமால் மகனாக மன்மதனைக் கருதும் மரபுள்ளது.

காமன் என்பவன் முற்பிறப்பில் ஒரு மன்னனாக இருந்தவன்; அவன் தன் மனைவியுடன் வேட்டைக்குச் சென்றபோது காட்டில் ஓர் இருடி வளர்த்த மானைக் கொன்றுவிட்டான்; அது காரணமாக இருடியின் சினத்திற்கு ஆளாகி அவரால் சபிக்கப்பெற்றமையால், பிற்காலத்தில் சிவனால் அவன் சாம்பலானான் என்பது பூவாளூர்ப் புராணக் குறிப்பாகும்.

மன்மதன் எரிக்கப் பெற்றமைக்குச் சிவபுராணம் விரிவான கதையொன்றினைத் தருகிறது. நான்முகனிடம் வரம் பெற்ற தாரகாசுரன் செருக்குற்றுத் தேவர்களுக்கு மிகுந்த இன்னலை விளைவித்தான். சிவனது மகனாலேயே அவன் இறப்பான் என விதிக்கப் பெற்றிருந்தது. சிவனோ புலன் வென்று யோகத்தில் நிலைகொண்டிருந்தார். அவருக்கு உணர்வை ஏற்படுத்த, மலர்க்கணை தொடுத்தான் மன்மதன். யோகம் கலைந்த நிலையில் சினந்த இறைவனது நெற்றிக் கண்ணின் கனலால் சாம்பலானான். பின், இரதியின் வேண்டுகோளுக்கிணங்க உமையம்மை யின் திருவருளால் புத்துயிர் பெற்றான்.[4]

காதல் தெய்வமாகக் கருதப்பெறும் மன்மதன் மற்றும் இரதியின் உருவங்கள் விசயநகரகாலம் முதற்கொண்டுதான் சிற்பங்களில் இடம் பெற்றுள்ளது. அதற்கு முந்தைய காலகட்டங்களில் தமிழகத்தில் எவ்விடத்திலும் இவர்களது உருவம் வடிக்கப்பெற்றதாகத் தெரியவில்லை.

கரும்பு வில்லேந்தி, மலர்க்கணை தொடுத்து அன்னத்தின் மீது அமர்ந்து வரும் இரதி, மன்மதன் உருவங்கள் நாயக்கர்காலத்தில் எழிலுறத் தீட்டப்பட்டுள்ளன. தாடிக்கொம்பு சௌந்திரராசப்பெருமாள் கோயில், குடுமியான்மலை குடுமிநாதர் கோயில், தாரமங்கலம் கைலாசநாதர் கோயில், கும்பகோணம் இராமசாமி கோயில், மதுரை மீனாட்சியம்மன் ஆலயம், திருவரங்கம் அரங்கநாதர் ஆலயம், கிருஷ்ணா புரம் வேங்கடாசலபதி கோயில், திருச்செங்கோடு அர்த்தநாரீசுவரர் கோயில் முன் மண்டபம், ஸ்ரீவில்லிபுத்தூர் ஆண்டாள் கோயில், திருநெல்வேலி நெல்லையப்பர் கோயில், அழகர்கோயில், தென்காசி காசிவிசுவநாதர் கோயில் முதலிய இடங்களில் பெரிய வடிவில் நுட்பமாக வடிக்கப்பெற்றுள்ளன.

திருவிளையாடற் புராண நிகழ்ச்சிகள் திருப்பாலைத்துறையில் சிற்பத்தொடராக வடிக்கப்பெற்றுள்ளன.

வைணவ புராணச் சிற்பங்கள்

அவதாரச் சிற்பங்கள்

திருமாலின் அவதாரக் கதைகள் விஷ்ணுபுராணத்தில் இடம் பெற்றுள்ளன. இவ்வவதாரங்களைக் காட்டும் சிற்பங்கள் நாயக்கர் காலக் கோயில்களில் இடம்பெற்றுள்ளன. மச்சாவதாரம், கூர்மாவதாரம், நரசிம்மாவதாரம், வாமனாவதாரம், திரிவிக்கிரம அவதாரம், இராமாவதாரம், கிருஷ்ணாவதாரம், கல்கியவதாரம் முதலியன குடந்தை இராமசாமி கோயிலிலும், வேலூர் சலகண்டேசுவரர் கோயிலிலும் வடிக்கப்பெற்றுள்ளன. இராமனின் அழகுருவும், நரசிங்கத்தின் சினந்த தோற்றமும், இரண்யனுடனான போர்க்காட்சியும், இரணியவதையும், உலகளந்தானின் நெடிய தோற்றமும் அழகர் கோயில் கல்யாண மண்டபத்தில் இடம்பெற்றுள்ளன. மோகினி வடிவம், திருமால் கருடன் மீதமர்ந்த கோலம், நரசிம்மாவதாரம், இராமாவதாரம் முதலியனவற்றைக் குடுமியான்மலைக் கோயிலில் காணமுடிகிறது. இராமர், நரசிம்மன் – இரணியன் போர், இரணியவதை, வேணுகோபாலன், உலகளந்த பெருமாள் முதலிய சிற்பங்கள் தாடிக்கொம்பு சௌந்திரராசர் கோயிலில் பெரிய அளவில் வடிக்கப்பட்டுள்ளன.

பாகவத புராணச் சிற்பங்கள்

கண்ணனது குழந்தைப் பருவ செயல்களைக் கூறும் பாகவதக் கதைகள் பலவும் சிற்பங்களாக வடிக்கப்பெற்றுள்ளன. குறிப்பாக, கோபியரின் ஆடைகளைத் திருடி விளையாடும் கண்ணனது விளையாடல் இடம்பெறாத நாயக்கர் கோயிலே இல்லையெனலாம். மேலும், காளிங்க நர்த்தனம், பறவையரக்கன் வதம் போன்ற நிகழ்ச்சிகள் குடந்தை, வேலூர் முதலிய இடங்களில் சிற்பங்களாகச் செதுக்கப்பட்டுள்ளன.

இதிகாசச் சிற்பங்கள்

இராமாயணம், மகாபாரதம் ஆகிய இரு இதிகாசங்களும் நாயக்கர் காலக் கலைஞர்களின் ஆழ்ந்த ஈடுபாட்டிற்கு உரியனவாகத் திகழ்ந்துள்ளன. இக்கதைகளில் இடம்பெறும் நிகழ்ச்சிகள் பலவும் புடைப்புச் சிற்பங்களாகவும், பாத்திரங்கள் பெரும்பாலும் முழுச்சிற்பங்களாகவும் வடிக்கப்பெற்றுள்ளன.

பரசுராமர் கர்வ பங்கம், சீதை – இராமர் திருமணம், விபீடண முடிசூட்டல், சுக்ரீவன் முடிசூட்டல், இராவண வதம், சீதையைக் கண்டதை அனுமன் இராமனுக்கு உரைத்தல், அனுமன் சஞ்சீவி மலையைக் கொணர்தல், அகலிகை சாப விமோசனம், இராமனும் – இலக்குவனும் விசுவாமித்திரருடன் செல்லல் ஆகியவற்றைச் சுட்டும் சிற்பங்கள் குடந்தை இராமசாமி கோயிலில் இடம்பெற்றுள்ளன. சூர்ப்பனகை பங்கக் காட்சி ஸ்ரீவில்லிபுத்தூரில் இடம்பெற்றுள்ளது. வாலியும் சுக்ரீவனும் போரிடும் காட்சிகள் தாரமங்கலம் கைலாசநாதர் கோயில், சுசீந்திரம் தாணுமாலயன் கோயில் மற்றும் சென்னிமநாயக்கன் குளம் முதலிய இடங்களில் காணப்படுகின்றன.

மகாபாரதக் கதை நிகழ்ச்சிகளும், பாத்திரங்களும் நாயக்கர்காலச் சிற்பங்களில் இடம்பெற்றுள்ளன. தருமன், பீமன், அர்ச்சுனன், நகுலன், சகாதேவன், திரௌபதி ஆகியோரது உருவங்கள் மதுரை மீனாட்சியம்மன் கோயில் கிளிக்கூட்டு மண்டபம், ஆயிரங்கால் மண்டபம், திருநெல்வேலி நெல்லையப்பர் கோயில், ஸ்ரீவில்லிபுத்தூர் ஆண்டாள் கோயில், கிருஷ்ணாபுரம் வேங்கடாசலபதி கோயில் ஆகிய இடங்களில் பெரிய அளவிலான முழுச்சிற்பங்களாக வடிக்கப்பெற்றுள்ளன. பாரதத்தில் இடம்பெறும் கிராதார்ச்சுண்யம் மதுரைக் கம்பத்தடி மண்டபம், சங்ககிரி கோட்டை வரதராசப்பெருமாள் கோயில் முதலிய இடங்களில் காணப்படுகிறது. பாரதக்கதை நிகழ்ச்சியான புருஷாமிருகம் – பீமன் சண்டைக் காட்சி நாயக்கர் காலச் சிற்பங்களில் செல்வாக்குப்பெற்ற மற்றொரு நிகழ்ச்சியாகும். மதுரைக் கிளிக்கூட்டு மண்டபம், ஆயிரங்கால் மண்டபம், கிருஷ்ணாபுரம் முதலிய இடங்களில் உயிர்த்துடிப்புடன் இந்நிகழ்ச்சி செதுக்கப்பட்டுள்ளது. தென்காசி காசிவிசுவநாதர் ஆலயத்தில் பாலமுருகன் சன்னிதி முன்னுள்ள மண்டபத்தில் தர்மன், பீமன், அர்ச்சுனன், நகுலன், சகாதேவன், கர்ணன் ஆகியோர்தம் உருவங்கள் ஒற்றைக் கல்லில் வடிக்கப்பெற்று அழகுடன் காட்சியளிக்கின்றன. இவற்றுடன், அரிச்சந்திர புராணக் கதையினை விளக்கும் சிற்பங்கள் மதுரை ஆயிரங்கால் மண்டபத்திலும் அல்லி – அர்ச்சுனன், பவளக் கொடி சிற்பங்கள் திருநெல்வேலி நெல்லையப்பர் கோயில் சோமவார மண்டபத்திலும் காணப்படுகின்றன.

தல புராணச் சிற்பங்கள்

திருநெல்வேலி நெல்லையப்பர் கோயில் தாமிர சபையில் அக்கோயில் தல புராணமும் திருப்புடைமருதூர் நாறும்பூநாத சுவாமி கோயில் கோபுரத்திலும் மண்டபத் தூண்களிலும் அக்கோயில் தல புராணமும் மரச் சிற்பங்களாகவும் கற்சிற்பங்களாகவும் வடிக்கப் பெற்றுள்ளன.

ஓவியங்களில் புராண, இதிகாசக் கூறுகள்

நாயக்கர் கால ஓவியங்ககளில் பெரும்பாலானவை புராணக் கதைகளையும் இதிகாசக் கதைகளையும் முழுமையாகவும் பகுதியாகவும் சித்திரிப்பனவாக உள்ளன.

புராண ஓவியங்கள்: சைவம்

சிவ புராணம், விஷ்ணு புராணம், பாகவதம், திருவிளையாடற் புராணம், கந்த புராணம், பெரிய புராணம், தல புராணங்கள் ஆகியன ஓவியங்களில் பெரிதும் இடம்பெற்றுள்ளன.

சிதம்பரம் சிவகாமியம்மன் ஆலய முன்மண்டபத்தில் தாருகாவனத் திற்குப் பிச்சாடனராகச் சிவபிரான் வரும் காட்சி விரிவாகத் தீட்டப் பட்டுள்ளது. நத்தம் கோயில்பட்டி கைலாசநாதர் கோயிலில் மன்மத தகனக்காட்சி வரையப்பெற்றுள்ளது. ஈஞ்சார் ஆலடி ஈசுவரர் கோயிலில் சிவன் காளியோடு நிகழ்த்திய ஊர்த்துவத் தாண்டவக் காட்சியைக் காணமுடிகிறது.[5]

மதுரை மீனாட்சி சுந்தரேசுவரர் ஆலயத்தில் அங்கயற்கண்ணி ஆலவாய்ச் சொக்கனை மணம்புரிந்துகொள்ளும் காட்சியும், அங்கயற் கண்ணி எட்டுத்திசைக் காவலர்களுடன் போரிடும் காட்சியும் பிறவும் தீட்டப்பெற்றுள்ளன.

திருவிளையாடற் புராணத்தில் இடம்பெறும் மாணிக்கவாசகர் கதை, சிதம்பரம் சிவகாமியம்மன் ஆலய முன்மண்டபத்திலும் திருப்புடைமருதூர் நாறும்பூநாத சுவாமி கோயில் கோபுரத்திலும் தொடர் ஓவியங்களாகத் தீட்டப்பட்டுள்ளன. ஆவுடையார் கோயிலிலும் இவ்வரலாறு விரிவாக வரையப்பெற்றுள்ளது.

நத்தம்கோயில்பட்டியில் இராசசேகரப் பாண்டியனின் வேண்டு கோளுக்கிணங்கி இறைவன் கால்மாறி ஆடிய திருவிளையாடலும் பாண்டிய மன்னன் மகளாக மீனாட்சி பிறந்தமையும் திசைக்காவலர் களுடன் போரிட்டமையும் இறைவனைத் திருமணம் புரிந்தமையும் அழகுறத் தீட்டப்பட்டுள்ளன. குற்றாலம் சித்திரசபையில் தீட்டப் பெற்றிருந்த திருவிளையாடல் ஓவியங்கள் தற்போது தற்காலப் பாணியில் புதுப்பிக்கப்பட்டுள்ளன.

பெரியபுராணத்தில் உள்ள சுந்தரர் கதையும் கந்த புராணத்தில் உள்ள வள்ளி கதையும் திருப்புடைமருதூரில் தீட்டப்பட்டுள்ளன. பெரியபுராணத்தில் இடம்பெறும் சிறுத்தொண்ட நாயனார் புராணமும் கண்ணப்பநாயனார் புராணமும் ஈஞ்சார் ஆலடி ஈசுவரர் கோயிலில் தீட்டப்பட்டுள்ளன.[6] தஞ்சைப் பெருவுடையார் கோயில் நாயக்கர் ஓவியத்திலும் கண்ணப்பர் வரலாறு இடம்பெற்றுள்ளமை குறிப்பிடத் தக்கதாகும். காலத்தால் சற்றுப் பிற்பட்டதாகக் கருதப்பெறும் கோடங்கிப் பட்டி முத்தாளம்மன் கோயில் ஓவியத்திலும் கண்ணப்பர் வரலாறு இடம்பெற்றுள்ளது.

கந்த புராணம்

மதுரையருகிலுள்ள நத்தம் கோயில்பட்டியில் நாயக்கர் காலத்தில் தீட்டப்பெற்ற கந்த புராண ஓவியங்கள் காணப்படுகின்றன. மூன்று மூன்று ஓவியங்களை உடைய ஆறு வரிசைகளில் மன்மதன் சிவன் மீது மலர்க்கணை தொடுத்தல், சிவன் பார்வதியை அரவணைத்தல், சிவனைவேண்டி மன்மதனை உயிர்பெறச் செய்த இரதிதேவி அவனுடன் செல்லல், பார்வதி தேவமகளிரால் சூழப்பெறல், சிவன் பார்வதியைத் திருமணம் புரிதல், பார்வதி பள்ளியறை செல்லல், அக்னிதேவன் சிவனது வீரியத்தைக் கங்கை மடுவில் விடுத்தல், அதிலிருந்து ஆறு குழந்தைகள் தோன்றல், அவர்களைப் பார்வதி பாசத்துடன் அணைக்க, ஆறு உடல்களும் ஒன்றாகி, ஆறுமுகங்களுடன் சுப்பிரமணியர் தோன்றல், முருகன் வள்ளியை மணத்தல் சூரபதுமனுடன் முருகன் போரிடல் ஆகியன சித்திரிக்கப்பட்டுள்ளன. முருகன் – வள்ளி திருமணக் கதை திருப்புடைமருதூரிலும் அழகாகத் தீட்டப்பட்டுள்ளது.

தல புராணங்கள்

கோயிலுக்குரிய தல புராணத்தை அக்கோயிலில் ஓவியமாகத் தீட்டுவது நாயக்கர் கால ஓவிய மரபுகளில் ஒன்றாகும். சிதம்பரம், திட்டக்குடி, மடவார்வளாகம், திருப்புடைமருதூர், பட்டீசுவரம், திருமங்கலக்குடி ஆகிய இடங்களில் தல புராண ஓவியங்கள் மிக விரிவாகத் தீட்டப்பட்டுள்ளன. சற்றுப் பிற்காலத்தில் தீட்டப்பட்டதான திருவாரூர் தியாகேசர் கோயில் தேவாசிரிய மண்டபத்தில் அத்தல புராணம் மிக விரிவாகத் தீட்டப்பட்டுள்ளது.

புராண ஓவியங்கள்: வைணவம்

சைவம் தொடர்பான ஓவியங்கள் போலவே, வைணவத்திலும் விஷ்ணுபுராணம், இராமாயணம் மற்றும் பாரதம் முதலிய இதிகாசங்கள் தொடர்பான ஓவியங்கள் நாயக்கர் காலத்தில் தீட்டப்பட்டுள்ளன.

விஷ்ணு புராண ஓவியங்கள்

திருவரங்கத்திலும் தஞ்சைப் பெருவுடையார் கோயிலிலும் திருமால் கூர்மாவதாரம் கொண்டு மந்தர மலையைத் தாங்க, அசுரர்களும் தேவர்களும் திருப்பாற்கடலைக் கடையும் காட்சி சித்திரிக்கப்பட்டுள்ளது. அதுபோலவே, இராமநாதபுரம் இராமலிங்க விலாச அரண்மனை, மலையடிப்பட்டி, ஸ்ரீவைகுண்டம், திருப்புடைமருதூர், சற்றுப் பிற்காலத்தைச் சேர்ந்த மன்னார்கோயில் ஓவியங்கள் ஆகியவற்றில் திருமாலின் அவதார உருவங்கள் தீட்டப்பட்டுள்ளன.

பாகவத புராண ஓவியங்கள்

நாயக்கர் கால ஓவியங்களுக்குப் பாகவத புராணம் சிறந்த கருவாக விளங்கியுள்ளது. கோயில்களிலும் அரண்மனைகளிலும் கண்ணனது விளையாடல்கள் தீட்டப்பட்டுள்ளன.

திருவரங்கம் அரங்கநாச்சியார் கோயில் உட்சுற்று விதானத்தில் உள்ள ஓவியங்கள் பாகவத புராண நிகழ்ச்சிகளை அழகுற விரிவாகச் சித்திரிக்கின்றன.

இராமநாதபுரம் இராமலிங்க விலாச அரண்மனையில் பாகவதக்கதை மிக விரிவாகத் தீட்டப்பெற்றுள்ளது. மகாயோகி உபதேசம் செய்வது முதலாகக் கிருஷ்ணனுக்குப் பட்டாபிசேகம் செய்வது ஈறான நிகழ்ச்சிகள் 129 ஓவியக் காட்சிகளாக இடம்பெற்றுள்ளது. மன்னார்கோயிலிலும் பாகவதக் கதை விரிவாகத் தீட்டப்பெற்றுள்ளது.

இதிகாச ஓவியங்கள்

நாயக்கர் கால ஓவியங்களில் மிகவும் போற்றிக் கையாளப் பெற்றது இராமாயணக் கதையாகும். செஞ்சி நாயக்கர் காலத்தில் கட்டப்பட்ட செங்கம் பார்த்தசாரதி கோயிலில் இராமாயணக் கதை முழுவதும் முன்மண்டப மேல் விதானத்தில் தீட்டப்பெற்றுள்ளது. இராமநாதபுரம் இராமலிங்க விலாச அரண்மனையில் இராமர் வனவாசம் முடித்து அயோத்தியில் அரசேற்பது வரையிலான நிகழ்ச்சிகள் ஏறக்குறைய 164 காட்சிகளாக வரையப்பட்டுள்ளன. மேலும், திருவரங்கம் கொடிக்கம்பம் அருகிலுள்ள மண்டபத்திலும் அழகர்கோயில் வசந்த மண்டபத்திலும் தஞ்சை சரசுவதிமகால் நூலக ஓவியத்திலும் புதுக் கோட்டை திருக்கோகர்ணம் கோயில் நுழைவாயிலிலுள்ள மண்டபத் திலும் ஸ்ரீவில்லிபுத்தூர் அரங்க மன்னார் கோயில் வாயில் மண்டப விதானத்திலும் மன்னார்கோயிலிலும் திருப்புடைமருதூர் நாறும்பூநாத சுவாமி கோயிலிலும் அதமன்கோட்டை சென்றாயசுவாமி கோயிலிலும் இராமாயணக் கதையை விவரிக்கும் ஓவியங்களைக் காணமுடிகிறது.

குடந்தை இராமசாமி கோயிலில் நாயக்க மன்னர்களால் முழு இராமாயணக் கதையும் தீட்டப்பட்டிருக்க வேண்டும். அது, தற்போது நடைபெற்ற திருப்பணியின் போது மீண்டும் வண்ணம் தீட்டப்பெற்றுப் பெரும் மாறுதலுற்றுக் காணப்படுகிறது.

மகாபாரதக் கதை இடம்பெற்ற நாயக்கர் கால ஓவியங்கள் பெரும்பாலும் தற்போது காணக்கிடைக்கவில்லை எனலாம். கோடங்கிப் பட்டி முத்தாளம்மன் கோயிலில் பஞ்சபாண்டவர் உருவங்கள் உள்ள ஓவியக் காட்சியொன்றைக் காணவியலுகிறது. பாரதத்திலுள்ள கிராதார்ச்சுனீயக் காட்சி, திருப்புடைமருதூர் நாறும்பூநாதசுவாமி கோயிலில் தீட்டப்பட்டுள்ளது. சற்றுப் பிற்காலத்தைச் சேர்ந்த அதமன் கோட்டை சென்றாயசுவாமி திருக்கோயில் மண்டப விதானத்தில் மகாபாரதக் கதை தீட்டப்பட்டுள்ளது.

சமண சமய ஓவியங்கள்

நாயக்கர் கால ஓவியங்களுள் திருப்பருத்திக்குன்றம் ஓவியங்கள் சிறப்பாகக் குறிப்பிடத்தக்கன. சமண சமயம் சார்ந்த நாயக்கர் கால ஓவியம் இஃது ஒன்றே எனலாம். இங்குள்ள சமண ஆலயத்தின் முன்மண்டபத்தில் ஆதிநாதர் வரலாறு, மகாவீரர் வரலாறு, சைன சமயக் கிருஷ்ணன் கதை ஆகியன தீட்டப்பட்டுள்ளன.

இலக்கியங்களில் புராண, இதிகாசக் கூறுகள்

தமிழிலக்கிய வரலாற்றில் முந்தைய காலப்பகுதி எதனினும் நாயக்கர் காலமே புராணங்கள் மிகுதியாகத் தோன்றிய காலப்பகுதி யாகும். 16ஆம் நூற்றாண்டின் இலக்கிய வரலாற்றை விரிவாக எழுதிய மு. அருணாசலம்,

> இந்நூற்றாண்டில் புராணம் செய்த ஆசிரியர் இருபத்திரண்டு பேர். இவர்கள் செய்த புராணங்களிலுள்ள பாடல்களின் தொகை (கிடைக்காத 5 புராணங்களையும் விலக்கி) சுமார் 60,000. இதனால் புராணங்களின் விரிவை நன்கு அறியலாம்.[7]

என்று குறிப்பிடுவது ஈண்டுக் கருதத்தக்கதாகும்.

புராணங்கள், தல புராணங்கள் என ஏராளமான நூல்கள் தோன்றியதுடன் இக்காலப்பகுதியில் எழுந்த பிறவகை இலக்கியங் களிலும் புராணங்களின் செல்வாக்கு மிகுந்திருப்பதைக் காணவியலுகிறது.

புராணங்கள்

பெரும்பாலும் புராணங்கள் வடமொழிப் புராணங்களை மூலமாக உடையன எனலாம். இவ்வகையில் சைவம், வைணவம் ஆகிய சமயங் களைச் சார்ந்த புராணங்களும் காலப்பகுதியின் செல்வாக்கு மிக்க இவ்விலக்கியப் போக்கால் புராணம் என்னும் பெயர் தாங்கிய இசுலாமிய நூல்களும் தோன்றியுள்ளன.

சைவ புராணங்கள்

நாயக்கர் காலத்தில் சைவ சமயத்தைச் சார்ந்த புராணங்களே மிகுதியாகத் தோன்றியுள்ளன. அவற்றுள் இலிங்க புராணம், வாயு சங்கிதை, பிரமோத்தரம், கூர்ம புராணம், ததீசி, சரப புராணம், வினாவிடை, சைவ மகா புராணம், சதானந்த கணேசர் புராணம், சிவராத்திரி புராணம், செப்பேசர் புராணம் ஆகியன குறிப்பிடத்தக்கன வாகும்.[8] இவற்றுடன், பரஞ்சோதி முனிவரால் இயற்றப்பட்ட திருவிளையாடற் புராணம் சிறப்பாகக் குறிப்பிடத்தக்கதாகும்.

வைணவ புராணங்கள்

நாயக்கர் காலத்தில் வைணவம் நன்கு வளர்ச்சியுற்றதெனினும் சைவ புராணங்களின் பெருக்கத்தை நோக்க, வைணவ சமய புராணங்கள் எண்ணிக்கை குறைந்தனவேயாகும். அவற்றுள், செவ்வைச்சூடுவார் இயற்றிய பாகவத புராணமும் அருளாளதாசர் இயற்றிய பாகவத புராணமும் அரிதாசர் இயற்றிய இரு சமய விளக்கமும் குறிப்பிடத் தக்கனவாகும்.[9]

தல புராணங்கள்

ஒவ்வொரு ஊரிலுள்ள கோயிலினையும் சிறப்பித்துப் புராண நோக்கில் பாடுவது தல புராணமாகும். நாயக்கர் காலத்தில் சைவ,

வைணவத் தலங்களின் மீது பாடப்பட்ட தல புராணங்கள் எண்ணிறந்தன வாகும். காசிக்கண்டம், மகா புராணம், சங்கர விலாசம், திருமழப்பாடிப் புராணம், திருவானைக்கா புராணம், திருப்பரங்கிரி புராணம், சேது புராணம், திருவையாறு புராணம், வேணுவன புராணம், திருவாரூர் புராணம், திருவொற்றியூர்ப் புராணம், தணிகை புராணம், திருக்குருகை மான்மியம், கூடற் புராணம் முதலியன அவற்றுள் சிலவாகும். 16, 17, 18ஆம் நூற்றாண்டுகளில் தோன்றி, காணக் கிட்டுவனவாக எண்பதிற்கும் மேற்பட்ட தல புராணங்களின் பெயர்களை ந.வீ. செயராமன் பட்டியலிட்டுள்ளார்.[10] இது தல புராணங்களின் பெருக்கத்தைக் காட்டுவதாகும்.

இசுலாமிய புராணங்கள்

புராணங்களுக்குரிய பண்புகளைப் பெறாமல், பண்டைய கதை என்னும் அடிப்படையில், புராணம் எனும் பெயரால் இசுலாமிய நூல்கள் இக்காலப்பகுதியில் தோன்றியுள்ளன. அவற்றுள், உமறுப்புலவரின் சீறாப் புராணமும் பனீ அகமது மரைக்காயரின் சின்னச்சீறாவும், வண்ணப்பரிமளப் புலவரின் ஆயிர மசலாவென்று வழங்கும் அதிசய புராணமும் குறிப்பிடத்தக்கனவாகும்.

பிறவகை இலக்கியங்களில் புராண, இதிகாசங்களின் செல்வாக்கு

சிற்றிலக்கிய வகைகளுள் அம்மானை, தூது ஆகியனவற்றுள் புராண இதிகாசங்களின் செல்வாக்கு மிகுந்திருப்பதைக் காணமுடிகிறது. அம்மானைக் கதைப்பாடல்களுள் பெரும்பாலனவும் பாரதம், இராமாயணம் என்னும் இதிகாசப் பகுதிகளையே பாடுபொருளாகக் கொண்டுள்ளன. அல்லியரசாணி மாலை, பவளக்கொடி மாலை, அபிமன்னன்சுந்தரி மாலை, பஞ்சபாண்டவர் வனவாசம், வைகுந்த அம்மானை, இராமாயண நங்கைப்பாட்டு முதலியன இவ்வகையில் குறிப்பிடத்தக்கனவாகும்.[11] குறவஞ்சி இலக்கியத்தில் புராணக் கருத்துகள் மிகுந்து காணப்படுகின்றன. இதில் சமயத் தொடர்பான புராணக் கதைகள் இடம்பெறுகின்றன.[12]

இக்காலப்பகுதியில் மிகுதியும் தோற்றம் கொண்ட தூது இலக்கிய நூல்களிலும் புராணக் கூறுகள் மலிந்துள்ளன.

> சிவபெருமான், திருமால், பிரமன், துர்க்கை, கணபதி, முருகன், அனுமன் போன்ற இறைத் தொடர்புக் கதைகளும், சந்திரன், வாயு தொடர்பான கதைகளும், பாண்டவர், நளன் போன்றவர்கள் தொடர்பான கதைகளும், சூலி முதுகில் சுடுசோறளித்தல் முதலான கதைகளும் குறிப்பாகவும் சற்று விளக்கமாகவும் காட்டப் பெற்றிருக்கின்றன. புராண, இதிகாசக் கட்டுக்கதைகள் இல்லாத தூது நூல்களே இல்லையென்று கூறுமளவுக்குப் பெரும்பாலும் இக்கதைகள் குறிப்பிடப்பெறுகின்றன.[13]

என்பர்.

16ஆம் நூற்றாண்டின் புராணச் செல்வாக்கால் புவனங்கள் அவற்றின் வாழும் தேவர்கள் முதலிய பொருள்களைக் கூறுவதற்கே புவனகோசம் என்னும் தனி நூல் தோன்றியிருப்பது சிறப்பாகக் குறிப்பிடத்தக்கதாகும்.[14] அத்துடன், போர் வெற்றியைப் பாடும் பரணி நூல்கள் பாசவதைப் பரணி, மோகவதைப் பரணி, இரண்யவதைப் பரணி என இக்காலப்பகுதியில் மாற்றம்கொண்டிருப்பதற்குச் சமயம் மற்றும் புராணங்களின் செல்வாக்கே காரணமெனலாம்.

நாயக்கர் காலத்துக் கலைகளில் புராணங்கள் மிக ஆழ்ந்த செல்வாக்கைச் செலுத்துகின்றன. நாயக்கர் காலக் கலைகளில் சிவ புராணம், விஷ்ணு புராணம், பாகவதம், கந்த புராணம், பெரிய புராணம், திருவிளையாடற் புராணம், தல புராணம் முதலியவை மிகுந்த செல்வாக்குப் பெற்றுள்ளன. இராமாயணம், மகாபாரதம் ஆகிய இதிகாசங்கள் கலைகளில் மிகுதியாகக் கையாளப்பெற்றுள்ளன. சைவம், வைணம் சார்ந்த புராண நூல்களும் தலபுராணங்களும் மிகுதியாகத் தோன்றியுள்ளன.

குறிப்புகள்

1. அரு. மருததுரை, புராண இலக்கிய வரலாறு, ப. 10.
2. மேலது, ப. 42.
3. சீனி. வேங்கடசாமி, இறைவன் ஆடிய எழுவகைத் தாண்டவம், ப. 77.
4. செ. வைத்தியலிங்கன், தமிழ்ப் பண்பாட்டு வரலாறு, (முதல் பாகம்), ப. 502.
5. கல்வெட்டு – இதழ் 37, ப.8.
6. மேலது, ப. 9 – 10.
7. மு. அருணாசலம், தமிழ் இலக்கிய வரலாறு (பதினாறாம் நூற்றாண்டு – முதல் பாகம்), ப. iii.
8. மேலது, பக். 464 – 465.
9. மேலது, ப. 466.
10. ந.வீ. செயராமன், சிற்றிலக்கிய அகராதி, பக். 237 – 254.
11. மு. சண்முகம்பிள்ளை, சிற்றிலக்கிய வகைகள், ப. 149.
12. பெ.கு. சாந்தகுமார், சிற்றிலக்கியங்களில் நாட்டுப்புறக் கூறுகள், ஆய்வுக்கோவை (தொகுதி – 3), ப. 293.
13. மேலது, பக். 296 – 297.
14. மு. அருணாசலம், தமிழ் இலக்கிய வரலாறு (பதினாறாம் நூற்றாண்டு – மூன்றாம் பாகம்), ப. 354.

மிதுனப் பண்பு

மிகப் பண்டைக் காலத்திலிருந்தே இந்தியக் கலைகளில் மிதுனப் பண்பு இடம்பெற்றுள்ளது. சிந்துவெளி முதலாக புத்த கயாவின் பௌத்தச் சிற்பங்கள், காந்தாரச் சிற்பங்கள், அமராவதி, நாகார்சுணகொண்டா, அஜந்தா, சாளுக்கியர்களின் சிற்பங்கள் எனத் தொடர்ந்து மிதுனக் காட்சிகள் சிற்பங்களில் இடம் பெற்றுள்ளன.[1] தமிழகத்தில் விசயநகர – நாயக்கர் காலச் சிற்ப, ஓவிய, இலக்கியங்களில் மிகுதியாக இடம்பெற்றுள்ளமையால் மிதுனப் பண்பினை நாயக்கர் காலக் கலைக்கோட்பாடுகளுள் ஒன்றெனக் கொள்ளவியலுகிறது.

சிற்பங்களில் மிதுனப் பண்பு

ஏறக்குறைய நாயக்கர் காலத்தில் எடுக்கப்பெற்ற அனைத்துக் கோயில்களிலும் மிதுனச் சிற்பங்களைக் காணவியலுகிறதெனலாம். இவர்களது சிறப்பு வாய்ந்த கலைக் கூறுகளில் இது ஒன்றாக அமைந்துள்ளது.

மதுரை, அழகர்கோயில், கங்கைக்கொண்டசோழபுரம், குடந்தை, திருவரங்கம், கிருஷ்ணாபுரம், திருநெல்வேலி, தாடிக் கொம்பு, பேரூர், தாரமங்கலம், குடுமியான்மலை, ஸ்ரீவில்லிபுத்தூர், திருப்பரங்குன்றம் முதலிய இடங்கள் இவ்வகையில் குறிப்பிடத் தக்கனவாகும்.

இவற்றுடன், சென்னிமநாயக்கன் பேட்டை, கீழ்ராவந்தவாடி ஆகிய இரண்டு இடங்களிலும் 17ஆம் நூற்றாண்டில் எடுக்கப் பட்ட குளங்களில் மிதுனக் காட்சிகள் புடைப்புச் சிற்பங்களாக வடிக்கப் பெற்றுள்ளன.

மிதுனச் சிற்பங்களை, அவை இடம்பெறும் இடங்களின் அடிப்படையில் கோயில் சிற்பங்கள், கோயில் சாராச் சிற்பங்கள் என இருவகைகளாகப் பகுக்கலாம்.

கோயில் சிற்பங்கள்

தூண்கள்

கோயில் மண்டபங்கள், திருச்சுற்றுகளில் உள்ள தூண்களின் பட்டைப் பகுதிகளில் மிதுனக் காட்சிகள் புடைப்புச் சிற்பங்களாக இடம்பெற்றுள்ளன. இவ்வாறு தூண்களில் அமைவனவே பெரும்பான்மை யாகும்.

கோபுரங்கள்

கோபுரங்களில் உள்ள சுதைச் சிற்பங்கள் பலவகையான உள்ளடக்கங் களைப் பெற்றிருப்பதுபோல் பாலுறவினையும் கொண்டுள்ளது. கங்கை கொண்ட சோழபுர விமானம், கும்பகோணம் நாகேசுவரசுவாமி கோயில், மதுரை மீனாட்சியம்மன் கோயில், ஸ்ரீவில்லிபுத்தூர் ஆண்டாள் கோயில் ஆகியவற்றிலுள்ள கோபுரங்களில் இத்தகு காட்சிகள் சுதையாலான முழுச் சிற்பங்களாகக் காணப்படுகின்றன.

தேர்கள்

இக்காலப்பகுதியில் செய்யப்பட்டுக் கோயில்களில் இடம்பெற்றுள்ள மரத்தேர்கள், கோபுரங்களில் உள்ள சிற்பக் கூறுகளைப் பெரிதும் தழுவியுள்ளன. நாமக்கல், சேந்தமங்கலம், திருநெல்வேலி முதலிய இடங்களிலுள்ள தேர்களில் பாலுறவுக் காட்சிச் சிற்பங்கள் மிகுதியாக உள்ளன.

கோயில் சாராச் சிற்பங்கள்

பொதுக் குளங்களில் வடிக்கப்பெற்றுள்ள சிற்பங்கள், தனிப் படைப்புகளாக உள்ள சிற்பங்கள் ஆகியவற்றைக் கோயில் சாராச் சிற்பங்கள் எனலாம்.

குளங்கள்

நாயக்கர் காலத்திற்கு முன் எடுக்கப்பட்ட திருக்குளங்களில் மிகுந்த சிற்ப வேலைப்பாடுகள் காணப்படவில்லை. ஆனால், மதிற் சுவர்கள், தளங்கள், படிகள் ஆகியவற்றில் நிறைந்த சிற்பங்களைக் கொண்டு, 'சிற்பக் குளங்கள்' என்று கூறும்படி அமைந்துள்ள சென்னிம நாயக்கன் குளம், கீழ்ராவந்தவாடிக் குளம் ஆகியன செஞ்சி நாயக்கர் காலப் படைப்புகளாகும்.

சென்னிம நாயக்கன் குளத்தில் மதில், தளம், படிகள் முதலியவற்றில் தனியுருவங்களாகவும் நிகழ்ச்சிகளாகவும் அமைந்துள்ள 270க்கும் மேற்பட்ட சிற்பங்களில் முப்பதிற்கும் மேற்பட்டவை மிதுனக் காட்சிகளாக அமைந்துள்ளமை குறிப்பிடத்தக்கதாகும். சிற்பங்களின் பாணி, அளவு முதலியவற்றில் இக்குளத்தையே ஒத்துள்ள கீழ்ராவந்த வாடிக் குளத்திலுள்ள சிற்பங்கள் தற்போது மிகவும் சிதைவுற்றுக் காணப்படுகின்றன. இருப்பினும் சிற்பங்களில் மிதுனக் காட்சிகள் மிகுந்திருப்பதை உணரமுடிகிறது.

தனிச் சிற்பங்கள்

நாயக்கர் காலத்தில் தந்தத்தால் சிற்பம் செய்யும் கலை வளர்ந் திருந்தது. தந்தச் சிற்பங்களில் பாலுறவுக் காட்சிகள் மிகுதியாக இடம் பெற்றுள்ளன. தற்போது திருவரங்கம் கோயில் அருங்காட்சியகத்தில் நாயக்க மன்னர்கள் தங்கள் மகளிரை அணைத்துப் பல்வேறு கோலங் களில் இன்பம் நுகரும் உருவங்கள் மிகுதியாக உள்ளன.

மிதுனச் சிற்பங்களில் இடம் பெறுவோர்

நாயக்கர் கால மிதுனச் சிற்பங்களில் கடவுளர், அரசர்கள், பொதுமக்கள் ஆகியோர் இடம்பெற்றுள்ளனர்.

கடவுளர்

புராணங்கள் தனிப்பெரும் செல்வாக்குப் பெற்ற இக்காலப்பகுதியில் பல்வேறு புராணக் கதைகள் சிற்பங்களில் இடம்பெற்றுள்ளன. அவற்றுள் தாருகாவனத்து முனிவர்களின் அகந்தையை அடக்கச் சிவன் பிச்சாடன ராகவும் திருமால் மோகினியாகவும் வந்த நிகழ்ச்சியும், கண்ணன் ஆய மகளிரின் ஆடைகளைக் கவர்ந்த லீலையும் மிகுந்த செல்வாக்குப் பெற்றுள்ளன எனலாம். இந்நிகழ்ச்சிகளுக்கு மெய்ப்பொருள் விளக்கங்கள் இருப்பது உண்மையேயெனினும், காட்சி நோக்கில் மிதுனப் பாங்கு உடையனவென்பதும் மறுப்பதற்கியலாதது. ஆடையின்றி வரும் சிவனது பேரெழிலில் மயங்கித் தங்கள் ஆடைகள் நெகிழப் பிச்சையிட ஓடிவரும் முனிபத்தினியர் கோலமும், ஒயிலாக நடந்துவரும் மோகினியை வேட்கையுடன் நிர்வாண நிலையில் தழுவிக்கொள்ளும் முனிவர்களது காட்சியும் தங்கள் ஆடைகளைத் திரும்பத்தரக் கண்ணனை நிர்வாணக் கோலத்தில் வேண்டும் ஆய மகளிர் காட்சியும் மிதுனப் பண்பு தோன்றவே படைக்கப்பட்டுள்ளமையை உணரவியலுகிறது. மதுரை மீனாட்சியம்மன் கோயில் முதலிப்பிள்ளை மண்டபம், ஆயிரங்கால் மண்டபம், தாரமங்கலம், ஸ்ரீவில்லிபுத்தூர், திருப்பரங்குன்றம், குடுமியான் மலை முதலிய இடங்களிலுள்ள மண்டபம், திருச்சுற்றுத் தூண்களிலும் கோபுரங்களிலும் உள்ள சிற்பங்களில் இப்புராணக் கதைகள் இடம்பெற்றுள்ளன.

அரசர்கள்

கற்சிலை, செப்புப் படிமம் முதலியவற்றில் அரசர்கள், அவர்களது துணைவியர் உருவங்கள் இடம்பெறுவது பல்லவர் காலம் முதற் கொண்டே இருந்து வந்துள்ளது. நாயக்கர் காலத்திலும் இம்மரபு தொடர்ந்துள்ளது. இருப்பினும் தந்தத்தைப் பயன்படுத்திச் சிற்பம் செய்வது நாயக்கர் காலத்தில் சிறப்புற்றுள்ளது. திருமலை நாயக்கர் காலத்தில் மிகுதியாகத் தந்தச் சிற்பங்கள் செய்யப்பட்டுள்ளன.

திருவரங்கம் கோயிலில் தற்போது இடம்பெற்றுள்ள தந்தச் சிற்பங் களில் நாயக்க மன்னர்கள் பெண்களுடன் கூடிமகிழும் மிதுனக் காட்சிகள் செதுக்கப்பெற்றுள்ளன. மிதுனச் சிற்பங்களில் அரசர்கள் இடம்பெற்றுள்ளமைக்கு இவை தக்க சான்றுகளாகும்.

பொதுமக்கள்

நாயக்கர் கால மிதுனச் சிற்பங்களில் பொதுமக்களே மிகுதியாகச் சித்திரிக்கப்பட்டுள்ளனர். சலவைத் தொழிலாளர், இடைச்சியர், உழத்தியர் முதலியோர், அவர்களது வாழ்நிலை தோன்ற மிதுனச் சிற்பங்களில் வடிக்கப் பெற்றுள்ளமையைச் சென்னிம நாயக்கன் குளத்தில் காண முடிகிறது. துறவிகளின் மோக நிலை பெரும்பான்மையான சிற்பங்களில் இடம்பெற்றுள்ளமை சிறப்பாகக் குறிப்பிடத்தக்கதாகும்.

சிற்பங்களில் மெய்யுறு நிலைகள்

மிதுனச் சிற்பங்களில் மெய்யுறு நிலைகள் பலவகைகளில் சித்திரிக்கப் பட்டுள்ளன.

தனி நிலையில் ஆடவரும் பெண்டிரும் நிர்வாணமாகத் தோற்றமளிக் கின்றனர். அவற்றில் அவர்கள் நிற்கும் நிலைகளும் உறுப்புகளின் அமைப்பும் அவர்களது பாலுறவுத் திறனை (*sexual potential*) வெளிப் படுத்துவனவாக அமைந்துள்ளன. சிங்கம் போன்ற விலங்குகளின் உறுப்புகளும் மிதுன நோக்கில் காட்டப்பட்டுள்ளமை குறிப்பிடத்தக்க தாகும்.

பெரும்பாலான சிற்பங்களில் இருவர் கூடும் புணர்ச்சி நிலையே காட்டப்பட்டுள்ளது. சில இடங்களில் ஆடவர், பெண்டிர் எனப் பலர் கூட்டாக ஈடுபடும் காட்சிகளும் இடம்பெற்றுள்ளன. சென்னிம நாயக்கன் குளச் சிற்பங்கள் இவ்வகையில் சிறப்பாகக் குறிப்பிடத்தக்கன வாகும். துறவிகளின் நிர்வாணக் காட்சிகளும் மிதுன வேட்கைச் செயல்களும் சித்திரிக்கப்பட்டுள்ளன.

விலங்குகளை மனிதர்கள் கூடுவதும் மனிதர்களுடன் விலங்குகள் உறவு கொள்வதுமான இயல்பிகந்த பாலுறவுக் காட்சிகளைச் சில இடங்களில் காண முடிகிறது. கழுதை, ஆடு முதலிய விலங்குகள் பெண்களுடன் உறவுறும் காட்சிகள் சென்னிம நாயக்கன் குளத்திலும், ஆடவன் ஒருவன் குதிரையுடன் சேரும் காட்சி கீழ்ராவந்தவாடிக் குளத்திலும் இடம்பெற்றுள்ளன.

ஆதலால், இக்காலப்பகுதியில் வடிக்கப்பெற்ற மிதுனச் சிற்பங்கள் அவ்வுறவின் பல்வேறு வகைகளைக் காட்டுவனவாயும், கொச்சையான, இயல்பிகந்த நிலைகளைச் சித்திரிப்பனவாயும் உள்ளன.

ஓவியங்களில் மிதுன கூறுகள்

கடவுளர்

நாயக்கர் காலத்துப் புராண இதிகாச ஓவியங்களில், தாருகா வனத்துப் பிச்சாடனர் நிகழ்ச்சியும், ஆய மகளிர் சேலை திருடும் கண்ணனின் பால லீலையும் சிறப்பிடம் பெற்றுள்ளன.

சிதம்பரம் சிவகாமியம்மன் ஆலய முன்மண்டபத்து ஓவியங்கள் இவ்வகையில் குறிப்பிடத்தக்கனவாகும். முதல் வரிசையில் நிர்வாணமாகப்

பிச்சாடனர் பூத கணங்கள் பின்தொடர வருகிறார். அவரைக் கண்டு மோகமுற்ற முனிபத்தினியொருத்தி ஆடை நெகிழ்ந்து நிர்வாணமாக நிற்கிறாள். அவள் தோளில் கிளியொன்று, அவளது உள்ள நிலைக்குக் குறியீடாகக் காட்டப்பட்டுள்ளது. வேட்கையால் விளைந்த அவளது மேனி வெப்பத்தைத் தணிக்கப் பெண்டிர் இருவர் கவரி வீசுகின்றனர். அடுத்த வரிசையில் முனிபத்தினியர் ஆடை நெகிழ்ந்து ஏறக்குறைய நிர்வாண நிலையில், அவருக்கு உணவளிக்க ஓடிவருகின்றனர்.

அடுத்து, திருமால், மோகினி அவதாரம் எடுத்துவரும் காட்சி தீட்டப்பட்டுள்ளது. மோகினி நிர்வாணமாக உள்ளார். அவர்மீது மோகமுற்று ஓடிவரும் நான்கு முனிவர்களும் நிர்வாணமாகவே காட்டப் பட்டுள்ளனர். இக்காட்சிகள் பாலுணர்வு மீதோங்கச் சித்திரிக்கப் பட்டுள்ளமை வெளிப்படை.

அரசர்கள்

இராமநாதபுரம் இராமலிங்க விலாசம் அரண்மனையில் முத்து விசயரகு நாத சேதுபதியின் காலத்தில் தீட்டப்பெற்ற ஓவியங்களில் புராண, இதிகாசக் கூறுகளுடன் மன்னரின் பாலுறவுச் செயல்களும் விரிவாகச் சித்திரிக்கப்பட்டுள்ளன.

சேதுபதி அரசரின் பள்ளியறைச் சுவரில் நிர்வாணப் பெண்களுடன் சேதுபதி நீந்தி விளையாடும் காட்சி தீட்டப்பட்டுள்ளது. மற்றொரு ஓவியத்தில் பெண்கள் பலருடன் சேதுபதி மண்டலமிட்டு ஆடும் காட்சியுள்ளது. அடுத்து, பெண்கள் பலர் சேர்ந்து கிளி போலவும், அன்னம் போலவும் தோன்ற, அவர்கள் மீதமர்ந்து சேதுபதியும் அவர் தேவியும் மன்மதன், இரதியாகக் காட்சி தருகின்றனர்.

அடுத்துள்ள ஓவியத்தில் மதுப்புட்டிகளும் திராட்சைப்பழங்கள் நிரம்பிய தட்டுகளும் சூழ, நடுவே சேதுபதி தன் மனைவியோடு இன்பம் துய்க்கும் காட்சி உள்ளது. மேலும், பெண்கள் பலருடன் சேதுபதி கொள்ளும் பாலுறவுக் காட்சிகளும் பிற ஓவியங்களில் இடம்பெற்றுள்ளன.

பொதுமக்கள்

வேசியர் வீடுகளில் பாலுறவுக் காட்சிகள் ஓவியங்களாகத் தீட்டப் பெற்றிருந்தமையைக் கூளப்ப நாயக்கன் விறலிவிடு தூது குறிப்பிடுகிறது.[2] இதுபோல் அரண்மனைகளில் தீட்டப்பட்டிருந்த ஓவியங்கள் குறித்து இலக்கியங்கள் குறிப்பிடுகின்றன. ஆனால், அரண்மனைகளும் வீடுகளும் முற்றிலும் அழிந்துபட்டதால் இன்று அவை காணக்கிடைக்கவில்லை. சேதுபதி அரண்மனை ஓவியங்கள் மட்டுமே விதிவிலக்காகத் தற்போது எஞ்சியுள்ளன.

இலக்கியங்களில் பாலியல் கூறு

மனிதர் தம் பாலுறவு விழைவுகள் இலக்கியத்தில் இடம்பெறுவது பண்டுதொட்டே இருந்துள்ளது. சீவகசிந்தாமணி போன்ற சில இலக்கியங்

கள் சில நிலைகளில் வரம்பிகந்தும் அவற்றைச் சித்திரித்துள்ளன. இருப்பினும் நாயக்கர் கால இலக்கியங்களில் பாலியல் வருணனைகள் மிக விரிவாய் இடம்பெற்றுள்ளமையைக் காணமுடிகிறது.

இக்காலத்தில் எழுந்த தமிழிலக்கியங்களில் மட்டுமன்றி, தெலுங்கு இலக்கியங்களிலும் இப்போக்கு நிலவியுள்ளது. தென்னாந்திர காலத்தில் ஆண்பாற் கவிஞர்கள் மட்டுமன்றிப் பெண்பாற் கவிகளும் சிருங்கார பிரபந்தங்களைப் படைத்துள்ளனர்.[3]

வடமொழியிலிருந்து கொக்கோக நூலைக் கூச்சிராசு எர்ரனா என்ற புலவர் தெலுங்கில் மொழிபெயர்த்துள்ளார். தென்காசிப் பாண்டியர்களுள் ஒருவரான வரதுங்கராமர் வடமொழி நூலைக் ‘கொக்கோகம்’ என்னும் பெயரில் தமிழில் மொழிபெயர்த்துள்ளார் என்பது குறிப்பிடத்தக்கது.

மேலும், நாயக்கர் காலத்தில் தோன்றிய தூது, உலா, காதல், கோவை, மடல், குறவஞ்சி, பள்ளு, நொண்டிநாடகம், காவியம், தனிப்பாடல்கள் என விரியும் பல்வகை இலக்கியங்களிலும் பாலுறவுச் செயல்கள் முன்னெப்பொழுதும் தமிழில் இல்லாத வகையில் பாடப் பெற்றுள்ளன.

தூது

நாயக்கர் காலத்தில் தோன்றிய விறலிவிடு தூது எனும் இலக்கியம் தாசியிடம் மோகம் கொண்டு வீழ்ந்த ஒருவன், தன் கைப்பொருளை முற்றுமிழந்து வருந்தித் திருந்துவதனை உள்ளடக்கமாக உடையது.

இவ்வகை இலக்கிய நூல்களுள் தாசியின் பிறப்பு, வளர்ப்பு, பருவமடைதல், தாய்க்கிழவி மகளுக்குப் போதித்தல், வேசியின் காமக் கலைத்திறம், அவளிடம் மையல்கொண்டோர் செய்கை, அவளிடம் வந்துசேர்வோன் நிகழ்த்தும் கலவி, கலவிப் புகழ்ச்சி, தாய்க்கிழவியின் புலம்பல் ஆகிய பகுதிகளில் பாலுறவுச் செயல்கள் மிக வெளிப்படையாக, கொச்சைச்சொற்களுடன் பாடப்பட்டுள்ளன. மூவரையன் விறலிவிடு தூதில் கலவி நிகழ்ச்சி விரைவும், உணர்ச்சியும் தோற்றும் சந்தத்தன்மையுடன் பாடப்பட்டிருப்பது குறிப்பிடத்தக்கது. மேலும், உடலுறவு முறைகளும், சொற்களும் மதன நூல் அல்லது கொக்கோகத்தில் உள்ள வண்ணம் படைக்கப்பட்டிருப்பதை இரா. நாகசாமி எடுத்துக்காட்டியுள்ளார்.[4]

இவ்வகையில் கூளப்ப நாயக்கன் விறலிவிடு தூது, சேதுபதி விறலிவிடு தூது, திருவேங்கடநாதன் வண்டுவிடு தூது ஆகியன குறிப்பிடத் தக்க நூல்களாகும்.

விறலிவிடு தூதின் கதைப்போக்கில் அமைந்த நொண்டி நாடகத் திலும் தாசியிடம் மையல்கொண்ட ஒருவன், அவளுடன் மகிழ்ந்திருப் பதைக் கூறும் பகுதிகளில் பாலுறவுச் செயல்கள் வெளிப்படையாக வருணிக்கப்பட்டுள்ளன.

உலா

உலா இலக்கியங்களில், உலாவரும் தலைவனைக் கண்டு காதல் கொண்ட பெண்களின் உள்ள உணர்வுகளும் மெய்ப்பாடுகளும் உரைக்கப்படுவது மரபு. நாயக்கர்கால உலா இலக்கியங்களில், உலா வரும் தலைவனைக் கண்டு காதல் கொண்டு விரகதாபம் கொள்ளும் பெண்களின் ஏக்கங்களும் உணர்வெழுச்சிகளும் விரிவாகவும் வெளிப் படையாகவும் பாடப்பட்டுள்ளன. 'உச்சிதநயக் கலவி' மிக வெளிப்படை யாகப் பண்பும் மரபும் கடந்த நிலையில் பாடப்பட்டுள்ளமை குறிப்பிடத் தக்கதாகும்.⁵ உலா வேளையில் மன உணர்வை மட்டுமே பாட முடியும் என்பதால் 'கனவு நிலை' என்ற ஒரு பகுதியைக் கூட்டித் தங்கள் சிற்றின்பச் சித்திரிப்புக்குப் புலவர்கள் இடம்தேடிக்கொண் டுள்ளனர். கலவி வருணனையையும் அப்பெண்பாலர் கூற்றாகவே படைத்துள்ளனர். இவ்வகைக்கு 18ஆம் நூற்றாண்டில் தோன்றிய திருவேங்கடநாதன் வண்டுவிடுதூது சிறந்த எடுத்துக்காட்டாகும்.

கோவை

'ஒருதுறைக் கோவை' என்னும் புதிய இலக்கிய வகை நாயக்கர் காலத்தில் தோன்றியுள்ளது. இக்காலப் போக்கிற்கேற்பப் படைக்கப்பெற்ற இவ்வகை நூல்களில் சிற்றின்பக் கூறு வெளிப்படையாகப் பாடப் பட்டுள்ளது. பிற்காலக் கோவைகளின் நோக்கும் போக்கும் பற்றி வ.சுப. மாணிக்கம்,

> மொழி நாணத்தையும் கற்பனைக் கற்பையும் கோவை நூல்கள் சின்னஞ்சிறு நலங்கருதிப் பலியாக்கிவிட்டன. பெண்பாலின் உறுப்புகள் இந்நூல்களில் படாத கற்பனைப்பட்டுள. நாணிக்கண் புதைத்தல் என்னும் ஒருதுறைக் கோவை நூல், படிப்பார் நாணிக் கண் புதைத்தற்குரியதாக நிற்கிறது.⁶

எனக் கூறுவது ஈண்டுக் குறிப்பிடத்தக்கது.

காதல்

நாயக்கர் காலத்தில் தோன்றிய புது இலக்கிய வகைகளுள் காதலும் ஒன்றாகும். இது, தலைவன் களவின்பம் பெறுவதையே பாடுபொருளாக உடையது. இதில், காட்டிற்கு வேட்டையாடச் செல்கின்ற தலைவன் விலங்கினைத் துரத்திச் செல்வதும், அங்கு மலர் கொய்யவரும் பெண்ணொருத்தியைக் காணுவதும், அவளிடம் வேட்கையுற்று வேண்டுவதும், அவளோடு கூடி மகிழ்வதும் விரிவாகச் சொல்லப் பட்டுள்ளன. தலைவியைத் தன் விருப்பத்திற்கு இணங்கும்படி வேண்டும் தலைவனது கூற்று, தமிழ் இலக்கிய மரபில் காணவியலாத கொச்சை வருணனைகள் உடையதாகும்.⁷

மற்றொரு வகையில் காதல் இலக்கியங்கள் சிறப்பாகக் குறிக்கத் தக்கனவாகும். ஏனைய சிற்றிலக்கிய நூல்கள் பலவும் கிளவித்தலைவன் அல்லது பிற மாந்தர்தம் பாலியலையே வருணித்துப் பாடுவனவாகும். ஆனால், காதல் இலக்கியங்கள் பாட்டுடைத்தலைவனது பாலியலை

நேரடியாக வருணித்துப் பாடுகின்றன. சில தூது நூல்களில் பாட்டுடைத் தலைவனது பாலியல் செயற்பாடுகள் களவு என்னும் நிலையில் வைத்துப் பாடப்பட்டுள்ளதால் அடுத்த படிநிலை வளர்ச்சியாகக் காதல் இலக்கியங்களைக் கொள்ளலாம்.

தஞ்சை நாயக்க மன்னன் விசயராகவனும், அவன் மனைவி லீலாவதியும் நிகழ்த்திய காம வினோதங்களை வேங்கடபதி சோமயாஜி என்னும் கவிஞர் 'விஜயராகவ சந்திரிகா விலாசம்' என்ற நாடக நூலில் விவரித்துள்ளார். இதன் மூலம் 'காமரசு'ப் பட்டமும் பெற்றுள்ளார்.[8]

ஆகவே, 16ஆம் நூற்றாண்டிலிருந்தே அரசர்களின் பாலியல் உறவு நேரடியாகச் சிற்பம், ஓவியம், இலக்கியம் முதலியவற்றில் பெருவழக்காகத் தலைப்பட்டுள்ளது எனலாம். முதல் காதல் இலக்கிய மான கூளப்ப நாயக்கன் காதலும் இக்காலப் பகுதியில் எழுந்துள்ளமை குறிப்பிடத்தக்கதாகும்.

மடல்

நாயக்கர் காலத்தில் இயற்றப்பெற்ற மடல் இலக்கியம் பலவற்றிலும் மிதுனப் பண்பு மிகுந்துள்ளது. இதற்கு கன்னிவாடி நரசிங்க நாயக்கன் வளமடல் சிறந்த எடுத்துக்காட்டாகும். இதில் புராண, இதிகாசங்களில் இடம்பெறும் கடவுளர், தேவகணத்தினர் காமச் செய்திகளும் விரிவாகப் பாடப்பெற்றுள்ளன (கண்ணிகள்: 31 – 93). அத்துடன் சமய தத்துவங்கள் கூட காமத்தோடு ஒப்பிட்டு,

யிருசொர்க்க மாத ரிடைக்குமேற் பாருஞ்
சரியை மடவார் தமக்கேவல் செய்தல்
கிரியையவர் பாதங் கிடைத்து வருடல்
திருவணையார் சையோகஞ் சேர்தலே யோகம்.
உரகபடஞ் சோதித் துணர்தலே ஞானம்
புரிவளை யார்மனையிற் போவதுசா லோகம்
இரவிலவர் பூவணைமே லேறுதல்சா மீபம்
அரிவையர்மே லாடவர்கீ ழாவதுசா ரூபஞ்
சரியேக போகமே சாயுச்சி யமல்லாற்
பராமரி சிக்கவெறும் பாழாய் வெளியாய்
நிரமய மென்பதிலே நீச்சுநிலைப் புண்டோ ?[9]

என உரைக்கப்பட்டுள்ளமை குறிப்பிடத்தக்கதாகும்.

குறவஞ்சி

குறவஞ்சி நாடகத்தின் இறுதிப்பகுதியாக அமையும் குளுவன் கதைப் பகுதியில் பாலுறவுக் கூறுகள் மிக்குள்ளன. குறத்தியைக் காண விரும்புகின்ற குறவன் காதல் வேட்கையில் புலம்பும் பகுதியிலும், குறவன் – குறத்தி உரையாடற் பகுதியிலும் பாலியல் வேட்கை வெளிப்படையாகப் பாடப்படுகிறது.[10]

பாமர ரஞ்சிதமாகவே நூல் செய்யவேண்டுமென்ற எண்ணத்தால் அவர்களுக்குச் சுவையளிக்க வல்ல காமச் செய்திகள் இங்கு

> மிகுத்துச் சொல்லப்பெறும். தெய்வத்தின்மீது பாடப்பெற்ற குறவஞ்சி களிலும் இச்சுவையுண்டு.[11]

என மு. அருணாசலம் குறிப்பிடுவது ஈண்டு எண்ணத்தக்கதாகும்.

பள்ளு

பொதுவியல் நாடகமாக அமைந்து பள்ளு நூல்களில் பள்ளர்களும் பள்ளியரும் சேர்ந்து நாற்று நடும் 'நடுகைப் பகுதி' யில் அவர்களிடையே விளங்கும் பாலியல் உறவு நிலைகள் பாடப்படுகின்றன. பொதுவாக, ஒருவன் ஒருத்தியிடம் கொண்ட காதலாலோ, வேட்கையாலோ வெளிப்படும் பாலியல் வேட்கையைப் பிற நூல்கள் பாடும் போக்கிலிருந்து பள்ளு நூல்கள் பெரிதும் மாறுபடுகின்றன. இங்குக்காணப்படும் ஆண், பெண் இருபாலாரிடத்தும் வரம்பிகந்த காம விளையாட்டுகளும், சொல்லாடல்களும் இடம் பெற்றுள்ளன.

> ஐயர்க் கிளையாள் சுமந்த நாற்றொடுஞ்
> செய்வ ரப்பினில் விழுந்தவள்
> ஆடை யவிழக் கண்டசங்கிலி
> மாடன் அடுக்க ஓடிப்போய்ப்
> பைவள ரல்குல் கதுவைக் கண்டிது
> பாம்படி பள்ளி பாம்புநான்
> பார்வை பார்க்கிறேன் என்றுதடவி
> பார்க்கிறான் பாரும் பள்ளீரே.[12]

என்னும் திருமலை முருகன் பள்ளுப் பகுதி இதற்குத் தக்க சான்றாகும். ஏறக்குறைய எல்லாப் பள்ளு நூல்களும் இப்பகுதியில் வரம்பற்ற பாலுறவுத் தூண்டல்கள் அவர்களிடம் விளங்குவதைப் பாடியுள்ளன.

தனிப்பாடல்கள்

தனிப்பாடல் திரட்டில் நாயக்கர் காலப் புலவர்களின் பாடல் களும் மிகுதியாக இடம்பெற்றுள்ளன. பல புலவர்களின் பாடல்களில் பாலியல் கூறு மிக்குள்ளதைக் காணமுடிகிறது. தனிப்பாடல்களை ஆராய்ந்த தமிழன்பன்,

> இடைக்காலத்து அக இலக்கிய வரலாற்றில், இவை (தனிப்பாடல்கள்) முற்றிலும் மாறுபட்ட மரபுவழி ஒன்றினை ஏற்படுத்தின. உள்ளத் தாலும், உடலாலும் அடிமைப்பட்ட சமுதாயத்தில் பொருளாதார நிலையில் உயர்ந்த பிரபுக்களை அண்டி வாழ்ந்தபோது, அவர்களின் காம இச்சைகளைத் தூண்டி விடுவதற்குத் தங்கள் மொழியையும், புலமையையும் பாழுக்கிறைத்த புலவர் கூட்டத்தின் அவல நிலைக்குச் சான்றுகளாக அமைவன இப்பாடல்கள்.[13]

எனக் குறிப்பிடுகின்றார்.

இப்புலவர்களுள்ளும் கடிகைமுத்துப் புலவர், சுப்பிரதீபக் கவிராயர் முதலியோரின் பாடல்களில் பாலுறவுச் செயல்கள் வெளிப்படையாகவும் பண்பாட்டு மரபுகளைக் கடந்தும் விவரிக்கப்பட்டுள்ளன எனலாம்.

தனிப்பாடல் திரட்டில் கடிகைமுத்துப் புலவர் இயற்றியதாகத் தொகுக்கப் பெற்றுள்ள நூற்றுப்பதினொரு செய்யுட்களில் தன் வறுமை நிலையை வெங்கடேசு ரெட்டப்பனிடம் கூறும் இரண்டு செய்யுட்களைத் தவிர (106, 107) ஏனைய அனைத்தும் அகத்துறையில் அமைந்துள்ளன.[14] வெங்கடேசுரெட்ட மன்னன், திருமலை வேலப்பன், பூலிக் காத்தப்பன், கிளுவை மருதப்பன், திருமலை ராயன், செகவீர ராம குமார எட்டப்பன், வசுவப்பன், மலையாண்டி ராசன் முதலியோரைப் பாடியுள்ள பாடல் களில் அவர்கள்பால் காதல்கொண்ட பெண்களின் பாலுறவு வேட்கை களும் விரகத்தால் அவர்கள்படும் துயரும் பலவாறு பாடப்பட்டுள்ளன. நற்றாய் இரங்கல், செவிலித்தாய் இரங்கல் முதலிய துறைகளில் அமைந்த பாடல்கள் தம் பெண்ணின் உடல் வேட்கையைக் கூறி அம்மன்னர்கள் அவர்மீது கருணைகாட்ட வேண்டும் என தாய்மார்களே வேண்டும் போக்கில் அமைந்தவையாகும்.

இப்பளப் பாறையில் படுக்கச் சொல்லுகிறீர்
செடிமறைவோ இல்லை சூழ
உப்பளப் பாறையுமாச்சுக் கணவனோவெகு
கோபி யும்மையும் கண்டால்
கொப்பளப் பார்க்கினும் பார்ப்பன் பேனைப்
பார்க்கிலும் பார்ப்பன் குணமில்லாத
தப்பளப்பா விருக்குதையா கிளுவை
மருதப்ப மன்னா தமிழ்க்கோமானே.[15]

தமிழ்க் கோமானாகிய கிளுவை மருதப்பவாணனுடன் சேரும் பிறன்மனையாள் ஒருத்தியின் கூற்றாக அமையும் இப்பாடல், அக்காலத் தனிப்பாடற் புலவர்கள் பாலுணர்வைத் தூண்டிப் பாடுவதில் பண்பாட்டின் எல்லையை எந்த அளவு மீறிச் சென்றுள்ளனர் என்பதற்குத் தக்க சான்றாகும்.

பிற நூல்கள்

சிற்றிலக்கியங்கள், தனிப்பாடல்கள் மட்டுமன்றிக் காப்பிய நோக்கில் பாடப்பட்ட இக்கால நூல்களிலும் பாலுறவு நோக்கு முனைப்புற்றிருப் பதைக் காணவியலுகிறது.

அதிவீரராம பாண்டியரால் இயற்றப்பெற்ற ‘நைடதம்’ பாலியற் சுவை மிகுந்த நூலாக விளங்குகிறது. 16ஆம் நூற்றாண்டில் எழுந்த சமண நூலான நாககுமார காவியம் பெண் துறவியொருவரால் எழுதப்பெற்றது. இதில் நாககுமாரன் பெயர் குறிப்பிட்ட 19 மங்கையரை யும் மேலும் 500 பேர்களையும் மணந்த கதை கூறப்படுகிறது. இந்நூலில் ‘மணமும் போகந்துய்ப்புமே எங்கும் மலிந்து காணப்படுகின்றன.’[16]

இவற்றுடன், பெண்களின் அங்க வருணனைகளுக்குரிய உவமை களைக் கூறும் உபமான சங்கிரக நூல்களும், பெண்களின் கண்களை மட்டும் வருணித்துப்பாடும் நயனப் பத்து, மார்பகத்தை மட்டும் வருணித்துப் பாடும் பயோதரப் பத்து ஆகிய இலக்கிய வகை நூல்களும் இக்காலப் பகுதியில் தோற்றம் பெற்றிருப்பது குறிப்பிடத்தக்கதாகும்.

ஆதலால், நாயக்கர் காலச் சிற்பம், ஓவியம், இலக்கியம் ஆகியவற்றில் வெளிப்படையான, வரம்பிகந்த பாலுறவு செயல்பாடுகள் சித்திரிக்கப் பட்டுள்ளதை உணரமுடிகிறது.

குறிப்புகள்

1. *K.K. Pillai, Studies in the History of India with Special Reference to Tamil Nadu, pp. 445 - 448.*

2. ...பள்ளியறைத்
திக்குக்குத் திக்குமதிற் சித்திரத்தில் – மைக்கருங்கண்
பெண் இரதி போல்ஆறு போர்க்கொருவ னேலீலை
பண்ண எழுதிவைத்த பாவனையோ – தண்ணளியோன்
மேற்கொண் டோருமடந்தை மிக்காம லீலை செயக்
கார்க் கொண்டை பின்சரிய கால் எழுப்பி – போர்க்கலவி
ஆட்டத்திற் சூதகமும் ஆகஎழு திக்கழுவில்
போட்டவிதம் போலிருந்த பொங்கமோ – வாட்டமுற
மோடிவைத்த பெண்கமல முன்கைபிடித் துக்கடைக்கண்
நாடி வைத்தான் என்று நயம்பேசச் – சூடகக்கை
தன்னைக் குவித்துத் தலைவன் தலையில் அந்த
மின்னனையாள் தாடனஞ்செய் விந்தையோ –
பின்னொருபால்
அம்பனைய கண்ணியும்ஓர் ஆளும் தலைமாறிச்
சும்பனங்கள் செய்யும் தொழில் விதமோ...

– கூளப்ப நாயக்கன்விறலிவிடு தூது, (கண். 520 – 26)

3. *தூ. சேதுபாண்டியன் & எஸ்.ஜெயப்பிரகாஷ், தெலுங்கு இலக்கியம் – ஓர் அறிமுகம், பக். 86, 87, 103, 104, 108, 111, 116, 137.*

4. *இரா. நாகசாமி (பதி.), மூவரையன் விறலிவிடு தூது, (அடிக்குறிப்பு), ப. 37.*

5. வந்தானிக் கோலம் வருந்தி யெனக்காசை
தந்தான்கை யாலேமுந் தானைதொட்டான் – விந்தைச்
சயனத் திருத்தித் தழுவணையிற் சேர்த்து
நயனத்தா னோக்கி நயமாய்த் – தயவாகக்
கையா லணைத்தணைத்துக் கன்னத்தில் முத்தமிட்டு
மெய்யாரச் சேர்த்திறுக்கி மென்முலையைப் – பையப்
பிடித்து நெருடிப் பிசைந்திதழை மெல்லக்
கடித்துச் சுவைத்துநயங் காட்டி – யடித்தொடைமார்
புச்சி பிடரிமுலை யோங்குவிலாப் பக்கமெல்லா
முச்சிதமாய் மெல்லநக மூன்றியே – மெச்சு
நிதம்பந் தடவியந்த நீணிதம்பத் துள்ளே
விதம்பெறவே நீண்ட விரலா – லிதந்தரவே
சுற்றி நடுமணியைத் தொட்டசைத்தா னப்பொழுது
வெற்றி தருமதனா வேசமாய்ப் – பற்றி
யிறுக்கினேன் மேற்கொண் டெழும்பினேன் காமம்

பொறுக்குமோ தாமதிக்கப் போமோ – சுறுக்கிலே
கால்பிணைந்து மேலிருந்து காமமிஞ்சு போதுபந்து
போலெழும்பி வேகம்வந்த போதிரண்டு – காலணிந்த
நூபுரங் கலீரெனும்பொன் னூல்களும் பளீரெனும்பிர
தாபசெங்கை யோசைகொண்ட தானடங்க – ளோபதிந்த
காடைவண்டு கோழிசங்கு காணுமென்பு ளோசைபொங்க
வாடைகொண்ட வோதிசித்த வாணகங்க – ளூடமுந்த
மேனியெங்கும் வேர்வரும்ப லேலெனுங்கண் ணோகலங்க
வானனஞ்ச ரீரமொன்ற தாய்நெருங்க – நானமுஞ்ச
வாதுமணம் வீசவிரு வார்குழைக ளோவசைய
வோதுமிதழ் வெளிற வோசைபெற – மோதியகை
வால்வளைக ளோசிதற வாடுமிடை யோபதற
மாலைமுடி பூவுதிர மாறியளி – யோலமிட
வுச்சித நயக்கலவி யொத்தொருவ ருக்கொருவர்
மெச்சிட மதச்சலதி மெத்தையுமி – கச்சளச
ளத்துநனை யப்பரிம ளக்கமல புட்பமென
மெத்தவும ணக்கமித மித்தகல – வித்தொழிலே
செய்தான் மகிழ்ந்தெனது தேகமெல்லாம் பூரித்தேன்
மெய்தா னெனக்கண் விழித்தேனே.

–மு.சண்முகம் பிள்ளை, (பதி.), திருவேங்கடநாதர் வண்டுவிடு தூது, கண். 228 – 244.

6. வ.சுப. மாணிக்கம், (மேற்கோள்), கி. இராசா, ஒப்பிலக்கிய நோக்கு, ப. 66.

7. ம.இராசேந்திரன், (பதி.), காதல் கொத்து, கந்தசாமிக் காதல், கண். 338 – 401.

8. டி.எஸ். கிரிபிரகாஷ் & பா. ஆனந்தகுமார், தெலுங்கு இலக்கிய வரலாறு, ப. 114.

9. க. கிருஷ்ணமூர்த்தி, (பதி.), கன்னிவாடி நரசிங்க நாயக்கன் வளமடல், கண்: 104 – 109.

10. குற்றாலக் குறவஞ்சி, 126 : 9 – 13.

11. மு. அருணாசலம் & இரா. இளங்குமரன், (பதி.), குறவஞ்சி (முன்னுரை), ப. 15.

12. திருமலை முருகன் பள்ளு, பா.எ. 151.

13. தமிழன்பன், தனிபாடல் திரட்டு – ஓர் ஆய்வு, ப. 153.

14. பார்த்தசாரதி நாயுடு, (பதி.), தனிப்பாடற்றிரட்டு (முதற்பாகம்), பக். 317 – 368.

15. மேலது, பா.எ. 53.

16. மு. அருணாசலம், தமிழ் இலக்கிய வரலாறு (பதினாறாம் நூற்றாண்டு – மூன்றாம் பாகம்), ப. 155.

போர்ப் பண்பு

நாயக்கர் காலக் கலைகளில் முனைப்புற்றுத் தென்படும் கூறுகளில் போர்ப் பண்பும் ஒன்றாகும். கோயில்கள், குளங்களில் வடிக்கப்பெற்றுள்ள சிற்பங்களிலும், கோயில், அரண்மனை முதலிய இடங்களில் தீட்டப்பெற்றுள்ள ஓவியங்களிலும், இக் காலப்பகுதியில் தோன்றிய இலக்கியங்களிலும் இப்போர்ப் பண்பு முனைப்புற்றுத் திகழ்வதைக் காணவியலுகிறது. ஆதலால், அக்காலக் கலைகளின் அகக் கூறுகளில் ஒன்றாகப் போர்ப் பண்பினைக் கருத இயலுகிறது.

சிற்பங்களில் போர்ப்பண்பு

நாயக்கர் காலத்தில் உருவாக்கப்பட்ட கோயில்களிலுள்ள மண்டபத் தூண்கள், விதானத்திற்கும் தூண்களுக்கும் இடைப் பட்ட பகுதிகள், குளங்கள் முதலியவற்றில் செதுக்கப்பட்டுள்ள முழுச் சிற்பங்களிலும் புடைப்புச் சிற்பங்களிலும் போர்ப்பண்பைக் காணவியலுகிறது. இவற்றை,

- உலகியல் சார்ந்த சிற்பங்களில் போர்ப் பண்பு
- புராண, இதிகாசச் சிற்பங்களில் போர்ப் பண்பு

எனப் பகுத்துணரலாம்.

உலகியல் சார்ந்த சிற்பங்களில் போர்ப்பண்பு

நாயக்கர் காலக் கட்டடக்கலையின் சிறப்புக் கூறாக அமைவன மண்டபங்களாகும். இம்மண்டபங்களைப் பல பெரும் தூண்கள் தாங்கி நிற்கின்றன. இத்தூண்கள், விதானத்தைத் தாங்கும் தேவையை மட்டும் நிறைவு செய்வனவாகவன்றி, ஏராளமான சிற்பங்களையும் பெற்றுக் கலையழகுடன் காட்சி தருகின்றன. பெரும்பாலான தூண்களில் பெரிய அளவிலான முழு உருவச்சிற்பங்கள் காணப்படுகின்றன. அச்சிற்பங்கள் போர்க்காட்சிகளைச் சித்திரிப்பனவாய் விளங்குகின்றன.

தூண்களின் முன்புறத்தில் ஆயுதங்களைத் தாங்கிய வீரர்கள் நிற்கின்றனர். அதற்கு மேலுள்ள சிறு மேடையின் மீது பின்னங்கால்களை ஊன்றி, முன்னங்கால்களை உயரத் தூக்கி, ஆளுயரத்திற்கும் மேலாகப் பறக்கும் வேகத்தில் யாளியின் உருவம் அல்லது குதிரையின் உருவம் செதுக்கப்பட்டுள்ளது.

துதிக்கையினை உடைய யாளிகள், கீழுள்ள யானைகளின் துதிக்கைகளைப் பற்றி இழுக்கின்றன. இதன் மூலம், யாளிகளின் அளவற்ற பேராற்றல் புலப்படுத்தப்படுகிறது. சீறி நிற்கும் அத்தகைய யாளிகளின் மீது வாளினையோ, வேலினையோ தாங்கிய வீரர்கள் அமர்ந்துள்ளனர். இறுகப் பற்றியிருக்கும் கடிவாளம், விலங்குகளின் விருப்பார்ந்த போர் வேட்கையினையும், வேகத்தினையும் வீரர்களது ஆற்றலினையும் காட்டுகிறது. இந்நிலையில் அமர்ந்துள்ள வீரர்களின் கைகளிலுள்ள ஆயுதம் கீழுள்ள மற்றொரு வீரனைத் தாக்குகின்றது. இவ்வாறு போர் செய்யும் காட்சி காட்டப்படாவிடின், விலங்குகளின் மீது இவர்ந்து போர் வேட்கையுடன் அவர்கள் பயணம் செய்யும் நிலை காட்டப்பட்டுள்ளது.

இவ்விலங்குகளின் பின்னங்கால்களை ஒட்டித் தொடையளவு உயரத்திலும், வயிற்றுப்பகுதியிலும் புலி அல்லது சிறுத்தை முதலிய விலங்குகளைக் கொல்லும் வீரர்கள் சித்திரிக்கப்பட்டுள்ளனர். முன்னங்கால்களைத் தூக்கியவண்ணம் விலங்குகள் அவர்கள் மீது பாய்தலும் அந்நிலையில் வீரர்களது குறுவாள் விலங்குகளின் உடலில் ஒருபுறம் நுழைந்து மறுபுறம் வெளிப்பட்டுள்ள வேகமும் துடிப்புடன் சித்திரிக்கப் பட்டுள்ளன. ஏறத்தாழ, இத்தகு காட்சிகளே சிறுமாற்றங்களுடன் பல கோயில் தூண் சிற்பங்களிலும் இடம்பெற்றுள்ளன.

கிருஷ்ணாபுரத்தில் அரசிளங்குமரியைத் தூக்கிச்செல்லும் குறவன் ஒருவனைக் குதிரைமீது துரத்திவரும் வீரன், வேலால் விலாப்புறத்தில் குத்துவது உயிர்த்துடிப்புடன் சித்திரிக்கப்பட்டுள்ளது. மற்றொரு தூணில் வாளினை ஓங்கியவண்ணம் குதிரையில் பாய்ந்துவருகின்ற வீரனது போர்க்கோலம் நுட்பமாகவும், வேகமுடனும் காட்டப்பட்டுள்ளது. முன்னங்கால்களைத் தூக்கி நிற்கும் குதிரை, கட்டுப்பாட்டினை மீறிச் செல்லத் தாவுகிறது. அதன் முகம் இரும்புக் கவசத்தால் மூடப்பட்டுள்ளது. பெரிய வாளை ஏந்திய வண்ணம், பெரும் மீசையுடன் அமர்ந்துள்ள வீரன் இரும்புக் கம்பிகளாலான சல்லடை போன்ற கவசச்சட்டையினை அணிந்துள்ளான். குதிரையின் கீழ், வாளினையும் கேடயத்தையும் ஏந்தியுள்ள வீரன் ஒருவனை ஆயுதமின்றித் தாக்கி வெல்லும் திறன்மிக்க காட்சி காட்டப்பட்டுள்ளது.

அழகர் கோயில் கல்யாண மண்டபத்தில் ஏறக்குறைய ஆறடி உயரமுடைய யாளியொன்று தன்முன் நிற்கும் வீரனின் தலையினைப் பின்புறமிருந்து கவ்விக் கடிக்கும் காட்சி காட்டப்பட்டுள்ளது. இத்தகைய சிற்பம் வேறு இடங்களில் இருப்பதாகத் தெரியவில்லை.

குடந்தை இராமசாமிக் கோயில் முன்மண்டபத் தூண் ஒன்றில் யானையின் போராற்றல் அழகுறச் செதுக்கப்பட்டுள்ளது. யானை

மீது இரு வீரர்கள் அமர்ந்துள்ளனர். அதனைப் பின்புறமிருந்து வீரனொருவன் தாக்குகிறான். அது தன் துதிக்கையால் வீரனொருவனைப் பற்றித் தூக்கியுள்ளது. இத்தகைய யானையின் போர்வீரம் தஞ்சை பெருவுடையார்கோயில் வளாகத்திலுள்ள சுப்பிரமணியர் கோயில் படிக்கட்டிலும் ஆற்றல் தோன்றச் செதுக்கப்பட்டுள்ளமை குறிப்பிடத் தக்கதாகும்.

வேலூர் சலகண்டேசுவரர்கோயில் கல்யாண மண்டபம், விரிஞ்சி புரம் வழித்துணைவர்கோயில் மண்டபம், திருக்கழுக்குன்றம் பக்தவச்சல ஈஸ்வர் கோயில் மண்டபம், மதுரை மீனாட்சியம்மன் கோயில் மண்டபங்கள் முதலியன இவ்வகையில் குறிப்பிடத்தக்க சிலவாகும்.

மண்டபத் தூண்களுக்கும், விதானத்திற்கும் இடைப்பட்ட பகுதி யிலும் தூண்களின் பக்கங்களிலும் சென்னிமநாயக்கன் குளத்திலும் புடைப்புச் சிற்பங்கள் செதுக்கப்பட்டுள்ளன. இவற்றில், மற்போர், சிலம்பாட்டம், வாட்சண்டை, வேட்டைக்காட்சிகள் முதலியன அதிக அளவில் சித்திரிக்கப்பட்டுள்ளன.

போர்க் காட்சிகளைக் காட்டும் புடைப்புச் சிற்பங்களுக்குச் சென்னிமநாயக்கன் குளம் தக்கதொரு இடமாகும். இக்குளத்தின் சுற்று மதிலின் உட்புறத்திலும் தளப்பலகைக் கற்களிலும் செதுக்கப் பட்டுள்ள சிற்பங்களில் போர்க்காட்சிகள் மிகுதியாக இடம்பெற்றுள்ளன. இங்கு யானைகளின் சண்டை, புலியைக் குறுவாளால் கொல்லும் வீரன், வீரர்களின் வாட்சண்டை, சிலம்புச் சண்டை, மற்போர், யானையுடன் போரிடும் புலி, யானை மீது பாயும் சிங்கம், வீரன் வாள் சுழற்றல், விற்பயிற்சி, குதிரை வீரன், வீரர்கள் அணிவகுத்துச் செல்லல், யானையேற்றம், குதிரையேற்றம், தரையில் வேகமாக முட்டும் யானை, ஆட்டுக்கிடாய்களின் மோதல், சேவற்சண்டை முதலியன துடிப்புறச் சித்திரிக்கப்பட்டுள்ளன. காட்டுப்பன்றியினை வேட்டையாடல் மிகுந்த திறனால் மட்டும் சாதிக்கப்படுவதென்பர். ஆதலால், பன்றி வேட்டை வீரத்தின் வெளிப்பாடுகளுள் ஒன்றாகவே கருதப்பட்டுள்ளது. சென்னிம நாயக்கன் குளத்தில் பன்றி வேட்டைக் காட்சியொன்று விரிவாகச் செதுக்கப்பட்டுள்ளது. தாரை, தப்பட்டை முழங்க வீரர்கள் செல்லுகின்றனர். அப்பேரொலிக்கு மிரண்டு பன்றிகளும் பிற விலங்கு களும் ஓடுகின்றன. வீரர்கள் பெரிய துப்பாக்கியால் பன்றியினைச் சுடுகின்றனர். துடிதுடித்துப் பன்றி விழுகிறது. பன்றியினைத் தலைமீது சுமந்து வீரர்கள் வருகின்றனர். இக்காட்சி மிகவும் இயல்பாக, அன்றைய பன்றி வேட்டை ஆடும் முறையினைக் காட்டும் வண்ணம் வடிக்கப் பெற்றுள்ளது.

புராண, இதிகாசச் சிற்பங்களில் போர்ப்பண்பு

மண்டபத்துத் தூண்களில் முழுச் சிற்பங்களாகவும், புடைப்புச் சிற்பங்களாகவும் உள்ள புராணக் கதைப் பொருண்மை கொண்ட சிற்பங்கள் இவ்வகையில் குறிப்பிடத்தக்கனவாகும். சிற்பங்களுக்குத் தேர்ந்தெடுக்கப்பட்டுள்ள புராணக் கதைப் பகுதிகளில் பலவும் போரினை

நேரடியாகக் குறிப்பிடுவனவாகவோ, அல்லது போட்டியினைக் காட்டுவனவாகவோ அமைந்துள்ளன.

சிவனும், காளியும் நடனப்போட்டி நிகழ்த்தும் காட்சி தாடிக் கொம்பு, தாரமங்கலம், மதுரை, குடுமியான்மலை முதலிய இடங்களில் பெரிய அளவில் முழுச் சிற்பங்களாக வடிக்கப்பெற்றுள்ளன.

தட்சனது வேள்வியினை அழிக்கப் புறப்படும் வீரபத்திரரின் சினக்கோலம் நாயக்கர் காலத்துச் சிற்பிகளுக்கு மிக உகந்த கதையாக இருந்துள்ளது. வலக்கையில் உள்ள கூரிய வாளினை நிலத்தில் ஊன்றி, இடக்கையில் கேடயத்தினைத் தாங்கி, வலக்காலினைத் தூக்கிச் சினத்துடன் புறப்படும் வீரபத்திரனது உருவமும், வீரபத்திரனது ஏவலாள் உருவமும் கிருஷ்ணாபுரத்தில் பெருந்தோற்றமுள்ள சிற்பங்களாக எழிலுற வடிக்கப்பெற்றுள்ளன.

தலைக்கு மேல் வேலைப்பாடமைந்த ஒளிவட்டம், சடாமகுடம், மகுடத்தில் இலிங்கம், நாகம், நெற்றிக்கண், முறுக்கு மீசை, இடுப்பில் கபாலங்கள் கோத்த ஆரம், இடக்காலின் கீழ் வீழ்ந்துகிடக்கும் தக்கனின் தலை, கால்களில் முரட்டுச் செருப்பு, கண்களில் அனல் வீச அச்சத்தைத் தரும் தோற்றம், அம்பும், வில்லும் ஏந்திய பின்னங் கைகள் ஆகியவற்றுடன் கூடிய அகோரவீரபத்திரன் உருவத்தைக் குடுமியான்மலை, ஸ்ரீவில்லி புத்தூர், பேரூர், திருச்செங்கோடு, தாடிக்கொம்பு, மதுரை, தென்காசி முதலிய இடங்களில் காணமுடிகிறது.

நரசிம்மத்தின் சினம் கொண்ட தோற்றமும், இரணியனுடன் போர் செய்தலும், தன் தொடை மீது இரணியனைக் கிடத்தி, அவனது வயிற்றினை உகிரால் கிழித்துக் குடலினைப் பற்றி எடுக்கும் காட்சியும் அழகர் கோயில், தாடிக்கொம்பு, குடுமியான் மலை முதலிய இடங்களில் முழுச் சிற்பங்களாகச் செதுக்கப்பட்டுள்ளன.

இவற்றுடன், யானையுரி போர்த்த சிவனது சினக்கோலம் ஏராள மான இடங்களில் இடம்பெற்றுள்ளது. பேரூர் இரத்தினசபையில் உள்ள இச்சிற்பம் மிகவும் புகழ்பெற்றதாகும்.

இராமாயணம், மகாபாரதம் முதலிய இதிகாசங்கள் நாயக்கர் காலச் சிற்பிகளுக்கு நிறைய கதைப் பொருள்களை வழங்கியுள்ளன. இராமாயணத்திலிருந்து வாலியும் சுக்ரீவனும் போரிடும் காட்சி, வாலி மீது இராமன் அம்பு தொடுக்கும் காட்சி ஆகியன தாரமங்கலம், சுசீந்திரம், திருக்குறுங்குடி, சென்னிமநாயக்கன் குளம் உள்ளிட்ட பல இடங்களில் காணப்படுகின்றன.

பீமனுக்கும், புருஷாமிருகத்திற்கும் நடைபெறும் போர் மதுரை, கிருஷ்ணாபுரம், நெல்லை முதலிய இடங்களில் பெரிய சிற்பங்களாக வடிக்கப்பெற்றுள்ளது. அதுபோலவே, மகாபாரதத்திலுள்ள மற்றொரு கதையான கிராதார்ச்சுனீயம் புடைப்புச் சிற்பங்களில் மிகுதியாக இடம்பெற்றுள்ளது. நாயக்கர் காலச் சிற்பங்களில் மிகுதியாக இடம் பெறும் பிச்சாடனர், மோகினி அவதாரக் காட்சியும் தாருகாவனத்து முனிவர்களுடன் செய்த போட்டியின் விளைவே என்பதை எண்ணும்

போது புராண, இதிகாசங்களிலிருந்து போர்ப் பண்பும் போட்டியும் மிக்க கதைக் கூறுகளே சிற்பங்களுக்காகப் பெரிதும் தெரிந்தெடுக்கப் பட்டுள்ளன எனலாம்.

ஓவியங்களில் போர்ப்பண்பு

நாயக்கர் கால ஓவியங்களில் போர்க்காட்சிகள் இடம்பெற்றுள்ளன. இதற்கு இராமநாதபுரம் இராமலிங்க விலாச ஓவியங்கள் தக்க சான்றுகளாகும்.

இவ்வரண்மனைகளின் முன்னுள்ள பெரிய மண்டபத்தின் இடப்புறச் சுவரில் தஞ்சை மராட்டிய மன்னன் சரபோசிக்கும் முத்துவிசயரகுநாத சேதுபதிக்கும் நடைபெற்ற போர்க்காட்சிகள் தீட்டப்பட்டுள்ளன. முதல் ஓவியத்தில் யானைகளின் மீது அமர்ந்து இருவரும் ஒருவரையொருவர் எதிர்த்துப் போரிடுகின்றனர். சேதுபதி அரசரின் மருமகன் சூரியநாராயணதேவர் குதிரை மீது அமர்ந்து போரிடுகின்றார். போரில் பீரங்கிகள் பயன்படுத்தப்பட்டுள்ளன. அடுத்த காட்சியில் வீரர்கள் அணிவகுத்து நின்று துப்பாக்கி ஏந்திப் போரிடுகின்றனர். பீரங்கியொன்றினை ஆங்கிலேயர் ஒருவர் இயக்கு கிறார். அடுத்து, சிறப்பாக அணி செய்யப்பெற்ற குதிரையின் மீது விசயரகுநாத சேதுபதி கையில் வேல் தாங்கி விரைந்து வரும் வீரக் காட்சி சித்திரிக்கப்பட்டுள்ளது. அதமன் கோட்டையிலும் இத்தகைய போர்க்காட்சி ஓவியங்கள் இருந்ததாக அறியவியலுகிறது. திருவாவடு துறைக்கு அருகிலுள்ள திருமங்கலக்குடி ஆலயத்தில் வேடர்கள் பன்றி வேட்டையாடும் காட்சி சிறப்பாகத் தீட்டப்பட்டுள்ளன.[1]

திருப்புடைமருதூர் நாறும்பூநாதசுவாமி கோயில் கோபுர இரண்டாம் தளத்தில் விஜயநகரப் படைக்கும் திருவிதாங்கூர்ப் படைக்குமிடையே நடைபெற்ற போர் சித்திரிக்கப்பட்டுள்ளது. படை வீரர்கள் கால் நடையாகவும் யானைகள், குதிரைகள் மீது அமர்ந்து அணிவகுத்துச் செல்லும் காட்சிகளும் மிகுசினத்துடன் எதிரிகளுடன் போரிடும் காட்சிகளும் மிக விரிவாகச் சித்திரிக்கப்பட்டுள்ளன.

சேவல்கள் சண்டையிடும் காட்சியும், காளைகள் ஒன்றுடன் ஒன்று மோதும் காட்சியும் இடைக்கால் தியாகராசர் கோயில் கோபுர விதான ஓவியங்களில் இடம்பெற்றுள்ளன.[2]

புராண, இதிகாச ஓவியங்களில் போர்ப்பண்பு

புராண, இதிகாசங்களிலிருந்து போர்ப் பண்பினை வெளிப்படுத்தும் கதை நிகழ்ச்சிகள் ஓவியங்கள் தீட்டத் தேர்ந்தெடுக்கப்பட்டுள்ளன.

திருவரங்கம் தாயார் சன்னிதி திருச்சுற்றுச் சுவரில் தேவர்களும் அசுரர்களும் பாற்கடல் கடையும் காட்சி மிகப் பெரியதாகச் சித்திரிக்கப்பட்டுள்ளது.

இடைக்காலில் உள்ள ஓவியத்தில் காளியுடன் போட்டியிட்டு சிவன் ஆடும் ஊர்த்துவத் தாண்டவக் காட்சி காணமுடிகிறது.[3]

ஆடுதுறை அருள்மிகு குற்றம்பொறுத்த ஈசுவரர் திருக்கோயிலிலுள்ள ஓவியங்களிலும் சிவனும் காளியும் தாண்டவப் போட்டி நிகழ்த்துவது சிறப்பாகத் தீட்டப்பட்டுள்ளது.[4]

மதுரை மீனாட்சியம்மன் ஆலயத்தில், இந்திரன், அக்னி, யமன், நிருத்தி, வருணன், வாயு, குபேரன், ஈசானன் ஆகிய எட்டுத்திசைக் காவலர்களோடும் அங்கயற்கண்ணி போரிடும் காட்சிகள் விரிவாகச் சித்திரிக்கப்பட்டுள்ளன.

இலக்கியங்களில் போர்ப் பண்பு

நாயக்கர் காலத்தில் நிகழ்ந்த போர்களின் விளைவை இக்கால இலக்கியங்களில் காணமுடிகிறது. நடைபெற்ற போர்களைக் குறித்த நேரடியான இலக்கியப் படைப்புகள் தோன்றியுள்ளன. போர்களின் காரணமாகப் பல்வகை இலக்கியங்களிலும் போர் வருணனை விரிவான முறையில் இடம்பெற்றுள்ளது. போர்களின் விளைவால் சமுதாயத்தில் நேர்ந்த மனப்போக்கைக் காட்டும் இலக்கியங்களும் தோன்றியுள்ளன.

போர் இலக்கியங்கள்

நாயக்கர் காலம் போர்கள் மிகுந்த காலமாகும். மைய அரசும் பாளையப்பட்டுகளும் போர் நோக்கில் எப்போதும் இயங்கி வந்துள்ளன. ஆதலால், போர்களின் விளைவாலும் போர் வீரர்களின் தேவையாலும் பல நூல்கள் தோன்றியுள்ளன. எடுத்துக்காட்டாக, கட்க லக்ஷண சிரோமணி என்னும் நூலினைக் குறிப்பிடலாம். புதுக்கோட்டையைச் சேர்ந்த நவனப்பா என்னும் தெலுங்குக் கவிஞர் 'கட்க லக்ஷண சிரோமணி' என்னும் நூலை இயற்றியுள்ளார். இது போர்க் கருவிகள் குறித்ததொரு கலைக் களஞ்சியமாகும். எவ்வெக் கருவிகளை எவ்வெச் சமயத்தில் எம்முறையில் பயன்படுத்தவேண்டும் என்பது குறித்து இதில் எழுதியுள்ளார்.[5] இதில் முப்பத்திரண்டு வகையான போர்க் கருவிகளின் விளக்கமும் 130 வகையான வாள் இலக்கணங்களும் கூறப்பட்டுள்ளன.[6] நாயக்க மன்னர்கள் போர்க் கலைகளை நன்கு ஆதரித்துள்ளனர். மற்போர் மிக ஆதரவு பெற்ற கலையாக இருந்துள்ளது. புதுக்கோட்டை இராய ரகுநாதத் தொண்டைமானின் அரசவைக் கவிஞரான நுதுருபாட்டி வெங்கனா மற்போர் குறித்து 'மல்ல புராணமு' என்னும் நூலினை இயற்றியுள்ளார். இதில் முப்பத்திரண்டு வகையான மல்யுத்த முறைகளும் மற்கலையின் தோற்றமும் வளர்ச்சியும் விவரிக்கப்பட்டுள்ளன.[7] நிகழ்ந்த போர்களைக் குறித்துத் தோன்றிய நேரடி நூல்களாக இராமப்பையன் அம்மானை, இரவிக்குட்டிப் பிள்ளைப் போர் ஆகியனவற்றைக் குறிப்பிடலாம். இரண்டும் நாட்டுப்புறச் சார்புடையனவாகும்.

மறவர் நாட்டை ஆண்ட சேதுபதி இரண்டாம் சடைக்கத் தேவருக்கும், திருமலை நாயக்கருக்குமிடையே நடைபெற்ற போரினை விவரிப்பது 'இராமப்பையன் அம்மானை'யாகும். திருமலை நாயக்கரின் தளவாய் இராமப்பையன் இப்படையெடுப்பை வெற்றிகரமாக நிகழ்த்தியமையால் இந்நூல் அவனது பெருமையினைப் பேசுகிறது.

திருமலை நாயக்கரின் மேலாதிக்கத்தை எதிர்த்து வஞ்சியநாதன் போரிட்டான். அங்கு இராமப்பையன் படை நடத்தி வந்தபோது, நாயர் படைகளின் தளபதி இரவிக்குட்டிப் பிள்ளை எதிர்த்துப் போரிட்டு வீரமரணமெய்தினார். இப்போரினை இரவிக்குட்டிப் பிள்ளைப்போர் என்னும் நாட்டுப்புறக் கதைப்பாடல் விவரிக்கின்றது.

சில தெலுங்கு நூல்களும் இக்காலப் பகுதியில் நிகழ்ந்த போர்களைப் பாடியுள்ளன. திருமலை நாயக்கரின் பேரரான முத்தழகிரியின் அவைக்களப் புலவராக விளங்கிய கனபவர வேங்கடகவி 'பெத்தழகிரி விஜயம்' என்ற நூலை இயற்றியுள்ளார். இது முத்தழகிரிக்கும் ஏகோசிக்கும் முதலில் நடந்த போரில் (கி.பி. 1674) முத்தழகிரி பெற்ற வெற்றியைப் பாடுகிறது.[8]

போர் வருணனை

'சீவலமாறன் கதை' என்ற நூல் சிதம்பரநாதகவி என்பவரால் இயற்றப்பட்டுள்ளது. சீவலமாறன் என்பது அதிவீரராமபாண்டியன் பெயராகும். சீவலமாறன் கங்கைக்கரைக்குச் செல்கிறான். வடக்கு நோக்கிப் புறப்பட்ட மாறன் முதலில் கருநாடக அரசனோடு போரிடு கின்றான். இப்போர் மிக விரிவாக வருணிக்கப்பட்டுள்ளது. அடுத்து, துலுக்க நாட்டிற் சென்று மலுக்கான், முகம்மது, பீரு, மாயினா, காளன் முதலியவர்களோடு போரிட்டு வெல்கிறான். மாறனுடைய படைத்தலைவன் துலுக்க அரசனை மாய்க்கிறான். மாறன் கங்கைக் கரையில் வெற்றித் தூணை நாட்டுகிறான்.[9]

நாயக்கர் காலத்தில் எழுந்த ஏராளமான புராணங்களில் முனிவர் மரபும் மன்னர் மரபும் விரிவாகச் சுட்டப்படுகின்றன. வீர வழிபாட்டின் சின்னங்களாக இவை அமைகிறதென்பர்.[10]

இசுலாமியப் போர் இலக்கியம்

இசுலாமியத் தமிழ்ப் புலவர்கள் படைத்தவற்றுள் படைப்போர் என்னும் இலக்கிய வகை ஈண்டுக் குறிப்பிடத்தக்கதாகும்.

பரணி இலக்கியங்களுக்குப் பின் இசுலாமிய வரலாற்றில் நடைபெற்ற பல்வேறு போர்ச் செய்திகளையும் உள்ளடக்கமாகக் கொண்டு எழுந்துள்ள இலக்கியங்களே நாம் புதுவகை இஸ்லாமியத் தமிழிலக்கியங்களாகக் குறித்துள்ள படைப்போர் இலக்கியங்களாகும். இஸ்லாமிய படைப்போர் தமிழிலக்கியங்கள் போர்ச் செய்திகளையே மையமாகக் கொண்டுள்ளன. இவற்றை ஆங்கிலத்தில் கூறப்படும் 'War Ballad' என்பதற்கு இணையாகக் கூறலாம் என்பர்.[11]

முதல் படைப்போர் இலக்கியமான சக்கூன் படைப்போர் கி.பி. 1686இல் எழுந்துள்ளது. அதனைத் தொடர்ந்து பல படைப்போர் இலக்கிய நூல்கள் தோன்றியுள்ளன. இந்நூல்களின் பாடுபொருள் இசுலாமிய மார்க்கத்தைப் பரப்புவோருக்கும் எதிர்ப்போருக்குமிடையே நடைபெற்ற போர்களேயாகும். பரணியின் ஒரு பகுதியாகிய 'போர் பாடியது' என்பதை மட்டும் எடுத்துக்கொண்டு வீர நிலைப் பாடல்களை

இசுலாமியத் தமிழ்ப் புலவர்கள் 'படைப்போர்' என்ற சிற்றிலக்கிய வகையாகப் படைத்துள்ளனர்.[12]

இத்தகையதொரு இலக்கிய வடிவம் நாயக்கர் காலத்தில்தான் தமிழில் தோற்றம் பெற்றுள்ளது குறிப்பிடத்தக்கது. நாயக்கர் காலத்தின் போர்ச்சூழலும் சமய வழிப்பட்ட அரசியல் மேலாண்மை நிறுவலுக்கான போராட்டமும் இத்தகைய இலக்கிய வடிவத்தைத் தோற்றுவித்துள்ளன எனலாம்.

போரின் விளைவால் தோன்றிய நூல்கள்

இக்காலப்பகுதியில் தோன்றிய புராணங்களில் கவசம் என்ற ஒரு தோத்திரப் பகுதி அமைந்துள்ளது. உடலைப் பாதுகாக்கும் கவசம் போல், இறைவன் புகழைச் சொல்லி, அவன் இன்ன இன்ன உறுப்புகளைக் காப்பானாக என்று அவன் பெயர்களையே கவசமாக அமைத்துக் கொள்ளுதல் தோத்திரக் கவசத்தின் நோக்கமாகும்.

வரதுங்கராமபாண்டியன் பாடிய பிரயோத்தரகாண்டம் என்ற நூலில் 12ஆம் அத்தியாயத்தில் இருபது பாடல்கள் சிவ கவசமாகும். அதிவீரராமர் பாடிய காசிக்காண்டம் என்ற நூலில் 72ஆம் அத்தியாயத்தில் பதின்மூன்று பாடல்கள் சக்திக் கவசமாகும்; அத்தியாயம் 5இல் ஏழு பாடல்கள் இலக்குமி கவசமாகும். மகாபுராணத்தில் உள்ள 17 பாடல்கள் மிருந்தியுஞ்சய தோத்திரம் என்னும் கவசமாகும். செவ்வைச்சூடுவார் பாகவதத்தில் நான்காம் அத்தியாயத்தில் 25 பாடல்கள் நாராயண கவசமாகும். இவையன்றி, 18ஆம் நூற்றாண்டில் தேவராயசுவாமி கந்தசஷ்டிக் கவசமும் கச்சியப்பமுனிவர் விநாயக கவசமும் இயற்றியுள்ளனர். 15ஆம் நூற்றாண்டிற்குப் பின் தமிழகத்தில் மலிந்த போர்களும் அதன் விளைவான இன்னல்களுமே இத்தகைய கவசங்கள் தோன்ற ஏதுவாயின என்பர்.[13]

ஆகவே, நாயக்கர் காலச் சிற்பங்களிலும் ஓவியங்களிலும் புராணம் சார்ந்தும், உலகியல் சார்ந்தும் போர்க்காட்சிகள் மற்றும் வீரவுணர்வூட்டும் காட்சிகள் மிகுதியாக இடம்பெற்றுள்ளன. இலக்கியங்களைப் பொருத்த வரையில் செவ்வியல் படைப்புகளில் போர் குறித்த செய்திகளை மிகுதியாகக் காணவியலவில்லை. நாட்டுப்புறக் கதைப்பாடல்களே நடைபெற்ற போர்களைப் பதிவு செய்துள்ளன. இருப்பினும், செவ்வியல் படைப்புகளில் வருணனை, வீரத்தைப் பாராட்டுதல் முதலிய இயல்புகளில் போர்ப் பண்பு வெளிப்பட்டிருக்கக் காண்கிறோம்.

குறிப்புகள்

1. இரா. நாகசாமி, ஓவியப்பாவை, பக். 170 – 171.
2. கல்வெட்டு, இதழ் 15, ப. 24
3. மேலது, ப. 24
4. தினமணி – நாளிதழ், 10.10.1990

5. தூ. சேதுபாண்டியன் & எஸ். ஜெயப்பிரகாஷ், தெலுங்கு இலக்கியம் – ஓர் அறிமுகம், ப. 110.

6. டி.எஸ். கிரிபிரகாஷ் & பா. ஆனந்தகுமார், தெலுங்கு இலக்கிய வரலாறு, ப. 125.

7. மேலது, 124.

8. மேலது, 121.

9. மு. அருணாசலம், தமிழ் இலக்கிய வரலாறு (பதினாறாம் நூற்றாண்டு: முதல் பாகம்), ப. 424.

10. மேலது, ப. 27.

11. ம. முகம்மது உவைஸ் & பீ.மு. அஜ்மல்கான், இஸ்லாமியத் தமிழ் இலக்கிய வரலாறு, ப. 348.

12. மு. சாயபு மரைக்காயர், இஸ்லாமியச் சிற்றிலக்கியங்கள், (கட்.), தமிழ் இலக்கியக் கொள்கை 8, ச.வே. சுப்பிரமணியன் & கே. பகவதி (பதி.), ப. 287.

13. மு. அருணாசலம், மு. நூல், பக். 29 – 31.

வட்டாரத் தன்மை

வட்டாரம் (Local) என்ற சொல்லுக்கான பல்வகைப் பொருள்களுள் 'குறிப்பிட்ட சிறு நிலப்பகுதி' என்னும் பொருளே இங்குக் கொள்ளப்படுகிறது. குறிப்பிட்டதொரு அரசியல், பொருளாதாரச் சூழலையுடைய பரந்துபட்ட நிலப்பரப்பு என்னும் அடிப்படையில் நாயக்கர் காலத் தமிழகத்தில் ஒத்த தன்மையுடைய கலைகள் தோன்றியுள்ளன. இருப்பினும், ஆட்சி யமைப்பின் வட்டாரத் தன்மை காரணமாக, குறிப்பிட்ட நிலப் பகுதிகளையும், ஊர்களையும், உள்ளூர்த் தலைவர்களையும் மையப்படுத்தி சிற்பம், ஓவியம், இலக்கியம் முதலிய கலைகள் தோற்றம் பெற்றுள்ளன. ஆதலால், இக்காலகட்டக் கலைகளில் நேர்ந்துள்ள வட்டாரத் தன்மையைத் தனியொரு கலைக் கோட்பாடாகக் கொள்ளவியலுகிறது.

சிற்பங்களில் வட்டாரத் தன்மை

நமக்கு இன்று காணக்கிடைக்கும் நாயக்கர் காலச் சிற்பங்கள் பெரும்பாலும் கோயில்களில் அமைந்தனவாகும். அவற்றில் வட்டாரத் தன்மை என்று காணும்பொழுது மூன்று கூறுகள் முதன்மை பெறுவதை உணரமுடிகிறது.

- குறிப்பிட்ட கோயிலுக்குரிய தலபுராணம் போன்ற கதைகள் இடம்பெறல்.
- கோயில் அமைந்துள்ள ஊரின் வாழ்வியற் காட்சிகள் மற்றும் சூழல்கள் இடம் பெறல்.
- வட்டாரத் தலைவர்கள் இடம்பெறல்.

தல புராணச் சிற்பங்கள்

ஒவ்வொரு கோயிலுக்கும் அதனைப் பெருமைப்படுத்தும் நோக்கில் தல புராணங்கள் இயற்றப்பட்டுள்ளன. இப்புராணங்கள், இறைவன், இறைவி குடிகொண்ட கோயில், அக்கோயில் உள்ள ஊர் என அனைத்தையும் குறித்ததாகும். அக்குறிப்பிட்ட கோயிலுக் குரிய தல புராணம் சிற்பத்தில் இடம்பெறுவதை வட்டாரத் தன்மையெனலாம்.

தல புராணச் சிற்பங்களில் சிறப்பிடம்பெறுவது திருவிளையாடற் புராணக் கதையைக் குறித்த சிற்பங்களாகும். இறைவன் நிகழ்த்திய அறுபத்து நான்கு திருவிளையாடல்களுக்கும் களமாக அமைந்தது மதுரையேயாகும். ஆதலால், இஃது மிகுதியாக மதுரை மீனாட்சியம்மன் கோயிலிலும், பாண்டி நாட்டின் பிற பகுதிகளில் குறைவாகவும் இடம்பெற்றுள்ளது.

மதுரை மீனாட்சியம்மன் கோயில் உருத்திராபதியம்மாள், தோளியம்மாள் (1623–1659) ஆகியோரால் அம்மன் சிறுகோயிலில் கட்டப்பட்ட அட்டசக்தி மண்டபத்தில் திருவிளையாடற் கதைகள் சிற்பங்களாக வடிக்கப்பட்டுள்ளன. தான் மகளாகப் பிறப்பதாகக் காஞ்சனமாலைக்கு மீனாட்சி வரமளித்தல், மீனாட்சியின் திருவவதாரம், முடிசூட்டு விழா, அரசாட்சி செய்தல், சிவபெருமானுடன் போர் புரிதல், சோமசுந்தரர் அரசு செலுத்தல், உக்கிரபாண்டியன் அவதரித்தல், உக்கிரபாண்டியன் அரசாட்சி செய்தல் ஆகியன சுதைச் சிற்பங்களாகச் செய்யப்பட்டுள்ளன.

பொற்றாமரைக் குளத்தின் வடகரை மண்டபத்தில் மதுரைத் தமிழ்ச் சங்கப் புலவர் நாற்பத்தொன்பதின்மரில் இருபத்து நான்கு புலவர்களின் உருவங்கள் ஏடும், எழுத்தாணியும் தாங்கிய வண்ணம் செதுக்கப்பட்டுள்ளன. தூண் ஒன்றில் கடம்ப வனத்தில் சிவலிங்க மூர்த்தியைக் கண்டு பாண்டியனுக்குரைத்த தனஞ்சயனின் உருவம் உள்ளது.

அபிசேக பண்டாரம் (கி.பி. 1623) என்பவரால் கட்டப்பட்ட கிளிக்கூட்டு மண்டபத்தின் தூண்களுக்கு மேலுள்ள சுற்று விட்டத்தில் திருவிளையாடல்கள் அறுபத்து நான்கு சிற்பங்களாகச் செதுக்கப் பட்டுள்ளன.

திருமலை நாயக்கரால் கட்டப்பெற்ற புதுமண்டபத்தில் மீனாட்சி யம்மையின் திருமணக் கோலம், கல் யானைக்குக் கரும்பளித்தது, மீனாட்சி மூன்று தனங்களுடன் தோற்றமளிக்கும் காட்சி, பன்றிக் குட்டிகட்குப் பால் கொடுத்தல், புலி முலைப்புல்வாய்க்கருளுதல், கருங்குருவிக்கு உபதேசித்தல் முதலிய திருவிளையாடற் கதைகள் சிற்பங்களாக வடிக்கப்பட்டுள்ளன. 'முதன் முறையாகப் பாண்டி நாட்டுப்பகுதியில் திருவிளையாடற்புராணத்தின் அடிப்படையில் பல சிற்பங்கள் இக்காலத்திலிருந்துதான் தோற்றுவிக்கப்பட்டன'[1] என்பர். இது வட்டாரத் தன்மையின் செல்வாக்கினைக் காட்டுவதெனலாம்.

வட்டார வாழ்வியற் காட்சிகள்

நாயக்கர் காலச் சிற்பக் கலைஞர்கள், தாம் கட்டுகின்ற கோயில் அமைந்துள்ள இடத்தில் தாங்கள் காணும் பறவைகள், விலங்குகள், மனிதர்கள் முதலியோரைத் தமது கோயிற் சிற்பங்களில் இடம்பெறச் செய்துள்ளனர்.

திருநெல்வேலியை அடுத்த கிருஷ்ணாபுரத்திலுள்ள வேங்கடாசலபதி கோயில் மண்டபத்தில் உள்ள தூணின் பின்புறம் பனை மரத்திலேறும்

பனைத் தொழிலாளியின் உருவம் வடிக்கப்பட்டுள்ளது. பனையேறியின் அசைவுகளுக்கேற்ப உடலில் காணப்படும் தசையமைப்புகளும், அவன் அணிந்துள்ள ஆடை, வைத்துள்ள கூடை முதலிய பொருட்களும் நுட்பமாகச் சித்திரிக்கப்பட்டுள்ளன. அதுபோலவே பனைமரமும் இயல்பு தோன்ற வடிக்கப்பெற்றுள்ளது.

பனைத் தொழிலாளியின் இச்சிற்பம் நாயக்கர் காலத்துப் பிற கோயில்களில் இடம்பெற்றிருப்பதாகத் தெரியவில்லை. பனைமரங்கள் மிகுந்த திருநெல்வேலிப் பகுதியில் எளிய மக்களின் அடிப்படைத் தொழிலாகப் பனைத்தொழில் இன்றும் அமைந்துள்ளமையைக் காண முடிகிறது. நாயக்கர் காலத்திலும் கிருஷ்ணாபுரப்பகுதி இத்தன்மை யுடன் இருந்திருக்க வாய்ப்புண்டு. ஆதலால், தாம் சிற்பம் செய்த வட்டாரத்தில் விளங்கிய தொழிலை, தாம் கண்ட காட்சியைச் சிற்பத்தில் கலைஞன் இடம்பெறச் செய்துள்ளான் எனலாம்.

திருவண்ணாமலையிலிருந்து அரூர் செல்லும் பாதையில் சென்னிமநாயக்கன் குளம் அமைந்துள்ள பகுதி முல்லை நிலமான காட்டுப்பகுதியாகும். இன்றும் குறுங்காட்டுப் பகுதியாகக் காணப்படும் இப்பகுதி, நாயக்கர் காலத்தில் இன்னும் அடர்ந்த பரந்த முல்லை நிலமாக விளங்கியிருக்க வாய்ப்புண்டு. ஆதலால், தயிர் கடையும் இடைச்சி, வேட்டுவிச்சியின் தைத்த முள்ளினைக் களையும் வேடுவன், உரலில் கூலம் குற்றும் பெண், வேடர்களின் பன்றிவேட்டை, விலங்கு களைக் கொல்லும் வீரர்கள், விலங்குகளின் சண்டைக் காட்சிகள் முதலியன இடம்பெற்றுள்ளன.

இன்றும் பறவைகளின் சரணாலயமாக விளங்கும் திருப்புடை மருதூரின் நாறும்பூ நாத சுவாமி கோயில் தூண் சிற்பத்தில் மரத்தில் அமர்ந்துள்ள பறவையைக் கீழிருந்து துப்பாக்கியால் சுட ஒருவன் முயலும் காட்சி சித்திரிக்கப்பட்டுள்ளது குறிப்பிடத்தக்கதாகும்.

வட்டாரத் தலைவர்களின் சிற்பங்கள்

அரசர்கள் மற்றும் அவர்கள் துணைவியர் சிற்பங்கள் அவர்களால் அமைக்கப்பெற்ற கோயில்களில் வடிக்கப்பெறும் மரபு பல்லவர் காலம் முதற்கொண்டு காணப்பெறுகிறது. இம்மரபு நாயக்கர் காலத் திலும் தொடர்ந்துள்ளது. அதனுடன், இக்காலப்பகுதியில் கோயில்கள் உள்ள வட்டாரங்களில் வாழ்ந்த தலைவர்கள் மற்றும் கோயிலோடு தொடர்புடையவர்களின் சிற்பங்களும் கோயில்களில் இடம்பெற்றுள்ளமை குறிப்பிடத்தக்கதாகும்.

புள்ளிருக்குவேளூர் எனும் வைத்தீசுவரன் கோயில் வைத்தியநாத சுவாமி திருக்கோயிலின் முன்மண்டபத்தில் அடியவர் ஒருவருடைய உருவமும், அவர்தம் துணைவியர் உருவமும் உள்ளன. இத்திருக்கோயிலி லுள்ள கல்வெட்டொன்றால் இவ்வுருவச்சிலை அழகப்பெருமான் பிள்ளை என்பவருடையது என அறிய முடிகிறது. இவர் அச்சுதப்ப நாயக்கனின் பிரதிநிதியாக இப்பகுதியில் திகழ்ந்தவராக இருக்க வேண்டுமென்பர்.[2]

மன்னார்குடி இராசகோபால சுவாமித் திருக்கோயில் அர்த்த மண்டபத்திற்கு முன்னுள்ள தூணில் இரகுநாத நாயக்கரும் கோவிந்த தீட்சிதரும் கோதானம் கொடுக்கும் காட்சி வடிக்கப்பட்டுள்ளது.[3]

மேலும் பட்டீச்சுரம் தேனுபுரீசுவரர் கோயிலிலுள்ள ஞானாம்பிகை சந்நிதியில் கோவிந்ததீட்சிதரும் அவர் துணைவியாரும் சிற்ப வடிவில் காட்சி தருகின்றனர். சீர்காழி வட்டம் திருவாளர்துறைகாட்டு வள்ளலார் திருக்கோயில் மகாமண்டபத்தில் கோவிந்த தீட்சிதரின் உருவச் சிலையும் தருமபுர மடத் தலைவரின் உருவச்சிலையும் இடம்பெற்றுள்ளன.[4]

கோவிந்தப்ப தீட்சிதர் செவப்பநாயக்கன், அச்சுதப்பநாயக்கன், இரகுநாத நாயக்கன் என்னும் மூன்று நாயக்க மன்னர்களுக்கும் அமைச்சராகவும் ஆசிரியராகவும் திகழ்ந்தவராவார். விசயராகவரின் அமைச்சராகத் திகழ்ந்த கோவிந்ததாசனின் உருவம் திருச்சேறை சாரநாத சுவாமித் திருக்கோயிலின் முன்மண்டபத்தில் காணப்படுகிறது.[5]

தஞ்சைப் பெருவுடையார் கோயிலிலுள்ள நந்திமண்டபத் தூண்களில் அரச சிற்பங்களுடன் வணங்கும் கோலத்தில் பொற்பண்டாரத்தின் கர்ணமாகப் பணியாற்றிய ஒருவரின் சிற்பமும் இடம்பெற்றுள்ளது.[6]

விசயரங்க சொக்கநாதரின் கணக்கராய் இருந்த தாயுமானவரின் சிலை திருச்சிராப்பள்ளி மலையிலுள்ள தாயுமானவர் திருக்கோயில் மண்டபத்தில் இடம்பெற்றுள்ளது.

குடுமியான்மலைக் கோயிலிலுள்ள ஆயிரங்கால் மண்டபத்தில் பூச்சி நாயக்கருடைய உருவம் செதுக்கப்பட்டுள்ளது. இவர் 17ஆம் நூற்றாண்டில் மருங்காபுரிப் பாளையக்காரராக இருந்தவர் என்பர்.[7] மேலும் இரண்டு வட்டாரத் தலைவர்களின் சிற்பங்கள் பெயரறியப்படாத நிலையில் உள்ளன.[8]

திருச்செங்கோட்டு மலைக்கோயில் மண்டபங்கள் நாயக்கர் காலத்தில் கட்டப்பட்டவையாகும். அர்த்தநாரீச்சுரர் ஆலயத்திற்கு எதிரிலுள்ள நிருத்த மண்டபத்தின் வடபகுதியிலுள்ள நான்கு தூண் களில் நல்லதம்பிக் காங்கேயன், அவர் சகோதரர் மற்றும் துணைவியர் சிற்பங்கள் உள்ளன. தென்பகுதியிலுள்ள தூண்களில் மோரூர் இம்முடிக் காங்கேயரைச் சேர்ந்தோர் சிற்பங்கள் காணப்படுகின்றன. தாண்டவ பத்திரை விலாச மண்டபத்தில் குமாரசாமிக் காங்கேயனும் துணைவியர் நால்வரும் வடிக்கப்பெற்றுள்ளனர். செங்கோட்டுவேலவர் கோயில் நிருத்த மண்டபத்தில் இளையாக்கவுண்டர் சகோதரர் மற்றும் தாய் தந்தையர் உருவங்கள் வடிக்கப்பெற்றுள்ளன. மற்றொரு சபா மண்டபத்தில் இளையாக் கவுண்டர், இம்முடிக்கட்டி முதலியார் குமாரர் சீயாலகட்டி முதலியார் உருவங்களும் உள்ளன.

மதுரை மீனாட்சியம்மன் ஆலயத்தில் உள்ள ஆயிரங்கால் மண்டபத்தில் அதனைக் கட்டுவித்த தளவாய் அரியநாதரின் உருவச் சிலை உள்ளது என்பர். திருநெல்வேலி நெல்லையப்பர் கோயில் திருச்சுற்றின் தென்பகுதி தூண்களில் நாயக்கர் கால ஆட்சித் தலைவர் பலரின் உருவங்கள் வரிசையாக இடம்பெற்றுள்ளன.

இக்காலகட்டத்தில் கோயில் கட்டுதல், விரிவாக்கம் செய்தல் ஆகிய பணிகளில் மைய அரசை ஆண்ட நாயக்கமன்னர்கள் மட்டும் ஈடுபடவில்லை. அவர்களிடம் அமைச்சர், தளவாய், பிரதானி, கணக்கர் என்னும் பொறுப்புகளிலிருந்தோரும் பாளையக்காரர்களும் செல்வந்தர் பலரும் ஈடுபட்டுள்ளனர். ஆதலால், அவர்களோடு தொடர்புடைய கோயில்களில் அவர்களது உருவச்சிலைகள் இடம்பெற்றுள்ளன.

ஓவியங்களில் வட்டாரத்தன்மை

நாயக்கர் கால ஓவியங்களில் பெரும்பாலும் சிவ புராணம், விஷ்ணு புராணம், கந்த புராணம் முதலிய புராணக் கதைகளும், இராமாயணம், மகாபாரதம் முதலிய இதிகாசக் கதைகளுமே இடம் பெற்றுள்ளன. இவையன்றிச் சில கோயில் ஓவியங்களில் அக்கோயிலின் தல புராணக் கதைகள் இடம்பெற்றுள்ளன. மேலும், சில இடங்களில் அப்பகுதி அரசர்கள் மற்றும் மக்கள் வாழ்வியற் காட்சிகள் இடம் பெற்றுள்ளன. ஆதலால்,

- ஒரு கோயிலுக்குரிய தலபுராணங்கள் இடம்பெறல்.
- அரசர் தொடர்பானவை இடம்பெறல்.
- அப்பகுதி மக்களின் வாழ்வியல் நிகழ்ச்சிகள் இடம்பெறல்.

ஆகியனவற்றை ஓவியங்களில் காணலாகும் வட்டாரத் தன்மையாகக் கொள்ளலாம்.

தல புராண ஓவியங்கள்

தென்காசிப் பாண்டியர்களால் தீட்டுவிக்கப்பட்ட ஆழ்வார்த் திருநகரி ஓவியங்களில் அத்திருப்பதியோடு தொடர்புடைய நம்மாழ்வார் வரலாறும் உடையவரின் வரலாறும் தீட்டப்பட்டுள்ளன.[9]

மதுரை மீனாட்சியம்மன் ஆலய ஓவியத்தில் இத்தலத்துடன் தொடர்புடைய மீனாட்சியம்மையின் புராணக் கதை இடம்பெற்றுள்ளது. திருவாவடுதுறை அருகிலுள்ள திருமங்கலக்குடியில் கோயில் முன் மண்டபத்தில் காமதேனுவின் மகளாகிய பட்டி அத்தலத்தை வழிபட்ட தல புராணம் வரையப்பட்டுள்ளது.[10]

மாணிக்கவாசகரின் வரலாற்றோடு ஆவுடையார் கோயிலும், சிதம்பரம் பொன்னம்பலக்கூத்தன் கோயிலும் நெருங்கிய தொடர் புடையனவாகும். திருப்பெருந்துறை என்னும் ஆவுடையார் கோயிலில் மாணிக்கவாசகர் இறைவனிடம் அருளுபதேசம் பெற்றதாக அவர் வரலாறு கூறுகிறது. ஆதலால், இக்கோயிலின் இரண்டாம் திருச்சுற்றில் மாணிக்கவாசகர் வரலாறு முழுவதும் தீட்டப்பட்டுள்ளது.[11]

மாணிக்கவாசகர் சிதம்பரத்தில் இறைவனோடு இரண்டறக் கலந்தார் என்பர். ஆதலால், இங்கு மாணிக்கவாசகர் பிறப்பு, வீட்டின் செல்வப் பெருக்கம், அரிமர்த்தனப் பாண்டியனிடத்தில் அமைச்சராதல், திருப்பெருந்துறையில் உபதேசம் பெறல், நரியைப் பரியாக்குதல்,

வைகையில் வெள்ளம் வரல், பரிகள் நரிகளாகுதல் என முழு வரலாறும் எழிலுறச் சித்திரிக்கப்பட்டுள்ளன. மேலும், இத்தல வரலாற்றோடு தொடர்புடைய, மாடு இறைவனை வழிபடல், மயில் வழிபடல், இந்திரன் வழிபடல் முதலியனவும் இடம்பெற்றுள்ளன.

திட்டக்குடி, மடவார் வளாகம், திருப்புடைமருதூர் ஆகியவற்றிலும் அவ்வத்தலத்துக்குரிய புராணங்கள் ஓவியங்களில் தீட்டப்பட்டுள்ளன.

திருவிழாக்கள்

கோயில் தொடர்பான விழாக்கள் அக்கோயில் ஓவியங்களில் இடம்பெறுவதை நாயக்கர் காலத்தில் காண்கிறோம். திருவாரூர் மற்றும் திருவரங்கத்திலுள்ள ஓவியங்கள் இவ்வகையில் சிறப்பாகக் குறிக்கத்தக்கனவாகும்.

திருவாரூரில் தியாகேசர் திருவிழா ஊர்வலக் காட்சி அழகுறத் தீட்டப்பட்டுள்ளது. மங்கல இசைக்கருவிகளை முழக்கிக்கொண்டும் குடைகளை உயர்த்திப் பிடித்துக்கொண்டும் வாண வேடிக்கைகளுடன் ஊர்வலம் நடப்பது மிகச் சிறப்பான காட்சியாகும்.

திருவரங்கப் பெருங்கோயில் மூன்றாவது கோபுரத்தின் மேல் விதானத்தில் அரங்கநாதர் ஊர்வலக்காட்சி தீட்டப்பட்டுள்ளது. அரங்கத்துப் பெருமான் முத்தங்கி தரித்து உலாச் செல்வதும், அவருக்கு முன் திருக்குடை, திருத்தொங்கல், திருச்சின்னம் இசைக்கப்பெறுவதும் அலங்கரித்த யானை, குதிரை, ஒட்டகம் முதலியன முன்னே செல்வதும் எழிலுறச் சித்திரிக்கப்பட்டுள்ளன.

அரசர் தொடர்பான நிகழ்ச்சிகள்

புராணங்கள், தல புராணங்கள், இதிகாசங்கள் மட்டுமன்றி மன்னர்களின் வாழ்வியற் காட்சிகளும் இக்காலப்பகுதியில் சிறப்புறத் தீட்டப்பட்டுள்ளன.

திருமலை நாயக்கர் காலத்தில் மீனாட்சியன்னையிடம் செங்கோல் பெறும் நிகழ்ச்சி பெரிய அளவில் கொண்டாடப்பட்டுள்ளது. மன்னர், மீனாட்சியன்னையின் முன் வைக்கப்பட்ட செங்கோலைப் பெற்று, ஊர்வலமாகச் சென்று அரியணை மீது வைப்பார். மீனாட்சியே மன்னர் மூலம் ஆட்சி செய்கிறார் என்பது இந்நிகழ்ச்சியின் கருத்தாகும். இவ்வழக்கம் மங்கம்மாள் காலத்திலும் பின்பற்றப்பட்டது. மதுரை மீனாட்சியம்மன் ஆலயப் பொற்றாமரைக் குளத்தருகேயுள்ள மண்டபத் தின் மேல் விதானத்தில் இந்நிகழ்ச்சி ஓவியமாகத் தீட்டப்பட்டுள்ளது. அங்கயற்கண்ணம்மை அரியணையில் அமர்ந்திருக்க, அவளுக்குப் பின் மகளிர் சாமரமும், மலர்களும், விசிறியும் தாங்கி நிற்கின்றனர். அன்னையின் எதிரில் கோயில் பூசகர் அவளிடம் செங்கோலை வாங்குகிறார். அவருக்குப் பின் மங்கம்மாள் நிற்கிறார். அவருக்குப் பின் பூசகர் ஒருவர் காணப்படுகிறார். கோயிலோடு தொடர்புடைய இந்நிகழ்ச்சி மிகச் சிறந்த முறையில் தீட்டப்பட்டுள்ளது.

இராமநாதபுரம் இராமலிங்க விலாசத்தில் முத்துவிசயரகுநாத சேதுபதியின் வாழ்க்கை நிகழ்வுகள் பலவும் இங்குத் தீட்டப்பட்டுள்ளன.

- முத்துவிசயரகுநாத சேதுபதிக்கு இரத்தினங்களைத் தூவி விசயரங்க சொக்கநாத நாயக்கர் முடிசூடும் காட்சி.
- மராட்டிய மன்னர் சரபோசிக்கும் சேதுபதிக்கும் நடைபெற்ற போர்க்காட்சி.
- சேதுபதி தன் குதிரை மீது அமர்ந்து வரும் காட்சி.
- சேதுபதி தன் துணைவியாருடன் சிம்மாசனத்தில் அமர்ந்துள்ள காட்சி.
- சேதுபதி ஆங்கிலேயருடன் சிம்மாசனத்தில் அமர்ந்துள்ள காட்சி.
- கிறித்தவப் பாதிரி ஒருவரைச் சேதுபதி வரவேற்கும் காட்சி.
- சேதுபதி மற்றோர் அரசரை வரவேற்று உரையாடும் காட்சி.
- முதியவர் ஒருவரிடம் சேதுபதி இராமாயணம் கேட்கும் காட்சி.
- தமது குல தெய்வமான இராசராசேசுவரியிடம் சேதுபதி செங்கோல் பெறும் காட்சி.
- சேதுபதி பல்லக்கில் உலா வரும் காட்சி.
- சேதுபதிக்கு ஒருவன் திறை கொணரும் காட்சி.
- அரண்மனைப் பெண்கள் ஒப்பனைக் காட்சி.
- சேதுபதி ஆடல் கண்டு மகிழும் காட்சிகள்.
- பல்வகை நிலைகளில் சேதுபதி பெண்களுடன் சிற்றின்பம் நுகரும் காட்சிகள்.

இவற்றுடன், இன்னும் பல்வகைக் காட்சிகளும் தீட்டப்பெற்றுள்ளன. ஓவியத்தின் கீழுள்ள குறிப்புகளில் இராமநாதபுரப் பகுதிக்கே சிறப்பான ‘அவுக, வராக’ என்பது போன்ற வட்டார மொழி இடம்பெற்றிருப்பதும் குறிப்பிடத்தக்கதாகும்.

பொதுமக்களின் வாழ்வியல்

தஞ்சை மாவட்டம் திருப்பனந்தாளுக்கு அருகிலுள்ள குறிச்சி என்னும் ஊரிலுள்ள கோயில் முன்மண்டப விதானத்தில் தீட்டப் பட்டுள்ள சற்றுப் பிற்பட்ட காலத்தைச் சேர்ந்த ஓவியத்தில் அவ்வூரிலிருந்த சில பெரியவர்களின் உருவங்களும் பெயர்களும் இடம்பெற்றுள்ளன.[12] திருமங்கலக்குடி ஆலய ஓவியத்தில் கோயிற் பிரசாதத்தைக் குழந்தைகள் ஓடிச்சென்று வாங்கும் காட்சியும் வேடர்கள், காட்டுப்பன்றியினை வேட்டையாடும் காட்சியும் சித்திரிக்கப்பட்டுள்ளன.[13]

வட்டார இலக்கியங்கள்

குறிப்பிட்டதொரு நிலப்பகுதியைப் பற்றியோ, ஊரிலுள்ள தெய்வத்தைப் பற்றியோ, ஆளும் தலைவன் அல்லது வள்ளலைப் பற்றியோ எழுந்த இலக்கியங்களை 'வட்டார இலக்கியங்கள்' எனலாம். இவையனைத்திலும் குறிப்பிட்ட நிலப்பகுதி முதன்மை பெறுதல் கருதத்தக்கதாகும்.

ஒட்டுமொத்தமான மக்கட் தொகுதியை முதன்மைப்படுத்தும் கருத்தியல் கொண்டனவாகவன்றி, வரையறைக்கு உட்பட்டதொரு நிலப்பகுதி சார்ந்தே இத்தகு இலக்கியங்கள் அமைகின்றன எனலாம். நாயக்கர் காலத்தில் இத்தன்மைய இலக்கியங்களே முதன்மை பெற்றுள்ளன.

மண்டல சதகங்கள்

புலவர், தாம் வாழ்ந்த நாட்டுப்பகுதியில் கண்டும், கேட்டும் அறிந்த பல செய்திகளைத் தொகுத்துப் பாடுவது மண்டல சதகங்கள் ஆகும். இதனால், இவை, குறிப்பிட்டதொரு நிலப்பகுதியின் பல்வேறு இயல்புகளையும் வரலாற்றுப் பெருமைகளையும் கூறுவதால் வட்டாரத் தன்மை பெறுகின்றன.

விசயமங்கலம் கார்மேகக்கவிராயர் இயற்றிய கொங்குமண்டல சதகம், ஆத்மநாததேசிகர் எழுதிய சோழமண்டல சதகம், படிக்காசுப் புலவர் படைத்த தொண்டைமண்டல சதகம் முதலியன இக்காலப் பகுதியில் தோன்றிய மண்டல சதகங்களாகும். 11ஆம் நூற்றாண்டில் தோன்றியதாகக் கருதப்பெறும் ஆறைக்கிழாரின் கார்மண்டல சதகத்திற்குப் பின், மண்டலசதகங்கள் இக்காலப் பகுதியிலேயே மிகுதியாகத் தோன்றியுள்ளமை குறிப்பிடத்தக்கதாகும்.[14]

தல புராணங்கள்

ஊரினையும், ஊரில் கோயில் கொண்டுள்ள இறைவனையும் சிறப்பிக்கும் நோக்கத்துடன் இயற்றப்பட்டவை தலபுராணங்கள் ஆகும். தமிழிலக்கிய வரலாற்றில் முன்னெப்பொழுதும் இல்லாத அளவு, மிகுந்த எண்ணிக்கையிலான தலபுராணங்கள் நாயக்கர் காலத்தில்தான் எழுதப்பட்டுள்ளன என்பது குறிப்பிடத்தக்கதாகும்.

பெரும்பாலான தல புராணங்களுள் முதலில் நாட்டுப்படலம், நகரப்படலம் ஆகியன அமைக்கப்பட்டுள்ளன. அவற்றில் குறிப்பிட்ட வட்டாரத்தின் நிலவளம், நீர்வளம் முதலியனவும், உழவர் போன்றோரின் வாழ்க்கை முதலியனவும் உயர்வு நவிற்சியாக வருணிக்கப்பட்டுள்ளன. ஊரிலுள்ள கோயிலும், இறைவனது பெருமையும் தேவர்களோடும் தொடர்புபடுத்திப் புராண நோக்கில் பாடப்பட்டுள்ளன. பாடப்படும் தலத்தினைச் சிறப்பிப்பதே தலபுராணங்களின் முதன்மை நோக்கமாதலால் அவை வட்டாரத்தன்மை பெற்றுள்ளன.

மறைஞானசம்பந்தரின் அருணகிரிப் புராணம், கமலாயப் புராணம், உண்ணாமுலை எல்லப்பநயினாரின் அருணாசலபுராணம்,

கந்தசாமிப் புலவரின் ஆப்பனூர்ப் புராணம், மாசிலாமணிதேசிகரின் உத்தரகோசமங்கைப் புராணம், சிவஞானமுனிவரின் காஞ்சிப் புராணம், கச்சியப்பமுனிவரின் காஞ்சிப் புராணம், ஒப்பிலாமணிதேசிகர் இயற்றிய கும்பகோணப் புராணம், அகோரமுனிவர் எழுதிய கும்பகோணப் புராணம், திருக்கானப்பேர் புராணம், புராணத்திருமலைநாதரின் சிதம்பர புராணம், வேலையதேசிகரின் சீகாளத்திப் புராணம், கருணைப் பிரகாசர் இயற்றிய சீகாளத்திப் புராணம், நிரம்பவழகியதேசிகர் எழுதிய சேதுப் புராணம், கொடுமுடி சிவஞானதேசிகரால் பாடப் பெற்ற சேவூர்ப் புராணம், கச்சியப்பமுனிவரின் திருவாரூர்ப் புராணம், தணிகைப் புராணம், அந்தகக்கவி வீரராகவர் இயற்றிய திருக்கழுக்குன்றப் புராணம், தணிகைப் புராணம், அந்தகக்கவிவீரராகவர் இயற்றிய திருக்கூவப் புராணம், சைவ எல்லப்பநாவலர் இயற்றிய திருச்செங் கோட்டுப் புராணம், திருவெண்காட்டுப் புராணம், கமலைஞானப் பிரகாசர் படைத்த திருமழபாடிப் புராணம், திருவானைக்காப் புராணம், இரேவணசித்தரின் திருமேற்றளி புராணம், திரிகூடராசப்ப கவிராயரின் குற்றாலத்தல புராணம் என நூற்றுக்கணக்கான தல புராணங்கள் இக்காலப்பகுதியில் தோன்றியுள்ளன.

இலக்கணம், இலக்கியம், மெய்யியல் எனப் பல்துறைகளிலும் புலமைமிக்க புலவர் பெருமக்களும் தலபுராணங்கள் இயற்றுவதில் மிகுந்த ஈடுபாடு காட்டியுள்ளமையையும் ஒரு புலவரே ஒன்றிற்கும் மேற்பட்ட தலபுராணங்கள் பாடியிருப்பதும், ஒரு தலத்திற்குப் பல தலபுராணங்கள் பலரால் இயற்றப்பெற்றிருப்பதும் புகழ்வாய்ந்த பெருங்கோயில்கள் மட்டுமன்றிச் சிறிய ஊர்களிலுள்ள கோயில்களும் சிறப்பிக்கப் பெற்றிருப்பதும், இவ்விலக்கிய வகை இக்காலப் பகுதியில் பெற்றிருந்த செல்வாக்கினைக் காட்டுவனவாகும்.

சிற்றிலக்கியங்கள்

வட்டாரத் தலைவர்களைப் பற்றியும் ஊரினைப் பற்றியும் பல்வகையான சிற்றிலக்கியங்கள் இக்காலப்பகுதியில் தோன்றியுள்ளன. பாளையக்காரர்கள், வள்ளல்கள் முதலியோரே புலவர்களைப் புரப்பவர் களாக இருந்தமையால், இவர்களைப் பாட்டுடைத் தலைவர்களாகவும், கிளவித் தலைவர்களாகவும் கொண்டு சிற்றிலக்கியங்கள் படைக்கப் பெற்றுள்ளன.

அந்தகக்கவி வீரராகவரின் கயத்தாற்றரசன் உலா, படிக்காசுப்புலவர் இயற்றிய சிவத்தெழுந்தபல்லவன் உலா, சுப்ரதீபக்கவிராயரின் கூளப்ப நாயக்கன் காதல், கூளப்பநாயக்கன் விறலிவிடு தூது, பெரியநாகேந்திரன் காதல், துறைமங்கலம் சிவப்பிரகாசர் இயற்றிய சிவஞானபாலைய தேசிகர் தாலாட்டு, கடிகை முத்துப்புலவரின் சிவகிரி செமீன்தார் திக்குவிசயம், வரகுணர் திக்குவிசயம், மதுரகவிராயரின் காத்தான்பிள்ளை மதங்கிவிடு தூது, குமாரசாமி அவதானியாரின் தெய்வச்சிலையார் விறலிவிடு தூது, அவிநாசிநாதரின் நாராயணசாமிபிள்ளை கிள்ளை விடுதூது, மன்னர்பெருமாள் புலவரின் திருமலை நொண்டி நாடகம், துறைமங்கலம் சிவப்பிரகாசரால் இயற்றப்பட்ட சிவஞானபாலைய

தேசிகர் பிள்ளைத்தமிழ், பலபட்டடைச் சொக்கநாதர் இயற்றிய முத்துவிசயரகுநாதர் பணவிடு தூது, நரசிங்கன் வளமடல், அம்மைச்சி இயற்றிய வருணகுலாதித்தன் மடல் முதலியன இவ்வகையில் குறிப்பிடத்தக்க சில நூல்களாகும்.

ஊரினைப் பற்றியும் ஊர்சார்ந்த தெய்வங்களைப் பற்றியும் ஏராளமான நூல்கள் தோன்றியுள்ளன. பரஞ்சோதி முனிவரின் மதுரைப் பதிற்றுப்பத்தந்தாதி, தலைமலைகண்ட தேவரின் திருப்புடைமருதீசர் யமகஅந்தாதி, சர்க்கரைப் புலவரின் வண்டுவனப் பெருமாள் ஊசல் போல்வனவாகும். அந்தாதி, கலித்துறையந்தாதி, நிரோட்டக யமக அந்தாதி, பதிற்றுப்பத்தந்தாதி, யமக அந்தாதி, வெண்பா அந்தாதி, அம்மானை, அலங்காரம், ஆற்றுப்படை, ஆனந்தக்களிப்பு, இரட்டை மணிமாலை, உலா, ஊசல், ஊர்வெண்பா, கட்டளைக்கலித்துறை, கலம்பகம், கலித்துறை, கலிவெண்பா, குறவஞ்சி, கோவை, ஒருதுறைக் கோவை, சதகம், சித்திரக்கவி, சிந்து, தாலாட்டு, திருப்பணிமாலை, திருப்புகழ், தூது, நான்மணிமாலை, பஞ்சகம், பஞ்சரத்தினம், பத்து, பதிகம், பள்ளு, பிள்ளைத்தமிழ், மாலை, மான்மியம், வண்ணம், வருக்கக்கோவை, விருத்தம், விலாசம், வெண்பா முதலிய சிற்றிலக்கிய வடிவங்கள் ஊரினைப் பற்றியும் ஊரிலுள்ள தெய்வத்தைப் பற்றியும் பாடப் புலவர்களால் கையாளப்பெற்றுள்ளன.[15]

நாட்டையாளும் மன்னன் பாட்டுடைத் தலைவனாதலே பெரும் பாலும் மரபாக இருந்துள்ளது. ஆனால், நாயக்கர் கால ஆட்சியின் தன்மை மற்றும் பிற காரணங்களால் பாளையக்காரர்களும் உள்ளூர்த் தலைவர்களும் வள்ளல்களும் பாட்டுடைத் தலைவர்களாகியுள்ளனர். மைய அரசை ஆண்ட நாயக்க மன்னர்கள் மீது பாடப்பட்ட இலக்கியங்களே காணப்பெறவில்லை என்பது வியப்பான உண்மை யாகும். ஆதலால், சிறு பகுதிகளைச் சார்ந்தோரைப் பற்றியும், ஊர்களைப் பற்றியும், வட்டார மொழி வழக்குகளோடு பாடப்பட்ட இலக்கியங்கள் வட்டாரத் தன்மையுடையனவாய்க் காணப்படுகின்றன.

ஆகவே, ஒரு குறிப்பிட்ட பகுதிசார்ந்த பல்வேறு கூறுகள் இக்காலக் கலைகளில் இடம்பெற்றுள்ளன. சிற்ப, ஓவியங்களில் தலபுராணக் கதைகளும், உள்ளூர்த்தலைவர்களும் இடம்பெற்றுள்ளதையும், வட்டாரத் தலைவர் பற்றியும் குறிப்பிட்ட ஊர், கோயில் பற்றியும் இலக்கியங்கள் தோன்றியுள்ளதையும் காணமுடிகிறது.

குறிப்புகள்

1. இரா. நாகசாமி & மா. சந்திரமூர்த்தி, தமிழகக் கோயிற் கலைகள், ப. 92.
2. பாலசுப்பிரமணியன், சோழமண்டலத்து வரலாற்று நாயகர்களின் சிற்பங்களும் ஓவியங்களும், ப. 251.
3. மேலது, பக். 256 – 257.
4. மேலது, ப. 269.

5. மேலது, ப. 277.
6. மேலது, பக். 283 – 284.
7. சொ.சாந்தலிங்கம், குடுமியான்மலை, ப. 85.
8. மேலது, பக். 83,87.
9. இரா.நாகசாமி, ஓவியப் பாவை, ப. 163.
10. மேலது, ப. 170.
11. மேலது, ப. 170
12. மேலது, ப. 170
13. மேலது, பக். 170 – 171.
14. ச.சிவகாமி, தமிழ்ச் சதக இலக்கியம் (பின்னிணைப்பு), பக்கம் 151 – 168,
15. ந.வீ.செயராமன், சிற்றிலக்கிய அகராதி, பல பக்கங்கள்.

வடிவ – உள்ளடக்கப் பொதுக் கோட்பாடுகள்

நாட்டுப்புறக் கூறு

நாட்டுப்புற வாழ்வியல், மக்கள், நம்பிக்கைகள், கலைகள் முதலியனவும் பேச்சு வழக்குகள், பழமொழிகள், விடுகதைகள், மரபுத் தொடர்கள், பாடற்சந்தங்கள் முதலியனவும் நாயக்கர் காலத்துக் கலைகளில் மிகுந்த செல்வாக்கினைப் பெற்றுள்ளன. ஆதலால், நாட்டுப்புறக் கூறு, நாயக்கர் காலக் கலைக் கோட்பாடு களுள் ஒன்றாக அமைகிறது.

சிற்பங்களில் நாட்டுப்புறக் கூறுகள்

நாயக்கர் காலச் சிற்பங்களில் இடம்பெற்றள்ள நாட்டுப்புறக் கூறுகளாக,

- நாட்டுப்புற மக்கள்
- நாட்டுப்புற வாழ்வியல்
- நாட்டுப்புறக் கலைகள்
- நாட்டுப்புறக் கதைகள்

முதலியனவற்றைக் குறிப்பிடலாம்.

நாட்டுப்புற மக்கள்

நாயக்கர் காலத்தில் கோயில் மண்டபத் தூண்கள், விதானத் திற்கும் போதிகைக்கும் இடைப்பட்ட பகுதிகள், குளத்தின் மதில்கள் முதலிய இடங்களில் வடிக்கப்பெற்றுள்ள முழு உருவச் சிற்பங்களிலும் புடைப்புச் சிற்பங்களிலும் நாட்டுப்புற மக்கள் இடம்பெற்றுள்ளனர்.

குறவன் – குறத்தி, இடையன் – இடைச்சி, வேடுவன் – வேட்டுவிச்சி, வண்ணான் – வண்ணாத்தி, பாம்பாட்டி, நடன மாடும் மகளிர், கலைஞர்கள், வேட்டைக்காரர்கள் முதலியோர் சிற்பங்களில் வடிக்கப் பெற்றுள்ளனர்.

குறவன் – குறத்திச் சிற்பங்கள்

குறவன் – குறத்தியர் சிற்பங்கள் நாயக்கர் காலக் கோயில் மண்டபங்கள் பலவற்றிலும் காணப்படுகின்றன. கட்டான

உடலமைப்பும், அகன்ற மார்பும், கடுமையான பார்வையும் உடைய குறவன் பலவகை அணிகலன்களை அணிந்தவனாகவும் பறவைக் கூட்டினையும் கோல் ஒன்றினையும் ஏந்தியனவாகவும் காட்டப் பட்டுள்ளான்.

குறத்தி மிகுந்த அணிகலன்கள் பூண்டவளாகவும் தலையலங்காரம் செய்துள்ளவளாகவும் பனை ஓலையாலான கூடையொன்றினையும் சிறுகோல் ஒன்றினையும் ஏந்தியவளாகவும் குழந்தைகளை உடையவளாக வும் சித்திரிக்கப்பட்டுள்ளாள். இவர்களது சிற்பங்கள் பெரும்பாலும் முழு உருவச் சிற்பங்களாகவும் பல இடங்களில் பேரளவினதாகவும் வடிக்கப்பெற்றுள்ளமை குறிப்பிடத்தக்கதாகும்.

மதுரை மீனாட்சியம்மன் ஆலயம் ஆயிரங்கால் மண்டபம், திருநெல்வேலி நெல்லையப்பர் கோயில், நந்தி மண்டபம், திருச்செங்கோடு செங்கோட்டு வேலவர் கோயில் முன்மண்டபம், சங்ககிரி கோட்டை வரதராசர் கோயில் முன் மண்டபம் முதலிய இடங்களில் உள்ள சிற்பங்கள் குறிப்பிடத்தக்கன.

கிருஷ்ணாபுரம் வேங்கடாசலபதி கோயிலின் குறவன் – குறத்தியர் சிற்பங்கள் நிகழ்ச்சிச் சிற்பங்களாய் அமைந்துள்ளமை குறிப்பிடத்தக்கது. வலிமை மிக்க குறவன் ஒருவன் இளம்பெண்ணொருத்தியைத் தன் அகன்ற தோளில் அமர்த்தித் தூக்கிச் செல்ல முற்படுகிறான். பிற்புறமாக, குதிரையில் வரும் அரச குமாரன் ஈட்டியால் அவனது விலாவில் குத்துகிறான். மற்றொரு தூணில் குறத்தி தன் தோளிலொரு இளவரசனைத் தூக்கிக் கொண்டு ஓடும் காட்சி சித்திரிக்கப்பட்டுள்ளது. தூணின் மற்றொரு புறத்தில் குறத்தி இளம்பெண் ஒருத்திக்குக் குறி கூறும் காட்சியும் மற்றொரு தூணில் குறவன் குரங்குடன் உள்ள காட்சியும் வடிக்கப்பெற்றுள்ளன.

வேடன் – வேட்டுவிச்சிச் சிற்பங்கள்

பறவை முதலியவற்றை வேட்டையாடும் கருவிகளுடன், மீசையை முருக்கிய வண்ணம், திரண்ட உடலமைப்புடன் நிற்கும் வேட்டுவனுடைய உருவத்தையும் வேட்டுவிச்சியினது உருவத்தையும் பல இடங்களில் காண முடிகிறது.

மதுரை மீனாட்சியம்மன் கோயிலில் அட்டசக்தி மண்டபத்தையும் மீனாட்சி நாயக்கர் மண்டபத்தையும் இணைத்துள்ள மண்டபம், வீரவ சந்தராயர் மண்டபம், திருச்செங்கோடு செங்கோட்டு வேலவர் கோயில் மண்டபம், கிருஷ்ணாபுரம் வேங்கடாசலபதி கோயில் வீரப்ப நாயக்கன் மண்டபம் முதலிய இடங்களில் உள்ள சிற்பங்கள் குறிப்பிடத் தக்கனவாகும்.

இடையன் – இடைச்சிச் சிற்பங்கள்

மழைக்குக் கோணி போல் ஒன்றினைத் தலையில் அணிந்து, கையிலுள்ள கோலினைத் தரையிலூன்றி, அதன் மீது சாய்ந்த வண்ணம்

நிற்கும் ஆட்டிடையனுடைய சிற்பம் ஏறக்குறைய நாயக்கர் காலக் கோயில்கள் அனைத்திலும் காணப்படுகிறது. இச்சிற்பம் குறவன், குறத்தியர் போல் கற்சிற்பமாகப் பெரிய அளவில் எங்கும் வடிக்கப் பெற்றுள்ளதாகத் தெரியவில்லை. பெரும்பாலும் தூண்களின் அடிப்புறப் பட்டைப் பகுதிகளிலேயே புடைப்புச் சிற்பமாக வடிக்கப்பெற்றுள்ளது. சுதைச் சிற்பங்களிலும் இவ்விடையன் உருவம் இடம் பெற்றுள்ளமைக்குக் கங்கைக்கொண்ட சோழபுர விமானத்திலுள்ள சிற்பம் சான்றாகும். இடைச்சி தயிர் கடைவது போன்ற சிற்பங்களும் கோயில் தூண்களிலும் சென்னிம நாயக்கர் குளத்திலும் புடைப்புச் சிற்பங்களாகக் காணப்படு கின்றன.

பிற மாந்தர்கள்

மேற்குறிப்பிடப் பெற்றவர்களைத் தவிர, மகுடி, வாசித்துப் பாம்பினை ஆட்டுவிக்கும் பாம்பாட்டி, தாரை, தப்பட்டைகளை முழக்கிக்கொண்டு வேட்டையாடும் மறவர்கள், மற்போர் செய்யும் வீரர்கள், கோமாளி, கழைக்கூத்தாடிகள் முதலிய நாட்டுப்புறக் கலைஞர்கள் நாயக்கர் காலச் சிற்பங்களில் இடம்பெற்றுள்ளனர்.

நாட்டுப்புற வாழ்வியற் காட்சிகள்

இடைச்சி தயிர் கடையும் காட்சி, சலவைத் தொழிலாளர் ஆடை வெளுக்கும் காட்சி, கிராமப் பெண்ணொருத்தி சமையல் செய்யும் காட்சி, வேட்டுவிச்சியின் காலில் தைத்த முள்ளை வேடன் களையும் காட்சி, உரலில் தானியங்களைப் பெண்ணொருத்தி குற்றும் காட்சி, ஆட்டுக்கிடாய்கள், சேவல்கள் சண்டையிடும் காட்சிகள், துறவிகள் ஹுக்காப் பிடிக்கும் காட்சி முதலிய வாழ்வியற் காட்சிகள் சென்னிம நாயக்கன் குளத்தில் சித்திரிக்கப்பெற்றுள்ளன. இவற்றுள் சில, பாலுறவுத் தன்மைகொண்ட நிகழ்ச்சி விவரிப்புகளாகக் காட்டப் பெற்றிருப்பினும் பொதுமக்களை, பல்வகை வாழ்நிலையினரைக் கொண்டு காட்டப் பெற்றிருத்தல் கருதத்தக்கது. சென்னிம நாயக்கன் குளத்தில் பன்றி வேட்டைக் காட்சியொன்று விரிவாகச் சித்திரிக்கப்பட்டுள்ளது.

மகுடியூதிப் பாம்பாட்டியொருவன் பாம்பினை ஆட்டுவிக்கும் காட்சி நாயக்கர் காலச் சிற்பங்கள் பலவற்றிலும் இடம்பெற்றுள்ளது. பனையேறும் தொழிலாளியின் சிற்பம் கிருஷ்ணாபுரத்தில் காணப்படுகிறது.

மூங்கிலாலான பாம்புக் கூடைகள், குரங்கு, பாம்புக் கூடைகளை எடுத்துச் செல்லும் உறி, பாம்பினை ஆட்டுவிக்கும் முறை முதலியன சென்னிம நாயக்கன் குளம், கிருஷ்ணாபுரம், திருப்பரங்குன்றம் போன்ற இடங்களில் சித்திரிக்கப்பட்டுள்ளன.

நாட்டுப்புறக் கலைகள்

கோலாட்டம், தப்பாட்டம், கோமாளியாட்டம், மற்போர், சிலம்பாட்டம், கழைக்கூத்து, பூம்பூம் மாடு முதலிய நாட்டுப்புறக் கலைகள் நாயக்கர் காலச் சிற்பங்களில் பெரிதும் இடம்பெற்றுள்ளன.

கோலாட்டம்

தீயவனான பாசவ அசுரனைத் திருத்தப் பெண்கள் கோலாட்டம் நிகழ்த்தியதாக மரபுக்கதை கூறுகிறது. ஐப்பசி மாதத்தில் தீபாவளியன்று தொடங்கி, பௌர்ணமி வரை 15 நாட்கள் கோலாட்டத் திருவிழா நடைபெறும் என்பர்.[1]

விசயநகர வேந்தர்கள் காலத்தில் தீபாவளிப் பண்டிகை செல்வாக்குப் பெற்றமையால், விசயநகரச் சிற்பங்களில் கோலாட்டக் காட்சி சிறப்பிடம் பெற்றுள்ளது.[2]

நாயக்கர் காலத்திலும் இது சிறப்புற்றிருந்தமையைத் திருக்கோடிக்கா, திருநெல்வேலி, திருமுஷ்ணம், கிருஷ்ணாபுரம், சென்னிம நாயக்கன் குளச் சிற்பங்கள் வாயிலாக அறிய முடிகிறது. இக்கோலாட்டமன்றி ஏனைய நடனக் காட்சிகளும் சிற்பங்களில் இடம்பெற்றுள்ளன. பறைகளை ஆடவர்கள் முழக்க, அதற்கேற்பப் பெண்கள் ஆடும் காட்சியைப் பேரூர் பட்டீசுவரர் கோயிலிலும், திருநெல்வேலி நெல்லையப்பர் கோயிலிலும், நாங்குநேரி பெருமாள் கோயிலிலும் சென்னிம நாயக்கன் குளத்திலும் காண முடிகிறது.

கோமாளியாட்டம் – கழைக்கூத்து

நாட்டுப்புற நடனங்களில் இடம்பெறும் கோமாளி என்ற பாத்திரம் விசித்திரமான ஆடைகள், அணிகலன்கள் மற்றும் தலைக்குல்லாய் முதலியவற்றுடன் வந்து நகைச்சுவை தோன்ற நடிப்பதாகும். கரகம் போன்ற நாட்டுப்புற நடனங்களிலும் கோமாளிகள் பங்கேற்பர். மோடி யாட்டத்தில் கோமாளி இடையீடு செய்து சிரிப்பும் விளையாட்டுமான சூழலை உருவாக்குவான். கணியன் ஆட்டத்தில் கணவன் மனைவியரான இரண்டு கோமாளிகள் வந்து, நடந்துகொண்டே சில வருணனைப் பாடல்களைப் பாடுவர்.[3]

நாயக்கர் காலக் கோயில்கள் பலவற்றில் கோமாளிகள் உருவம் செதுக்கப்பெற்றுள்ளது. சென்னிம நாயக்கர் குளத்தில் கோமாளி தனித்தும், பறை முழக்கிக்கொண்டும், பெண்களுடனும் ஆடும் காட்சிகள் சித்திரிக்கப்பட்டுள்ளன.

போர்க் கலைகள்

சிலம்பாட்டம், மற்போர் போன்ற போர்க்கலைகள் சிற்பங்களாக வடிக்கப்பெற்றுள்ளன. திருநெல்வேலி நெல்லையப்பர் கோயில் உட்பிரகாரச் சுவரிலும் சென்னிம நாயக்கன் குளத் தளத்திலும் உயிர்த்துடிப்புடன் மற்போர் காட்சிகள் இடம்பெற்றுள்ளன. வட்டமான ஓர் ஆயுதத்தைக் கொண்டு இருவர் சண்டையிடலும் பல இடங்களில் தீட்டப்பட்டுள்ளது.

நாட்டுப்புறக் கதை

நாட்டுப்புறக் கதைப்பாடல்களிலிருந்து மிகுதியாகச் சிற்பங்கள் வடிக்கப்பெற்றதாகத் தெரியவில்லை. ஆயினும் நாட்டுப்புறக் கதை

இலக்கியமான அல்லியர்ச்சுனன் பவளக்கொடி கதையிலிருந்து வடிக்கப் பெற்ற பவளக்கொடி சிற்பத்தைத் திருநெல்வேலி நெல்லையப்பர் கோயிலில் காண முடிகிறது.

திருமலை நாயக்கர் காலத்தில் நிகழ்ந்த இரவிக்குட்டிப் பிள்ளை போரினை 'இரவிக்குட்டிப்பிள்ளை போர்' என்னும் நாட்டுப்புற இலக்கியம் விவரிக்கிறது. இதில் போருக்குக் புறப்படும் முன்னர் இரவிக்குட்டிப் பிள்ளையின் வலது தோளில் பல்லி விழும் தீய சகுனம் குறிப்பிடப்பட்டுள்ளது. இரவிக்குட்டிப்பிள்ளை போரில் இறந்த பின்னர் பல்லி விழுந்த நிகழ்ச்சியை அமைத்து ஒரு கற்சிலை செதுக்கப் பட்டது. அது தற்போது பத்மநாபபுரம் அரண்மனைப் பொருட்காட்சியில் வைக்கப்பட்டுள்ளது என்பர்.[4]

இது நாட்டுப்புற நம்பிக்கை சிற்பத்தில் இடம்பெற்றமைக்குத்தக்க சான்றாகும். இது போருக்குச் சில காலம் பின்னர் உருவாக்கப்பட்டதாயின் கதைப்பாடலில் இருந்து சிற்பம் உருவாக்கப்பட்டமைக்கும் சான்றாகக் கொள்ளலாம்.

ஓவியத்தில் நாட்டுப்புறக் கூறுகள்

பிற கலைகளைப் போலவே ஓவியத்தையும் செவ்வியல் ஓவியம் *(classical painting)* நாட்டுப்புற ஓவியம் *(folk painting)* எனப்பகுக்கலாம். கலை முதிர்ச்சியும் இலக்கணப் பாங்கும், மெய்ப்பொருள் நோக்கும், அனுபவ வெளிப்பாடுகளும் உடையனவாய்க் கலைப்படிப்பும் பயிற்சியும் மிக்க கலைஞர்களால் உருவாக்கப்படுவனவற்றைச் செவ்வியல் ஓவியங் களெனவும் நாட்டுப்புற மக்களாலும் நாட்டுப்புறக் கலைஞர்களாலும் தேவைகளுக்கேற்ப உருவாக்கப் படுவனவற்றை நாட்டுப்புற ஓவியங்கள் எனவும் கூறலாம். இவ்விரு கலைப்பகுதியின் பல்வேறு பண்புகள் வேறுபட்டமைகின்றன.

செவ்வியல் ஓவியம்

சரியான உடல், பாவனை அல்லது கோலம், தகவுப் பொருத்தம், தாராளமாய் இடம்விடல், ஒயில், உறுப்புகளின் இணைப்பு, ஒப்புமை, ஏற்றம், இறக்கம் ஆகிய எட்டு 'இலட்சணங்கள்' ஓவியத்திற்கு அமைந் திருக்க வேண்டும் என விஷ்ணு தருமோத்தரம் கூறுகிறது.[5] இவை செவ்வியல் ஓவியங்களின் அடிப்படைப் பண்புகளாக அமைகின்றன எனலாம்.

நாட்டுப்புற ஓவியம்

நாட்டுப்புற ஓவியங்களின் தனிப்பட்ட பண்புக் கூறுகளாக,

- எளிமையான வெளிக்கோடுகள் ஓர் உருவத்தைப் பிரதிநிதித்துவப் படுத்துவதுபோலக் கோடுகளினால் உருவங்களை வரைகின்ற போது துணைக் கோடுகளைத் தவிர்ப்பது.
- வண்ணம், கனபரிமாணம் ஆகியவற்றைத் தவிர்ப்பதன் மூலமாக நிழல் பூச்சுகளை உண்டாக்கும் நிர்ப்பந்தங்களைத் தவிர்ப்பது.

- வெளிப்பாட்டுச் சிறப்பிற்காக உடம்பின் சைகைகளை அதீதமாக வரைவதுடன் உருவங்களின் உண்மை அளவுகளையும் மாற்றி வரைவது.
- அலங்காரப் பண்புகளை உண்டாக்குவதற்காகச் சிலவற்றைத் திரும்பத் திரும்பச் செய்தல்.
- மொத்த உருவத்தையும் கோடுகளையும் புள்ளிகளையும் திரும்பத் திரும்பச் செய்வதினால் இசைலயமான ஒரு தொனியைக் கொண்டுவருதல்.[6]

ஆகியவற்றை ஜெயா அப்பாசாமி குறிப்பிடுகின்றார். கோடுகள், உருவங்கள், வண்ணங்கள், பிற கூறுகள் நாட்டுப்புற ஓவியங்களில் அமையுமாற்றைக் கீழ்க்காணும் வகையில் விரிவுபடுத்தலாம்.

- கோடுகள் மென்மைத் தன்மையும் சீரான நேர்த்தியுமற்றிருத்தல்.
- தொலைவு உணரும் *(Perspective)* தன்மையற்றிருத்தல்.
- உருவங்களில் கனஅளவு *(Volume)* காட்டப்படாதிருத்தல்.
- உருவங்களின் உறுப்புகள் பொருத்தமான அளவற்றிருத்தல்.
- உடல்களும் முகங்களும் அசைவியக்க மிக்க பல்வேறு கோணங் களில் அமையாதிருத்தல்.
- உருவங்களில் பலவகை மெய்ப்பாடுகள் குன்றியிருத்தல். அதே வேளையில் சினம் போன்ற மெய்ப்பாடுகள் மிக அதிக வெளிப்பாட்டுடன் அமைந்திருத்தல்.
- ஒயில் *(Grace)* குறைந்திருத்தல்.
- ஓர் ஓவியத்தில் இடம்பெறும் பல உருவங்களும் இயக்கமின்றி ஒரே வகையில் அமைந்திருத்தல்.
- உடல்களின் பல்வேறு நிலைகளால் விளையும் உடல்மொழி *(Body Language)* பெரும்பாலும் குன்றியிருத்தல்.
- மூல வண்ணங்களான மஞ்சள், சிவப்பு, நீலம் ஆகியனவற்றை மிகுதியாகப் பயன்படுத்தல்.
- ஒரே வண்ணத்தை மிக அடர்ந்த நிலையில் தீட்டுதல்.
- கலவை வண்ணத்தை *(Mixed Colour)* மிகக் குறைவாகப் பயன் படுத்தல்.
- ஒளிர் வண்ணங்களை *(Bright Colours)* மிகுதியாகப் பயன் படுத்துதல்.
- தேவையான இடம் *(Space)* விடாதிருத்தல்.
- இட்டு நிரப்பும் பாங்குடனிருத்தல்.
- தேவைக்கும் அதிகமாக அலங்காரம் பெற்றிருத்தல்.
- கலையம்சத்தினும் கருத்திற்கு முதன்மை தரல்.

விசயநகர – நாயக்க ஓவியங்கள்

நாயக்கர் ஓவியங்களை ஆராய்ந்த சி. சிவராமமூர்த்தி,

> இக்கால ஓவியங்கள் விசயநகர ஓவியங்களின் மரபுகளைத் தொடர்ந்தது. நமக்கு முந்தைய காலத்துடன் நெருங்கிய உறவு கொண்டிருந்தது. உண்மையில் விசயநகர ஓவியத்துடன் சேர்த்தே இவை ஆராயப்பட வேண்டும்.[7]

என்கிறார். விஜயநகர ஓவியங்கள் செவ்வியல் ஓவியங்களிலிருந்து நேரடியாக வளர்ச்சி பெற்றவையல்ல. அவை நாட்டுப்புற மரபுகளை இணைத்துக்கொண்டு வளர்ந்தவையாகும்.[8] ஆதலால் நாயக்கர் கால ஓவியங்களிலும் இயல்பாகவே நாட்டுப்புற ஓவியக் கூறுகள் அமைந்துள்ளன.

மூன்று ஓவியங்கள்

மேலே கூறப்பட்ட நாட்டுப்புற ஓவியப் பண்புகள் இடம்பெறும் பாங்கு நாயக்கர் காலத்தில் தீட்டப்பெற்ற மூன்று ஓவியங்களைக் கொண்டு ஈண்டு விளக்கப்படுகிறது.

17ஆம் நூற்றாண்டைச் சேர்ந்த திருவாரூர் ஓவியம்: முசுகுந்தச் சக்கரவர்த்தியின் கதை

ஓவியம் முழுவதும் சிவப்பு வண்ணமே மிகுதியாகப் பயன்படுத்தப் பட்டுள்ளது. பின்புலத்திற்குப் பயன்படுத்தப்பட்ட வண்ணமே உருவங்களுக்கும் பயன்படுத்தப்பட்டுள்ளது. உடலுக்குத் தீட்டப்பட்ட வண்ணமே ஆடைக்கும் தீட்டப்பட்டுள்ளமை கருதத்தக்கது. மஞ்சள், நீலம், பச்சையாகிய முதன்மை வண்ணங்களே பிற உருவங்களுக்கும் தீட்டப்பெற்றுள்ளன. இயல்புக்கோ உணர்ச்சி பாவத்திற்கோ ஏற்ற முறையில் வண்ணங்கள் பயன்படுத்தப் படவில்லை. உருவங்கள் ஒரே திசை நோக்கித் தீட்டப்பட்டுள்ளன. ஒரே வகையான சாயலும் மகுடம், ஆடை அமைப்புகளும் காட்டப்பட்டுள்ளன. ஆடைகள் தீட்டப்பட்டுள்ள நிலையில் இயல்புத் தன்மையில்லை. முகங்கள் மெய்ப்பாடற்றுள்ளன. முசுகுந்தன் வணங்குவது நேர் கோணத்திலும் தலை பக்க வாட்டிலும் காட்டப்பட்டுள்ளமை ஒத்திசைவின்றியுள்ளது. காட்சியமைவுக்கு ஏற்ப இடம் *(Space)* கொடுக்கப்படவில்லை.

17ஆம் நூற்றாண்டைச் சார்ந்த தஞ்சை ஓவியம்: விஷ்ணு மலர் கொய்யும் காட்சி

ஓவியத்தில் குளத்தின் வெளிப்பகுதி முழுவதும் சிவப்பு வண்ணத் தாலேயே தீட்டப்பட்டுள்ளது. அதே வண்ணம் திருமாலின் ஆடைக்கும் குளத்திலுள்ள பூக்களுக்கும் தீட்டப்பட்டுள்ளது. பூக்கள் எதார்த்தமற்றுக் காட்டப்பட்டுள்ளன. திருமால் குளத்திற்குள் இருந்தபோதும், நீரில் நிற்கும் தன்மை உணர்த்தப் பெறவில்லை. ‘திருமால் மலர் கொய்தல்’ என்ற கருத்தினை மட்டுமே ஓவியம் வெளிப்படுத்துகிறதே அன்றிக்

காட்சியில் இயல்புத் தன்மையும் ஒயிலும் இல்லை. திருமாலின் தோள்களும் கைகளும் ஒழுங்கமைவற்றுள்ளன. திருமாலின் உருவம், குளத்தின் அமைப்பு, கரை மரங்களின் அமைப்பு ஆகியன ஒத்திசை வற்றுள்ளன. சிவப்பு, மஞ்சள், பச்சை ஆகிய முதன்மை வண்ணங்களே பயன்படுத்தப்பட்டுள்ளன.

18ஆம் நூற்றாண்டைச் சார்ந்த சிதம்பரம் சிவகாமியம்மன் ஆலய ஓவியம்: பெண்கள் இருவர் சமைக்கும் காட்சி.

அடர்சிவப்பு, மஞ்சள் கலந்த சிவப்பு, பச்சை ஆகிய மூல வண்ணங்கள் பயன்படுத்தப்பட்டுள்ளன. ஆடைக்கும் உடலுக்கும் ஏறக்குறைய ஒரே வண்ணம் பயன்படுத்தப்பட்டுள்ளது. அடுப்புக்கற்கள், எரியும் தீ, உறிக்கயிறு, உறியிலுள்ள பானைகள் அனைத்திற்கும் ஒரே வண்ணம் தீட்டப்பட்டுள்ளது. சமைக்க வைத்துள்ள காய்க்கும் புடவைகளின் முந்தானைக்கும் ஒரே வண்ணம் கொடுக்கப்பட்டுள்ளது. உருவங்கள் ஒரே திசை நோக்கி அமைந்துள்ளன. அமர்ந்துள்ள பெண்ணின் தோள்களும் சமைக்கும் பெண்ணின் கைகளும் அளவொப்புமை யற்றுள்ளன. காட்சியில் பயன்படுத்தப்பட்ட வண்ணங்களே மேற்பகுதியை அலங்கரிக்கவும் தரைக்கும் பயன்படுத்தப்பட்டுள்ளன.

மேலும் ஒரே வண்ணத்தின் (சிவப்பு) ஆளுமையைத் திருவாரூர், முசுகுந்தச் சக்கரவர்த்தி கதை, மதுரை மீனாட்சி சுந்தரேசுவரர் ஓவியம், திருப்பருத்திக்குன்றம் பால லீலை ஓவியம், சிதம்பரம் பிச்சாடனர், மோகினி ஓவியம் முதலியவற்றில் காண்கிறோம். இவை போலவே, தஞ்சை சரஸ்வதி மகாலில் உள்ள இராமாயண ஓவியங்களில் பச்சை, சிவப்பு, மஞ்சள் ஆகிய மூல வண்ணங்களே பயன்படுத்தப் பட்டுள்ளன. இவற்றில் காட்சிகளில் மனநிலை (*Mood*)க்கு ஏற்றவாறு வண்ணங்கள் பயன்படுத்தப்பட்டதாக உணரவியலவில்லை.

உள்ளடக்கத்தில் நாட்டுப்புறக் கூறுகள்

நாயக்கர் கால ஓவியங்களில் நாட்டுப்புற மக்கள், விளையாட்டுகள், கலைகள், பழக்க வழக்கங்கள் முதலிய நாட்டுப்புறக் கூறுகள் இடம் பெற்றுள்ளன.

நாட்டுப்புற மக்களும் நிகழ்ச்சியும் இடம்பெறுவதற்குச் சிதம்பரம் சிவகாமியம்மன் ஆலய முன்மண்டப ஓவியம் சிறந்த எடுத்துக்காட்டாகும். இங்குள்ள ஓவியத் தொடர்களுள் வேடர் ஆறலைக்கும் காட்சி ஒன்று தீட்டப்பட்டுள்ளது. வழி நடந்து வரும் பிராமணர்கள் இருவரின் ஆடைகளையும் குடையினையும் வேடன் பறித்துக்கொள்வதும், அவர்கள் கோவண ஆடையுடனும் ஒற்றைக் குடையுடனும் மிரண்டு செல்லுவதும் சித்திரிக்கப்பட்டுள்ளது.

கி.பி. 1700இல் விசயரகுநாத சேதுபதியால் இராமநாதபுரம் அரண் மனையில் ஏராளமான ஓவியங்கள் தீட்டப்பட்டுள்ளன. இங்குள்ள ஓவியமொன்றில் சேதுபதி தன்னை வேடனாக அலங்கரித்துக்கொண்டு தன் தேவியும் தாதியும் சூழப் பறவைகளை வீழ்த்துவது சித்திரிக்கப்

பட்டுள்ளது. சேதுபதி தன் தேவியோடு அமர்ந்து மீன் பிடிப்பதை மற்றொரு காட்சி சித்திரிக்கிறது. மற்றுமோர் ஓவியத்தில் அந்தப்புரப் பெண்ணொருத்தி தயிர் கடையும் காட்சி தீட்டப்பட்டுள்ளது.

அழகர்கோயிலில் தீட்டப்பட்டுள்ள இராமாயண ஓவியங்களில் நாட்டுப்புறத்தில் காணப்படும் பழக்க வழக்கங்கள் இடம்பெற்றுள்ளன.

> தசரதன் இறந்தபோது அவருக்கு வாயிலே துணியைக் கட்டியிருக் கிறார்கள். எண்ணெய்க் கொப்பரையில் அவரது உடல் வைக்கப் பட்டுள்ளது. அதிலும் தசரதன் வாயில் துணி கட்டியிருக்கிறது. தசரதனின் உடலை அலங்கரித்துப் பல்லக்கில் உட்கார வைத்து எடுத்துச் செல்லுகின்றனர். இடுகாட்டில், ஈமத்தில் அவனுடலைப் படுக்க வைத்துப் பரதன் தீ மூட்டுகிறான். அவன் மார்பில் நெருப்பு வைக்கிறான். இந்த ஈமச்சடங்குகள் நாயக்கர் காலத்தில் எவ்வாறு இருந்தன என்று தெரிந்துகொள்ள முடிகிறது.[9]

என்கிறார் இரா. நாகசாமி.

மேலும், இராமன், இலக்குவன் முதலியோர் குழந்தைகளாய் இருக்கும்போது தசரதன் அவர்களுக்குக் காது குத்திக் கொண்டை போடும் காட்சியும் சனகன் சீதையைத் திருமணம் செய்து கொடுப் பதாகத் தேங்காய் தொட்டு உறுதிசெய்யும் காட்சியும் இராமநாதபுரம் இராமலிங்க விலாசத்தில் தீட்டப்பெற்றுள்ளன. இவை நாட்டுப்புறச் செல்வாக்கு ஓவியத்தில் இடம் பெற்றுள்ளமைக்குத் தக்க சான்றுகளாக விளங்குகின்றன.

செங்கம் வேணுகோபால பார்த்தசாரதி கோயிலிலுள்ள இராமாயண ஓவியங்களில் இராவணன் துணைவியான மண்டோதரியை அங்கதன் பிடித்திழுப்பதும் அனுமன் மண்டோதரியை அடிப்பதும் தீட்டப் பட்டுள்ளன. இக்காட்சிகள் வால்மீகி இராமாயணத்திலும் கம்ப இராமாயணத்திலும் இடம்பெறவில்லை. இவை தெலுங்கிலுள்ள அரங்கநாத இராமாயணத்தில் இடம்பெற்றுள்ளன. இந்நூலில் மூல நூல்களில் இல்லாப் பல கதைகள் நாட்டுப்புற வழக்கிலிருந்து கையாளப் பட்டுள்ளன என்பர்.[10]

வடிவத்தில் நாட்டுப்புறக் கூறுகள்

மேலும், விசயநகர ஓவியங்கள் பற்றிக் குறிப்பிடும்போது,

> விசயநகர ஓவியங்கள் நெய்யப்பட்டது போன்ற எல்லைக் கோடு களுடன் காணப்படுகின்றன. இந்த எல்லைக் கோடுகள் மேடை யலங்காரம் போல் காட்சியளிக்கின்றன. ஓவியங்களிலுள்ள உருவங்கள் மேடையில் உள்ள நடிகர்களைப் போல் உள்ளன. இந்தத் தன்மை விசயநகர ஓவியங்கள் தோற்பாவைக் கூத்துப் போன்ற நாட்டுப்புறக் கலைகளின் போலிகையாக அமைந்துள்ளன என்னும் முடிவிற்கு அறிஞர்களைக் கொண்டு சென்றது.[11]

என்று சீ. நிர்மலாகுமாரி குறிப்பிடுவது ஈண்டுக் கருதத்தக்கதாகும்.

நாயக்கர் கால ஓவியங்களிலும் இத்தகைய எல்லைக் கோடுகளும் திரைச்சீலை அமைப்புகளும் காணப்படுகின்றன. இவை நாட்டுப்புறச் செல்வாக்கினைக் காட்டுகின்றன எனலாம்.

இராமநாதபுரம் அரண்மனை ஓவியங்கள் குறித்து ஆராய்ந்த இரா. நாகசாமி,

> பெண்களும் ஆண்களும் ஒல்லியாக இல்லாமல் சதை வைத்த, சற்றுக் குண்டான வடிவங்களாகச் சித்திரிக்கப்பட்டுள்ளனர். பெண்களின் மார்பகங்கள் பருத்து, கனத்துக் குண்டாகக் காண்பிக்கப் பட்டிருக்கின்றன. முகங்கள் பெரும்பாலும் பக்கப் பார்வை யுடையவையாய் உள்ளனவேயொழிய அரைவாசியோ முக்கால் வாசியோ திருப்பிக் காணப்படவில்லை. இந்த ஓவியர்களுக்குக் கால்களையும் பல்வேறு நிலையில் வரையத் தெரியவில்லை.[12]

என்று குறிப்பிடுவது இவற்றின் நாட்டுப்புறச் சார்பினைக் காட்டுவ தாகும்.

இவ்வோவியங்களில் காட்டப்பெறும் உருவங்கள் உடல் மொழி யற்றும், விறைப்புத் தன்மையுடனும் விளங்குகின்றன. நிகழ்வுகளுக்கேற்ற வகையில் ஆடைகள் மடித்திருத்தல், பறத்தல், விரிதல் முதலியன நுட்பமாகத் தீட்டப்பெறாமல் மடிப்புகளும் வண்ணங்களும் பூவேலைப் பாடுகளுமே காட்டப்பெற்று உட்பொருளோடு ஒத்திசைவின்றி உள்ளன. ஓவியத்தில் இடம்பெறும் பொருட்கள் 'இன்னவை'யெனக் காட்டும் நோக்கில் தீட்டப்பட்டு உள்ளனவேயன்றி, பார்வைக் கோணத்திற்கு ஏற்பப் படைக்கப்பெறவில்லை. மேலும் மூல வண்ணங்கள் மிகுந்த அடர்தன்மையுடன் தீட்டப் பெற்றுள்ளன. நளினமற்ற கோடு களைக் கொண்டு வண்ணங்கள் உள்ளே நிரப்பப்பட்டுள்ளதை எளிதில் உணரவியலுகிறது. ஒளிர் வண்ணங்களே மிகுதியாகப் பயன்படுத்தப் பட்டுள்ளன.

உள்ளடக்கத்திற்கு ஏற்ற முகபாவனைகள் உருவங்களில் வெளிப் படுவது மிகக் குறைவெனலாம். கூரிய மூக்கும், பிதுங்கிய கண்களும் கொண்டு, கவித்துவமான ஒயில் குறைந்து உருவங்கள் காணப்படுகின்றன. பெரும்பாலும், ஒரு காட்சியில் இடம்பெறும் மனித உருவங்கள் ஒரே மாதிரியாகத் தீட்டப்பெற்றுள்ளன. பாவங்களுக்கு ஏற்ற வண்ணங் களைப் பயன்படுத்துதலும் இடம் விடுதலும் (*Space*) குறைவாகவே உள்ளன.

இவையனைத்தும் நாயக்கர் கால ஓவியங்களில் நாட்டுப்புறக் கூறுகளின் செல்வாக்கினைக் காட்டுகின்றன எனலாம்.

இலக்கியங்களில் நாட்டுப்புறக் கூறுகள்

நாயக்கர் கால இலக்கியங்கள் பலவற்றிலும் நாட்டுப்புறக் கூறுகள் மிகுந்திருப்பதைக் காணவியலுகிறது.

நாட்டுப்புற மரபிலிருந்து இலக்கிய வகைகள் தோற்றம் பெறல், நாட்டுப்புறப் பாடற் சந்தத்தைப் பயன்படுத்துதல், பழமொழிகள் –

விடுகதைகள் போன்றவை மிகுந்திருத்தல், நாட்டுப்புற நம்பிக்கைகள் இடம்பெறல், நாட்டுப்புற விளையாட்டு வகைகள் பயன்படுத்தப்பெறல், பேச்சு, வழக்குமொழி, மரபுத் தொடர்கள், கூறியது கூறல் (Repetition) முதலியவற்றைப் பெற்றிருத்தல் முதலியனவற்றை வடிவ அளவிலான நாட்டுப்புறக் கூறுகளாகவும் நாட்டுப்புற மக்கள் கதை மாந்தர்களாதல், நாட்டுப்புற வாழ்வியல் சித்திரிக்கப்பெறுதல் முதலியனவற்றை உள்ளடக்க அளவிலான நாட்டுப்புறக் கூறுகளாகவும் கருதலாம்.

நாட்டுப்புற மரபிலிருந்து இலக்கிய வகைகள் தோற்றம் பெறல்

சிற்றிலக்கியங்களை ஆராய்ந்த ஆய்வாளர்கள்,

இலக்கிய வகைகளான அம்மானை, தூது, மாலை, நொண்டி நாடகம், பள்ளு, குறவஞ்சி முதலியனவும் நாடோடிப் பாடல்களையே ஆதாரமாகக் கொண்டு திருத்தியமைக்கப்பட்டவை.[13]

என்பர்.

பள்ளு

பள்ளு என்னும் இலக்கிய வடிவம் நாயக்கர் காலத்தில் தோன்றியதாகும்.

'பள்' என்ற சொல் உகர விகுதி சேர்ந்து 'பள்ளு' என்று ஆகியுள்ளது. பல்லு, கல்லு, கள்ளு, முள்ளு என்ற பாமர வழக்கை இதற்குச் சான்றாகக் காட்டலாம். 'பள்ளு' என்ற சொல் வழக்கே இதன் பாமர உறவினை உறுதிப்படுத்துவதாகக் கருதலாம்.[14]

என்பர் அ.நா. பெருமாள்.

பள்ளு இலக்கியத்தின் தோற்றுவாய்க்கான நாட்டுப்புற இலக்கியப் பண்புகளை அறுதியிட்டுக் கூறுவதற்கு அவை தோன்றிய காலத்து வழங்கிய நாட்டுப்புறப் பாடல்கள் இன்று கிடைக்கப்பெறவில்லை யெனினும் நாட்டுப்புற வாழ்க்கை நிகழ்வுகளிலிருந்தும், நாட்டுப்புற இலக்கியங்களிலிருந்தும் தோற்றம் பெற்றிருக்க வாய்ப்பிருப்பதை உறுதிசெய்யவியலுகிறது.

நடுகைப் பாடல்கள் தற்போது நிரம்பக் கிடைப்பதில்லை. ஆனால் சுமார் 600 வருஷங்களுக்கு முன்னால் நடுகைப் பாட்டையும் அதற்கு முன் பள்ளர் ஆடும் ஆட்டத்தையும் கண்டும் கேட்டும் ரங்கநாதர் கோயில் அரையரொருவர் அவற்றைக் கற்றுக்கொள்வதற் காகப் பறைச் சேரியிலேயே சென்று தங்கிவிட்டாரென்று ஸ்ரீரங்கம் கோயில் வரலாற்றைக் கூறும் கோயிலொழுகு குறிப்பிடுகிறது. சுமார் 300 ஆண்டுகளுக்கு முன் தோன்றிய அழகர் கோயில் பள்ளில் நடுகைப் பாடல்கள் பல காணப்படுகின்றன. அதைப் பின்பற்றி எழுந்த பள்ளுகளனைத்தும் நடுகைப் பாடல்களுக்கு இடம்கொடுக்கின்றன.[15]

என்று நா. வானமாமலை குறிப்பிடுகின்றார்.

இதிலிருந்து உழவுக் காலத்தில் நடுகைப் பாடல்களோடு ஆடல்களை நிகழ்த்தும் வழக்கம் பள்ளர்களிடையே நிலவி வந்ததையும் அது நகர்ப்புறப் புலமையாளர்களை ஈர்ந்து வந்ததையும் அறிய முடிகிறது.

> பள்ளுப்பாடல்களில் குறிப்பிடத்தக்க இடம் பெறுவனவற்றுள் பள்ளியர் ஏசல் முதன்மையானதாகும். பொதுவாகப் பள்ளு நூல்களுக்கு முன் தோன்றிய செவ்வியல் இலக்கியங்களுள் இரு மனைவியர் தங்கள் கணவனுக்காக வசைமொழிகள் பாடிக் கொள்வதைக் காணவியலவில்லை. செவ்வியல் இலக்கியப் புலவர்கள் ஒதுக்கி வைத்த இவ்வகை நடப்புகளை நாட்டுப்புற இலக்கியங்கள் வெளிப்படையாகப் பேசுகின்றன.[16]

இவற்றுள் குடும்ப உறவுகள், நிலக்கிழமை உறவுகள் முதலியவற்றைப் பாடும் நாட்டுப்புறப் பாடல்களை நோக்கும்போது இலக்கியப் புலவர்கள் இவற்றை இணைத்துப் பள்ளு இலக்கியம் என்னும் இலக்கிய வகையைப் படைத்திருக்கக் கூடும் எனலாம்.

குறவஞ்சி

> ‘குறத்தி பாட்டு’ என்னும் இலக்கிய வகையின் செல்வாக்கால் கலம்பக இலக்கியத்துடன் ‘குறம்’ என்னுமொரு உறுப்புத் தோன்றியது. பின்னர் ‘குறம்’ என்னும் தனியிலக்கிய வகை உருவாயிற்று. அத்துடன் நாடக அமைப்பும் சேரக் குறவஞ்சி என்னும் இலக்கிய வகை உருவாயிற்று.[17]

எனக் குறவஞ்சி இலக்கியத்தின் தோற்றம் குறித்து அறிஞர் உரைப்பர்.

குறவஞ்சி இலக்கியத்தில் இடம்பெறும் குறவன் – குறத்தி உரையாடல்கள் நாட்டுப்புறப் பாடல்களின் காணப்படும் குறவன் – குறத்திப் பாடல்களைப் பெரிதும் ஒத்துள்ளன எனலாம். குறி சொல்வதும் கேட்பதும் விலக்கப்பட்ட இசுலாத்திலும் குற மாது என்னும் நூலை மீரான்கனி அண்ணாவியார் படைத்துள்ளார்.[18] சீறாப் புராணத்திலும் குறவன் – குறத்தியர் இடம்பெற்றுள்ளனர்.[19] இவை இக்காலப் பகுதியில் குறவஞ்சி பெற்றிருந்த செல்வாக்கைக் காட்டுவதாகும்.

அம்மானை

அம்மானை என்பது மகளிர் விளையாடும் ஒருவகை விளையாட்டாகும். தொடக்கத்தில் இவ்விளையாட்டின் போக்கிற்கேற்ப இருந்த அம்மானைப் பாடல்கள், பிற்காலத்தில் எளிய நடையில், நாட்டுப்புற வழக்கில் அமைந்த நீண்ட கதைப்பாடல்களாக உருப்பெற்றன. அம்மானை நடையிலமைந்த கதைப்பாடல்களில் பெரும்பாலானவை கி.பி. 17, 18ஆம் நூற்றாண்டுகளில் தோன்றியுள்ளன.[20]

அம்மானைக் கதைப்பாடல்களுள் பெரும்பாலானவையும் பாரதம், இராமாயணம் ஆகிய இதிகாசப் பகுதிகளையே பாடு பொருளாகக் கொண்டுள்ளன. புராணக் கதைகள், அடியவர் வரலாறுகள், நாடோடிக் கதைகள் முதலியனவும் எடுத்துக் கொள்ளப்பட்டுள்ளன. வரலாற்று நிகழ்ச்சிகளின் அடிப்படையிலும் அம்மானைகள் உள்ளன.[21]

வீரமாமுனிவர் கித்தேரியம்மாள் அம்மானையையும் கவிக்களஞ்சியப் புலவர் நபியவதார அம்மானையையும் இக்காலப் பகுதியில் படைத் திருப்பது கிறித்தவ, இசுலாமியப் புலவர்களும் இவ்வகையில் கொண்ட ஈடுபாட்டினைக் காட்டுகிறது.

நொண்டி நாடகம்

நொண்டி நாடகம் நாட்டுப்புற மக்களின் கவிதை வடிவத்தில் எழுதப்பெற்ற பொதுவியல் நாடகமாகும். முதலடியில் மூன்று சீர்களும் ஒரு தனிச்சொல்லும் இரண்டாமடியில் நான்கு சீர்களும் பெற்ற சிந்து என்னும் சந்தப் பா வகையால் எழுதப்பெறும். இது மக்களின் வாழ்க்கை, பேச்சு வழக்கு முதலிய நாட்டுப்புறத் தன்மைகளைப் பெற்றதாகும். 17ஆம் நூற்றாண்டில் தோன்றிய 'செய்தக்காதி நொண்டி நாடகமே' முதன் முதலில் தோன்றியதென்பர்.[22] 18ஆம் நூற்றாண்டில் பல நொண்டி நாடகங்கள் இயற்றப் பெற்றுள்ளன.

உலா

உலா வரும்போது தேவதாசியர் பலர் தெய்வத்தைக் கண்டு காதல்கொள்வது பற்றி எடுத்துரைப்பது முற்காலத்தில் நாட்டுப்புறப் பாடல்களாக வழக்கத்தில் இருந்தன எனவும் அவற்றிலிருந்து புலவர் களால் இவ்விலக்கிய வகை படைக்கப்பெற்றிருக்கலாம் எனவும் அறிஞர் உரைப்பர்.[23] உலா இலக்கியவகை 8ஆம் நூற்றாண்டு முதல் காணப்படினும் மிகுதியான உலா இலக்கியங்கள் 16, 17, 18ஆம் நூற்றாண்டிலேயே பெருவழக்குப் பெற்றுள்ளன.[24] உலா இலக்கியங் களில் எழு பருவமகளிரின் விளையாட்டு வகைகள் பேசப்படும். பொருண்மை இடம்பெறுதல் ஓர் இன்றியமையாக் கூறாக இருத்தலால் ஊசல், அம்மானை, கும்மி, பந்தடிப்பாட்டு, குரவைப்பாட்டு, வள்ளைப் பாட்டு முதலிய மகளிர் விளையாட்டு வகை இலக்கியச் சாயல்கள் இலக்கியத்தில் இயல்பாய் அமைந்துள்ளன[25] என்கிறார் ந.வீ. செயராமன்.

ஆதலால் உலா இலக்கியங்களின் தோற்றமும் வெளியீட்டு முறைகளும் நாட்டுப்புறச் சார்புடையனவாக அமைந்துள்ளன.

நாட்டுப்புறப் பாடற் சந்தம் பயன்படுத்தப்படல்

நாயக்கர் காலத்தில் தோன்றிய இலக்கியங்கள் பலவும் நாட்டுப் புறப் பாடற் சந்தங்களைப் பயன்படுத்தி எழுதப்பெற்றுள்ளன. இவ் வகையில் சிந்துப் பாடல்கள் சிறப்பாகக் குறிப்பிடத்தக்கன. பலரும் கூடிப் பாடுவதற்குத் தக்க இசையமைதி பொருந்திய இப்பாடல்கள் 'கும்மிப்பாடல்' 'வழிநடைப்பதம்' என்னும் பாடல்களை ஒத்துள்ளன என்பர்.[26]

இத்தகைய நாட்டுப்புறப் பாடற் சந்தங்களிலிருந்து வளர்ச்சி பெற்ற சிந்துப் பாடல் வகையில் துறையூர் சிவப்பிரகாசர் திருவாலந் துறைச் சிந்து எனும் நூலை 17ஆம் நூற்றாண்டிலும் தொட்டிக்கலை சுப்பிரமணிய முனிவர் திருச்சிற்றம்பல தேசிகர் மீது சிந்து, சாமிநாதப்

பிள்ளை சிதம்பராலயத் திருப்பணிச் சிந்து, அனந்தபாரதி ஐயங்கார் யானை மேலழகர் நொண்டிச் சிந்து ஆகியனவற்றை 18ஆம் நூற்றாண்டி லும் இயற்றியுள்ளனர். நொண்டி நாடகங்கள் சிந்து யாப்பில் பாடப் பெற்றுள்ளமை எண்ணத்தக்கதாகும்.

ஆறுமுக மெய்ஞான சிவாச்சாரியாரின் 'தென்பாங்கு' என்னும் நூல் தெம்மாங்கு என்னும் நாட்டுப்புறப் பாடல் முறையில் தனி நூலாக இக்காலப் பகுதியில் எழுதப்பட்டுள்ளதாகும்.

இந்நூற்றாண்டுகளில் இலக்கியம் படைத்த இசுலாமியப் புலவர்கள் பலர் எளிய சொற்களாலான நாட்டுப்புறச் சந்தங்களைப் பயன்படுத்தி யுள்ளனர். காசிம் படைப்போரில் இடம்பெறும்,

கூந்தல் அவிழ்க்கலையே
தங்கக் காப்புக் கழட்டவில்லை
கொண்டு மணமுடித்த மலர்மாலை
செண்பகம் வாடலையே[27]

என்னும் பகுதியில் வரும் ஒப்பாரிப் பாடற் சந்தமும் பேச்சு வழக்காற்று முறையும் குறிப்பிடத்தக்கன. அது போலவே அப்துல் காதர் சாஹிப் இயற்றிய 'சைத்துள் கிஸ்ஸா' நூலில்,

கொக்குக் குலத்தில் ராஜாளிபோல்
குதித்தாள் சைத்தூனும்
ஆட்டுக் கும்பலில் புலியைப் போல்
புகுந்தாள் சைத்தூனும்
மலைபோல் வெட்டிக் குவித்தான் சைத்தூன்
மண்டை மூளை சிதற
தயிரின் குடம்போல் மூளைகள் சிதற
தலைகள் தானுதிர.[28]

என்னும் பாடல் நாட்டுப்புற இலக்கியச் சந்தத்தையும் முறையையும் பின்பற்றியுள்ளமை குறிப்பிடத்தக்கது.

அம்மானை இலக்கியங்கள் நாட்டுப்புறச் சந்தத்தைப் பெரிதும் ஏற்றுள்ளன. வீரமாமுனிவர் தமது 'கித்தேரியம்மாள் அம்மானை' என்னும் நூலில் பேச்சுவழக்குச் சொற்களையும் நாட்டுப்புறச் சந்தத்தை யும் சிறப்பாகப் பயன்படுத்தியுள்ளார்.

பழமொழி, விடுகதை முதலியன கையாளப்பெறுதல் பழமொழி களும் விடுகதைகளும் நாட்டுப்புற மக்களின் நுண்ணறிவின் வெளிப் பாடாக அமைவன. தொல்காப்பியர் காலத்திற்கு முன்னிருந்தே செவ்வியல் கலைஞர்களின் கருத்தினை இவை கவர்ந்துள்ளன; இலக்கியங்களில் கலந்துள்ளன.

நாயக்கர் காலப் பகுதியில் தோன்றிய இலக்கியங்கள் பலவும் விடுகதை, பழமொழிகளைப் பயன்படுத்தியுள்ளன. விடுகதைகள் பெரும்பாலும் நேரடியாக இடம்பெறுதல் குறைவெனலாம். அம்மானை, குறவஞ்சி முதலியனவற்றில் விடுகதைப் பாங்கு உள்ளது.

வாய்மொழியாகப் பரப்பப்படுதல், மரபுவழிப்படுதல், ஆசிரியர் பெயர் அறியப்படாதிருத்தல், ஒருவித வாய்பாட்டினுள் அடங்கியிருத்தல், சுருங்கக் கூறி விளங்க வைத்தல் ஆகிய வாய்மொழி இலக்கியத்தின் பண்புகளைப் பழமொழி பெற்றுள்ளது.

நாயக்கர் காலப் பகுதியில் தோன்றிய தண்டலையார் சதகம் நூறு பழமொழிகளை நூறு செய்யுட்களில் அமைத்து இயற்றப்பெற்றுள்ளது. 16ஆம் நூற்றாண்டில் தோன்றிய பழனிக்கோவை பாடல்தோறும் ஒரு பழமொழியைக் கொண்டுள்ளது.

கூளப்ப நாயக்கன் விறலிவிடு தூது, சேதுபதி விறலிவிடு தூது, செண்டலங்காரர் விறலிவிடு தூது, சிதம்பரேசுரர் விறலிவிடு தூது, நண்ணாவூர் சங்கமேசுவரசாமி தேவநாயகி அம்மன் பேரில் விறலிவிடு தூது என்னும் ஆறு நூல்களில் மட்டும் 185 பழமொழிகள் கையாளப் பெற்றுள்ளன.[29] கொல்லன் தெருவில் ஊசி மாறுதல், பனங்காட்டு நரி சலசலப்புக் கஞ்சுமோ, குண்டுச்சட்டியில் குதிரையோட்டுதல், புலி பசித்தாலும் புல்லைத் தின்னுமோ, தீட்டிய மரத்தில் கூர்பார்த்தல், தேங்காய் நாய்க்குத் தக்குமோ போன்ற பல பழமொழிகள் வையாபுரிப் பள்ளில் இடம்பெற்றுள்ளன.[30] ஈமித்து முடமாமோ, கெண்டைக்காய்க் குளத்தை வெட்டவல்லான், தாமுண்ணுஞ் சோற்றில் நஞ்சுகலப்பவர் ஒருத்தருமில்லை போன்று ஏறத்தாழ 75 பழமொழிகள் திருமலை முருகன் பள்ளு நூலில் இடம்பெற்றுள்ளன.[31] வீரமாமுனிவர் எழுதிய வேதியர் ஒழுக்கம் என்ற நூலில் தமிழ்ப் பழமொழிகள் சிறப்பான முறையில் கையாளப் பெற்றுள்ளன.

இசுலாமியப் புலவர்கள் படைத்தளித்த 'படைப்போர்' வகை இலக்கியங்களுள் மிகுதியாகப் பழமொழிகள் கையாளப்பெற்றுள்ளன. அவற்றுள்ளும் 'காசிம் படைப்போர்' நூலுள் மற்றவற்றினும் மிகுதியாகப் பழமொழிகள் கையாளப்பட்டுள்ளன என்பர்.[32]

நாட்டுப்புற நம்பிக்கைகள்

நாட்டுப்புற மக்களிடையே நிலவும் நம்பிக்கைகள் பலவும் நாயக்கர் கால இலக்கியங்களில் இடம் பெற்றுள்ளன.

மருந்து வைத்தல்

ஒருவரை மயக்கவும் பிறிதொருவரை வெறுக்கச் செய்யவும் மருந்து வைப்பது என்ற முறையில் கிராம மக்களுக்கு நம்பிக்கையுண்டு. இந்நம்பிக்கை குறவஞ்சி, பள்ளு, தூது, நொண்டி நாடகம் முதலிய இலக்கியங்களில் விரிவான முறையில் இடம்பெற்றுள்ளது.

சக்களத்தி புலைமருந்தின் வெறியோ[33]

என்று மூத்தபள்ளி புலம்புவதை முக்கூடற்பள்ளில் காணமுடிகிறது.

நூவனுடன் பறவைகளைப் பிடிக்க முயலும் சிங்கன், அவன் பேசாதிருந்தால்,

...உனக்கினிப்
பேறான சூளை மருந்தா கிலும்பிறர்
பேசாமல் வாடைப் பொடியா கிலுமரைக்
கூறா கிலும்ஒரு கொக்கா கிலும் நரிக்
கொம்பா கிலும்தாரேன்[34]

என வேசையர்களை மயக்கம் மருந்தையாவது அடுத்தவர் பேசாதிருக்கும் படியான வாடைப் பொடியாகிலும் தருவதாய்க் கூறுவது குற்றாலக் குறவஞ்சியில் இடம்பெற்றுள்ளது.

மூவரையன் விறலிவிடு தூது[35] சேதுபதி விறலிவிடு தூது[36] கூளப்ப நாயக்கன் விறலிவிடு தூது[37] ஆகியவற்றில் பிறரை மயக்கி வைக்கும் மருந்துகளைச் செய்முறைகளும் மருந்துகளின் பெயர்களும் மிக விரிவாகத் தரப்பெற்றுள்ளன.

தெய்வம் தொடர்பான நம்பிக்கைகள்

தெய்வம் தொடர்பான பல நம்பிக்கைகள் பள்ளு முதலிய நூல்களில் இடம் பெற்றுள்ளன.

...பொங்கலு மிட்டுத்தேங் காயுங் கரும்பும்
பூலா வுடையாருக்குச் சாலவே கொடும்
குங்குமத் தோடு சந்தனங் கலந்து
குமுக்கா வுடையாரையர் தமக்குச் சாத்தும்
கங்கணங் கட்டி ஏழு செங்கிடாயும்
கரையடிச் சாத்தாமுன்னே விரைய வெட்டும்.
பூந்தலைச் செஞ்சேவல் சாத்திரத் தாலே
புலியூ ருடையார் கொள்ளப் பலிதானிடும்
வாய்த்த சாராயமும் பனையூற்றுக் கள்ளும்
வடக்குவாய்ச் செல்லியுண்ணக் குடத்தில் வையும்[38]

பள்ளரும் பள்ளியரும் குரவையிட்டு, பூலாவுடையார், குமுக்கா உடையார், புலியூர் உடையார், வடக்குவாய்ச் செல்லி ஆகிய ஊர்த் தெய்வங்களுக்கு தேங்காய், கரும்பு, குங்குமம், சந்தனம், கிடாய், சேவல், சாராயம், கள் ஆகியன கொடுத்து மழைதர வேண்டுவது முக்கூடற்பள்ளில் அழகுறக்காட்டப்பட்டுள்ளது.

பிறவகை நம்பிக்கைகள்

நல்லோரையில் ஏர்பூட்டி உழத் தொடங்குதல் வேண்டும் என்னும் நம்பிக்கையை முக்கூடற்பள்ளு சுட்டுகிறது.[39] தாசிப் பெண்ணின் தாய்க்கிழவி, வந்தவனிடம் அன்று தாசி கோயிலுக்குச் செல்லும்போது நற்குறி கேட்டாளென்றும், பூ, திருநீறு வாங்கும்போது தூண்டாவிளக்கு சோதியாய் எரிந்ததென்றும் அம்மன் கோயிலில் பூ, மஞ்சள் பொட்டலங் கண்டெடுத்தாள் என்றும் வேதவாசிரியரிடம் ஏட்டுக்குறி கேட்டாள் எனவும் நாட்டுப்புற நம்பிக்கைகளைச் சங்கரமூர்த்தி விறலிவிடு தூது சுட்டுகிறது.[40] குறிப்பிட்ட செயலுக்குரிய நாட்கள், புதுவீடு கட்டுதல், புதுமனை குடிபுகுதல் முதலிய திங்கள்கள், விருந்துண்ண ஏற்ற நாட்கள், பயணம் செல்லுதற்குரிய நாட்கள், கால்நடைகளை

வாங்குவதற்குரிய நாட்கள் முதலிய நம்பிக்கைகள் குறித்துக் குமரேச சதகம், அறப்பளீச்சுர சதகம் போன்ற சதக நூல்கள் விரிவான தகவல்களைத் தருகின்றன. மேலும் கருடனைக் காணல் நல்லது, மான், குரங்கு, கீரி, ஆந்தை, காடை போன்றவை வலமிருந்து இடமாகச் சென்றிடின் நல்லது எனவும் பல்லி, எலி முதலியன மேல் விழுதல் தீமை எனவும் தும்மல், அவச்செயல் போன்றவை நல்லதல்ல எனவும் பல்வகை நிமித்தங்களையும் பலன்களையும் அவை சுட்டுகின்றன.[41] மேலும் பலவகையான நற்சகுணங்களைத் திருமலை முருகன் பள்ளு உரைக்கிறது.[42] கனவு குறித்த நம்பிக்கை, இடது தோள் துடிப்பதால் நன்மை விளையும் என்ற நம்பிக்கை, காகம் கரைதல், தும்மல், பல்லி நிமித்தம் முதலியனவற்றைக் கூளப்ப நாயக்கன் விறலிவிடு தூது உரைக்கிறது.[43]

நாட்டுப்புற விளையாட்டுகள் – ஆடல்கள்

நாட்டுப்புற விளையாடல்களை அடிப்படையாகக் கொண்ட இலக்கியங்கள் நாயக்கர் காலத்தில் தோன்றியுள்ளன. 17ஆம் நூற்றாண்டில் பிள்ளைப் பெருமாளய்யங்காரின் சீரங்க நாயகியார் ஊசல், சர்க்கரை அருணாசலம் புலவரின் பொன்பற்றிச் செல்வி அம்மை ஊசல், 18ஆம் நூற்றாண்டின் சர்க்கரைப் புலவரின் வண்டுவனப் பெருமாள் ஊசல் முதலியன தோன்றியுள்ளன.

அம்மானை என்னும் விளையாட்டை அடிப்படையாகக் கொண்ட இலக்கியம் முன்பே தோற்றம் பெற்றிருப்பினும் மிகுதியான நூல்கள் இக்காலப் பகுதியிலேயே தோன்றியுள்ளன. இக்காலப் பகுதியில் தோன்றிய ஆறு நூல்களை ந.வீ.செயராமன் குறிப்பிட்டுள்ளார்.[44] கும்மி என்னும் நாட்டுப்புற ஆடலை அடிப்படையாகக் கொண்ட கும்மி இலக்கியங்கள் பெரும்பாலும் 19ஆம் நூற்றாண்டில் தோன்றி யிருப்பினும் அதற்கு முந்தைய நூற்றாண்டில் தோன்றிய திருமலை முருகன் பள்ளில், பள்ளியர் கும்மியடித்தல் இடம்பெற்றுள்ளமை *(28 – 39)* குறிப்பிடத்தக்கது.[45]

பேச்சு வழக்குச் சொற்கள் – ஏச்சுச் சொற்கள்

இக்காலத்து இலக்கியங்களில்,

- இலக்கிய மாந்தர்களின் உரையாடல்கள் அவர்தம் நாட்டுப்புறச் சார்புக்கேற்பப் பேச்சு மொழியில் அமைதல்.
- ஆசிரியர் கூற்றிலும் பேச்சுமொழி அமைதல்.

என்னும் இரு நிலைகளில் பேச்சு வழக்காற்றுச் சொற்கள் இடம் பெற்றுள்ளன.

துக்குணி, ஆச்சு, கலுங்கு, சொக்காரி, குச்சு, வைச்சு, தைச்சு, சும்மா, மூதலிக்கிறாய், கொப்புளித்தல், சக்களத்தி, படாது, வீவி, சட்டை பண்ணாதே போன்ற ஏராளமான பேச்சுவழக்குச் சொற்களை முக்கூடற் பள்ளில் காண முடிகிறது.

வேணுமோ, குண்டணி, கேளு, போக்கல்லோ, ஆச்சடி, ஓமடி முதலிய பல சொற்கள் திருமலை முருகன் பள்ளில் இடம் பெற்றுள்ளன.

இடுக்குவாயாயோ, மேயுது, போச்சு, பிக்கு, கொக்குப்படுக்க, வருகுது, சிக்குது, அதுக்குக்கிடந்து முதலியன குற்றாலக்குறவஞ்சியில் இடம் பெற்றுள்ளவற்றில் சிலவாகும்.

இத்தகைய சொற்கள் விறலிவிடு தூது, காதல், நொண்டி நாடகம் முதலிய இலக்கியங்களிலும் மிகுதியாய் ஆளப்பட்டுள்ளன.

18ஆம் நூற்றாண்டில் தோன்றிய இசுலாமிய ‘படைப்போர்’ இலக்கியங்கள் பெரிதும் எளிய, பேச்சுத் தமிழ்ச் சொற்களைக் கையாண்டுள்ளன.

சும்மா விருங்கள் தோன்றலலியார் தலையை
இம்மா நிலத்துள்ளோர் எவரேனும் வெட்டுவரோ
அம்மாடி சும்மா அறைந்தார்கள் மெய்யதனைத்
தெம்மாடிப் புந்தி சிறந்தஇந்த இராஜாக்கள்
நிறையாய் அறிந்திலரோ நீதமுள்ள இராஜாக்கள்[46]

18ஆம் நூற்றாண்டில் அலியார் புலவர் எழுதிய வடோச்சிப் படைப் போரில் இடம்பெற்றுள்ள இப்பகுதி, இக்காலக் கட்டத்தின் நாட்டுப் புறச் செல்வாக்கிற்குத் தக்க எடுத்துக்காட்டாய் அமைகிறது.

நாட்டுப்புற வழக்கில் காணப்பெறும் ஏச்சுச் சொற்களும் இக்கால இலக்கியங்களில் பயின்று வருகின்றன. வைப்புக் கூத்தி, பண்ணைக் கடாப்போற் பருத்தவளே, கந்தலே, குண்டணி, கன்னக்காரி, ஓட்டை வாயுடையாள், கொள்ளித்தேள், கேடி, சண்டி, கூதறை முதலிய சொற்களைத் திருமலை முருகன் பள்ளில் காண முடிகிறது.[47]

விறலிவிடு தூது நூல்களில், பணத்தைப் பறித்துக்கொண்டு அவதானியைத் தாய்க்கிழவி விரட்டுமிடத்தில் பல்வகையான ஏச்சுச் சொற்கள் இடம்பெறுகின்றன. கூளப்ப நாயக்கன் விறலிவிடு தூதில் வரும் மதிகேடன், குட்டுண்ணி, கிழப்பிணம், களவாணிப்பயல் போன்ற சொற்கள் இதற்குத் தக்க எடுத்துக்காட்டுகளாகும்.[49]

இவை போலவே வழக்குத் தொடர் மொழிகள் (*Idioms*) இக்கால இலக்கியங்களில் மிகுதியாக இடம் பெற்றுள்ளமை குறிப்பிடத்தக்க தாகும்.

கூறியது கூறல் *(Repetition)*

சொற்களையும் தொடர்களையும் திரும்பத் திரும்ப வழங்குதல் நாட்டுப்புற இலக்கிய மரபாகும். நாயக்கர் காலத்தில் தோன்றிய குறவஞ்சி இலக்கியங்களில் அம்மே, ஐயே, சிங்கா, சிங்கி போன்ற சொற்களும் பள்ளு இலக்கியத்துள் பள்ளரே, பள்ளியரே, பள்ளி, ஆண்டே, குயிலே போன்ற சொற்களும் திரும்பத்திரும்பப் பயின்று வந்துள்ளன.

நாட்டுப்புற மக்கள் கதை மாந்தர்களாதல்

நாட்டுப்புறங்களில் வாழும் சாதாரண மக்கள், இலக்கியங்களில் கதை மாந்தர்களாவதை இக்காலப் பகுதியில் தோன்றிய நூல்களில் காண்கிறோம். குறிப்பாக இவ்வகையில் பள்ளு, குறவஞ்சி நூல்கள் முதன்மை பெறுகின்றன.

பள்ளன், பள்ளியர், பண்ணை விசாரிப்பான், சேரிப்பகுதிவாழ் உழவர்கள் பள்ளு நூல்களிலும் குறவன், குறத்தி, குறவனின் நண்பன் ஆகியோர் குறவஞ்சி நூல்களிலும் இன்றியமையாக் கதை மாந்தர்களாகி யுள்ளனர்.

இவை தவிர, கலம்பகங்களில் இடம்பெறும் 18 உறுப்புகளுள் ஊர், மடக்கு என்னும் இரண்டு உறுப்புகளுக்குப் பதிலாகக், 'குறம்' என்னும் உறுப்பினைச் சிதம்பரப் பாட்டியலும் இலக்கண விளக்கப் பாட்டியலும் தருகின்றன. இவை முறையே 15, 17ஆம் நூற்றாண்டுகளில் தோன்றியவை என்பது குறிப்பிடத்தக்கது.[49] மேலும் இக்காலப் பகுதியில் தோன்றிய கலம்பகங்களில் வலைச்சியார், கொற்றியார் ஆகிய உறுப்புகள் புதிதாகச் சேர்க்கப்பெற்றுள்ளன.[50] இவர்கள் நாட்டுப்புற மக்களாவர். இத்தகைய உறுப்புகள் முற்காலக் கலம்பக நூல்களில் இல்லாமல், இக்காலப் பகுதியில் புதிதாகத் தோற்றம் பெற்றிருப்பது நாட்டுப்புறச் செல்வாக்கினைக் காட்டுவதெனலாம்.

வீரமாமுனிவர் திருக்காவலூர்க் கலம்பகத்திலும் இடைச்சி, வலைச்சி ஆகியோர் இடம்பெற்றுள்ளமை குறிப்பிடத்தக்கதாகும்.

மேலும் வண்ணாத்தியார், வலைச்சியார், அகம்படிச்சியார், குறத்தியார் ஆகியோரைச் சிலேடையாகச் பாலியல் நோக்கில் சுப்பிரதீபக் கவிராயர் இக்காலப்பகுதியில் பாடியுள்ளமை கருதத்தக்கதாகும்.[51]

நாட்டுப்புற வாழ்க்கை

நாட்டுப்புற வாழ்க்கை உள்ளடக்கமாக அமையும் நூல்களுள் பள்ளு, குறவஞ்சி முதலிய இரண்டும் சிறப்பிடம் பெறுகின்றன.

பள்ளு நூல்கள் வேளாண்தொழில் சார்ந்த மக்களுடைய வாழ்க்கையை அடிப்படையாகக் கொண்டனவாகும். இவற்றுள் பள்ளர் – பள்ளியர் குடும்ப வாழ்க்கை, பண்ணைகளுக்கும் அவர்களுக்குமான உறவுநிலை, வேளாண் முறைகள், விதை வர்க்கம், மாட்டு வகை, மேழி முதலான கருவி வகை, உழவு, நடவு செய்தல், பயிர் விளைத்தல், அறுவடை செய்தல், நெல்லளத்தல் முதலியவை இடம்பெறுகின்றன.

குறவஞ்சி இலக்கியத்துள் மலைவாழ் மக்களாகிய குறவர்களின் வாழ்க்கை உரைக்கப்பெறுகின்றது. குறத்தி குறி சொல்லுதல், குறவர்கள் வாழும் மலைகள், குறவர்களின் உணவு வகைகள், பல்வேறு இடங் களுக்கும் அவர்கள் செல்லுதல், குறி சொல்லிப் பரிசு பெறுதல், குறவன் வேட்டைக்குச் செல்லுதல், பறவைகளைக் கண்ணி வைத்துப் பிடித்தல், குறவன் – குறத்தியரின் அக வாழ்க்கை முதலியன இடம் பெற்றுள்ளன.

ஆகவே, இக்காலக் கலைகளின் உருவம் மற்றும் உள்ளடக்க நிலைகளில் நாட்டுமாந்தரும் வாழ்வியலும் பிற கூறுகளும் கலந்துள்ளன.

குறிப்புகள்

1. சோமலே, தமிழ்நாட்டு மக்களின் மரபும் பண்பாடும், ப. 191.
2. Y. Nirmala Kumari, Social life as Reflected in Sculptures And Paintings of Later Vijayanagara Period (A.D. 1500 - 1650), p. 67.
3. சோமலே, மு. நூல், ப. 204.
4. எஸ். வையாபுரிப்பிள்ளை, நூற் களஞ்சியம், 7ஆம் தொகுதி பக். 104.
5. விஷ்ணுதருமோதரம், (மேற்கோள்), பி. கோதண்டராமன், இந்தியக் கலைகள், ப. 43.
6. ஜெயா அப்பாசாமி, (மேற்கோள்), இந்திரன், தற்காலக் கலை – அகமும் புறமும், பக். 45 – 46.
7. C. Sivaramamurthy, South Indian Paintings, p. 130.
8. Edith Tomory, Introduction to the History of Fine Arts in India and the West, p. 248.
9. இரா. நாகசாமி, ஓவியப்பாவை, ப. 155.
10. து. சேதுபாண்டியன் & எஸ். ஜெயப்பிரகாஷ், தெலுங்கு இலக்கியம் – ஓர் அறிமுகம், ப. 28.
11. Op.Cit., p. 26.
12. மு. நூல், ப. 147.
13. தி.நா. சுப்பிரமணியன், (மேற்கோள்), பெ.கு. சாந்தகுமாரி, சிற்றிலக்கியங்களில் நாட்டுப்புறக் கூறுகள், ச. அகத்தியலிங்கம் முதலியோர் (பதி.), ஆய்வுக்கோவை – தொகுதி – 3, ப. 293.
14. அ.நா. பெருமாள், நாட்டுப்புறவியல் சிந்தனைகள், பக். 72 – 73.
15. நா. வானமாமலை (தொ.ஆ.), தமிழர் நாட்டுப்பாடல்கள், ப.455.
16. மேலது, ப.368.
17. மு. அருணாசலம் & இரா.இளங்குமரன், குறவஞ்சி, (முன்னுரை), பக். 6, 9.
18. மு. சாயபு மரக்காயர், இஸ்லாமிய சிற்றிலக்கியங்கள், தமிழ் இலக்கியக் கொள்கை – 8, ச.வே. சுப்பிரமணியன் & கே.பகவதி (பதி.), ப. 303.
19. வரதராசன், இலக்கிய வரலாறு, ப. 237.

20. மு. சண்முகம் பிள்ளை, சிற்றிலக்கிய வகைகள், ப. 152.
21. மேலது, பக். 149 – 150.
22. முஸ்தபா, தமிழில் இசுலாமிய இலக்கிய வடிவங்கள், ப. 170.
23. மு. வரதராசன், மு. நூல், ப. 143.
24. ந.வீ. செயராமன், சிற்றிலக்கிய அகராதி, பக். 62 – 66.
25. ந.வீ. செயராமன், சிற்றிலக்கியத் திறனாய்வு, ப. 150.
26. மு. சண்முகம் பிள்ளை, மு.நூல், ப. 225.
27. காசிம் படைப்போர் (மேற்கோள்), முஸ்தபா, மு.நூல், ப. 167.
28. சைத்துன் கிஸ்ஸா (மேற்கோள்), மேலது, ப. 76.
29. தா. ஈசுவரபிள்ளை, தூது இலக்கியத்துள் நாட்டுப்புற இலக்கியப் பண்புகள், நாட்டுப்புறவியல் ஆய்வுக்கோவை, தொகுதி – 1, ச. அகத்தியலிங்கம் & ஆறு. இராமநாதன் (பதி.), ப. 379.
30. வையாபுரிப் பள்ளு, கண். 217 – 20.
31. திருமலை முருகன் பள்ளு, கண். 122, 113, 129.
32. முஸ்தபா, மு. நூல், ப. 167.
33. முக்கூடற்பள்ளு, பா.எ. 117.
34. குற்றாலக்குறவஞ்சி, பா.எ. 99 : 3.
35. மூவரையன் விறலிவிடு தூது, கண். 264 – 70.
36. சேதுபதி விறலிவிடு தூது, கண். 691 – 733.
37. கூளப்ப நாயக்கன் விறலிவிடு தூது, கண். 603 – 42.
38. முக்கூடற்பள்ளு, பா.எ. 32 – 33.
39. மேலது, பா.எ. 113.
40. சங்கரமூர்த்தி விறலிவிடு தூது, கண். 330 – 45.
41. ச. சிவகாமி, தமிழ்ச்சதக இலக்கியம், பக். 103, 105 – 106.
42. திருமலை முருகன் பள்ளு, பா.எ. 136.
43. கூளப்ப நாயக்கன் விறலிவிடு தூது, கண். 500 – 3.
44. ந.வீ. செயராமன், சிற்றிலக்கிய அகராதி, பக். 67 – 70.
45. திருமலை முருகன் பள்ளு, பா.எ. 28, 39.
46. வடோச்சிப் படைப்போர் (மேற்கோள்), முஸ்தபா, மு. நூல், ப. 133.
47. திருமலை முருகன் பள்ளு, கண். 160 – 78.

48. கூளப்ப நாயக்கன் விறலிவிடு தூது, கண். 791 – 802.

49. மு. சண்முகம் பிள்ளை, மு. நூல், ப. 101.

50. தெருவில் மீன்விலை கூறும் வலைச்சியைக் கண்டு ஒருவன் அவளை முன்னிப்படுத்தித் தனது காதல் புலப்படும் மொழிகளைப் பேசுவதாகச் செய்யுள் அமைப்பது 'வலைச்சியார்' என்னும் உறுப்பாகும்.

தெருவிலே பால், தயிர் விற்று வரும் ஆயர் குலத்து மகளை நோக்கி ஒருவன் காதல் வயப்பட்டு மொழிவதாகப் பாடுவது இடைச்சியார் என்னும் உறுப்பாகும்.

தெருவில் கீரை விற்க வரும் ஒருத்தியை நோக்கி ஒருவன் காதல்கொண்டு உரைப்பதாகப் பாடுவது கீரையார் என்னும் உறுப்பாகும்.

கொற்றியாராவார் தலையை மொட்டையடித்துத் திருமணக் காப்பு முதலிய வைணவச் சின்னங்களைத் தரித்துச் சூலம் முதலியன கையில் தாங்கித் துர்க்கா தேவியை உபாசித்துக் கொண்டு ஊர்தோறும் ஐயமெடுத்துண்ணும் ஒருவகைச் சாதியார். இங்ஙனம் வரும் மகளிரை நோக்கி வேட்கையுற்ற ஒருவன் தன் வேட்கையைப் புலப்படுத்திக் கூறும் உறுப்பு கொற்றியார் என்பதாகும்.

பிச்சியாராவார் சிவசின்னம் பூண்டு, தெருவில் பிச்சைக்கு வருகின்ற மகளிர், இவ்வாறு வரும் பெண்ணொருத்தியைக் கண்டு ஒருவன் தன் காதலை வெளிப்படுத்துவதாக அமையும் உறுப்பு பிச்சியார் என்பதாகும்.

மதங்கியாராவார் இசைக்கும் கூத்துக்குமுரிய ஒரு சாதியாராவார். தம் இரண்டு கைகளிலும் வாளாயுதத்தை ஏந்திச் சுழற்றிக் கொண்டே தாமும் ஆடும் மகளிர். இவ்வாறு ஆடுகின்ற ஒருத்தியிடம் ஒருவன் தன் காதலை வெளிப்படுத்துவதாக அமையும் உறுப்பு மதங்கியார் அல்லது மதங்கு எனப்படும் உறுப்பாகும்.

— மு. சண்முகம் பிள்ளை, மு. நூல், பக். 109.

51. மு. அருணாசலம் (பதி.), கூளப்ப நாயக்கன் காதல் (பின்னிணைப்பு – தனிப்பாடல்கள்) பக். 77 – 79.

ஒருபடித்தாயிருத்தல்

வடிவம், உள்ளடக்கம், உணர்த்தும் முறை ஆகிய கூறுகளுள் சில குறிப்பிட்ட போக்குகளைத் தொடர்ந்து கடைப் பிடிப்பதன் மூலம் உருவாவதே 'ஒருபடித்தாயிருத்தல்' ஆகும். சில தன்மைகளை எல்லாக் கலைப்பொருட்களிலும் நிலைப்படுத் துவதன் காரணமாக இஃது ஏற்படுகிறது. நாயக்கர் காலக் கட்டடம், சிற்பம், ஓவியம், இலக்கியம் முதலியவற்றுள் இப்பண்பு கடைப்பிடிக்கப்பட்டுள்ளமையால் இஃது அக்காலக் கலைக் கோட்பாடுகளுள் ஒன்றாகிறது.

ஒரே வகைப்பட்ட கட்டடங்கள்

விசயநகர காலக் கட்டட முறையின் தொடர்ச்சியாகவே நாயக்கர் காலக் கட்டடமுறை அமைந்துள்ளது. விசயநகர காலக் கட்டடக்கலை மரபு குறித்து க.த. திருநாவுக்கரசு,

> படைப்பார்வம் மிக்க கட்டடக் கலைப்பாணியின் தலையூற்று, இக்காலத்தில் வற்றிப் போய்விட்டது. நிலைப்படுத்தப்பட்ட விதிமுறைகளையும் வடிவங்களையும் அசுர வடிவில் விரிவு படுத்தும் கலை நோக்கு வீறுகொண்டு எழுந்தது. இந்த உணர்வு, வெறும் வழிபாட்டுச் சிற்பங்களையும், அலங்கார வேலைப்பாடுடைய அமைப்புகளையும் திரும்பத்திரும்ப உணர்ச்சியற்ற, நேர்த்தி இல்லாத அசுர வடிவங்களை அமைப்பதில் ஈடுபடுத்திற்று.[1]

என்று குறிப்பிடுகின்றார்.

நிலைப்படுத்தப்பட்ட விதிமுறைகளைப் பெற்றிருத்தல், அசுர வடிவில் விரிவுபடுத்துதல், கலைநோக்குக் குன்றிய வழிபாட்டுச் சிற்பங்களை வடித்தல், மிகையான அலங்கார வேலைப்பாடு செய்தல், உணர்ச்சியும் நேர்த்தியுமற்றிருத்தல் ஆகிய இப்பண்பு களையே விசயநகரத்தின் தொடர்ச்சியாய் அமைத்த நாயக்கராட்சி யில் கட்டப்பெற்ற நூற்றுக்கால் மண்டபங்கள், ஆயிரங்கால் மண்டபங்கள், கல்யாண மண்டபங்கள், ஊஞ்சல் மண்டபங்கள்

முதலியவற்றில் காணமுடிகிறது எனலாம். வேலூர் சலகண்டேசுவரர் கோயில் கல்யாண மண்டபம், திருக்கழுக்குன்றம் பக்தவச்சல ஈசுவரர் கோயில் கல்யாண மண்டபம், தாடிக்கொம்பு சௌந்திரராசப்பெருமாள் கோயில் கல்யாண மண்டபம், மதுரை மீனாட்சியம்மன் கோயில் புதுமண்டபம், பேரூர் பட்டீசுவரர் கோயில் கனகசபை, அழகர்கோயில் கல்யாண மண்டபம் முதலியன இவ்வகையில் குறிப்பிடத்தக்கனவாகும். இவையனைத்தும் ஏறக்குறைய ஒரே மாதிரியான அமைப்பும், தூண் களும், சிற்பங்களும் உடையன. சடங்கு வகைப்பட்ட தேவையின் நிறைவேற்றமன்றிக் கலைநோக்கில் படைப்பார்வப் பண்புகளைப் பெற்றதாய் இவை காணப்படவில்லை.

சிற்பங்கள் – உள்ளடக்கங்களில் ஒன்றுபட்ட தன்மை

சில மண்டபத் தூண்களில் உள்ள முழு உருவச் சிற்பங்களை அறிவதன் மூலம் பல்வேறு இடங்களிலும் அதேபோன்ற சிற்பங்கள் இடம்பெறுவதை உணரலாம்.[2]

அவற்றைப் பாகுபடுத்திப் பார்க்கும்பொழுது சிவபுராணத்திலிருந்து நடராசர், ஊர்த்துவத்தாண்டவர், அக்கினி வீரபத்திரர், வீரபத்திரர், இரதி, மன்மதன், பிச்சாடனர், மோகினி முதலியனவும், விஷ்ணுபுராணத் திலிருந்து மகாவிஷ்ணு, இரணியன் – நரசிம்மன் போர், இரணிய சம்காரம், நரசிம்மர், திரிவிக்கிரம அவதாரம், பாகவதத்திலிருந்து வேணுகோபாலர் முதலியனவும் இராமாயணத்திலிருந்து வாலி, சுக்ரீவன் போர்க்காட்சியும், பாரதத்திலிருந்து கர்ணன், பஞ்சபாண்டவர், திரௌபதி, பீமன், புருஷாமிருகப் போர் முதலியனவும் நாட்டுப்புற மக்கள் உருவங்களில் குறவன், குறத்தி, வேடன், வேடுவிச்சி முதலியனவும் யாளி, குதிரை வீரர்கள் முதலியனவுமே பல்வேறு இடங்களிலும் திரும்பத் திரும்ப சிற்பங்களில் இடம்பெற்றுள்ளமையை உணரவியலுகிறது.

சிறிய அளவிலான புடைப்புச்சிற்பங்களில் கண்ணனது பாலலீலை களில் கோபியர்களது ஆடை கவர்தலும், நாக நர்த்தனமும், புள்வாய் பிளத்தலும் இடம்பெற்றுள்ளன. மகாபாரதத்துக் கதையான கிராதார்ச்சுணியம் பல கோயில்களில் இடம்பெற்றுள்ள சிற்பமாகும். நாட்டுப்புறக் காட்சிகளில் பன்றி வேட்டை, மல்யுத்தம், கோலாட்டம், வேட்டைக்காட்சிகள், பாம்பாட்டி, இடையன், கோமாளி முதலியன எண்ணிறந்த சிற்பங்களில் இடம்பெற்றுள்ளன. ஏறக்குறைய, நாயக்கர் கால மண்டபங்கள் அனைத்திலும் பாலுறவுக் காட்சிகள் சித்திரிக்கப் பட்டுள்ளமை குறிப்பிடத்தக்கதாகும்.

நாயக்கர் காலச் சிற்பங்களில் ஒரே மாதிரியான உள்ளடக்கமே தொடர்ந்தமைக்குச் சென்னிமநாயக்கன் குளம், கீழ்ராவந்தவாடிக் குளம் ஆகிய இரண்டிலும் இடம்பெற்றுள்ள சிற்பங்கள் தக்க சான்று களாகும். கடவுளர் உருவங்கள், புராணக் கதைகள், இராமாயணக் காட்சிகள், அரசர் தொடர்பான காட்சிகள், பாலுறவுக் காட்சிகள், விலங்குகள், பறவைகள், நாட்டுப்புறக் காட்சிகள் முதலியன ஒரே வகையிலும் அமைப்பிலும் செதுக்கப்பட்டுள்ளமை குறிப்பிடத்தக்கதாகும்.

கோயில் தூண்கள், விதானங்களில் காணப்படும் புடைப்புச் சிற்பங்களின் உள்ளடக்கத்தையே கோபுரங்களின் சுதைச் சிற்பத்திற்கும் பயன்படுத்தியுள்ளனர். கங்கைகொண்டசோழபுரக் கோயில் விமானத்தில் நாயக்கர்களால் அமைக்கப்பட்ட சுதைச் சிற்பங்களாக நடராசர், சிவன், பிச்சாடனர், முருகன், திருமால், துவாரபாலகர், குண்டோதரர், மிதுனம், இடையன், பைரவர், சிவன், பார்வதி, திருமணம், கங்காள மூர்த்தி, இலிங்கோத்பவர் முதலியனவே இடம்பெற்றுள்ளன.

சிற்ப அமைப்பில் ஒன்றுபட்ட தன்மை

நாயக்கர்காலச் சிற்பங்கள் கூரிய மூக்கும், பிதுங்கிய கண்களும், சதைப்பற்றுடைய உருண்ட முக அமைப்பும், ஆடை அணிகலன்களில் மிகுந்த அலங்காரப் பண்பும் மிக்கன. உடல் அமைப்பில் ஒருவித விரைப்புத் தன்மை தென்படுகிறது. திரண்ட சதையமைப்பும், இயல்பு நோக்கில் காட்ட முற்பட்ட எலும்பு, மூட்டு, நக அமைப்புகளும் உடையன. பெரும்பாலும் நேர்முகமாகவோ பக்கவாட்டிலோ அமைந்தவை.

> திருநெல்வேலி, கிருஷ்ணாபுரம், குற்றாலம், ஸ்ரீவில்லிபுத்தூர், சுசீந்திரம், தென்காசி ஆகிய இடங்களில் எல்லாம் அதேபோன்ற சிற்பங்கள் திகழ்கின்றன. போட்டோகாப்பி போல ஓர் இடத்தைப் போலவே மற்ற இடங்களில் முகமும் உடலும் அணியும் திகழ்கின்றன.[3]

என்னும் இரா. நாகசாமியின் கருத்து, அமைப்பு முறையில் சிற்பங்கள் ஒரேபடித்தாயிருத்தலை உணர்த்துவதாகும்.

ஓவியங்களின் உள்ளடக்கங்கள் ஒருபடித்தாயிருத்தல்

ஓவியங்களுக்குக் கதைப் பொருண்மை கொண்ட ஓவியங்களே இராமாயணமும் பாகவதமுமே பெரும்பாலும் இடம் பெற்றுள்ளன எனலாம். தெய்வங்களின் திருத்தலங்களை வரிசையாகத் தீட்டுதலும், சில புராண நிகழ்ச்சிகளைச் சித்திரித்தலும் தல புராணங்களைத் தீட்டுதலுமே காணப்படுகின்றன. செங்கம் வேணுகோபால பார்த்தசாரதி கோயில், திருவரங்கம் குழலூதும் பிள்ளைக்கோயில், தாயார் கோயில், கிளிமண்டபம், அழகர்கோயில், தஞ்சை இராமசாமி கோயில், புதுக்கோட்டை திருகோகர்ணம், ஸ்ரீவில்லிபுத்தூர், அம்பாசமுத்திரம், மன்னார்கோயில், இராமநாதபுரம் சேதுபதி அரண்மனை ஆகிய இடங்களில் காணப்படும் ஓவியங்களில் இத்தகைய உள்ளடக்கங்களே திரும்பத் திரும்ப இடம்பெற்றுள்ளன. குறிப்பாக, இராமாயணம், பாகவதம், சிவபுராணத்தில் பிச்சாடனர் கதை முதலியன இக்கால ஓவியங்களுக்கு மிகவும் உகந்த பொருள்களாகத் திகழ்ந்துள்ளமையை உணரவியலுகிறது. சிதம்பரம் சிவகாமியம்மன் ஆலயத்திலும் திருப்பெருந் துறை ஆவுடையார் கோயிலிலும் மாணிக்கவாசகர் வரலாறு விரிவான முறையில் தீட்டப்பட்டுள்ளது. மதுரை மீனாட்சியம்மன் ஆலயத்திலும் குற்றாலம் சித்திரசபையிலும் திருப்புடைமருதூர் நாறும்பூநாதர் ஆலயத்திலும் திருவிளையாடற்புராண ஓவியங்கள் வரையப்பட்டுள்ளன.

ஓவிய வரைமுறையில் ஒத்த தன்மை

நாயக்கர் கால ஓவியங்களில் காணப்படும் உருவங்கள் ஒரே மாதிரியான தன்மையில் காணப்படுகின்றன. பக்கப்பார்வை அல்லது நேர்பார்வை உள்ளனவாகவும் இரு கால்களும் ஒரே திசை நோக்கியன வாகவும் காட்டப்பட்டுள்ளன. நிகழ்ச்சியின் பாவங்களை வெளிப் படுத்தாத முகங்களும், கூரிய மூக்கும், பெரிய கண்களும் உடையனவாக உள்ளன. ஆடைகளில் இயல்பற்ற மடிப்புகளுடனும் மிகுந்த அணிகலன் களுடனும் பூவேலைப்பாடுகளுடனும் உருவங்கள் காட்டப்பட்டுள்ளன.

உடல் உறுப்புகள் அளவொப்புமை இன்றி இருப்பதும் விரைப்புத் தன்மையுடன் விளங்குவதும் குறிப்பிடத்தக்கதாகும்.

உருவங்களுக்கும் எல்லைக் கோடுகளுக்குமிடையேயுள்ள வெளி பெரும்பாலும் அடர்நிறம் தீட்டப்பெற்று பூவேலைப்பாடுகள் மிகுந்து காட்சி தருகின்றன. எல்லைக் கோடுகள் பலவித அலங்காரத்துடனும், காட்சிகள் பெரும்பாலும் திரைச்சிலை அமைப்புகளுடனும் விளங்கு கின்றன. எல்லா ஓவியங்களுக்குக் கீழே காட்சி விளக்கம் தமிழிலோ, தெலுங்கிலோ எழுதப்பட்டுள்ளமை குறிப்பிடத்தக்கதாகும்.

> விஜயநகர காலத்தில் ஏற்பட்ட மரபுபடுத்தப்பட்ட வரைமுறை இக்காலத்தில் தொடரப்பட்டது. ஏற்கனவே சிற்பத்தில் கண்டவாறு, கூரிய மூக்கு, கோரமான கண்கள், கோணங்கள் நிறைந்த உருவரை, அங்கங்கள், காலத்தின் தனிக்கூறாக வாய்ந்த கோலங்களுடன் கூடிய ஆடைகளை உடலில் விசித்திரமாக ஒழுங்குபடுத்தியுள்ள வகை போன்ற இந்த மரபொழுங்கு இவ்வோவியங்களில் காணப் படுகிறது.[4]

என நாயக்கர்கால ஓவியங்கள் குறித்து க.சிவராமமூர்த்தி குறிப்பிடுவது கருதத்தக்கதாகும்.

> இந்த ஓவியங்கள் யாவும், ஒன்றைப் பார்த்தாற்போல் மற்றொன்று விளங்குவது முதற் குறையாகும். 'போலச் செய்தல்' முறை உயிர்த் துடிப்பு அற்ற 'படியெடுக்கும்' கலையாக நலியலாயிற்று ஒரு குறுகிய வரம்பிற்குட்பட்டு, புதிய கற்பனைக்கும் கலை நயத்திற்கும் இடமளிக்காத அவல நிலையை இக்கலைப்பாணி அடைந்து விட்டமை வருத்தத்திற்குரிய செய்தியாகும். ஒருவகைத் தேக்க நிலையும் மலட்டுத் தன்மையும் நாயக்கரின் கலைப்படைப்பை விழுங்கிவிட்டன. இவற்றுள் வகைப்பாட்டு உணர்ச்சியோ, வேறு பாட்டு உணர்ச்சியோ இல்லை. 'இயந்திரப் படைப்புகளாக' இவை மாறிவிட்டன.[5]

எனவும் அவைகளில் வேறுபாட்டு உணர்ச்சியில்லை; மலர்ச்சி இல்லை; பொருளுக்கேற்ப மாற்றிக்கொள்ளும் தன்மையில்லை[6] எனவும் ஒரு படித்தான தன்மையால் நாயக்கர் கால ஓவியங்கள் உற்ற நிலையை அறிஞர்கள் குறிப்பிடுகின்றனர்.

இலக்கியங்கள் ஒரு படித்தாயிருத்தல்

நாயக்கர் காலத்தில் முதன்மைபெறும் இலக்கியங்களான புராணங்கள், தல புராணங்கள், சிற்றிலக்கியங்கள் முதலியன உள்ளடக்கத்திலும், வடிவத்திலும் ஒன்றைப்போல் மற்றொன்று அமைந்து நிலைப்படுத்தப் பட்ட மரபினை உடையனவாய்க் காணப்பெறுகின்றன.

புராணங்களின் அமைப்பும் உள்ளடக்கமும்

நாயக்கர் காலத்தில் சைவ, வைணவ சமயங்களைச் சார்ந்த புராணங்கள் எண்ணிக்கையில் மிகுதியாகத் தோன்றியுள்ளன. வட மொழியிலிருந்து இப்புராணங்கள் முழுமையாகவோ அல்லது பகுதி யாகவோ தமிழில் தழுவியும், மொழிபெயர்ப்பாகவும் எழுதப்பட்ட போதும் ஏறக்குறைய அனைத்தும் ஒரே மாதிரியான அமைப்பினில் உள்ளன.

பெரும்பான்மையான விரிந்த புராணங்கள் பூர்வ கண்டம், உத்தரகண்டம் என இரு பிரிவுகளாய் உள்ளன. அனைத்தும் பொதுவாய்ப் 'பதிகம்' பெற்றுள்ளன. தொடக்கத்தில் எல்லாப் புராணங்களிலும் கடவுள் வாழ்த்துப் பகுதி காணப்படுகிறது. அடுத்து நைமிசாரணியத்தில் முனிவர்கள் கேட்கச் சூதமுனிவர் இப்புராணத்தைச் சொன்னார் என்ற செய்தி புராண வரலாறு அல்லது நைமிசாரணியச் சிறப்பு என்ற தலைப்பில் அமைக்கப்பட்டுள்ளது. பெருங்காப்பியத்திற்கு ஒப்பத் தம் புராணத்தைப் பாட விரும்பினோர் நாட்டுச் சிறப்பு, நகரச் சிறப்பு ஆகியவற்றைப் பாடியுள்ளனர். புராண அளவுரைத்தல் என்ற ஒரு பகுதி சில புராணங்களில் காணப்படுகிறது. இதில் மகா புராணங்கள், உப புராணங்கள் என்பனவற்றின் விளக்கங்களும் ஒவ்வொரு புராணமும் எந்தெந்தத் தெய்வத்திற்குரியதென்ற குறிப்பும் சொல்லப்படுகிறது.

மகா புராணங்களிலும், வேறு சிலவற்றிலும், உலகத் தோற்றம், ஒடுக்கம் சொல்லப்படுகிறது. இங்குக் காலம் பற்றிய விளக்கமும், இடம் பற்றிய விளக்கமும் விரிவாய் அமைவதுண்டு. காலம் பற்றிக் கூறும்போது தேவர்களுக்குரிய கால அளவுகள், யுகங்கள், யுகங்கள் தோறும் உள்ள மக்கள் இயல்புகள் என்பன விளக்கமாகச் சொல்லப் படுகின்றன. பல புராணங்கள் கலியுக தருமம் என விரிவாய்க் கூறுகின்றன.

புராண ஆசிரியர்கள் இடம் பற்றிச் சொல்லும்போது சூரிய மண்டலம், பிற மண்டலங்கள், மூவகை உலகங்கள், நாவலத் தீவு முதலார் ஏழு தீவுகள், ஏழு கடல்கள், நரகங்கள் முதலியன பற்றிப் பேசுகின்றனர்.

எல்லாப் புராணங்களுமே வருணாசிரம தருமத்தை மிகவும் வலியுறுத்திப் பேசுகின்றன. மேலும், முனிவன் மரபு, அரசர் மரபு ஆகியனவற்றை விரிவாய் எடுத்துச் சொல்கின்றன.

புராணம் பாடிய எல்லா ஆசிரியர்களும் சந்தப் பாடல்களை அமைப்பதிலும், சித்திரக்கவி அமைப்பதிலும் தங்கள் திறன் முழுவதையும்

காட்டுகின்றனர். யமகம், திரிபு, மடக்கு முதலியவற்றை நூல்தோறும் காணமுடிகிறது. பல வகையான சித்திரக் கவிகளையும் பல புராணங்களில் காணவியலுகிறது.

புராணப் பொருள்

வேதங்களில் கூறிய பொருளை விளக்கிக் கூறுவதே புராணம். வேள்விகள், உயிர்களின் படைப்பு, உலக அமைப்பு, யோகம், நோன்பு நவக்கிரக மண்டலம், அவற்றின் போக்கு, சுவர்க்க – நரகம், வழிபாடு, உடல் அமைப்பு, வைத்தியம், நாடி விசாரணை, மந்திரம், தோத்திரம், சகுனம் முதலிய பொருள்கள் சொல்லப்படுகின்றன.[7]

தல புராணங்கள்

குறிப்பிட்டதொரு தலத்தின் பெருமையைப் புராண நோக்கில் உரைப்பன தல புராணங்களாகும். எத்தகைய தீவினை செய்தோரும் இத்தலத்தை வழிபட்டுத் துயர் நீங்கினர் என உரைப்பதே தல புராணங்களின் நோக்கும் போக்குமாகும்.

பொதுவாகத் தல புராணங்களின் தொடக்கத்தில் காப்புச் செய்யுளைத் தொடர்ந்து நாட்டுப் படலம், நகரப் படலம் முதலியன அமைகின்றன. பின் நைமிசப் படலத்தில் உயர்ந்த தலம் எது என்ற வினாவும், விடைத் தொடக்கமும் வைக்கப்படுகின்றன. பின், தலத்திற்கு வந்து வழிபட்டோர் பெற்ற வளங்கள் பேசப்படுகின்றன.[8]

சிற்றிலக்கியங்களின் வடிவ – உள்ளடக்கங்கள்

நாயக்கர் காலத்தில் பலவகையான சிற்றிலக்கியங்கள் தோன்றி யுள்ளன. ஆயினும், ஒரு சிற்றிலக்கிய வகையில் எழுந்த எல்லா நூல்களும் ஏறக்குறைய ஒன்று போலவே காணப்படுகின்றன. இங்கு, நாயக்கர் காலத்தில் தோன்றிய பள்ளு, குறவஞ்சி, நொண்டி நாடகம், விறலிவிடு தூது, காதல் ஆகிய வகைகளில் காணப்பெறும் ஒருபடித்தான தன்மை விளக்கப்படுகிறது.

பள்ளு நூல்கள்

'பள்ளு' என்னும் சிற்றிலக்கிய வடிவம் நாயக்கர் காலத்தில் தோன்றியதாகும். ஏறக்குறைய பள்ளு நூல்கள் அனைத்தும் ஒரே படித்தான கதைப்போக்கினையும் அமைப்பினையும் உடையனவாய்க் காணப்படுகின்றன.[9]

> முக்கூடற் பள்ளை முன்மாதிரியாக வைத்தே பிற பள்ளுகள் அனைத்தும் அமைந்தன. அதன் கதைப்போக்கை அனுசரித்தே மற்றவைகளும் அமைக்கப்பட்டிருக்கின்றன. பள்ளர், பள்ளியர், பண்ணைக்காரன் வருணனை, நாட்டுவளம், ஆற்றுவரவு, ஐந்திணை நிலங்கள், பயிர்த்தொழில், நெற்கணக்கு முதலியவற்றைக் கூறும் போது முக்கூடற்பள்ளுவில் எந்தச் சந்தர்ப்பத்தில் எவ்வகைச் சந்தமுடைய சிந்து உபயோகிக்கப்பட்டிருக்கிறதோ அந்தச்

சந்தர்ப்பத்தில் அதே வகைச் சிந்துதான் பிற பள்ளுகள் எல்லாவற்றிலும் உபயோகிக்கப்பட்டுள்ளது; பெரும்பான்மையான சொற்றொடர்களும் அதிலிருந்தே எடுத்தவை[10]

என மு. அருணாசலம் குறிப்பிடுவது, பள்ளு இலக்கிய வகையில் தோன்றிய நூல்களில் காணலாகும் ஒருபடித்தாயிருக்கும் தன்மையை நன்கு உணர்த்துவதாகும்.

இசுலாமியப் பள்ளு நூல்

இசுலாமிய சமய அடிப்படையில் தோன்றியது திருமக்காப் பள்ளு ஆகும். இதன் ஆசிரியர் பெயர் அறியவியலவில்லை. இது கி.பி. 18 ஆம் நூற்றாண்டின் தொடக்கத்தில் தோன்றியிருக்கலாம் என்பர்.[11] அரபு நாட்டு நகரான மக்காவினைக் களமாகக் கொண்டு பாடப்பட்ட போதும் மருத நிலமே பாடப்பட்டுள்ளது. ஏனைய பள்ளு நூல்களின் பாத்திரங்களான பள்ளன், பள்ளியர் முதலானோரும், பிற பள்ளு நூல்களின் அமைப்பு முறையுமே இந்நூலிலும் ஆளப்பட்டுள்ளது. ஆற்று வெள்ளம் வரும் ஐந்நிலங்களைப் பாடாதிருத்தல் போன்ற சிற்சில வேறுபாடுகளைத் தவிர, பிற கூறுகள் பெரும்பாலும் பின்பற்றப் பட்டுள்ளன. சந்தங்களும், பாடுமுறைகளும், சொல்லாட்சிகளும், பிறவும் முந்தைய நூல்களைத் தழுவியே யாக்கப்பட்டுள்ளமை குறிப்பிடத் தக்கதாகும். எடுத்துக்காட்டாக,

வாடைக்காற்றும் நேற்றுமின்று
மோடி வீசுது – வானம்
    வரிசைநபி கிருபையாலே
    உருமி மின்னுது
சாடையா யன்றிலும் பேடும்
கூடிப்பேசுது – கேணித்
    தண்ணீர்த் தவளையெல்லா
    முன்னிச் சொல்லுது
ஓடை நண்டு சேற்றையள்ளி
மூடிக் கொள்ளுது – மழை
    ஊற்றெடுத்துப் பேயும்போல
    தோற்றது பள்ளா[12]

என வரும் மழைக்குறியைப் பற்றிய பாடல் முக்கூடற் பள்ளில் வரும்,

ஆற்றுவெள்ளம் நாளைவரத்
தோற்றுதே குறி – மலை
    யாளமின்னல் ஈழமின்னல்
    சூழ மின்னுதே ...[13]

என்ற பாடலை அடியொற்றி அமைந்திருப்பது வெளிப்படை.

ஆகவே, சைவம், வைணவம், இசுலாம் என்னும் சமய வேறுபாடு களின்றி, எல்லாச் சமயங்களைச் சார்ந்த பள்ளு இலக்கியங்களும் ஒருபடித்தாய் அமைந்துள்ளதை அறியமுடிகிறது.

குறவஞ்சி

நாயக்கர் காலத்தில் தோன்றிய நாடக இலக்கிய வடிவங்களுள் குறவஞ்சியும் ஒன்றாகும்.

குறவஞ்சிப் பாடல் மூன்று கட்டமாக அமைந்துள்ளது. முதலாவது கட்டம், தலைவியினுடைய வரலாறு, தெய்வ வணக்கத்தின் பின் தலைவி தோன்றிப் பவனி வந்த தலைவனைக் கண்டு காமுற்று அதனால் பலவாறு தன் பாங்கியுடன் புலம்புதலும், பாங்கி குறத்தியை அழைத்துவந்து குறி சொல்ல ஏற்பாடு செய்து தலைவிக்கு ஆறுதல் செய்தலும்.

இரண்டாவது கட்டம், குறத்தி அலங்காரமாகத் தோன்றி ஆடிப் பாடி எல்லா வளங்களையும் சொல்லித் தலைவிக்குக் குறிபார்த்துத் தலைவன் அருள் கிடைக்குமென்று கூறிப் பரிசில் பெறுதல்.

மூன்றாவது கட்டம், குறவனும் குளுவனுமாக வேட்டைக்குப் புறப்பட்டுப் பறவைகளைப் பிடித்துக் கொண்டுவர, குறவனாகிய சிங்கன் சிங்கியைத் தேடி இங்கு வந்து, கண்டு, அவளோடு நீண்ட வாக்குவாதம் செய்து, பின் இருவரும் தலைவனை வாழ்த்தி, மகிழ்ந்து செல்லுதல்.[14]

கி.பி. 1700இல் தோன்றிய தியாகேசர் குறவஞ்சி கி.பி.1718 இல் தோன்றிய குற்றாலக் குறவஞ்சி முதலாகப் பின்னர் குறிப்பிடத்தக்க சிறப்புடன் தோன்றிய சுமார் முப்பது குறவஞ்சிப் பிரபந்தங்களும்[15] ஏறக்குறைய இப்பொது அமைப்பைத் தழுவியே பாடப்பட்டுள்ளன எனலாம். இசைப்பாடல்களும், விருத்தப்பாடல்களும் விரவிவர, கொச்சை வழக்குகளும், பழமொழி முதலியனவும் கொண்டு எளிமை யான சந்த அமைப்பில் புனை கற்பனைவளம் மிக்க பாடல்களால் குறவஞ்சி நூல்கள் ஆக்கப்பெற்றுள்ளன. இக்காலப் பகுதியில் தோன்றிய பீர் முகமது சாகிப்பின் ஞானரத்தின குறவஞ்சி என்னும் நூலும் இவ்வமைப்பிலும், போக்கிலும் இயற்றப்பட்டுள்ளமை குறிப்பிடத் தக்கதாகும்.

நொண்டி நாடகம்

மக்கள் கவிதையில் அமைந்த நாட்டுப்புற நாடகமான நொண்டி நாடகம் நாயக்கர் காலத்தில் தோன்றியதாகும். இது, ஒருவன் தன் வரலாற்றைப் பாடியாடுவதாக அமையும்.

ஒருவன் தன் மாமன் மகளை மணந்து வாழ்ந்து வருகிறான். ஒருநாள் சோதிடர் ஒருவர் இவனுக்கு ஏழரை நாட்டுச் சனி பிடித்திருப் பதாகக் கூறுகிறார். வீட்டிலிருந்து தல யாத்திரைக்குத் தனியாகப் புறப்படுகிறான். வழியில் மதுரை, தஞ்சை, திருவாரூர், வேலூர், திருவள்ளூர் ஆகிய ஊர்களில் ஒன்றை அடைகிறான். அங்குள்ள கோயிலில் நடனமாடும் தேவரடியார்க்கு அடியாராகிறான். கைப் பணமிழந்து, மானமிழந்து, மதிகெட்டு, தாய்க்கிழவியால் வெளியே தள்ளப்படுகிறான். பிரிந்து வந்தும் புத்தி வராமல் தல யாத்திரையை

மறந்து திருடுகிறான். சில சமயம் தேவரடியார் வீடுகளிலும் திருடுகிறான். மீண்டும் வேசியிடம் பொருள்களை இழந்து, மீண்டும் திருடுகிறான்.

திருட்டுத்தொழில் கைவரப் பெற்றபின் குதிரைத் திருட்டில் ஈடுபடுகிறான். கோட்டையினுள்ளே சென்று குதிரை திருடும்போது பிடிபடுகிறான். மாறுகால், மாறுகை வாங்கப்படுகிறான். அப்போது வள்ளல் ஒருவரால் காப்பாற்றப்படுகிறான். குறிப்பிட்ட கோயிலுக்குச் சென்று வழிபட்டால் இழந்த உறுப்புகளை மீண்டும் பெறலாம் என வள்ளல் அறிவுரை கூறுகிறான். நொண்டி அவ்வண்ணம் இறைவனை வழிபட்டுக் கால் கைகளைப் பெறுகிறான். பின்னர் அந்த இறைவன் பெருமைகளை எடுத்துரைக்கிறான்.[16]

ஒரு சில மாற்றங்களைத் தவிர்த்துப் பார்த்தால் ஏறக்குறைய அனைத்து நொண்டி நாடகங்களும் இவ்வகைப்பட்ட கதைப் போக்குடையனவாகவே காணப்படுகின்றன. சீதக்காதி நொண்டி நாடகம், திருவிடைமருதூர் நொண்டி நாடகம் முதலியன இவ்வகையில் குறிப்பிடத்தக்கனவாகும்.

முதலடியில் மூன்று சீர்களும், ஒரு தனிச்சொல்லும், இரண்டாமடியில் நான்கு சீர்களும் பெற்ற சிந்து என்னும் சந்தப்பாவாகிய நொண்டிச் சிந்தினைக் கொண்டு, இடையிடையே உரைநடை விரவி, கொச்சை வழக்குகளும், வட்டார வழக்குகளும் பழமொழி முதலியனவும் பெற்றியலுதல் நொண்டி நாடகங்களின் பொதுவியல்புகளாக உள்ளன. இதனால், ஒருபடித்தான போக்கிலேயே பெரும்பாலான நொண்டி நாடகங்கள் அமைந்துள்ளன.

விறலிவிடு தூது

நாயக்கர் காலத்தில் தோன்றிய இலக்கிய வகைகளுள் விறலிவிடு தூதும் ஒன்றாகும். ஏறத்தாழ அனைத்து விறலிவிடுதூது நூல்களிலும் ஒன்றுபோலவே கதை அமைந்துள்ளது.[17]

விறலிவிடு தூது அனைத்தும் பாட்டுடைத் தலைவனின் சிறப்பைப் புகழவே எழுதப்பட்டுள்ளன. அனைத்து விறவிவிடு தூதுகளிலும் அந்தணனே மனைவியைப் பிரிந்து வேசையர் வசப்படுவது குறிப்பிடத் தக்கது.[18]

பெரும்பாலும் பேச்சுவழக்குச் சொற்களும், பழமொழிகளும், நாட்டுப்புற நம்பிக்கைகளும் விரவி வெண்பா யாப்பிலேயே விறலிவிடு தூது நூல்கள் பாடப்பட்டுள்ளன. ‘விறலிவிடுதூது இப்படித்தான் பாட வேண்டும் என்று எந்த இலக்கணமும் இல்லை. இருப்பினும் நூல்கள் இப்படியெல்லாம் ஒரே அமைப்போடிருக்கின்றன’ என்பார் மு. அருணாசலம்.[19] கூளப்ப நாயக்கன் விறலிவிடு தூது, சேதுபதி விறலிவிடு தூது ஆகியன இவ்வகையில் குறிப்பிடத்தக்கனவாகும்.

காதல்

காதல் என்னும் இலக்கிய வகை நாயக்கர் காலத்தில் தோன்றிய ஒன்றாகும். இது ஒரோவழி தமிழ் அகத்திணை மரபை அடிப்படையாகக்

கொண்டது எனலாம். ஆயினும், பாட்டுடைத்தலைவன் வேட்டைக்குச் செல்லுதலையும், அங்குப் பெண்ணொருத்தியைக் கண்டு காதலுற்றுக் கூடுவதையும் மட்டும் பாடுபொருளாகக் கொண்டது.[20]

கூளப்பநாயக்கன் காதல், கந்தசாமிக் காதல், பெரிய நாகேந்திரன் காதல் முதலியன இவ்வகையில் குறிப்பிடத்தக்க சில நூல்களாகும்.

பொதுவாக, இக்காலப்பகுதியில் தோன்றிய இலக்கியங்கள், அரசர்கள், வள்ளல்கள் முதலியோரைப் போற்றும் நோக்கு அல்லது வழிபடு கடவுளரைப் புகழும் நோக்குடையன. அந்நோக்கிற்கு ஏற்ப அக்காலச் சூழலின் விளைவாகத் தோன்றிய கதையினை அமைத்துக் கொண்டு எழுதப்பட்டவையாகக் காணப்படுகின்றன. படைப்பாக்க நோக்கமன்றி, புறவயமான தேவையை நிறைவு செய்துகொள்ளத் தோன்றிய இலக்கியங்கள், புதிய செல்நெறியற்று, ஒரேபடித்தாய் அமைந்திருக்கக் காண்கிறோம்.

புத்தார்வம் மிக்க கலையாக்க முயற்சிகள் உற்ற தேக்க நிலைக்கு இக்காலப் பகுதியில் தோன்றிய சங்கிரக நூல்கள் தக்க சான்றுகளாகும். உவமான சங்கிரகம், இரத்தினச் சுருக்கம், உவமான சங்கிரகம், உவமான சங்கிரகம் என்னும் பெயருடைய நான்கு நூல்கள் முறையே, 15, 16, 17, 18ஆம் நூற்றாண்டுகளில் தோன்றியுள்ளன.[21]

இவை, கவிபுனையும் புலவர்களுக்கு உதவியாகப் பெண்களுடைய அங்க வருணனைக்கு ஏற்றவாறு அவர்களுடைய உடல் உறுப்புகளுக்குப் பொருத்தமான உவமைகளைத் தொகுத்துச் சொல்லும் நூல்களாகும். இத்தகைய நூல்கள் தொடர்ந்து தோற்றம் பெற்றிருப்பது, அக்காலக் கவிஞர்களின் படைப்பாக்கத் தேக்க நிலையையும் இலக்கிய முயற்சிகள் வெறும் செய்திறம் சார்ந்து இயந்திரத் தன்மை பெற்றமையையும் காட்டுகின்றன எனலாம். இதனால், ஒரே வகைப்பட்ட சொல்லாட்சி, மொழிநடை, கற்பனை, கதைப்போக்கு, உணர்த்தும் முறை கொண்ட நூல்களே பல்கின எனலாம்.

ஆதலால், நாயக்கர் காலத்துச் சிற்பம், ஓவியம், இலக்கியம் ஆகிய கலைகளில் உருவம் மற்றும் உள்ளடக்கம் ஆகியன ஒருபடித்தா யிருப்பதைக் காணவியலுகிறது.

குறிப்புகள்

1. க.த. திருநாவுக்கரசு, கட்டடக்கலை, (கட்.), தமிழகக் கலைச் செல்வங்கள், துளசி. இராமசாமி (பதி.), ப. 169.

2. தாடிக்கொம்பு சௌந்திரராசப்பெருமாள் கோயில் கல்யாண மண்டபத்தில் கார்த்த வீரியார்ச்சுணன், சக்கரத்தாழ்வார், மகாவிஷ்ணு, திருவைகுண்ட நாதர், அகோர வீரபத்திரர், இராமர், காளி, நடராசன், இரணியன் – நரசிம்மன் போர், இரண்யசம்காரம், மன்மதன், இரதி, வேணுகோபாலன், உலகளந்த பெருமாள், யாளிகள் ஆகிய சிற்பங்கள் உள்ளன.

பேரூர் பட்டீசுவரர் கோயில் கனகசபையில் கஜசம்கார மூர்த்தி, அக்கினி வீரபத்திரர், ஊர்த்துவத் தாண்டவர், நர்த்தன கணபதி, ஆறுமுகப் பெருமாள், காளி, அகோர வீரபத்திரர், பிச்சாடனர் ஆகியோரது சிற்பங்கள் காணப்படுகின்றன.

குடுமியான்மலைக் குடுமிநாதர் கோயில் வசந்த மண்டபத்திலும் ஆயிரங்கால் மண்டபத்திலும் வல்லபை விநாயகர், இராவணன், மகிடாசுரமர்த்தினி, சங்கர நாராணர், மோகினி, அகோர வீரபத்திரர், காளி, திருமால், இரதி, யாளி, ஆறுமுகர், இலக்குவன், மன்மதன், புரூரவன், யாளி, கூர்மாவதாரம், வராகவதாரம், விபீடணன், மன்மதன், சுக்ரீவன், மச்சாவதாரம், நரசிம்மவதாரம், அனுமன், வாலி முதலிய சிற்பங்கள் செதுக்கப் பட்டுள்ளன.

மதுரை மீனாட்சியம்மன் கோயில் புதுமண்டபத்தில் மீனாட்சி திருமணம், பத்ரகாளி, நடராசர், கல் யானைக்குக் கரும்பளிக்கும் காட்சி, மீனாட்சி, திருவிளையாடற்காட்சிகள், இராவணன் முதலிய சிற்பங்களும், ஆயிரங்கால் மண்டபத்தில் சிவன், கண்ணப்பர், பிச்சாடனர், அரிச்சந்திரன், சந்திரமதி, குறவன், குறத்தி, கணபதி, முருகன், நாகராசன், கலைமகள், திரௌபதி, பிச்சாடனர், தருமன், பீமன், இரதி, மன்மதன், புருஷாமிருகம், மோகினி ஆகிய சிற்பங்களும், கிளிக்கூட்டு மண்டபத்தில் தருமன், பீமன், அருச்சுனன், நகுலன், சகாதேவன், திரௌபதி, வாலி, சுக்ரீவன், பீமன் – புருஷாமிருகப் போர் முதலியனவும், அட்டசக்தி மண்டபம், மீனாட்சி நாயக்கர் மண்டபம் ஆகிய வற்றை இணைக்கும் மண்டபத்தில் வேடன், வேடுவச்சி சிற்பங்களும் உள்ளன.

அழகர்கோயில் சௌந்திரராசப்பெருமாள் கோயில் கல்யாண மண்டபத்தில் வேணுகோபாலர், இரதி, மன்மதன், விஷ்ணு, திரிவிக்கிரமன், பூமிவராகர், இரணியசம்காரம், நரசிம்மர் ஆகிய சிற்பங்கள் வடிக்கப்பெற்றுள்ளன.

கிருஷ்ணாபுரம் வேங்கடாசலபதி கோயிலில் அர்ச்சுனன், குறத்தி, நாடோடிப்பெண், கர்ணன், குறவன், தேவகன்னி, வீரபத்திரன், மன்மதன், பீமன், புருஷாமிருகம், தருமர், நடனமாது, இரதி, குறி சொல்லும் குறத்தி, வீரபத்திரன் ஆகியோரது சிலைகள் காணப்படுகின்றன.

ஸ்ரீவில்லிபுத்தூர் ஆண்டாள் கோயில் கல்யாண மண்டபம், கொடிக்கம்ப மண்டபம், ஏகாதசி மண்டபம் ஆகியவற்றில் யாளிகள், வேணுகோபாலர், இராமர், விசுவகர்மா, நடனமாது, இலட்சுமணர், சூர்ப்பணகை, கலைமகள், அகோரவீரபத்திரர், சலந்தர், மோகினி, சக்தி, கர்ணன், அர்ச்சுனன், குகன், சாத்தகி, ஊர்த்துவமுக வீரபத்திரன், நீர்த்தமுக வீரபத்திரன், மன்மதன், இரதி ஆகியோரது சிற்பங்கள் உள்ளன.

நாயக்கர் காலத்தவரான தென்காசிப் பாண்டியர்களது படைப்பான தென்காசி காசிவிஸ்வநாதர் ஆலயத் திருஓலக்க மண்டபத்தில் அக்கினி வீரபத்திரர், இரதி, மகாதாண்டவம், ஊர்த்துவத் தாண்டவம், காளிதேவி, மகாவிஷ்ணு, மன்மதன், வீரபத்திரர் முதலிய சிற்பங்கள் காணப்படுகின்றன.

நாயக்கர் காலத்துக் கட்டிமுதலிகளால் உருவாக்கப்பட்ட தாரமங்கலம் கைலாசநாதர் கோயிலில் இருடி பத்தினியர், ஊர்த்துவத் தாண்டவர் சிவசக்தி, அகோரவீரபத்திரர், காளி, அக்கினி வீரபத்திரர், இடபாந்தக மூர்த்தி, பிச்சாடனர், மன்மதன், இரதி, வாலி, சுக்ரீவன் முதலிய சிற்பங்கள் உள்ளன.

3. இரா. நாகசாமி, ஓவியப்பாவை, பக். 61 – 62.

4. க. சிவராமமூர்த்தி, இந்திய ஓவியம், மே.சு. இராமசாமி (மொ.பெ.) ப. 93.

5. க.த. திருநாவுக்கரசு, மு. நூல், ப. 139.

6. மே.சு. இராமசாமி, தமிழ்நாட்டு ஓவியம், கலைக் களஞ்சியம் (தொகுதி இரண்டு), ப. 744.

7. மு. அருணாசலம், தமிழ் இலக்கிய வரலாறு, (பதினாறாம் நூற்றாண்டு – முதல் பாகம்), பக். 25 – 29.

8. கச்சியப்ப முனிவர் இயற்றிய திருப்பேரூர்ப் புராணத்தில் காப்புச் செய்யுளை அடுத்து நாட்டுப் படலம், நகரப் படலம், நைமிசப் படலம், புராண வரலாற்றுப் படலம், பதிகப் படலம், நாரதன் வழிபடு படலம், காலவன் வழிபடு படலம், காமதேனு வழிபடு படலம், குழகன் குளம்பு சுவடுற்ற படலம், மருதவரைப் படலம், சுமதி கதிபெறு படலம், முசுகுந்தன் முகம்பெறு படலம், இந்திரன் சாபந் தீர்த்த படலம், கரிகாற் சோழன் கொலைப்பழி தீர்ந்த படலம், பள்ளுப் படலம், அழகிய சிற்றம்பலப்படலம், தீர்த்தப்படலம், விம்மிதப் படலம், வியாதன் கழுவாய்ப் படலம், விசுவாமித்திரன் வரம்பெறு படலம், அந்தகனரசு பெறு படலம், தலவிசேடப் படலம், அங்கிரன் கதிபெறு படலம், கௌரி தவம்புரி படலம், கௌரி திருமணப் படலம், தெய்வயானை திருமணப் படலம், குசத்துவசன் வரம்பெறு படலம், குலசேகரன் நோய்தீர்த்த படலம் முதலியவை காணப்படுகின்றன.

– கச்சியப்ப முனிவர், திருப்பேரூர்ப் புராணம், பக். 1 – 35

திருப்பாண்டிக் கொடுமுடித் தல புராணத்தில் கடவுள் வாழ்த்தினைத் தொடர்ந்து நாட்டுச் சிறப்பு, நகரச் சிறப்பு, நைமிசாரணிய சருக்கம், பிரமபுரிச் சருக்கம், அமுதபுரிச் சருக்கம், கொடுமுடிச் சருக்கம், சம்வருத்தகச் சருக்கம், அங்க வருத்தகச் சருக்கம், பாண்டியன் திருப்பணிச் சருக்கம், திருவிழாச்

சருக்கம், பாண்டுராசச் சருக்கம், சகரச் சருக்கம், அனுமச் சருக்கம், தக்க யாகச் சருக்கம், பார்வதிச் சருக்கம், திருமணச் சருக்கம், அகத்தியச் சருக்கம், பாரத்துவாசச் சருக்கம் முதலியன காணப்படுகின்றன.

– கோ.ஆ. சந்திரசேகரன், (பதி.), திருப்பாண்டிக் கொடிமுடித் தல புராணம்,   பக். 1 – 15.

9. கடவுள் வணக்கம், மூத்த பள்ளி, இளைய பள்ளி, குடும்பன் வரவு, அவர் வரலாறு, நாட்டுவளம், குயிற்கூவக் கேட்டல், மழை வேண்டிக் கடவுள் பரவல், மழைக் குறி, ஆற்றின் வரவு, பண்ணைத் தலைவன் வரவு, பள்ளியர் முறையீடு, பள்ளன் வெளிப்படல், பண்ணைச் செயல், வினவல், அவன் அது கூறல், மூத்த பள்ளி முறையீடு, குடும்பன் கிடையிருந்தான் போல வரல், அவனைத் தொழுவில் மாட்டல், அவன் புலம்பல், மூத்த பள்ளி அடிசிற் கொண்டுவரல், அவன் அவளோடு கூறல், பண்ணைத் தலைவனைப் புகழ்தல், விதை முதலிய வளம் கூறல், உழவர் உழவு செய்தல், காளை வெருளல், அது பள்ளனைப் பாய்தல், பள்ளிகள் புலம்பல், அவன் எழுந்து விதைத்தல், அதைப் பண்ணைத் தலைவர்க்கு அறிவித்தல், நாற்று நடல், விளைந்தபின் செப்பம் செய்தல், நெல் அளத்தல், மூத்த பள்ளி முறையீடு, பள்ளியர் ஏசல் ஆகியனவே ஏறக்குறைய எல்லாப் பள்ளு நூல்களிலும் அமைந்துள்ளன.

10. மு. அருணாசலம், (பதி.), முக்கூடற்பள்ளு, முகவுரை, பக்கம் 43 – 44.

11. ம. முகம்மது உவைஸ் & மீ.மு. அஜ்மல்கான், இஸ்லாமியத் தமிழ் இலக்கிய வரலாறு, (தொகுதி – 1) ப. 564.

12. ...திருமக்காப் பள்ளு, (மேற்கோள்), மேலது, ப.581.

13. முக்கூடற் பள்ளு, பா.எ. 35.

14. மு. அருணாசலம், இரா.இளங்குமரன், (பதி.) குறவஞ்சி (முன்னுரை), ப. 16.

15. மேலது, ப. 19 – 20.

16. ம.இராசேந்திரன், நொண்டி நாடகங்கள், இலக்கியக் கொள்கை – தொகுதி 8, ச.வே. சுப்பிரமணியன் & கே.பகவதி (பதி.), ப. 255.

17. காப்பு, விறலி, தன்கதைச் சுருக்கம், பாட்டுடைத் தலைவன் சிறப்பு, அவதானி பிறப்பு, திருமணம், யாத்திரை, தேவதாசியின் பிறப்பு, பருவ வளர்ச்சி, தாய்க்கிழவியின் அறிவுரை, தாசியின் காதல் விளையாட்டு, மையல்கொண்டோர், அவதானி அவளூர் சேர்தல், மோகமுறல், பணிப்பெண்களின் வரவேற்பு, தாசியின் புகழ்ச்சி, தாய்க்கிழவி உபசரித்தல், பள்ளியறையின் சிறப்பு, போகந் துய்த்தல், அவதானியை வஞ்சிக்க மருந்து செய்தல்,

மருந்துண்டு மயங்கல், தாய்க்கிழவி புலம்பல், செல்வம் இழத்தல், அவதானியைத் துரத்த முயலுதல், சபையில் வழக்கிடல், சபையோர் அவதானிக்கு ஆறுதல் கூறல், அவதானி கலங்கித் தெளிதல், கோயில் வழிபாடு, இழந்த பொருளுக்கு இரங்கல், பாட்டைத் தலைவனை அணுகல், குறைதீர்தல், திரும்பல் என அமையும் இத்தகு கதைப்போக்கினையே சிற்சில மாறுதல் களுடன் ஏறத்தாழ அனைத்து விறலிவிடுதூது நூல்களிலும் காணமுடிகிறது.

18. இரா. நாகசாமி, (பதி.), மூவரையன் விறலிவிடு தூது, (நூல் ஆராய்ச்சி முன்னுரை), ப. XIX.

19. மு. அருணாசலம், தமிழ் இலக்கிய வரலாறு, (பதினாறாம் நூற்றாண்டு – மூன்றாம் பாகம்), ப. 290.

20. பாட்டுடைத்தலைவன் வேட்டைக்குப் புறப்படல், அவனைக் கண்டு பெண்கள் வேட்கையுற்றுப் புலம்பல், வீரர்கள் வஞ்சினம் கூறிச் செல்லல், கானவர்கள் உதவிக்கு வரல், சகுனம் கண்டு மகிழ்ந்து வேட்டையாடல், மானைத் தொடர்ந்து சென்ற மன்னன் மலர் பறிக்க வந்த பெண்ணைக் கண்டு காமுற்றுக் கூடிக் கலந்து பிரிதல், பிரிவால் அவள் புலம்பல், தாய்க்கிழவி அரற்றல், பல்லக்கு முதலிய வரிசைகளை அரசன் அனுப்புதல், அவர்கள் மகிழ்தல் என்பனவே பெரும்பாலும் காதல் இலக்கியங் கள் அனைத்திற்கும் அடிப்படையாக அமையும் கதைப் பொருண்மையாகும்.

21. மு. அருணாசலம், தமிழ் இலக்கிய வரலாறு, (பதினாறாம் நூற்றாண்டு – இரண்டாம் பாகம்), ப. 147.

கலைக் கோட்பாடுகளுக்கான பின்புலங்கள்

கலைஞர்கள், சமுதாயத்தின் ஓர் அங்கமாவர். சமுதாயத்தின் போக்குகளும், நிகழ்வுகளும் அவர்களது வாழ்வினையும், மன நிலைகளையும் உருவாக்குவதில் பெரும்பங்கு வகிக்கின்றன. அவர்களால் படைக்கப்பெறும் கலைகளுக்கும், சமுதாயத்திற்கும் நெருங்கிய உறவுண்டு. ஆதலால், குறிப்பிட்டதொரு காலப்பகுதி யின் கலைப்பண்புகளை விளங்கிக்கொள்ள, அவை தோன்றிய சமுதாயத்தின் பல்வேறு கூறுகளை அறிவது இன்றியமையாததாகிறது.

சமுதாயத்தின் அடிப்படைக் கட்டுமானமாக (Basic structure) அமைவது பொருளாதாரமே எனச் சமூகவியலாளர் சுட்டு கின்றனர். இவ்வடிப்படைக் கட்டுமானத்தின் தன்மைக்கேற்பவே அரசியல் (Politics), சமயம் (Religion). மெய்யியல் (Philosophy), அறம் (Ethics), பண்பாடு (Culture), கலை – இலக்கியம் (Art and Literature) முதலான மேற்கட்டுமானங்கள் அமைகின்றன.

நாயக்கர் காலக் கலைகளின் போக்குகளை அறிய, அக்காலப் பொருளாதாரம், பொருளாதாரத்தை நிர்வகிக்கும் அரசியல் ஆகியன குறித்து அறிவது அடிப்படைத் தேவையாகும். இவ்வியலில் அவை விரிவாகவும் ஏனையவை கலைக்கோட்பாட்டுப் பின்புல விளக்கத்திற்குத் தேவையான அளவிலும் சுட்டப்படுகின்றன.

நாயக்கர் காலப் பொருளாதார நிலை

ஒரு காலகட்டத்தின் பொருளாதார நிலையென்பது, அக்காலப்பகுதியில் உற்பத்தி செய்யப்படும் பொருள்களின் உற்பத்தியைச் சார்ந்ததாகும். வாழ்க்கைக்கு வேண்டிய நுகர் பண்டங்களை உண்டாக்குவதற்குரிய உழைப்பு நடவடிக்கையான உற்பத்தி, மக்களின் உழைப்பு அன்றியும் உற்பத்தி செய்யப்படு கின்ற பொருட்களையும், உற்பத்திக்குத் துணை செய்கின்ற கருவிகளையும் சார்ந்ததாகும். இவற்றிற்கிடையேயுள்ள உறவுகள் உற்பத்தி உறவுகள் எனப்படும். உற்பத்தி உறவுகளின் ஒட்டு மொத்தமே பொருளாதார அமைப்பு அல்லது பொருளாதார நிலை எனப்படும்.[1]

நில உறவுகள்

நில அடிப்படையிலான வேளாண்மை உற்பத்தியே நாயக்கர் காலத்தின் பொருளாதார அடிப்படையாக அமைந்திருந்தது. முடியாட்சிக் காலத்தின் பொதுவியல்புப்படி, நாயக்கர் காலத்திலும் நிலம் முழுவதும் அரசனுக்குரியதாக இருந்தது. பாளையப்பட்டு முறையின் மூலம், நிலம் பாளையக்காரர்களுக்குப் பகிர்ந்தளிக்கப்பட்டது. பாளையக்காரர் களிடமிருந்து மூன்றில் ஒரு பங்கு வருவாயை அரசர்கள் பெற்றனர். பாளையக்காரர்களைத் தவிர, கோயில்கள், அந்தணர்கள், சத்திரங்கள் போன்ற பொது அமைப்புகளும் தனியாட்கள் சிலரும் அரசர்களிடமிருந்து நேரடியாக நிலங்களை மானியமாகப் பெற்றுள்ளனர்.

நிலங்களைப் பராமரித்தல், வரி தண்டுதல் முதலியவற்றைப் பாளையக்காரர்கள் மூலமே அரசர்கள் செய்துள்ளனர். தன் பகுதி நிலத்தைத் தனக்குப் பணிந்து நடப்பவர்களுக்கும், கோயில், அந்தணர், புலவர்கள், கலைஞர்கள், தேவரடியார் போன்ற பலதரப்பட்டவர் களுக்கும் மானியமாக வழங்கும் உரிமை பாளையக்காரர்களுக்கு இருந்தது. அத்துடன் அந்நிலங்களிலிருந்து விளைச்சலில் ஒரு பகுதியைப் பெற்று, அரசனுக்கும் தனக்கும் பயன்படுத்திக் கொள்ளும் உரிமையும் அவர்களுக்கு இருந்தது.[2]

பொதுவாக, நில வருவாய் மானியதாரனுக்கும் உழவனுக்கும் மட்டும் சென்று சேர்வதாக இல்லாமல் கோயில்கள், சத்திரங்கள், கைத்தொழிலாளர், புலவர்கள், வித்துவான்கள், அந்தணர்கள், தேவ தாசிகள், வட்டாரத் தலைவர்கள் எனப் பிறர்க்கே சென்று சேர்ந்துள்ளது.[3]

சில நிலங்களில் விளைந்த நெல் முழுவதும் அந்தணர்களுக்கே வழங்கப்பட்டமை குறிப்பிடத்தக்கது.[4]

உழவர்கள் தங்களுக்குத் தரப்பட்ட நிலங்களின் மூலம் வாழ்ந் துள்ளனர். பெரும்பாலும் அவர்தம் வாழ்வு வறுமையுடையதாகவே இருந்துள்ளதெனலாம்.

நெல்லே முக்கிய விளைபொருளாக இருந்துள்ளது. கரும்பு, வாழை, வரகு முதலிய சிலவகை வணிகப்பயிர்களும் விளைவிக்கப்பட்டன. ஆற்றுப்பாசனமும் குளத்துப்பாசனமும் சிறப்பாக இருந்துள்ளன. அரசர்களும், பாளையக்காரர்களும் ஏராளமான குளங்களை வெட்டி வேளாண்மைக்கு உதவியுள்ளனர்.

வேளாண்மையோடு உறவுடைய கரும்புப் பாகு காய்ச்சுதல், பருத்தித் தொழில், எண்ணெய் எடுத்தல் முதலிய தொழில்கள் செய்யப் பட்டன. கொல்லர், தச்சர், கம்மியர், தட்டார் முதலியோர் கைத்தொழில் களில் ஈடுபட்டுள்ளனர். பலவகையான பொருட்களை வாணிபம் செய்து பெரும்பொருளீட்டிய வணிகர் இருந்துள்ளனர்.

பொதுவாக, நாயக்கர் காலப் பொருளாதாரம் உற்பத்திக் கருவிகளின் பெருக்கமின்மையாலும், உற்பத்தித் திறன் முன்னேற்றமின்மையாலும், ஒரே விதமான பொருள் உற்பத்தியாலும் பெரும் தேக்க நிலையை

அடைந்திருந்தது; ஒரே போக்கில் சுழன்றுகொண்டிருந்தது; உற்பத்தி சக்தி *(means of Production)* தேக்கமுற்றுக் காணப்பட்டது.[5]

நாயக்கர்கால அரசியல்

குறிப்பிட்ட காலகட்டத்தின் சமூக, பொருளாதார நிலைகளின் வெளிப்பாடாக அரசியல் அமைகிறது. தமிழகத்தில் சங்க காலம் முதற்கொண்டு நிலவிய மன்னராட்சி முறையே நாயக்கர் காலத்திலும் தொடர்ந்தது.

நாயக்கர் ஆட்சிமுறை நடுவண் அமைப்பு, உள்ளாட்சியமைப்பு, கிராம நிர்வாக அமைப்பு எனும் மூன்று முக்கியக் கூறுகளை உடையது.

நடுவணமைப்பு

அரசனையும் அவனுக்கு உதவும் குழுக்களையும் கொண்டது நடுவண் அமைப்பாகும். நாயக்கர் காலத்தில் மதுரை, செஞ்சி, வேலூர், தஞ்சை ஆகிய தலைநகரங்களிலிருந்து இவ்வமைப்புகள் இயங்கின. அமைச்சர், படைத்தலைவர் பொறுப்புகள் இரண்டும் இணைந்த தளவாய், நிதியை நிர்வகிக்கும் பிரதானி, தளவாய் ஆகிய இருவருக்கும் அடுத்த நிலையிலிருந்து நிர்வாகம் செய்யும் இராயசம் என்னும் மூவரும் அரசனுக்கு ஆட்சியில் உதவியுள்ளனர்.[6]

உள்ளாட்சியமைப்பு

நாடு பல பகுதிகளாகப் பிரிக்கப்பட்டு, அரசனுக்குக் கட்டுப்பட்டு இயங்குவோரால் ஆளப்படுவது உள்ளாட்சி அமைப்பாகும். நாயக்கர் காலத்தில் 'பாளையம்' என்னும் உள்ளாட்சி அமைப்புகள் இருந்தன. பாளையத்திற்குத் தலைமையேற்றவன் 'பாளையக்காரன்' எனப்பட்டான்.

விசயநகரப் பேரரசில் இருந்த 'அமரநாயக' என்ற முறையைப் பின்பற்றி கி.பி. 1536இல் விசுவநாதநாயக்கரால் பாளையப்பட்டுமுறை தோற்றுவிக்கப்பட்டது. பாளையக்காரர்களுக்குக் குறிப்பிட்ட பகுதியில் நிலம் ஒதுக்கப்பட்டது. அவர்கள் அப்பகுதியில் வரிதண்டல், காவல், நீதி நிர்வாகம், நீர்ப்பாசனம், படை பராமரிப்பு ஆகியவற்றைக் கவனித்தனர்.

நடுவண் அரசின் வேண்டுதலுக்குப் படையுதவி செய்வதும், அரசுக்குச் சேரவேண்டிய நில வருவாயைத் திரட்டித் தருதலும் பாளையக்காரர்களின் பொறுப்பாகும். இவ்விரண்டும் அவர்களை நடுவணரசுடன் தொடர்புகொள்ளச் செய்தன. மற்றபடி, பல வகையிலும் அவர்கள் முழுவுரிமை பெற்ற சிற்றரசர்கள் போலவே விளங்கியுள்ளனர்.

மதுரை நாயக்கர் ஆட்சியில் இருந்ததுபோல் தஞ்சை நாயக்கர் ஆட்சியில் பாளையப்பட்டு முறை இல்லை. ஆனால் சிறிய ஆட்சிப் பரப்புகளை நிர்வகிக்க எண்ணற்ற பிரதிநிதிகள் *(Agents)* இருந்தனர். அவர்கள் அரசிற்கு வர வேண்டிய நிலுவையும் வரிகளையும் திரட்டித் தருவோராகவும், அரசின் சார்பில் நிர்வாகம் செய்வோராகவும் இருந்தனர். அரசாங்கம் 'நாடுகள்' என்னும் பெயரில் பலவாகப்

பிரிக்கப்பட்டு ஆளப்பட்டது.⁷ அத்தகைய பிரதிநிதிகளுள் காரைக்காலில் இருந்தவரை 'வட்டார ஆளுநர்' (Local Governor) என ஆங்கிலேயரின் பதிவேடுகள் குறிக்கின்றன.⁸

கிராம நிர்வாகம்

கிராம நிர்வாகத்தைக் கவனிக்க கர்ணம், மணியக்காரர், தலையாரி, புரோகிதர், பொற்கொல்லர், தண்ணீர் பாய்ச்சுபவன், கொல்லன், தச்சன், குயவன், வண்ணான், அம்பட்டையன், செருப்புத் தைப்பவன் ஆகிய பன்னிரண்டு உறுப்பினர்களைக் கொண்ட ஆயக்காரமுறை (Ayagar System) இருந்துள்ளது.⁹

இவர்களுள் முதல் மூவரும் அரசரால் நியமிக்கப்பெற்ற அரசு ஊழியர்கள் ஆவர். அவர்களுக்கு நிலங்களை மானியங்களாகப் பெறும் உரிமை இருந்துள்ளது.

நாயக்கர் காலக் கிராமநிர்வாக அமைப்பு ஒரு பிரிவினரைத் தொடர்ந்து செல்வந்தர்களாகவும், ஏனையோரை வாழ வழியற்றவர் களாகவும் மாற்றியது. கிராம சமுதாயம் சீர்குலைந்ததற்கு, அக்காலப் பாளையப்பட்டு முறையானது, முன்னர் இருந்த ஊர், சபை முதலிய வற்றைச் சிதைத்து, அவ்விடத்தில் ஆயக்கார முறையைக் கொணர்ந்ததும் காரணம் எனலாம். இம்முறையில், முதல் பிரிவினர் மூவருக்கு மட்டும் அரசு நிலையில் பாதுகாப்பான வாழ்க்கை இருக்க ஏனையோருக்கு முறையான வாழ்க்கை வழிமுறைகள் இருக்கவில்லை. இது வரிதண்டுதலை மட்டுமே நோக்கமாக உடைய பாளையக்காரர், ஆயக்கார முறையின் விளைவு எனலாம்.¹⁰

வரி செலுத்தாமலிருப்பது கடுமையான குற்றமாகக் கருதப்பட்டது. வரி செலுத்தாதவர்கள் தண்டிக்கப்பட்டனர். பல்வேறு குற்றங்களுக்கும் பலவகையான கொடிய தண்டனை முறைகள் இருந்துள்ளமையைக் கிறித்தவக் குருமாரின் கடிதங்கள் கூறுகின்றன. உறுப்புகள் குறைக்கப் பெறல், வீட்டை அழித்தல், கொதிக்கும் நெய்யில் கைவிடச் செய்தல், கையில் நெய் நனைத்த துணியைச் சுற்றி நெருப்பு வைத்தல், தூக்கிலிடுதல், தலையை வெட்டுதல் முதலியவை அவற்றுள் சிலவாகும்.¹¹

அரசு அமைப்புகளிடையே உறவு நிலைகள்

நடுவணரசு, உள்ளாட்சியமைப்பு, கிராம நிர்வாகம் ஆகிய மூன்று படிநிலைகளுக்குமிடையே வரி தண்டுதலும் படையமைப்பு முறையும் மட்டுமே தொடர்புபடுத்தியுள்ளன.

பாளையக்காரனுக்கு நிலத்தை ஒதுக்கித் தந்துவிட்டு, அவனது வருவாயில் மூன்றில் ஒரு பகுதியைத் தான் பெறல், தேவைப்பட்டபோது பாளையக்காரனிடம் படையுதவி பெறல் என்ற நிலைகளில் மட்டுமே நடுவணரசு பாளையப்பட்டுகளோடு தொடர்புகொண்டிருந்தது.

கிராம நிர்வாக அமைப்பின் மூலம் பாளையக்காரன் பணம் பெற்றான். அப்பணம் அரசனுக்கும் சென்றது என்ற அடிப்படையிலேயே

அரசனுக்கும் கிராம அமைப்புக்கும் உறவிருந்தது. ஆதலால் கிராம மக்களுடன் அரசனுக்கு எவ்வித நேரடி உறவும் இருக்கவில்லை எனலாம்.[12]

ஆனால் இதற்கு மாறாக, வரி தண்டுதல், நீர்ப்பாசன வசதியளித்தல், நிதி நிர்வாகம் செய்தல் முதலியவற்றின் மூலம் மக்களுடன் பாளையக் காரன் மட்டுமே உறவு கொண்டிருந்தான். அரசனுக்கும் மக்களுக்குமான உறவு நிலையில் இது சிறப்பாகக் கவனத்திற் கொள்ளத்தக்கதாகும்.

மக்களும் அரசும்

அரசு அதிகாரிகளும் ஊழியர்களும் தங்கள் கடமையைச் செய்வதில் முறைகேடுடன் நடந்துள்ளனர். ஊர் மணியக்காரன், கணக்கன் போன்றோர் பொய்க்கணக்கு எழுதியும், முறையற்று வரி தண்டியும், கையூட்டுப் பெற்றும் பொறுப்புகளை மறந்தும் மக்களை ஏமாற்றி யுள்ளனர்.[13]

சமுதாயக் கட்டமைவிற்கும் மக்கள் வாழ்நிலைக்கும் பெரிதும் அடிப்படையாகும் பொருளாதாரமும் அரசியலும் இவ்வாறிருந்த நிலையைக்கொண்டு அக்காலத்தின் கலைக்கோட்பாடுகளை விளங்கிக் கொள்வது சுவையானதாகும்.

பெருந்தோற்றமுடைமை

பேராற்றல் வாய்ந்த நிலையான அரசுகளால் ஏற்படும் நீண்டகால அமைதிமிக்க சூழலும், மக்களது வாழ்வியலும் மன நிலையிலும் ஏற்படும் பாதுகாப்புணர்வும், சமுதாயச் செல்வ வளமும் இவற்றால் விளையும் பெருமிதப் பேருணர்ச்சியும் தனித்தன்மை மிக்க படைப்பு களை உருவாக்கும் படைப்பாற்றலைத் தூண்டுகின்றன எனலாம். கலைத்தன்மையில் உயர்ந்த மாபெரும் கட்டடங்களும், புத்துணர்வு மிக்க ஓவியங்களும் வாழ்வின் இலட்சியங்களை, மனித விழுமியங்களை உயர்த்திப் பேசும் மாபெரும் இலக்கியப் படைப்புகளும் இத்தகையதொரு சமூக அரசியல் பொருளியல் சூழலிலேயே உருவாதல் இயலுமெனலாம்.

உலகக் கலை வரலாற்றில் மிகப் பெரிய கட்டடங்களைக் கட்டிய உரோமானியர்களது கலைப் போக்கிற்கும் அவர்களது சமூக, அரசியல் பின்புலத்திற்குமான தொடர்புகளை அறிஞர்கள் எடுத்துக்காட்டி யுள்ளனர்.[14]

மேலும், இக்காலத்தில் வர்ஜில் (Virgil), ஹொரேஸ் (Horace) முதலிய கவிஞர்கள் தனிச்சிறப்பு மிக்க பேரிலக்கியங்களைப் படைத்தனர் என்பர்.

தமிழக வரலாற்றில் மிகப்பெரிய நிலப்பரப்பினை ஆண்ட பிற்காலச் சோழர் காலத்தில் மிகப்பெரிய கோயில்கள் எடுக்கப்பெற்றன.

தஞ்சைப் பெருவுடையார் கோயில் இராஜராஜனுடைய வெற்றிச் சிறப்புக்கேற்ற பண்பாட்டுச் சின்னமாகத் திகழ்கிறது.[15]

என்கிறார் கே.ஏ. நீலகண்ட சாஸ்திரி.

தமிழின் தலைசிறந்த காவியங்கள் பலவும் இக்காலத்தில் தோற்றம் பெற்றுள்ளன.

விசயநகரப் பேரரசு வடக்கே துங்கபத்திரை முதல் தெற்கே குமரிமுனை வரை விரிவடைந்து பெருகியிருந்த கிருஷ்ணதேவராயர் காலத்தில் பெரிய சிற்பங்களும், கோபுரங்களும், மண்டபங்களும் எடுக்கப்பட்டுள்ளன. தமிழில் வில்லிபுத்தூராரின் பாரதம், பரஞ்சோதி முனிவரின் திருவிளையாடல்புராணம் முதலியன தோன்றியுள்ளன.

நாயக்க மன்னர்களது ஆட்சிப் பரப்பைப் பொருத்தவரை, ஏனைய வற்றினும் மதுரை ஆட்சியே பெரியதாகும். திருமலை நாயக்கர் காலத்தில் இன்றைய சேலம், தருமபுரி, பெரியார், நீலகிரி, மதுரை, திருச்சி, திருநெல்வேலி, கன்னியாகுமரி ஆகிய பகுதிகள் மதுரை நாட்டில் அடங்கியிருந்தன.

புகழ்மிக்க சோழ, விசயநகரப் பேரரசுகளின் ஆட்சிப்பரப்பு, பெருமிதம் மிக்க வெற்றி முதலியவற்றுடன் ஒப்பிடும்போது மதுரை நாயக்கர் ஆட்சி பெரியதெனக் கருதவியலாது எனினும் ஏறத்தாழ முந்நூறு ஆண்டுகள் தொடர்ந்து நிகழ்ந்த ஆட்சியாதலாலும் பல வெற்றிகளை கண்ட ஆட்சியாதலாலும் பல்வேறு பெரிய அளவிலான மண்டபங்களும் கோபுரங்களும் பெருமிதம் மிக்க சிற்பங்களும் மண்டபங் களில் பெரிய அளவிலான ஓவியங்களும் இலக்கியங்களும் தோன்றி யுள்ளன.

சோழ, விசயநகர மன்னர்களைப் போல் தனிப்பெரும் கோயில்கள் பெரும் எண்ணிக்கையில் எடுக்கப்பெறாததையும் விரிவாக்கத் தன்மை யிலேயே பெரிதும் கட்டடக் கூறுகள் பெரியதாகத் தோற்றுவிக்கப் பட்டதையும் எண்ணிப்பார்க்க வேண்டியுள்ளது.

ஆனால், வெற்றி வீரர்களாகப் பெரும்புகழுடன் திகழ்ந்த திருமலை நாயக்கர், செவப்ப நாயக்கர், இரகுநாத நாயக்கர் போன்றோர் ஆட்சியில் மாபெரும் திருமலை நாயக்கர் அரண்மனையும் தஞ்சை நாயக்கர் அரண்மனையும் எடுக்கப்பட்டமை எண்ணத்தக்கது.

விரிவாக்கம்

பொருளாதாரத்தில் ஏற்பட்ட தேக்கம் காரணமாகச் சமுதாய இயக்கம் பாதிப்படைந்துள்ளது. போர்களும், அரசர்களின் ஆடம்பரங் களும், பாளையக்காரர்களின் தன்னலமும் சமுதாயத்தை முன்னேற்றப் பாதையில் செலுத்தவில்லை. இதன் விளைவாகப் புதியன படைக்கும் ஆர்வமும், புத்துணர்வு இல்லாத சூழலும் நிலவியுள்ளதெனலாம்.

கட்டடங்களைப் பொருத்தவரை பழைய கோயில்களைப் புதுப்பிப்பதே பெரும் கடமையாக இருந்துள்ளது. சடங்குகளில் பெருக்கத்திற்கு ஏற்ப இணைப்புக் கட்டடங்களே கட்டடப்பட்டன. புதிய கோயில்கள் சிறிய அளவிலும், குறைந்த எண்ணிக்கையிலுமே உருவாக்கப்பட்டுள்ளன.

இந்துசமய எழுச்சி காரணமாக இராமாயணம், பாகவதம் போன்ற இதிகாச, புராணக் கதைகள் விரிவாக ஓவியங்களில் தீட்டப்பெற்றுள்ளன.

தமிழ்ப் புலவர்களைப் புரப்பாரின்மையாலும், சமூகத்தில் புத்தெழுச்சியில்லாமையாலும் சிறப்புமிக்க இலக்கிய முயற்சிகளைப் பெரிதும் காணவியலவில்லை. பண்டைய இலக்கியங்களுக்கு உரைகளும் விளக்கங்களும் எழுதுவதே பெரிதும் நடைபெற்றுள்ளது.

மரபுத் தொடர்ச்சி

பொருளாதாரம், அரசியல் முதலியவற்றில் ஏற்படும் மாறுதல்களால் சமூக அமைப்பிலும், போக்குகளிலும் புதிய தன்மைகள் நேரும்வரை முந்தைய மரபுகளே தொடரும் எனலாம்.

தமிழக வரலாற்றில் ஆங்கிலேயர் ஆட்சி நிலைநிறுத்தப்பட்டு, பொருளாதார அரசியல் நிலைகளில் மாறுதல்களும், அவற்றால் சமூக அமைப்பில் மாறுதல்களும் நிகழும் வரை நிலமானியச் சமூகமும், முடியாட்சி அரசியல் முறையும், அதற்கேற்ற மதிப்பீடுகளும், சமூக இயக்கங்களுமே தொடர்ந்தன. இவற்றின் விளைவால் கலைகளின் வடிவங்களிலும் வெளியீட்டு முறைகளிலும் குறிப்பிடத்தக்க மாற்றங்கள் குறைவாகவே நிகழ்ந்துள்ளன. உள்ளடக்கத்தில் முந்தைய மரபுகளே பெரும்பாலும் தொடர்ந்தன எனலாம்.

நாயக்க மன்னர்கள் தமிழகத்திற்கு வெளியிலிருந்து வந்தவரே யாயினும், இனம், பண்பாடு, சமயம் முதலியவற்றால் தமிழரோடு ஒன்றுபட்டவரேயாவர். திராவிட மொழிகளில் ஒன்றான தெலுங்கைத் தாய்மொழியாகக் கொண்ட திராவிடர். குடும்ப உறவுகள், வாழ்க்கை மதிப்பீடுகள் முதலியவற்றில் தமிழகப் பண்பாட்டுடன் பெரும் வேறுபாடற்றவர்கள் தமிழகத்தில் பெரும் சமயங்களாக விளங்கிய சைவ, வைணவ சமயங்களைப் பின்பற்றியொழுகியவர்கள். நாயக்க மன்னர்களின் பெரும்பாலானோர் பரம வைணவர்களாக இருந்துள்ளனர். கிருஷ்ணதேவராயர் தமிழக வைணவ ஆச்சாரியார்கள், வைணவ நூல்கள் ஆகியவற்றுடன் தொடர்புடையவர்.[16] வைணவம் மட்டுமன்றித் தமிழ்ச் சைவமும், சைவ நூல்களும் பக்தி இயக்க காலம் தொடங்கி ஆந்திரரிடை வழங்கியது குறிப்பிடத்தக்கதாகும்.[17]

இவையன்றி, அரசியல் நிலையில் பண்டைய முடியாட்சி முறையே விசயநகர நாயக்க மன்னர்களால் போற்றப்பட்டு வந்துள்ளது. அடிக்கட்டுமான அமைப்பாகிய பொருளாதாரத்திலும் பிரிந்தமைந்த நிலவுடைமைப்படை (இராணுவம்) அமைப்பும் புதியதன்று. இம்முறையே முகமதியர் காலத்தில் மன்சப்தாரி எனவும் விசயநகர காலத்தில் அமரநாயக முறை எனவும் வழங்கியது.

கல்வித்துறையிலும் நாயக்கர் காலத்தில் புதிய நிலை ஏதும் தோன்றவில்லை. நாயக்க மன்னர்கள் சமயம் சார்ந்த வடமொழிக் கல்வியையே ஆதரித்தனர். நாயக்கர் காலத்தில் ஐரோப்பியர்கள் வணிகக் குழுக்களாகவே இயங்கியமையால் அவர்கள் மூலம் ஐரோப்பிய

மயப்பட்ட கல்விமுறை ஏதும் அறிமுகமாகவில்லை. சேசுசபைத் துறவிகள் கல்விப்பணி அப்போதுதான் சிறிது துளிர்விடத் தொடங்கி யிருந்தது.

ஆதலால், தமிழகத்தின் பண்டைய மரபுகளின் போக்குகளிலிருந்து மாறுபட வாய்ப்பாகும் காரணிகள் ஏதும் நாயக்க மன்னர்களிடம் இருக்கவில்லை. மாறாக, தமிழகம் சார்ந்த சமயத் தன்மைகளே அவர்களிடம் இருந்தன எனலாம்.

நாயக்க மன்னர்கள் புதிய கோயில்களைக் கட்டும்போதும், பண்டைய கோயில்களை விரிவுபடுத்தும்போதும் முந்தைய திராவிடக் கட்டட, சிற்ப மரபுகளையே பெரிதும் அடிப்படையாகக் கொண்டிருந் தனர். பல காரணங்களால் வேற்றுப்பாணிகளின் கலப்பு ஏற்பட்ட போதும், அவை புறவயமானவையே. சிற்பங்களைப் பொருத்த அளவில் நாயக்கர் காலத்தில் சிறப்பம்சமாகக் கொள்ளத்தக்க நாட்டுப்புறக்கூறும் பாலுறவுக் கூறுமே முந்தைய காலக்கட்டங்களிலிருந்து தனித்து, வேறுபட்டுத் தோன்றுகின்ற கூறுகளாகும்.

நாயக்கர் காலத் தமிழ்ப் புலவர்களைப் பொருத்தவரை, பிற்காலத்தில் ஐரோப்பியர்களால் ஏற்பட்ட மாற்றங்கள் போல் ஏதும் மாற்றம் ஏற்படாத கல்விநிலையும் வாழ்நிலையும் உடையவர்களாகவே இருந் துள்ளனர். பண்டைய மரபுகளிலிருந்து கிளைத்த இலக்கிய வடிவங் களைத் தோற்றுவித்த போதும் அதை மரபார்ந்த தன்மையிலேயே வெளிப்படுத்தினர். தமிழ் அகத்திணை மரபுகளையே, சங்ககால இலக்கியப் பான்மையிலன்றி, காலத்தின் போக்கிற்கேற்பச் சிற்சில மாற்றங்களுடன் பயன்படுத்தியுள்ளனர். இசுலாமியப் புலவர்களும், ஐரோப்பியப் புலவர்களும் கொணர்ந்த பாணிகள் இங்கிருந்த பிற புலவர்களின் படைப்புகளில் ஏற்படுத்திய மாற்றங்கள், பெற்ற செல்வாக்குகள் ஆழ்ந்த மேலாய்வுக்கு உரியனவாகும்.

பிற பாணிக்கலப்பு

எந்தவொரு காலகட்டக் கலையிலும் அதற்கு முந்தைய, சமகாலக் கலைகளின் செல்வாக்கு இல்லாமல் இருத்தல் சாத்தியமற்றது என்பது கலை வரலாறு காட்டும் உண்மையாகும்.

நாயக்கர் காலக் கலைகள் விசயநகரத்தின் தொடர்ச்சி அல்லது மறுபதிப்பு என வல்லுநர் குறிப்பர். விசயநகரம் தோன்றுவதற்கு முன்னரே மேலைச் சாளுக்கியர் (கி.பி. 6 – 8) ஒய்சளர் (கி.பி. 11 – 13) காகதீயர் (கி.பி. 11 – 13) முதலியோர் தம் தனித்தன்மை மிக்க படைப்புகளை இயற்றியிருந்தனர். மொகலாயர்களும், பின்னர் தக்காணத்தை ஆண்ட பாமினி சுல்தான்களும், அரேபிய – இந்தியக் கலப்பில் உருவான இசுலாமிய பாணிக் கலையை உருவாக்கியிருந்தனர். இந்தக் காலப் பகுதிக்குப் பின்னர் தோன்றிய விசயநகரக் கலையில் இவற்றின் கலப்பு நேர்ந்தது இயல்பேயாகும். கலைஞர்களும் ஓரிடம் விட்டு மற்றொரு பகுதிக்குச் சென்று பணியாற்றியமையும் இக்கலப்பிற்குப் பிறிதொரு காரணமாகும். தனக்கு முன்பிருந்த இத்தகு பாணிகளின்

சிறப்பம்சங்களையும், தமிழகக் கலைப்பாணிகளையும் கலந்து புதியதொரு தனித்தன்மையுடன் மிளிர்ந்ததே விசயநகரக் கலையாகும். இக்கலைப் பாணியின் தொடர்ச்சியாக அமைந்த நாயக்கர் கலைகளிலும் மேற்குறித்த பாணிகள் இயல்பாகக் கலந்தமைந்தன. ஆயினும், நாயக்கர் கலைகள் தமிழகத்தின் சோழ, பாண்டியக் கலை மரபுகளையே பெரிதும் தழுவி யுள்ளமை சிறப்பாகக் குறிப்பிடத்தக்கதாகும்.

நாயக்கர் காலக் கலைகளில் இசுலாமின் செல்வாக்கை அறிய இசுலாம் தமிழகத்தோடு தொடர்புற்ற வரலாற்றை அறிவது வேண்டப் படுவதாகும்.

இசுலாமிய சமயம் தமிழகத்தில் பரவுவதற்குப் பல நூற்றாண்டு களுக்கு முன்பிருந்தே தமிழகத்திற்கும் அரேபியாவிற்கும் வாணிபத் தொடர்பு இருந்துள்ளது. கி.பி. ஏழாம் நூற்றாண்டிற்குள் தமிழ்நாட்டில் இசுலாம் புகுந்துவிட்டதென்பர்.[18] கி.பி. 738இல் உறையூரில் ஹாஜி அப்துல்லா பின் அன்வர் என்பவரால் பள்ளிவாசல் கட்டப்பட்டது.[19] கி.பி. 1182இல் தமிழகத்திற்கு வந்த சையதுஇபுராகீம் பாண்டிய நாட்டில் வைப்பாற்றுக்கும் வைகை நதிக்கும் இடைப்பட்ட பகுதியைப் பௌத்திர மாணிக்கம் பட்டினத்தைத் தலைநகராகக் கொண்டு ஆண்டார் என்பர்.[20] கி.பி. 1238 முதல் 1251 வரை பாண்டிய நாட்டை ஆட்சிபுரிந்த இரண்டாம் மாறவர்மன் சுந்தரபாண்டியன் காலத்தில் முசுலீம் பள்ளிவாசல் ஒன்றினுக்கு நிலம் வழங்கப்பட்ட செய்தியைக் கல்வெட்டுக் குறிப்பிடு கிறது.[21] கி.பி. 1325 இல் முகமதுபின் துக்ளக் ஆட்சியில் மதுரைநாடு முகலாயப் பேரரசின் மாநிலங்களுள் ஒன்றாக மாறியது. கி.பி. 1378 வரை மதுரையில் இசுலாமியர் ஆட்சி நடைபெற்றது.

மதுரையில் நடைபெற்ற சுல்தான்களின் ஆட்சிக்காலத்தில் அரசாங்க அலுவலகங்களில் பணிபுரிந்த உள்ளூர் மக்கள் அரபு, பாரசீகம் போன்ற பிற மொழிகளைக் கற்க வேண்டியிருந்தது. சிறப்பாக, சுல்தான் சிக்கந்தரின் ஆட்சிக்காலத்தில் இந்துக்கள் முதன் முறையாகப் பாரசீக மொழியைக் கற்க முற்பட்டனர். கி.பி. 16ஆம் நூற்றாண்டில் இந்துக்கள் எவ்வளவு ஆர்வத்துடன் பாரசீக மொழியைக் கற்றனர் என்றால் அடுத்த நூற்றாண்டாவதற்குள் அவர்கள் பாரசீக மொழியைக் கற்றுத் தேர்ந்த முஸ்லீம்களையும் மிஞ்சிவிட்டனர் எனப் பேராசிரியர் புளொக்மன் என்பவர் குறிப்பிட்டுள்ளார்.[22]

இசுலாமியர், தொடக்கத்தில் அரபு மொழிலிருந்த இசுலாமிய சமய நூல்களைத் தமிழ் வரிவடிவில் எழுதிப் பயின்றுள்ளனர். பின்னரே, தமிழில் இசுலாமிய சமய இலக்கிய நூல்கள் தோன்றியுள்ளன.

ஆகவே, கி.பி. 8ஆம் நூற்றாண்டு முதலாகவே இசுலாமியக் கட்டடக் கலை முறை தமிழகத்திற்கு அறிமுகமாகியுள்ளது என்பதை அறிய முடிகிறது. இருப்பினும், சோழர்கள், பாண்டியர்கள் வடித்த கட்டடங் களில் இசுலாமியக் கட்டடக் கலையின் செல்வாக்கு இருப்பதாகத் தெரியவில்லை. முகலாயர்களின் நீண்ட ஆட்சிக்குப் பின்னெழுந்த விசயநகரக் கலையிலேயே அதன் செல்வாக்குப் பெருமளவில் காணப் படுகிறது. ஆதலால், மதுரை சுல்தானிய ஆட்சிக்குப் பின் வந்தமையாலும்,

விசயநகரக் கலையின் தொடர்ச்சியாக அமைந்தமையாலுமே நாயக்கர் காலக் கட்டடக்கலையில் இசுலாமியக் கலையின் செல்வாக்குக் குறிப்பிடத்தக்க வகையில் அமைந்துள்ளதெனலாம்.

உடை முதலிய இசுலாமியப் பண்பாடுக் கூறுகளில் சிலவற்றை நாயக்க, சேதுபதி மன்னர்கள் ஏற்றிருந்தமையை இராமநாதபுரம் அரண்மனை ஓவியங்களிலிருந்தும், நத்தம் கோயில்பட்டி ஓவியங் களிலிருந்தும் அறியமுடிகிறது.

அரபு, பாரசீக மொழிகளின் பயிற்சி மக்களிடையே வளர்ந்து வந்தமையால் தமிழில் அம்மொழிச் சொற்கள் கலந்துள்ளன. தமிழ் இசுலாமியர்க்கு அம்மொழிகளின் இலக்கியங்கள் அறிமுகமாகியுள்ளன. காலப்போக்கில் தம் சொந்தப் படைப்புகளை உருவாக்கும்போது அரபு, பாரசீக இலக்கிய வடிவங்களைக் கையாண்டு தமிழ் இலக்கியங் களைப் படைத்துள்ளனர். ஆகவே தமக்கு முந்தைய இசுலாமிய ஆட்சி, விசயநகர மரபுத்தொடர்ச்சி, இசுலாம் சமயத்தினரின் பெருக்கம் ஆகியன நாயக்கர் காலத்தில் இசுலாமிய பாணிக் கலப்பிற்குப் பெரிதும் அடிப்படைக் காரணங்களாயின எனலாம்.

கி.பி. 15ஆம் நூற்றாண்டில் வாணிகம் செய்வதற்காகப் போர்ச்சுகீசியர், டச்சுக்காரர், ஆங்கிலேயர், டேனிசுக்காரர், பிரஞ்சுக்காரர் முதலிய ஐரோப்பியர்கள் தமிழகம் வந்தனர்.

வாணிகம் செய்வதற்காக இந்தியாவிற்கு வந்த முதல் ஐரோப்பியர் போர்ச்சுக்கீசியரே ஆவர். முதலில் இருந்த வாணிக நோக்கம் பின்னர் நாடு பிடிக்கும் அரசியல் நோக்கமாயிற்று. அவர்கள் கேரளக் கடற்கரையில் பல குடியிருப்புகளை அமைத்தனர்.[23]

போர்ச்சுக்கீசியரிடமிருந்து இலங்கையையும் (கி.பி. 1638) தூத்துக்குடியை யும் (கி.பி.1658) நாகப்பட்டினத்தையும் (கி.பி. 1659) டச்சுக்காரர்கள் பறித்துக்கொண்டனர். நாகப்பட்டினத்தில் கோட்டைகளைக் கட்டினர்.

ஆங்கிலேயர்கள் சென்னை, கூடலூர், பரங்கிப்பேட்டை முதலிய இடங்களில் கோட்டைகளை அமைத்து வாணிகம் செய்து வந்தனர்.

தரங்கம்பாடியில் டேனிசு கிழக்கிந்தியக் கம்பெனி வணிகர்கள் கோட்டை ஒன்றைக் கட்டிக்கொண்டு தம் வணிகத்தைத் தொடங்கினர். பிற ஐரோப்பியர்களுடன் போட்டியிட்டுத் தங்கள் நிலையை உறுதி செய்துகொண்ட பிரஞ்சுக்காரர்களும் பல பகுதிகளைப் பிடித்துக் கோட்டைகளையும் பிற கட்டடங்களையும் கட்டினர். புதுவை அவற்றுள் முதன்மையானதாகும்.[24]

கிறித்துவ சமயத்தைப் பரப்பவந்த பாதிரிமார்கள் அரசர்கள் ஆதரவினைப் பெற்று நாட்டின் பல்வேறு இடங்களில் தேவாலயங்களை அமைத்துள்ளனர்.

மதுரையில் வீரப்ப நாயக்கரின் ஆட்சிக்கால இறுதியில் ஜெசூட் பாதிரியார் பெர்ணான்டஸ் (*Father Fernandez*) தலைமையில் ஜெசூட் பாதிரிகள் கிறித்தவ மிஷன் (இயேசு கிறித்தவக் குழு) ஒன்றைத்

தொடங்கினர் (கி.பி. 1592). சொக்கநாதர் காலத்தில் (கி.பி. 1659 – 1682) கங்குவார் பட்டியில் ஆல்வாரஸ் பாதிரியார் மாதாக்கோயில் ஒன்றினைக் கட்டியுள்ளார். மறவர் நாட்டிலும் கிறித்தவ ஆலயங்கள் கட்டப்பட்டன.[25]

இவ்வாறு, வாணிகம், அரசியல், சமயம் ஆகியன மூலமாக ஐரோப்பிய கட்டடக்கலை, ஓவியக் கலை முதலியன நாயக்கர் காலத்தில் நன்கு அறிமுகமாகியுள்ளன. அவற்றின் கலைப்பாணிகள் நாயக்கர் காலக் கட்டட, ஓவியக் கலைகளில் செல்வாக்குப் பெற்றுள்ளன. சமயப் பணிக்காக இங்கு வந்த ஐரோப்பியர்களால் உரைநடை, கதை வடிவங்கள், இசைப்பா வடிவங்கள் தமிழிற்கு அறிமுகமாகியுள்ளன.

மிகு அணியுடைமை

விசயநகர – நாயக்க மன்னர்களைப் பற்றி எழுதிய வரலாற்றாசிரியர்கள் பலரும் அவர்களது ஆடம்பரத் தன்மை குறித்துத் தவறாது எழுதியுள்ளனர். விசயநகர காலத்தில் கோயில் சிலைகளும், அரசர்களும், தேவரடியார்களும் அணிந்திருந்த பலவகையான அணிகலன்களைக் குறித்து தே.வே. மகாலிங்கம் விரிவாகக் குறிப்பிடுகிறார்.[26]

விசயநகரத்தின் வழிவந்த நாயக்க மன்னர்களும் பல்வேறு வகையான அணிகலன்களை அணிவதில் பெருவிருப்பம் காட்டினர். தங்களைப் பல்வகையாலும் அலங்கரித்துக் கொள்ளுதல், விழாவயர்தல் முதலியனவற்றைச் செய்தமையால் நாயக்கர் ஆட்சி, ஆடம்பரங்களால் மறைத்துக் காட்டிய குறைமிகுந்த ஆட்சி என்று கால்டுவெல் குறிப்பிடு கின்றார்.[27]

திருமலை நாயக்கருக்குச் சரிகை வேலைப்பாடமைந்த துணிகளை நெய்வதற்காகவே சௌராட்டிரர்கள் மதுரையில் குடியேறி வாழ்ந்த செய்தியை வரலாற்றாசிரியர்கள் தருகின்றனர்.[28]

பாளையக்காரர்களும் இத்தகைய பான்மையில் இருந்துள்ளதை இலக்கியங்கள் காட்டுகின்றன. குமாரலிங்கன் காதல், சிவகங்கை இராசேந்திர பூபதி காதல், கந்தர் காதல் முதலிய காதல் இலக்கியங்கள் தலைவர்கள், தலைவியர் அணிந்து கொள்ளும் பல்வகை அணிகலன் களைக் குறிப்பிடுகின்றன.[29]

குறவஞ்சி இலக்கியங்களில் குறத்தியரும், விறலி விடு தூது நூல்களில் பரத்தையரும், உலா நூல்களில் பெண்களும் மிகுதியான அணிகலன்களை அணிந்திருந்தமை பாடப்பட்டுள்ளன.[30]

பாளையக்காரர்கள் மட்டுமன்றி அரசாங்க அதிகாரிகளும் மிகுந்த ஆடம்பர விரும்பிகளாக அரசாங்கப் பணத்தை விரயம் செய்வோராகத் திகழ்ந்துள்ளனர். அரங்க கிருஷ்ணப்ப நாயக்கர் காலத்தில் திருநெல்வேலி அதிகாரியாக இருந்த திருவேங்கட நாதையாவின் மகன் தினந்தோறும் இரவில் எண்ணற்ற தீவட்டிகளுடனும் மேள தாளத்துடனும் ஆடல், பாடல்களுடனும் அம்பாரி கட்டிய யானை மீதேறிக் கொண்டு பவனி வருவதை வழக்கமாகக் கொண்டிருந்துள்ளார். இதற்கு நாளொன்றுக்கு ஐநூறு வராகன் செலவழிந்துள்ளது. இது குறித்துச்

சிலர் அரசரிடம் முறையிட்டுள்ளனர். நேரில் சென்று பார்த்த அரசர் இப்பெருமை நம்மையும் சாரும் எனச் 'சந்தோஷித்து' நாளொன்றுக்கு ஐந்நூறு வராகன் செலவு பெற்று வரும்படி சம்மானமும் அளித்தார். டெயிலர் பாதிரியார் பதிப்பித்துள்ள கையெழுத்துப் படியிலுள்ள இக்குறிப்பு அன்றைய அரசின் ஆடம்பரப் போக்கிற்குத் தக்க சான்றாகும்.[31]

மேலும் சாளுக்கியர்களது கோயில்களிலும் ஒய்சளர்களது கோயில் களிலும் உள்ள சிற்பங்களும், தூண்களும் மிகுந்த அணியூட்டப் பெற்றுள்ளன. பிற்காலத்தில் சாளுக்கிய பாணியின் செல்வாக்குக் காரணமாக தாராசுரம் முதலிய சோழர் கோயில்களிலும் பிற்காலப் பாண்டியர்களது படைப்புகளிலும் அலங்காரப் பண்பு மிகுந்திருப்பதைக் காண முடிகிறது. மேற்குறித்த சாளுக்கிய, ஒய்சள பாணிகளுடன் அலங்கார பண்புமிகுந்த இசுலாமிய கட்டட பாணியின் செல்வாக் கினைப் பெற்ற விசயநகர, நாயக்கர் காலப் படைப்புகளிலும் அலங்காரப் பண்பு மிகுந்தது எனலாம்.

இலக்கியங்களில் அலங்காரம் என்பது அணிகளைப் பயன்படுத்துவ தெனவே கருத வேண்டியுள்ளது. புலமைப் போட்டியின் விளைவாய்த் தனது திறனைக் காட்ட நேர்ந்த புலவர் நிலையாலும் ஒரே வகைப்பட்ட படைப்புகளுள் வேறுபாட்டினை உருவாக்கப் பல்வேறு அணிகளைப் பெய்து காட்ட வேண்டியிருந்ததாலும் இலக்கியப் படைப்புகளில் அணிகள் மிகுந்துள்ளன எனலாம்.

பொதுவாக, ஒரு கலைப்படைப்பின் உள்ளார்ந்த கருத்து, உணர்ச்சி முதலியவற்றால் நேரும் இயல்பான அழகிற்கு முதன்மை தருவதிலும் புற அணிகளால் படைப்பின் தரத்தைக் கூட்ட எண்ணும் போக்கினை யும் இதன் அடிப்படைக் காரணமாகக் கருத இடமுண்டு எனலாம்.

ஆதலால், நாயக்கர் காலத்தில் அரசர்களும் மக்களும் அணிகலன் களை அணிவதில் காட்டிய ஆர்வம் சிற்ப, ஓவிய உருவங்களில் வெளிப்பட்டுள்ளது எனவும் ஆடம்பரத் தன்மையுடைய அரசின் நடவடிக்கைகள் ஏற்படுத்திய சமூக மனநிலை அரசு சார்ந்த கட்டடங்கள், குளங்கள் போன்றவற்றில் அலங்காரம் மிகுதிப்பட உள்ளார்ந்த காரணமாக அமைந்துள்ளதெனவும் அலங்காரப் பண்பு மிகுந்த சாளுக்கிய, ஒய்சள பாணிகளின் செல்வாக்கும் அரசர்களின் மனநிலைக் கேற்பப் படைக்கும் சூழலும் தன் திறனைக் காட்டும் கலைஞர்களின் ஆர்வமும் இக்காலப் படைப்புகளில் மிகு அணிகள் விளங்கக் காரணங் களாக அமைந்துள்ளன எனவும் கருத வாய்ப்புண்டு எனலாம்.

தன்திறன் காட்டல்

நாயக்கர் காலக் கலைகளில் வெளிப்படும், கலைஞர்களின் தன்திறன் காட்டும் போக்கினை நுட்பமாக உணரவும், அப்போக்கிற்கான பின்புலன்களை விளங்கிக் கொள்ளவும், உயர்ந்த கலைப்படைப்பின் இயல்புகள் குறித்து அறிதல் ஈண்டு வேண்டப்படுவதாகும்.

இந்தியக் கலைகளின் தலைசிறந்த திறனாய்வாளர் என மதிக்கப் பெறும் ஆனந்தகுமாரசாமி ஒரு கலைப்படைப்பில் அழகு காணப்

பட்டால் அது கலைஞனது அழகுணர்ச்சியின் பயனாக விளைந்ததன்று எனவும் தன்னையறியாமலே கலை மூலம் வெளிப்பட்டதொரு மன நிலையின் பயனாகவே பிறந்ததெனவும் குறிப்பிடுகிறார். சிற்பம், ஓவியம், இலக்கியம், இசை என அனைத்துக் கலைகளுக்குமான அடிப்படைத் தன்மை இதுவெனவும் இந்தியக் கலைகளில் எட்டாம் நூற்றாண்டிற்குப் பின் இந்நோக்கு வீழ்ச்சியுற்றதெனவும் சுட்டிக் காட்டியுள்ளார்.[32]

உள்ளார்ந்த ஈடுபாட்டைக் கொள்ளாத கலைஞர்களால் உருவாக்கப் பெறும் கலைப்படைப்பு, கலைத்தன்மையில் தரம் தாழ்ந்ததாக அமையும், கலைஞர்கள் புறவயமான காரணங்களுக்காகப் படைப்பாக்கத்தில் ஈடுபடும்போது அப்படைப்பு வெறும் விதிமுறைகளை நிறைவு செய்வதாக வும், அவ்விதிமுறைகளைக் கையாளுவதில் தங்களுக்குள்ள திறனை வெளிப்படுத்துவதாகவும் முடியும். கலையாக்கத்தில் இத்தகைய விரும்பத்தகாத, எதிர்மறையான தன்மை தோன்றுவதற்கு அக்கலைஞர் களுக்கு வாய்க்கும் சூழல்களே பெரிதும் காரணங்களாக அமைகின்றன எனலாம். சிறந்த கலைப்படைப்புகளைத் தோற்றுவிக்கக் கலைஞன் முழுமையான சுதந்திரம் பெற்றிருக்க வேண்டும். அத்தகைய சுதந்திரத் தைத் தராத சூழல்கள் எதிர்மறையான விளைவையே ஏற்படுத்தும் எனலாம்.

நாயக்கர் காலப் பொருளாதாரம் மிகுந்த தேக்க நிலையை அடைந்திருந்தது. அதனை உடைக்கும் முன்னேற்றத் திட்டங்களைத் தொலைநோக்குடன் வகுத்துச் செயல்படும் அரசமைப்பு இருக்கவில்லை. தமக்கு அன்னியமான மண்ணில் ஆட்சி நடத்துவதும், தங்களது அதிகாரத்தை நிலைநிறுத்திக்கொள்வதும், பிற ஆக்கிரமிப்பாளர்களிட மிருந்து தற்காத்துக்கொள்ளப் போரிடுவதுமே நாயக்க மன்னர்களின் பெரும் நடவடிக்கைகளாக அமைந்திருந்தன எனலாம். பாளையக்காரர் களின் ஆடம்பரச் செயல்களும், போர் காரணமாகவும், தன்னலம் காரணமாகவும் தண்டப்பட்ட வரிகளும், கொடிய பஞ்சங்களும் உற்பத்தியில் நேரடியாக ஈடுபட்டவர்களையே வறுமையில் வீழ்த்தின. இந்நிலையில் நேரடியாக உற்பத்தியில் ஈடுபடாத கலைஞர்களின் நிலை இரங்கத்தக்கதாகவே இருந்திருக்கும் எனலாம்.

தமிழ்ப் புலவர்களைப் பொருத்தவரை மைய அரசை ஆண்ட நாயக்க மன்னர்களால் புறக்கணிக்கப்பட்டனர். தெலுங்கைத் தாய் மொழியாகக் கொண்ட மன்னர்கள் தமிழறிந்திருக்கவில்லை.[33] திரிகூட ராசப்ப கவிராயர் போன்ற ஓரிருவர் மட்டுமே ஆதரிக்கப் பெற்றனர்.

பெரும்பான்மையராகவிருந்த பாளையக்காரர்கள் சிறிய அளவிலான நிலப்பகுதியை ஆண்டனர். பகட்டான புற வாழ்வையும் கட்டுப்பாடற்ற அக வாழ்வையும் உடைய அவர்கள் உண்மைக்குச் சிறிதும் பொருத்த மற்றிருப்பினும் தாம் புகழப்படுவதை விரும்பினர். ஆதலால் அவர்களை அண்டி வாழ்ந்த புலவர்களால் படைக்கப்பெற்ற இலக்கியங்கள், வாழ்க்கையின் உள்ளார்ந்த தேடுதலாக அமையாமல், வலிய உள்ளடக்க மற்ற வெறும் புகழ்ச்சிப் படைப்புகளாகவே அமைந்தன. ஆதரிப்போர்

குறைவாக இருந்த நிலையில் புலவர்களிடையே போட்டியும் அதிகமாக நிலவியது. எவ்வாறாயினும் தன் புலமைத் திறத்தைக் காட்டிப் புரவலனின் மனதைக் கவருவதே நோக்கமாகக் கொண்ட புலவர்களின் படைப்புகளில் தன்திறன்காட்டலே மிகுந்து, சொற்சிலம்பங்களும் சொல்லணிகளைப் பெருக்கிக் காட்டுதலுமே முனைப்புற்றுள்ளன.

சிற்ப, ஓவியக் கலைஞர்கள் அரசர்களாலும், பாளையக்காரர் களாலும் உருவாக்கப்பட்ட கோயில்களில் பணி செய்துள்ளனர். ஆதலால் அன்றைய ஒட்டுமொத்தச் சமுதாயப் போக்கின் விளைவு அவர்தம் படைப்புகளிலும் வெளிப்பட்டுள்ளதெனலாம்.

நாயக்க மன்னர்கள் காலத்துக் கோயில் விரிவாகக் கட்டடங்கள் சடங்குகளின் பெருக்கத்தாலும், சமய நிறுவனங்களின் பெருக்கத்தாலும் சமய வளர்ச்சியின் அரசியல் தேவையாலும் விளைந்தவையாதலால், அவற்றில் படைப்பின் கலை நோக்கினைவிட, புறவயமான அலங்காரப் பண்பும், நுட்பப்படுத்துதலும் மிகுந்த கலைஞர்களின் தன்திறன் காட்டலையே வெளிப்படுத்துவனவாய்ப் பெரும்பாலும் அமைந்துள்ளன எனலாம்.

சமய ஒருமைப்பாடு

நாயக்கர் காலத்தில் சைவம், வைணவம், இசுலாம், கிறித்தவம் ஆகிய சமயங்கள் செல்வாக்குப் பெற்றிருந்தன. சமணம் ஓரளவு தன்னை நிலைநாட்டிக் கொண்டிருந்தது. இவற்றுடன் நாட்டுப்புறத் தெய்வ வழிபாடும் குறிப்பிடத்தக்க ஒன்றாக விளங்கியுள்ளது.

'இந்து' என்ற சொல் மிகவும் பிற்பட்ட காலத்தியதெனினும் இச்சமயத்தின் உட்பிரிவுகளான அறுவகைச் சமய நெறிகளும் பண்டு தொட்டே வளர்ந்துள்ளன. அவற்றுள் தமக்கெனத் தனி மெய்யியல் களைத் தோற்றுவித்துக்கொண்டு சைவமும் வைணவமும் தனிப்பெரும் சமயங்களாக வளர்ச்சியுற, ஏனையவை அவற்றுடன் இணைந்தன. சமண, பௌத்த மதங்களின் செல்வாக்கை வீழ்த்தி இவ்விரு சமயங்களும் பல்லவ, சோழ, பாண்டியப் பேரரசுகளின் காலத்தில் அரசு ஆதரவுடன் ஏராளமான கோயில்களும், சாத்திரங்களும், இலக்கியங்களும் பெற்றுச் செழித்தன.

ஆனால், கி.பி. 1310 முதல் கி.பி. 1368 வரை நடைபெற்ற இசுலாமியர் ஆட்சி இந்து சமயத்திற்கெதிரான செயல்களில் ஈடுபட்டது. குமார கம்பணனின் மதுரைப் படையெடுப்பைப் பற்றி அவர் மனைவி கங்காதேவி எழுதிய 'மதுரா விஜயம்' என்னும் நூல் இந்து சமயத்திற்கும், இந்துப் பண்பாட்டிற்கும், இந்துக்களுக்கும் இசுலாமியர்களால் நேர்ந்த பேரழிவினைச் சுட்டுகிறது.[34]

ஆகவே, இசுலாமியரின் அரசியல் மேலாண்மையைப் பறிப்பதும், இந்து சமயம் இந்துப் பண்பாடு ஆகியனவற்றைக் காப்பதும் விசயநகர, நாயக்க அரசுகளின் முதன்மை நோக்கங்களாக அமைந்திருந்தன எனலாம். ஆதலால் சைவ, வைணவ ஆலயங்களைச் சீர்படுத்தி

விரிவாக்கினர்; புதிய கோயில்களைக் கட்டினர். பெரும்பாலான நாயக்க மன்னர்கள் வைணவ ஈடுபாடுடையவர்களாக இருந்தபோதிலும் ஏராளமான சிவன் கோயில்களிலும் திருப்பணிகளை மேற்கொண்டனர்.

சைவம், வைணவம் ஆகிய பிரிவுகளுக்கிடையே இருந்த வேற்றுமை களையும் போராட்டங்களையும் நாயக்க மன்னர்கள் ஆதரிக்கவில்லை. மாறாக, தங்களது சமய ஒருமைப்பாட்டு முயற்சிக்கு எதிர்ப்பு வந்த போது வன்முறையைக் கையாண்டும் அதனை அடக்கியுள்ளனர் என்பதை டைமெண்டோ பாதிரியின் பயணக் குறிப்புச் சுட்டுகிறது.[35]

திருமலை நாயக்கர், மீனாட்சியம்மன் கோயில் பெருவிழாவையும் கள்ளழகர் வையையாற்றில் இறங்கும் சித்திரா பௌர்ணமி விழாவையும் அடுத்தடுத்து நடத்தி சைவ – வைணவ ஒருமைப்பாட்டைத் திறம்பட உண்டாக்கினார்.[36]

ஊர்த் தெய்வங்கள், இனத் தெய்வங்கள், குல தெய்வங்கள் எனப் பலவகைப்பட்ட தெய்வங்கள் நாட்டுப்புறங்களில் வழிபடப்படுகின்றன. சமூக அடித்தளத்தினரான உழைக்கும் மக்களே இதில் முக்கியப் பங்கேற்கின்றனர்.

நாயக்கர் காலக் கலைகளில் நாட்டுப்புற தெய்வங்கள் இடம் பெற்றுள்ளன. இலக்கியங்களில், குறிப்பாக, பள்ளு நூல்களில் நாட்டுப் புற வழிபாட்டினரான உழைக்கும் மக்கள் சைவம், வைணம் முதலிய பெருந்தெய்வ வழிபாட்டுடன் இணைத்துப் பேசப்படுகின்றனர்.

நாயக்கர் காலத்தில் வரிக்கொடுமை, பஞ்சம் முதலிய காரணங் களால் உழைக்கும் மக்கள் இடம்பெயர்ந்து சென்றமை, கிறித்தவ மதத்திற்கு மதம் மாறியமை காரணமாக அவர்களைத் தத்தம் சமயத்திலே இருத்திக்கொள்ளவும் அவர்கள் மீது தங்கள் மேலாண்மையை நிறுவவும் ஆளும் வர்க்கம் செய்த சமய வழிப்பட்ட முயற்சியே இதற்குக் காரணம் என்கிறார் கோ. கேசவன்.[37] அவர்தம் கருத்து மேலாய்வுக்குரியதாகும்.

பக்தி இயக்க காலத்திலிருந்து சைவ, வைணவ, சாக்த, காணாபத்ய, கௌமார மதங்கள் கலந்து ஒன்றாக உருப்பெறுவதை பல்லவ, சோழச் சிற்பங்களும் ஓவியங்களும் இலக்கியங்களும் காட்டுகின்றன. நாயக்கர் காலத்தில் வட்டாரப் பண்பு மேலோங்கியதின் காரணமாக வட்டார தெய்வங்கள் கலைகளில் சிறப்பிடம் பெற்றுள்ளன.

நாயக்கர் காலத்தில் இசுலாம் சமயம் நன்கு வேரூன்றியிருந்தது. இசுலாமியரின் அரசியல் மேலாண்மையை எதிர்த்துத் தோன்றிய விசயநகரப் பேரரசின் தொடர்ச்சியாக அமைந்ததுதான் நாயக்கர் ஆட்சி எனினும் தனிப்பட்ட இசுலாமியர்களுக்கு எதிராகவும் மதத்திற்கு எதிராகவும் செயல்கள் இருந்ததாகத் தெரியவில்லை. மாறாக, இசுலாமியர் பலர் பாளையக்காரர்களாக இருந்துள்ளனர். நாயக்கர் களுக்கு உதவியாகவும் இசுலாமியர்கள் இருந்துள்ளனர். அத்தகைய அதிரி சாயபு, ஆசிறுபேய்க், உச்சிமிய்யா, காதுறுசாயபு, கானுசாயபு, சவ்வாசுகான், சின்ன ராவுத்தர், தானுதாய் ராவுத்தன், படேகான் கிலுசு, மகமது சாயபு, மன்மதுகான், மன்மதுகான் கிலுசு, மீசறுகான்,

மீறா சாயபு, முசேகான், வாய் மூசாகான், வாவுகான் முதலியோரை இராமப்பையன் அம்மானை குறிப்பிடுகிறது.[38]

மங்கம்மாள் முசுலிம்களின் பள்ளிவாசலுக்கும் தர்க்காவுக்கும் நிலக்கொடை அளித்ததுமுண்டு. 1692ஆம் ஆண்டுச் செப்புச் சாசனம் பள்ளிவாசலின் பாதுகாப்புக்காக விசயரங்க சொக்கநாதர் பெயரால் நிலங்கொடுத்ததைக் கூறுகிறது. 1701ஆம் ஆண்டுத் தெலுங்குச் சாசனம் ஒன்று முஸ்லீம் தர்க்காவுக்காகத் திருச்சிக்கு அருகிலிருக்கும் சில கிராமங்களை விட்டுக் கொடுத்ததைக் குறிப்பிடுகிறது.[39]

நாயக்கர் காலத்தில்தான் கிறித்தவ சமயம் தமிழகத்தில் வேரூன்றத் தொடங்கியது. பல நாடுகளைச் சேர்ந்த கிறித்தவ அருள் தொண்டர் கிறித்தவத்தை மக்களிடம் பரப்பினர். ஏராளமான பேர்கள் மதம் மாறினர். இதன் விளைவாகச் சில இடங்களில் மக்களும், பாளையக் காரர்கள் சிலரும் கடுமையாக எதிர்த்தனர். எனினும் நாயக்க மன்னர் களில் பெரும்பாலானவர்கள் கிறித்தவக் குமாரர்களுக்குப் பாது காப்பளித்தும், தேவாலயங்கள் காட்ட நிலமளித்தும் உதவியுள்ளனர்.

நாயக்கர் காலத்தில் சமணம் மிகப்பெரிய சமயமாக விளங்க வில்லை. இருப்பினும் தொண்டைநாட்டுப் பகுதியில் சமணர்கள் வாழ்ந்தனர். திருப்பருத்திக்குன்ற சமணர் கோயில் ஓவியங்கள் மூலம், நாயக்க மன்னர்கள் அச்சமயத்தினருக்கு உதவியிருக்கலாம் எனக்கருத இடமுண்டு.

> நாயக்க மன்னர்கள், பிற மதங்களிடம் சகிப்புத் தன்மையுடன் இருத்தல் மற்றும் நடுநிலை தவறாத ஆதரவு என்னும் இந்துக்களின் மரபார்ந்த நடவடிக்கையைத் தொடர்ந்தனர். அவர்கள் வைணவத் தைப் பின்பற்றுவோராக இருந்தபோதும் இந்து மதத்தின் பிற பிரிவுகளையும் ஆதரித்தனர். தஞ்சையில் முகமதியர்கள் மசூதி கட்டுதற்குச் செவப்ப நாயக்கர் நிலக்கொடையளித்துள்ளார். கிறித்தவர்கள் தன் நாட்டில் வந்து குடியேற அனுமதியளித்தார். சிவாலயங்களும் நிவந்தங்கள் வழங்கினர். மத்துவ சமய ஆச்சாரிய ரான விசயேந்திர தீர்த்தருக்கு நிலக்கொடையளித்தார். இவை யனைத்தும் மதங்களிடம் நாயக்கர் கொண்டிருந்த விரிந்த உளப் பாங்கைக் காட்டுகிறது.[40]

என்று வி. விருத்தகிரீசன் குறிப்பிடுவது கருதத்தக்கது.

ஆதலால் இந்துமத எழுச்சியின் விளைவாக, சைவ, வைணவ முரண்பாடுகளை நீக்கி மக்களை ஒன்றிணைக்கும் போக்குக் காணப் படுகிறது. உள் முரண்பாடுகள் எதனையும் உருவாக்க விரும்பாததாலும், பிற சமயங்களை மதிக்கும் பரந்த நோக்குக் காரணமாகவும் புறச் சமயங்களையும் மதித்து ஆதரவளித்துள்ளனர் எனலாம்.

புராண, இதிகாசக் கூறுகள்

நாயக்கர் காலத்தில் தோன்றிய புராணங்கள் பலவும் வடமொழி யிலிருந்து மொழிபெயர்க்கப்பட்டவை அல்லது தழுவி எழுதப்பெற்றவை

யாகும். வடமொழி, தொல்காப்பியர் காலத்திற்கு முன்பிருந்தே தமிழோடு உறவுகொண்டு அறிஞர்களால் தமிழுக்கு இணையாகப் பயிலப்பட்டும் வந்திருந்தும் வடமொழிப் புராணங்கள் முன்பில்லாத வகையில் விசயநகர, நாயக்கர் காலத்தில் ஏற்றம் பெற்றுள்ளன. இதற்கு அக்காலத்தில் வடமொழியும், வடமொழியைத் தங்கள் சமய மொழியாகக் கொண்ட பிராமணர்கள் பெற்ற செல்வாக்கும், மடங்களின் வளர்ச்சியும், சமுதாய நிலை ஆகியவற்றையும் முதன்மைக் காரணங்களாகக் கொள்ள இடமுள்ளது.

விசயநகர காலத்தில் வடமொழி சிறப்புப் பெற்றுள்ளது. தெலுங்குப் புலவர்களோடு வடமொழிவாணர்களும் அரசர்களும் போற்றிப் புரக்கப் பட்டுள்ளனர். புலவர்கள் மட்டுமன்றி அரசர்களும் வடமொழியில் நூல்களியற்றுமளவு புலமையும் ஆர்வமும் கொண்டிருந்தனர். குறிப்பாக, தஞ்சை நாயக்க மன்னர்கள் பலரும் வடமொழியில் நூல்களியற்றுவதில் பேரார்வம் காட்டியுள்ளனர்.[41]

நாயக்கர் காலக் கல்விநிலை சிறப்பாகக் குறிப்பிடத்தக்கதொன்றாகும். நாயக்க மன்னர்கள் தமிழையும் தமிழ்க் கல்வியையும் ஆதரிக்கவில்லை. பள்ளிகள் வைத்துப் பொதுமக்களுக்குக் கற்பிக்கவுமில்லை. ஆனால் வேத பாடசாலைகள் இருந்துள்ளன. வடமொழிக் கல்விக்கு அரசு, ஆதரவளித்துள்ளது. அப்பாடசாலைகளில் பிராமண குலத்தவரே கல்வி கற்றுள்ளனர்.[42] இதுபோலவே சாளுக்கிய, சோழப் பேரரசர்கள் பள்ளிகள் நிறுவித் தம் குடிமக்களுக்குக் கல்வி கற்பித்து வந்த நிலையினை விசயநகர வேந்தர்கள் தொடர்ந்து கடைப்பிடிக்கவில்லை. ஆனால் பிராமண இளைஞர்களுக்கு வேதங்களைக் கற்றுத்தரும் பாடசாலைகள் இருந்தன. அவற்றில் மற்றவர்கள் சேர்க்கப்படவில்லை என விசயநகரத்தில் நிலவிய கல்வி முறை குறித்து பு.ச. அரங்கநாதர் குறிப்பிட்டுள்ளார்.[43] இவற்றின் மூலம் வடமொழியும் வடமொழி சார்ந்த வேதக் கல்வியுமே விசயநகரத்திலும், பின்வந்த நாயக்கர் ஆட்சியிலும் ஆதரவு பெற்றமை புலப்படுகிறது.

நாயக்கர் காலத்தில் பிராமணர்களுக்குச் சிறந்த சமூக மதிப்பும் அரசு ஆதரவும் இருந்துள்ளன. நாயக்க மன்னர்களுள் கிருஷ்ணப்ப நாயக்கர், வீரப்ப நாயக்கர், முத்துவீரப்ப நாயக்கர், மங்கம்மாள் ஆகியோர் காலத்தில் மதுரை நாட்டில் ஏராளமான நிலங்கள் கொடையாக வழங்கப்பட்டுப் பார்ப்பனக் குடியிருப்புகள் உருவாக்கப் பட்டுள்ளன.[44] தஞ்சை மன்னர் விசயராகவ நாயக்கர் ஒவ்வொரு நாளும் காலை ஒன்பது மணிக்கு 12,000 பார்ப்பனர்களுக்கு உணவளிப் பதை வழக்கமாகக் கொண்டிருந்தார்.[45] மதுரை அரசில் தலைமை அமைச்சர், படைத்தலைவர் என்னும் இரு பொறுப்புகளையும் கொண்ட 'தளவாய்' பதவியிலும், நிதியமைச்சர் பொறுப்பெனத் தகும் 'பிரதானி' பதவியிலும் தெலுங்குப் பிராமணர்களே பெரும்பாலும் இருந்துள்ளனர்.[46] மன்னர் திருமலை காலத்தில் இராமப்பய்யர், கோவிந்தப்பையர் ஆகியோரும் மங்கம்மாள் காலத்தில் நரசப்பையா, அச்சய்யா ஆகியோரும் விசயரங்க சொக்கநாதர் காலத்தில் கஸ்தூரி ரங்கய்யாவும் மீனாட்சியரசி காலத்தில் வேங்கடாச்சாரி என்பவரும் தளவாய்ப் பதவியில் இருந்

துள்ளனர். விசயநகர சொக்கநாதரிடம் பிரதானியாக இருந்த வேங்கட கிருஷ்ணய்யாவும் பிராமணரே ஆவார். தஞ்சை நாயகத்தில் அவர்கள் சிறப்புச் சலுகைகளைப் பெற்றிருந்தமையையும் அரசு நிர்வாகத்தில் பங்கேற்றமையையும் விருத்தகிரீசன் குறிப்பிட்டுள்ளார்.[47]

தமிழகக் கோயில்கள் பலவற்றிலும் நிர்வாக, வழிபாட்டு உரிமை களைப் பண்டாரங்கள் பெற்றிருந்தனர். நாயக்கர் காலத்தில் அவ்வுரிமை அவர்களிடமிருந்து பறிக்கப்பட்டுப் பிராமணர்களிடம் கொடுக்கப் பட்டதாகத் தெரிகிறது. திருமலை நாயக்கர் காலத்தில் மதுரைக் கோயில் ஆட்சி அபிடேக பண்டாரம் என்பவரிடம் இருந்தது. கோயில் நிர்வாகம் சீர் கெட்டிருந்தது. அங்கயற்கண்ணம்மை நாயக்கர் கனவில் தோன்றிக் கேட்டுக்கொண்டதற்கிணங்கக் கோயில் ஆட்சியை அவரிட மிருந்து நாயக்கர் ஏற்றுக் கொண்டார். கோயில் வழிபாட்டிலிருந்த பட்டர்கள் சிலருக்கு நிர்வாகக்காரர்கள் எனப்பெயர் கொடுத்துப் பணிகளைப் பகிர்ந்தளித்துள்ளார்.[48]

பழனி தண்டபாணித் திருக்கோயிலில் போகரின் சீடமரபில் வந்த சைவ மரபினர் பரம்பரையாக வழிபாடு நிகழ்த்தும் உரிமை பெற்றிருந்தனர். திருமலை நாயக்கரது தளவாய் இராமப்பையர் அங்கு வழிபட வந்திருந்தபோது பிராமணரல்லாத அருச்சகரிடம் தீர்த்தப் பிரசாதம் வாங்க மனமில்லாது, அப்போதிருந்த பூசகர்களை நீக்கி, ஆதி சைவ மறையோர்களைத் தருவித்துப் பூசகர்களாக அமர்த்தினார். இதுகுறித்துத் தளவாய் இராமப்பையர் கொடுத்த செப்புப்பட்டயம் சுவையானதாகும்.[49]

ஆதலால், நாயக்கர் காலத்தில் பார்ப்பனக் குடியிருப்புகள் மிகுதியாக அமைக்கப்பட்டுள்ளன. ஆலய நிர்வாக, வழிபாட்டுரிமைகள் அவர்களுக்கு வழங்கப்பட்டுள்ளது. அரசியல் நிர்வாகத்தில் முக்கியப் பொறுப்புகளில் அவர்கள் இருந்துள்ளனர். வடமொழியை அரசர்கள் பேணியுள்ளனர். வடமொழி சார்ந்த சமயக் கல்வியே கற்பிக்கப் பட்டுள்ளது. இவை, வடமொழியிலிருந்து மொழி பெயர்ப்பாகவும் தழுவலாகவும் ஏராளமான புராணங்கள் தமிழில் பெருகக் காரண மாயிற்றெனலாம்.

சமயங்களை வளர்க்கத் தோன்றியவை மடங்களாகும். நாயக்கர் காலத்தில் சைவ மடங்கள் பல புதிதாய்த் தோன்றின. முந்தைய மடங்கள் வளர்ச்சி பெற்றன. 16ஆம் நூற்றாண்டில் திருவாவடுதுறை மடம் தோன்றியது. கி.பி. 1720இல் திருப்பனந்தாள் மடம் நிறுவப்பெற்றது. துறைமங்கலம் சிவப்பிரகாச சுவாமிகள் நாட்டின் பல பகுதிகளிலும் வீர சைவ மடங்களை நிறுவினார். இம்மடங்களைச் சார்ந்த புலவர்கள் புராணங்கள், தலபுராணங்கள், வழிபாட்டிலக்கியங்கள் பலவற்றையும் படைத்துள்ளனர்.

இசுலாமியரின் மேலாண்மையை எதிர்த்து, இந்து சமயத்தைக் காக்கவே குமார கம்பணரின் தமிழகப் படையெடுப்பு நிகழ்ந்ததாக 'மதுராவிசயம்' குறிப்பிடுகிறது. இதற்கேற்பவே, நாயக்க மன்னர்கள் சைவ, வைணவக் கோயில்களைப் புதிதாக எடுப்பித்தும், முந்தைய

வற்றைச் சீர்படுத்தியும், விரிவாக்கம் செய்தும் பணியாற்றியுள்ளனர். கோயில்களுக்கு ஏராளமான மானியங்களை வழங்கியுள்ளனர். திருவிழாக்களுக்கு ஆதரவளித்துள்ளனர். சமயங்களுக்கு அவர்கள் அளித்த ஆதரவு புராணங்கள் தோன்றப் பெரிதும் காரணமாயிற்று எனலாம்.

புராணங்கள் யாவும் கதைகளின் தொகுதியேயாகும். அக்கதைகள் யாவும் ஏதேனும் ஒரு தர்மத்தையோ, நீதியையோ, தத்துவத்தையோ, உண்மையையோ கூறுவதாக அமைந்திருக்கும். வேதங்களில் கூறப்பட்டுள்ள நீதி, தர்மம், தத்துவம் முதலியன புராணங்களில் கதை வடிவில் கூறப்பட்டுப் படிப்பவர்களைச் சமய ஈடுபாடுடைய வர்களாக்குகிறது. இலக்கண ஆசிரியர்கள், புராணங்களை, இடித் துரைக்கும் நண்பர்களாக – கருப்பொருளுக்கே முதலிடம் தருவன வாகக் – கருதினார்கள்.[50]

என்பர்.

அறிவுரை முறையை அடிப்படையாக வைத்து இயங்கும் தொன்மங் கள் உண்டு. இவை உலகத்தோடு ஒட்ட ஒழுக வழிகாட்டியாய் அமைவன; அன்றியும் தனிமனித வாழ்க்கையில் ஏற்படும் இடர்பாடு களைக் கடக்க வழிகாட்டும் நோக்கம் உடையவை ஆம்.[51]

என அறிவு கொளுத்தும் தொன்மம் (pedagogical myth) குறித்து விளக்கு கிறார் கதிர். மகாதேவன்.

ஆகவே, நீதிகளையும் தர்மங்களையும் கதை வடிவில் உணர்த்து வதன் மூலம் தனிமனிதனையும் சமுதாயத்தையும் அறநெறிப்படுத்தும் பணியினையும் புராணங்கள் செய்வன என உணரமுடிகிறது.

நாயக்கர் காலத்தில் உற்பத்தியில் கடுமையான தேக்கம் நிலவிற்று. ஆயினும் பாளையக்காரர்கள் அடித்தளத்து உழைக்கும் மக்களிடம் மிகக் கடுமையாக வரி தண்டியுள்ளனர்.[51]

போர், கொள்ளை போன்றவற்றுடன் பெரும் பஞ்சங்களாலும் மக்கள் பாதிக்கப்பட்டனர். தமிழகத்தின் தென்பகுதியில் கி.பி. 16, 17, 18 ஆகிய நூற்றாண்டுகளில் கடும் பஞ்சங்கள் ஏற்பட்டன. கி.பி. 1635, 1640, 1645 – 1648, 1659 – 1660, 1666, 1683, 1709 – 10, 1712, 1720 ஆகிய ஆண்டுகளில் மதுரை நாட்டிலும் நெல்லைச் சீமையிலும் கொடிய பஞ்சங்கள் ஏற்பட்டதற்கான சான்றுகள் உள்ளன.[52]

பஞ்சங்களால் ஆயிரக்கணக்கான மக்கள் மடிந்துள்ளனர். வெளி நாடுகளுக்கு அடிமைகளாகச் சென்றுள்ளனர். இத்தகைய சமுதாயச் சூழலில் கொள்ளை, கொலை முதலியன அளவிறந்து பெருகியுள்ளன. பாளையக்காரர்களும் அரசு அதிகாரிகளும் தன்னலத்தில் மூழ்கி, ஆடம்பரமாக வாழ்ந்துகொண்டிருந்தபோது சட்டத்தை நடைமுறைப் படுத்தவும் திருடர்களைத் தண்டிக்கவும் நீதியை நிலைநாட்டவும் மைய அரசுக்கும் இயலாத வலுவற்ற நிலையில் சமுதாய ஒழுங்கு சீர் குலைந்தது. அற மதிப்புகளை இழந்து, சமூக அமைப்பும் மனித

உறவுகளும் சிதைவுற்றன. இவற்றை எதிர்கொண்டு மனித மனத்தில் நம்பிக்கை உணர்வையும், நீதி குறித்த அச்ச உணர்வையும் ஊட்டுதலைப் புராணங்கள் திறம்படச் செய்துள்ளன எனலாம்.

கோயில் முதலான பொதுவிடங்களில் பாமர மக்களின் பொருட்டுப் புராணப் பிரவசனம் நடைபெற்று வந்தது. புராணம் படித்தலால் மக்களிடையே நல்லொழுக்கம், நல் ஆசாரம், தெய்வபக்தி, கூட்டுறவு, நாகரிகம், வாழ்க்கையில் திருப்தி, இன்பம், பொது அமைதி, பரோபகாரம், தன்னலமின்மை, தன்னம்பிகை முதலிய அரும்பண்புகள் வளர்ந்தன என்பர்.[53] இதற்கேற்பவே ஏறக்குறைய அனைத்துப் புராணங்களும் நரகம் பற்றிய அச்சவுணர்வையூட்டுகின்றன. தீநெறிச்சென்றார் நரகில் அடையும் தண்டனைகளையும் அவற்றின் கொடுமைகளையும் எடுத்துரைக்கின்றன.

தலபுராணங்களின் தோற்றத்திற்கு வட்டார உணர்வு, கிராமச் சிதைவு, மதமாற்றம் ஆகிய மூன்று காரணங்களைச் சொல்லலாம்.

ஆட்சியமைப்பு அடிப்படையில் மதுரை நாடு பாளையப்பட்டுக் களாகப் பிரிக்கப்பட்டு ஆட்சி செய்யப் பெற்றுள்ளது. தஞ்சைப் பகுதி நாடுகளாகவும் நாடுகள் மாகாணங்களாகவும் மாகாணங்கள் ஊர், குடி, மங்கலம், கிராமம், குறிச்சி முதலிய பெயர்களில் சிற்றூர்களாகவும் பகுக்கப்பட்டிருந்தன.[54] இத்தகைய அமைப்புமுறை வட்டார மனப் பான்மையைத் தோற்றுவித்துள்ளது எனலாம்.

வரிச்சுமையாலும் பஞ்சங்களாலும் ஏராளமான மக்கள் தங்கள் சொந்த கிராமங்களை விடுத்து வெளியேறியுள்ளனர்.[55] ஆகவே மக்களுக்குத் தங்கள் ஊர் குறித்த பெருமையினையும் நம்பிக்கையையும் நல்க வட்டார இலக்கியங்கள் தோற்றமுற்றிருக்கலாம்.

பண்டைய சாதியமைப்பு முறை ஏற்படுத்திய சமூக ஏற்றத்தாழ்வு களாலும் பொருளாதார நிலையின் தாழ்வுகளாலும் சமூக மதிப்பிற்காக வும் தாழ்நிலையிலிருந்த மக்கள் கிறித்தவ சமயத்திற்கு மதம் மாறினர். அவர்களைத் தத்தம் சமயத்தில் நிலை நிறுத்தவும் தல புராணங்கள் தோன்றியிருக்கலாம் என்பர்.[56] இக்கருத்து மேலாய்விற்குரியதாகும்.

தல புராணத் தோற்றத்தின் அடிப்படை நோக்கம் ஊரினையும் ஊர் கோயிலையும் தொன்ம நோக்கில் பெருமைப்படுத்திக் கோயில் வழிபாட்டினை வளமும் நலமும் பெற்றோங்கச் செய்வதே எனலாம்.

மிதுனப் பண்பு

நாயக்கர் காலக் கலைகளில் மிதுனப் பண்பு மேலோங்கியுள்ளமைக்கு அரசர், பாளையக்காரர் வாழ்வு, சமயம், சமுதாய நிலை, பிற தொடர்புகள் ஆகியனவற்றைக் காரணங்களாகக் கருதலாம்.

விசயநகர மன்னர்கள் பலதார மண முறையை ஏற்றிருந்தனர். அத்துடன் பெண்களால் நிறைந்த அந்தப்புரங்களைக் கொண்டிருந்தனர். விசயநகர மன்னர் ஒருவருக்கு 12 ஆயிரம் மனைவியர் இருந்ததாகவும்

அவர்களுள் நாலாயிரம் பேர் அரசன் எங்குச் சென்றாலும் கால்நடை யாகவே சென்று சமையல் செய்வது வழக்கம் என்றும் நிக்கோளே கான்டி என்ற வெளிநாட்டார் குறிப்பிட்டுள்ளார். இரண்டாம் தேவராயர் அந்தப்புரத்தில் எழுநூறுக்கும் மேற்பட்ட அரசிகளும் ஆசை நாயகிகளும் இருந்தனர் என அப்துர் ரசாக் கூறியுள்ளார். கிருஷ்ணதேவராயர் காலத்தில் பன்னிரண்டாயிரம் பேர் இருந்தனர் என பீயஸ் எழுதியுள்ளார். அச்சுத தேவராயர் காலத்தில் நான்காயிரம் பெண்கள் அந்தப்புரத்தில் இருந்ததாக நூனிஸ் கூறியுள்ளார்.[57] நாயக்க மன்னர்களும் இத்தகைய தன்மை கொண்டோராகவே காணப்படுகின்றனர். திருமலை நாயக்கருக்கு 200 மனைவியர் இருந்தனர்.[58] இராமநாதபுரம் சீமையை ஆண்ட கிழவன் சேதுபதிக்கு 47 மனைவியர் இருந்தனர்.[59] திருமலை நாயக்கரின் மகனான இரண்டாம் முத்துவீரப்ப நாயக்கர் மிதமிஞ்சிய சிற்றின்ப வாழ்க்கையால் விரைவில் மடிந்துள்ளார்.[60] நாயக்கர் காலத்தில் போகம்துய்த்தல் சமூகநலன் நோக்கிய சமயச்சடங்காகவே உருவாகி விட்டமையை ஆய்வாளர்கள் சுட்டிக் காட்டியுள்ளனர்.[61] விசயநகர காலத்தில் வைணவ சமயத்துள் வல்லபரது (1473 – 1531) கொள்கை வளர்ச்சியுற்றது; மன்னர்களின் ஆதரவையும் பெற்றது. கோபாலனது உருவம் இப்பிரிவினரால் வழிபடப் பெற்றது. இக்கொள்கையை,

> இறைவனிடத்து ஆன்மா கொள்ளும் உறவு வகைகள் சில உள. இவற்றுள், மேற்குறித்த கோபிகளது அன்பு நெறி ஒன்றாகும். காதலன் ஒருவன், தனது காதலியிடத்துக் கொள்ளும் முருகிய அன்பினாலே நெருங்கிய உறவை அமைத்துக்கொள்கிறான். ஆன்மாவும், இறைவனிடத்து இத்தகைய நெருங்கிய உறவினை அமைத்துக் கொள்கிறது. இராதா என்பது இத்தகைய பேரன்பின் உருவேயாகும். மகளிரே இறைவனது அன்பினை நுகர்தற்குத் தகுதியுடையோர் என்று வல்லபர் கூறுகிறார். வழிபாட்டில் பெண்மைக் கூறு இன்றியமையாதது. பெண்மைக்கூறு இன்றி வழிபாடு இனிது அமையாது. அனைத்து ஆன்மாக்களும் உண்மையில் பெண்டிரே ஆகும். இவர்களது இயல்பான கேள்வன் கிருஷ்ணன் ஆவான்.[62]

என விளக்குவர்.

ஆண் – பெண் உறவுநிலையில் பக்தியை விளக்கிய இக்கொள்கையின் பிற்கால வளர்ச்சியை,

> சில சமயங்களில் கிருஷ்ணபக்தி – முக்கியமாக ராதை வழிபாடு – வரம்பு கடந்த காமச் சுவையாக மாறியது. இந்தக் குறைபாடு முக்கியமான வல்லபாச்சாரியரைப் பின்பற்றிய வைணவர்களுடைய வழிபாட்டு முறையில் காணப்பட்டது.[63]

என்கிறார் கே.ஏ. நீலகண்ட சாஸ்திரி.

நாயக்க மன்னர்கள் வைணவ சமயத்தில் மிக்க ஈடுபாடு கொண் டிருந்தனர். அவர்கள் எடுப்பித்த மண்டபத் தூண்களில் வேணுகோபாலர் உருவம் முக்கிய இடம்பெற்றுள்ளமையும், ஏறக்குறைய இவர்கள்

கட்டிய கோயில்கள் அனைத்திலும் காணப்படும் கண்ணனது பால லீலைக் காட்சிகளும், கண்ணன் கோபியர்களோடு ஆடும் பாணியில் விசயரகுநாத சேதுபதி தன்னைப் பெண்களோடு தீட்டிக் கொண்டுள்ள இராமலிங்க விலாச ஓவியமும், நாயக்கர் காலத்தில் வல்லபக் கொள்கை பெற்றிருந்த செல்வாக்கைக் காட்டுவனவாகும்.

சக்தி வழிபாடு நாயக்கர் காலத்தில் தனிச்சிறப்புப் பெற்றுள்ளது. மீனாட்சி, இராசராசேசுவரி ஆகிய சக்தி அம்சங்கள் உயரிய இடத்தைப் பெற்றுள்ளன. சக்திக்குத் தனிக்கருவறை அமைக்கும் மரபு இக்காலத்தில் பெரிதும் போற்றப்பட்டுள்ளது. சக்தி வழிபாட்டின் ஒரு கிளையாகத் தாந்திரீகம் வளர்ச்சி பெற்றுள்ளது.

இந்து தாந்திரீகம் முறைசாராத யோக வடிவமாகும். இது ஆண் – பெண் பாலுறவு நிலையில் பெறும் அனுபவம் அல்லது உணர்தலை முன்னிலைப்படுத்திற்று. கி.பி. 5 முதல் 8 நூற்றாண்டுகளில் தாந்திரீகத்தின் அறுபத்து நான்கு பனுவல்கள் ஆக்கப்பட்டன. தாந்திரீக இயக்கம் கி.பி. 10ஆம் நூற்றாண்டில் உச்ச நிலையை எட்டியது. வட இந்தியாவில் தாந்திரீகப் பெண் கடவுளர்களான யோகினிகளுக்குக் கோயில்கள் எழுப்பப்பட்டன.[64]

தாந்திரீக சமயத்தின் அடிப்படைத் தன்மைகள் நாயக்கர் காலத்து அடியோட்டங்களில் இருந்துள்ளன என ஆய்வாளர்கள் கருதுகின்றனர்.[65]

நாயக்கர் காலச் சமுதாயத்தில் கற்புக் கோட்பாடும், குடும்பத்தில் ஒரு பெண் எவ்வெவ்வாறு இருக்க வேண்டும் என்ற விதிமுறைகளும் ஒழுக்க நெறிகளாக வற்புறுத்தப்பட்டன. இவை, பொதுவாக மீறப்படக் கூடாது எனக் கருதப்பட்டன. ஆனால் ஆண்கள் பலதார மணமுடை யோராய்த் திகழ்ந்துள்ளனர். குறிப்பாக, உயர்குடியினரிடம் 'ஒருவனுக்குப் பலர்' என்பது ஒரு சமூகத் தகுதியாக, தகுதியின் குறியீடாக (*Status Symbol*) விளங்கியுள்ளது குறிப்பிடத்தக்கது.[66]

சோழர்கள் காலத்தில் தளிச்சேரிப் பெண்டுகள், பதியியலார்கள், நாடகக் கணிகையர் என்ற பெயர்களுடன் இருந்த பெண்கள் தங்கள் கலைகளை இழந்து, பரத்தமை ஒழுக்கமுடையவராய் மாறினர். பரத்தமைத் தொழில் பரம்பரைத் தொழிலாக மாறியது. மன்னர்கள், வணிகர்கள், புலவர்கள், போலித் துறவியர், இசைவாணர்கள், மணியக் காரர், வேதமறிந்த மறைக் கட்டளையார், பொக்கிசத்தார், கோயிற் கணக்கர், நட்டுவனார், அரசு அதிகாரிகள் எனப் பலரும் பரத்தமை ஒழுக்கமுடையோராக இலக்கியங்கள் சுட்டுகின்றன.[67] பரத்தமை மேற்கொண்ட பெண்கள் மிகுந்த வருவாய் ஈட்டியுள்ளனர். கோயில் முதலியவற்றிற்கும் தானம் செய்துள்ளனர்.

சிற்பங்களில் மிதுனக் காட்சிகள் சித்திரிக்கப்படுவது சிந்துவெளிக் காலம் முதற்கொண்டே இருந்துள்ளது. கிறித்துப் பிறப்பதற்கு முன்னெழுந்த புத்த கயாச் சிற்பங்களிலும் பாலுறவுக் காட்சிகள் இடம்பெற்றுள்ளன. கி.பி. 5ஆம் நூற்றாண்டிற்குப்பின் சாளுக்கியர்களது சிற்பங்களிலும் ஒரிசாவில் கஜுரோகா சிற்பங்களிலும் சிறப்பிடம் பெற்றுள்ளன.

அவற்றின் செல்வாக்கைப் பெற்ற விசயநகரச் சிற்பங்களிலும், விசய நகரத்தின் தொடர்ச்சியான நாயக்கர்கலைகளிலும் மிதுனச் சிற்பங்கள் இடம்பெற்றுள்ளன.

பள்ளு, குறவஞ்சி, நொண்டி நாடகம் முதலியன நாட்டுப்புறச் சார்புடைய பொதுவியல் நாடகங்களாகும். சமுதாயத்தின் அடித்தள மக்களது கவனத்தை ஈர்க்கவும், மகிழ்வூட்டவும் அந்நாடக இலக்கியங் களில் பாலியல் வருணனைகளும், உரையாடல்களும் இடம்பெற்றிருக்க வாய்ப்புண்டெனலாம்.

சமுதாயத்தில் உள்ள சாதாரண மக்களை மிதுனக் காட்சிகள் மிகவும் ஈர்ப்பன. ஆதலால் அவர்களைப் பெருந்தெய்வ வழிபாட்டில் இணைக்க, கோயிலுக்கு வரச்செய்வதற்காக இவை கோயிற் சிற்பங் களில் இடம் பெற்றிருக்கலாம் என்று பூங்குன்றன் கருதுகிறார்.[68]

ஆதலால், அரசர்களும் பாளையக்காரர்களும் சிற்றின்ப வாழ்வில் மூழ்கியிருந்தமையும் அவர்களை மகிழ்வித்துப் பொருள் தேடி வாழ வேண்டியிருந்த புலவர்கள் நிலையும் பாலியலை ஆன்மீகத்தோடு பிணைத்த சமயங்களின் செல்வாக்கும் பாலியல் கட்டுப்பாடு நெகிழ்ந்த தன்மை கொண்ட சமுதாயமும், தேவதாசி முறைக்கு அரசும், பிறரும் அளித்த ஆதரவும் பொதுமக்கள் சுவைக்கேற்பப் படைக்கப்பட்ட நாடகங்களும் முந்தைய கலை மரபுகளின் செல்வாக்கும் நாட்டுப்புறப் பண்பாட்டின் செல்வாக்கும் நாயக்கர் காலக் கலைகளில் மிதுனப் பண்பு மேலோங்கக் காரணிகளாயின எனலாம்.

போர்ப் பண்பு

நாயக்கர் அரசு அமைப்பு அடிப்படையில் இராணுவத் தன்மை கொண்டதாகும்.

தமிழகத்தை விசயநகர வேந்தர்களும், பின்னர் நாயக்க மன்னர்களும் ஆண்டபோது பலவகையான எதிர்ப்புகளை எதிர்கொள்ள வேண்டி யிருந்தது. தமக்கு முன்னர் ஆண்ட பாண்டியர், இசுலாமியர்களின் எதிர்ப்பையும் ஆங்காங்கிருந்த சிற்றரசர்களின் எதிர்ப்புகளையும் எதிர்கொள்ள வேண்டியிருந்தது. கன்னட அரசர்கள் பலமுறை படையெடுப்பு நிகழ்த்தினர். மராட்டியர்களும் பல்வேறு வகைகளில் தொல்லை கொடுத்து வந்தனர். நாயக்க மன்னர்கள் தனியுரிமையுடன் ஆளமுற்பட்டதால் விசயநகர அரசுடனும் முரண்பட்டுப் போரிட் டுள்ளனர். மதுரை, தஞ்சை, செஞ்சி, வேலூர் நாயக்கர்களிடையே எப்போதும் ஒற்றுமை நிலவவில்லை. ஒருவர் மற்றொருவருடன் இணைந்து பிறிதொருவருடன் போரிடுவது என்ற நிலையே தொடர்ந்து நீடித்தது. மறவர் நாட்டுச் சேதுபதிகளுடனும் திருவிதாங்கூர் மன்னர் களுடனும் பல்வேறு கட்டங்களில் போராட்டம் நிகழ்ந்துள்ளது. இவையனைத்தையும்விட உள்நாட்டுமக்களைக் கிளர்ச்சி செய்யாமல் அடக்கியாள்வதற்கும் பெருமுயற்சி தேவைப்பட்டது. மதுரை நாயக்கத்தில் போர் காரணமாகவே இருமுறை தலைநகர் மாற்றம் நிகழ்ந்தமை குறிப்பிடத்தக்கது.

நாயக்கர் தெலுங்கர்களாதலால் தங்களது அரசியலுரிமை, பண்பாடு உரிமை முதலியவற்றைப் பேணும் நோக்குடைய தமிழ் மக்களின் எதிர்ப்பினையும் எதிர்கொள்ளவேண்டியிருந்தது. இதற்காக மக்களை வட்டார நோக்கில் பிரித்தாளவும், போர்க் காலங்களில் படையுதவி பெறவும், வரி தண்டவும் பாளையப்பட்டு முறை என்னும் இராணுவ நிலப்பிரபுத்துவ அரசியலமைப்பை நிறுவினர்.

ஆனால் நாயக்கர் ஆட்சிக்காலம் முழுவதும் பாளையக்காரர்களின் உரிமையுணர்வின் காரணமாகவும், ஒற்றுமையின்மை காரணமாகவும், மைய அரசின் வலிமையின்மை காரணமாகவும் தொடர்ந்து போராட்டங்கள் நிகழ்ந்துள்ளன. இவை தவிர, வணிகம் செய்யவந்த ஐரோப்பியக் குழுக்கள், குறிப்பாக, போர்ச்சுக்கீசியரும் டச்சுக்காரரும் தம்முள் மோதிய வண்ணமிருந்தனர். அரசின் வலிமையின்மை, பஞ்சம் முதலியவற்றால் பெருகிய கள்வர் கூட்டத்துடனும் தொடர்ந்து போராடவேண்டியிருந்தது.

இத்தகைய சூழல்களின் காரணமாக மிகப்பெரிய படையினை நிர்வகிக்க வேண்டிய தேவை நாயக்க மன்னர்களுக்கு இருந்துள்ளது. நாயக்கர் காலப் படைகளின் எண்ணிக்கை குறித்துப் பல்வேறு வகைகளில் திரட்டிய தகவல்கள் இவ்வாறு ஆய்வாளர்களால் பட்டியலிட்டுக் காட்டப்பெறுகின்றன.[69]

அரசர்	அளவு	காலம்
கோபூரி ஜக்கராயர்	20,000	1614
வேலுகோடி யாகம நாயக்கர்	16,000	1615
கோபூரி ஜக்கராயர்	60,000	1615
ஆரவீடு இராமதேவர்/தஞ்சாவூர்/ வேலுகோடி (தோப்பூர்)	1,00,000	1617
கோபூரி/மதுரை/செஞ்சி (தோப்பூர்)	1,00,000	1617
ஆரவீடு இராமதேவர்	65,000	1629
ஆரவீடு திம்மராயர்	15–20,000	1634
தஞ்சாவூர் நாயக்கர்	40–50,000	1630
ஆரவீடு வேங்கடர்	1,00,000	1630
மதுரை நாயக்கர்	1,00,000	1646
தஞ்சாவூர் நாயக்கர்	40,000	1656
மறவர் சேதுபதி	25,000	1656
மதுரை நாயக்கர்	40,000	1662

இப்பட்டியலில் காட்டப்பட்டுள்ள படைவீரர் எண்ணிக்கை அக்காலப் போர்ச் சூழலை நன்கு உணர்த்துகிறது.

நாயக்கர்கள் மிகப்பெரிய அளவிலான காலாட் படை மட்டுமன்றி, குதிரைப் படை, யானைப் படை, ஒட்டகப் படை முதலியவற்றையும் கொண்டிருந்தனர். அரேபியாவிலிருந்து குதிரைகளையும் ஈழத்திலிருந்து யானைகளையும் போர்ச்சுக்கீய வணிகர் மூலம் பெற்றனர்.[70] போரில் அம்பு, ஈட்டி, வாள், வேல் போன்ற மரபான ஆயுதங்களுடன் சிறிய, பெரிய அளவிலான துப்பாக்கிகளையும் பீரங்கிகளையும் பயன் படுத்தினர்.[71] இதனால் போர்களில் அளவிறந்த உயிர்ச்சேதமும் நேர்ந்துள்ளது.

> தஞ்சை நாயக்கர் காலாப்படை, குதிரைப்படை, யானைப்படை முதலியவற்றைக் கொண்டிருந்தனர். தேவையான நேரங்களில் வெளிநாட்டுக் கூலிப் படையினரும் அமர்த்தப்பட்டனர். சாகித்ய ரத்னாகரம் என்னும் நூல் ஒட்டகப்படை குறித்துக் கூறுகிறது. காலாட்படை வீரர்கள் நீண்ட வாள்களையும் அகன்ற கேடயங் களையும் வில், அம்பு முதலியவற்றையும் 'அக்னி அஸ்திரம்' என்றழைக்கப்பட்ட துப்பாக்கிகளையும் ஏந்திச் சென்றனர். தக்காணத்தை ஆண்ட முகமதியர்களாலும் குடியேறிய ஐரோப்பியர் களாலும் மிகுதியாகப் பழக்கப்படுத்தப்பட்ட பீரங்கிகளும் துப்பாக்கிகளும் 16ஆம் நூற்றாண்டு இந்தியாவில் மிகுதியாகப் பயன்படுத்தப்பட்டன. குதிரைப் படையை நன்கு பராமரிப்பதற் காகத் தஞ்சை நாயக்கர்கள் அராபியர்களுக்கு மிகப்பெரும் தொகையைச் செலவிட்டனர் என்று போர்ச்சுகீசியர் குறிப்புகள் கூறுகின்றன. ஈழத்துக் காடுகளில் போர்ச்சுக்கீசியரால் பிடிக்கப் பட்ட யானைகள் தஞ்சை நாயக்கருக்கு மட்டுமே விற்கப்பட வேண்டும் என்று 1607இல் ஒப்பந்தம் செய்யப்பட்டிருந்தது.[72]

எனத் தஞ்சை நாயக்கர்களின் படை குறித்து வி. விருத்தகிரீசன் குறிப்பிடுகின்றார்.

போர்களோ அல்லது போர்ச்சூழலோ இல்லாத நாட்களே இல்லையெனும்படி போர்கள் மிகுந்திருந்த நாயக்கர் காலத்தில் நிலையான படையமைப்பு இருந்ததுடன் பாளையக்காரர்களும் தேவைக் கேற்பப் படையுதவி செய்துள்ளனர். ஆதலால் மக்கள் அனைவருமே போருணர்வு மிக்கவர்களாகவும் அச்சவுணர்வற்றர்களாகவும் இருக்க வேண்டிய தேவையிருந்துள்ளது. இத்தகைய சூழலே கலைகளில் போருணர்வு வெளிப்படக் காரணமாக இருந்ததெனலாம்.

வட்டாரப் பண்பு

நாயக்கர் காலத்தில் சிற்ப, ஓவியக் கலைகள் கோயில்களைச் சார்ந்தும் பெரும்பாலான இலக்கியங்கள் குறிப்பிட்ட ஊரிலுள்ள கோயில்கள், தெய்வங்கள், பாளையக்காரர்கள், உள்ளூர்த் தலைவர்கள், வள்ளல்களைச் சார்ந்தும் தோன்றியுள்ளன எனலாம்.

தமிழக வரலாற்றில் முந்தைய காலகட்டங்களில் இல்லாத பாளையப்பட்டு முறை மதுரை நாயக்கர் காலத்தில்தான் அறிமுகப் படுத்தப்பட்டது. குறிப்பிட்ட நிலப்பகுதியின் ஆட்சியுரிமை பாளையக்

காரர்களிடம் சென்று சேர்ந்தது. தத்தம் வருவாயைப் பெருக்கிக்கொண்டு வாழ்ந்த அவர்கள் பிறருக்கு வழங்கி வாழ்வளிக்கும் தகுதியைப் பெற்றனர்.

மதுரை நாட்டில் மைய அரசை ஆண்ட நாயக்க அரசர்களைப் பற்றிய தமிழ் இலக்கிய நூல்கள் தோன்றவில்லை என்பது வியப்பளிக்கும் உண்மையாகும். தெலுங்கர்களாகிய அவர்கள், தெலுங்கு, வடமொழிப் புலவர்களையே பெரிதும் ஆதரித்தும் தம் அவைக்களத்திலேற்றுப் புரந்தும் வந்தனர். தமிழறியாத அவர்கள், தமிழிடத்து ஈடுபாடும் தமிழ்ப் புலவர்களிடத்து அன்பும் கொண்டிருக்கவில்லை. மாறாக, தம்மைப் புகழ்ந்துரைத்த தமிழ்க் கவிஞர்களையும் அவர்தம் படைப்பு களையும் புறக்கணித்துள்ளனர். ஏனைய நாயக்க ஆட்சியாளர்களாலும் தமிழ்ப் புலவர்கள் பெரிய எண்ணிக்கையில் போற்றப்பட்டதாகத் தெரியவில்லை.

இதனால் தமிழறிந்த பாளையக்காரர்கள், உள்ளூர்த்தலைவர்கள், வள்ளல்கள் போன்றோரைப் பாடி வாழ்வதைத் தவிரத் தமிழ்ப் புலவர்களுக்குப் புகலிடமில்லாது போயிற்று. அவர்களைப் பாடும்போது அவர்தம் ஊர்களையும் அரண்மனை, படை, கோயில்கள், அவர்களது அன்றாட வாழ்க்கை நிகழ்வுகள் முதலியவற்றை உயர்வுநவிற்சி தோன்றப் பாடினர். இதனால் வட்டாரப் பண்பு இலக்கியங்களில் மேலோங்கிற் றெனலாம்.

நாயக்கர் காலத்தில் பண்டைய கோயில்கள் சீர்திருத்தப் பெற்றன; விரிவுபடுத்தப்பட்டன. மன்னர்களும் அவர்களைச் சார்ந்தோரும் பாளையக்காரர்களும் சிறுசிறு கோயில்களைக் கட்டினர். தங்கள் ஊரினையும் கோயிலையும் உயர்வு செய்யும் மனப்போக்கால் புலவர் களைக் கொண்டு தலத்தினையும், தல இறைவனையும் புகழ்ந்து நூல்கள் இயற்றச் செய்தனர். இதனால் குறிப்பிட்ட தலத்தில் உறையும் இறைவனைப் பற்றிய இலக்கியங்களும் தலங்களுக்குப் புனிதமும் பெருமையும் நல்கும் தல புராணங்களும் எண்ணிறந்த அளவு தோன்றி யுள்ளன. அவை குறிப்பிட்ட வட்டாரத்தினையும் வட்டாரத்திலுள்ள தலத்தினையும் பெருமைப்படுத்தின.

கோயில்கள் கட்டப்பட்டபோதும் விரிவுபடுத்தப் பட்டபோதும் அத்தலத்தின் பெருமையை வெளிப்படுத்தும் நோக்கில் தல புராணச் சிற்பங்கள் செய்யப்பெற்றன. அத்தலத்துப் புராணக்கதையும் அதனோடு தொடர்புடைய விழாக்களும் ஓவியங்களாகத் தீட்டப்பெற்றன.

கலைஞர்கள் புராணக் கதைகளன்றித் தற்சுதந்தரத்துடன் சிற்பங்களை வடித்தபோது அத்தலத்தினைச் சூழ்ந்துள்ள மக்களையும் காட்சிகளையும் முதன்மைப்படுத்தி வந்துள்ளனர். வட்டாரத் தன்மையைக் கொணரும் ஆர்வம்மிக்க மனநிலையே அத்தகு படைப்புகளுக்குக் காரணங்களாக உணர முடிகிறதெனலாம்.

நாட்டுப்புறக் கூறு

நாயக்கர் காலக் கலைகளில் நாட்டுப்புறப் பண்பு மிக்கிருப்பதற்கு அக்காலப் பொதுபோக்கு, அரசர்களின் தன்மை, புரவலர்களின் தன்மை,

கலைஞர்களின் இயல்பு, வட்டாரப் பண்பு, அடித்தள மக்களையும் ஒருங்கிணைக்கும் சமய நோக்கு முதலியன அடிப்படைக் காரணிகள் எனலாம்.

நாயக்கர்காலச் சிற்பங்கள், ஓவியங்கள் முதலியவற்றை ஆராய்ந்த ஜோப் தாமஸ், அவை முறையான இலக்கண வரம்பிற்குட்பட்டுப் படைக்கப்பெறவில்லை எனக் குறிப்பிடுகிறார்.[73]

இதற்கு முறையான சிறப்புப் பயிற்சியற்ற கலைஞர்கள் பொது மக்களின் இரசனையை முன்னிறுத்தித் தம் படைப்புகளை உருவாக்கியதே அடிப்படைக்காரணம் எனலாம்.

தமிழகத்தில் மட்டுமன்றி, இக்காலக் கட்டத்தில் இந்தியக் கலைகள் பலவற்றிலும் நாட்டுப்புறப் பண்பின் செல்வாக்கினைக் காண முடிகிறது. 15ஆம் நூற்றாண்டு வரையிலான இராஜஸ்தான் ஓவியங்களிலும், 17 – 18ஆம் நூற்றாண்டுகளில் வரையப்பெற்ற பகாரி ஓவியங்களிலும் நாட்டுப்புறப் பண்புகளின் செல்வாக்கு மிக்கிருப்பதை முல்க்ராஜ் ஆனந்து சுட்டிக் காட்டுகின்றார்.[74]

இக்காலப் பகுதியின் ஓவியங்களில் நாட்டுப்புறப் பண்பு மிக்கிருப் பதையும் இலக்கியங்களில் வட்டார மொழிகளின் செல்வாக்கு மேலோங்கி யிருப்பதையும் சிவராம மூர்த்தி விரிவாக விளக்கியுள்ளார்.[75]

நாயக்கர்காலக் கலைகளிலும் நாட்டுப்புறக் கூறுகள் மிகுந்துள்ளன.

செங்கம் வேணுகோபால் பார்த்தசாரதி கோயிலில் உள்ள இராமாயண ஓவியத் தொடரில் வால்மீகி, கம்பர் இயற்றிய நூல்களில் இல்லாத காட்சிகள் இடம்பெற்றுள்ளன. நாட்டுப்புறக் கதைகள் கலந்து உருவான தெலுங்கு அரங்கநாத இராமாயணத்தை ஏற்று இவை வரையப்பெற்றுள்ளன. நாயக்கர் கால ஓவியங்களுக்கு எழுதப்பட்டுள்ள காட்சி விளக்கக்குறிப்புகளில் கையாளப்பட்டுள்ள மொழி கொச்சை வழக்குகளும் வட்டார வழக்குகளும் இலக்கணப் பிழை மலிந்தும் காணப்படுகின்றன.

அழகர்கோயில் இராமாயண ஓவியங்களில் நாட்டுப்புறப் பழக்க வழக்கங்கள் இடம்பெற்றுள்ளன. பிள்ளைப்பருவத்தில் இராமர் 'ஸ்ரீராமஜெயம்' என எழுதப்பட்ட அரிச்சுவடியைப் படிப்பதாகவும் காட்டப்பட்டுள்ளது. இவையனைத்தும் இவ்வோவியர்கள் நாட்டுப்புறம் சார்ந்தவர்களாகவும் உயர்கல்வி பெறாதவர்களாகவும் இருந்திருத்தல் கூடுமெனக் கருத இடம்தருகின்றன.

விசயநகர மன்னர்களும் நாயக்க மன்னர்களும் நாட்டுப்புறக் கலைகளை ஆதரித்து வளர்த்துள்ளனர். விசயநகரப் பேரரசில் மக்களுடைய விளையாட்டுகளும் பொழுதுபோக்குச் செயல்களும் மிக உற்சாகத்துடன் நடந்துள்ளன. அரசாங்கமும் பொதுமக்களும் அவற்றிற்கு ஆதரவளித்தனர். மற்போர், குத்துச்சண்டை, சேவல் சண்டை, பொம்மலாட்டம் முதலியன அக்காலத்தில் நடைபெற்றுள்ளன. விசயநகர அரண்மனையில் ஆயிரம் மல்லர்களுக்கு மேலிருந்தனர்.[76]

விசயநகர வேந்தர்களைப் போலவே நாயக்க மன்னர்களும் நாட்டுப்புறக் கலைகளில் மிகுந்த ஈடுபாடு கொண்டிருந்தனர். திருமலை நாயக்கர், சதுரங்கம் ஆடுவோர், அபிநயம் செய்வோர், நடிப்போர், சாலவித்தை செய்வோர், பாம்பாட்டிகள், மற்போர் வீரர்கள் இவர்கள் கூப்பிட்டபோது உடனே வருவதற்கு அரண்மனைப் பக்கத்தில் இருக்குமாறு இடம் கொடுத்து வைத்திருந்து, அவர்களுள் விரும்பியவர்களை அவ்வப்போது வரவழைத்து வித்தைகளைச் செய்யச் சொல்லி அந்தப்புர மாதர்களுடன் கண்டு களிப்பர் என்பர்.[77] திருமலை நாயக்கர் அரண்மனையில் சேவற்போர் முதலியன காணுதற்குத் தனியிடம் இருந்ததாகத் தெரிகிறது.[78]

திருமலை நாயக்கரை மகிழ்ச்சிப் படுத்துவதற்காகப் புலிவேடம் போட்டு ஆடிய ஒருவனின் வீர சாகசச் செயல்களைப் பாராட்டி, அவனைக் குதிரைமீது அமர்த்தி ஊர்வலமாக அரசனும் அரசியும் வரச் செய்தனர். அத்துடன் அவனுக்கு நிலமானியம் வழங்கி அதனை 'வாடி புலி மானியம்' என அழைத்தனர் எனத் தெரிகிறது.[79]

தஞ்சை நாயக்க மன்னர்கள் யட்சகானம் என்னும் கலைக்கு மிகுந்த ஆதரவளித்துள்ளனர். இவையனைத்தும் நாட்டுப்புறக் கலைகளில் நாயக்க மன்னர்கள் கொண்டிருந்த பேரீடுபாட்டைக் காட்டுகின்றன.

நாயக்க மன்னர்கள் இவ்வாறு நாட்டுப்புறக் கலைகளை ஆதரித்தமைக்கு அவர்களது பாரம்பரியம் ஒரு காரணம் என்று அர. பூங்குன்றன் கருதுகிறார். சோழ பாண்டிய மன்னர்களைப் போல பழம்பெருமை மிக்க அரச குடியில் தோன்றாமல் விசயநகர மன்னர்களும் நாயக்க மன்னர்களும் வேறு பிரிவிலிருந்து பிறந்து வளர்ந்திருக்கலாம் என்று அவர் கருதுகிறார்.[80] ஜோப் தாமசு இக்கருத்தினை ஆதரித்துள்ளார்.[81]

நாயக்கர் கால இலக்கியங்கள் பலவும் பாளையக்காரர்களாகிய வட்டாரத் தலைவர்களையும் உள்ளூர்த் தலைவர்களையும் வள்ளல்களையும் பற்றியன. இவற்றிற்கு அன்றைய வாசகர்கள் உள்ளூர்த் தலைவர்களும் பொதுமக்களுமாகவே இருந்திருத்தல் வேண்டும். இத்தன்மையால் வட்டாரச் சார்பும், மொழி நடையும், மக்கள் வழக்காறுகளும் இடம் பெற்றிருத்தல் கூடும் எனலாம்.

குறவஞ்சி, பள்ளு, நொண்டி நாடகம் போன்றவை கூத்து வகைப்பட்ட பொதுவியல் நாடகங்களாக மக்களிடையே நிகழ்த்தப் பெற்றவை. ஆதலால் அவற்றில் அம்மக்களின் வாழ்நிலைப் பிரதிபலிப்பாக நாட்டுப்புறக் கூறுகள் மிக்கு விளங்குகின்றன எனலாம்.

நாட்டுப்புறக் கூறுகளைச் செவ்வியற் புலவர்கள் தம் படைப்புகளில் கையாளுவது பண்டைக்கால முதல் நிலவி வருவதெனினும் இக்காலப் போக்கின் சிறப்புத் தன்மை காரணமாகப் பல்வேறு வகைப்பட்ட இலக்கியங்களைப் படைத்த புலவர்களும் தத்தம் படைப்புகளில் மிகுதியாகப் பயன்படுத்தியுள்ளனர் எனலாம்.

முற்பட்ட கால இலக்கியங்களைவிட இக்காலத்தில் தோன்றிய பள்ளு, குறவஞ்சி போன்ற இலக்கியங்கள் செவ்வியல் மரபுகளையும்

நாட்டுப்புற மரபுகளையும் ஒன்றிணைத்துத் தோன்றியுள்ளமையால் இவற்றை நாட்டுப்புறப் புலமை இலக்கியம் எனக் குறிப்பர்.[82]

ஒருபடித்தாயிருத்தல்

நாயக்கர் காலப் பொருளாதாரத்தின் அடிப்படையாக நில உற்பத்தியே இருந்துள்ளது. ஆயினும் உற்பத்திக் கருவியான நிலப்பரப்பை மிகுதிப்படுத்துதலும் மேம்படுத்துதலும் தேவையான அளவில் நடை பெற்றதாகக் கூறவியலாது. வேளாண் கருவிகளின் வளர்ச்சியின்மையும் சுய தேவைக்கான உற்பத்தி முறையும் பொருளாதார மேம்பாட்டிற்கு உதவவில்லை. ஒரு சிலரைத்தவிர, குறுகிய காலமே ஆண்டுள்ள மன்னர்களும் அவர்களுக்கிருந்த ஏராளமான நெருக்கடிகளும் தொலை நோக்குடைய திட்டங்களை வகுக்கவும் செயல்படுத்தவும் வாய்ப்பளிக்க வில்லை எனலாம். தொடர்ந்து நிலவிய பஞ்சங்களும், ஏராளமான போர்களும், பழைய முறையிலான உற்பத்தியும் வேளாண் வளர்ச்சியில் சிதைவுகளையே ஏற்படுத்தின. குறைந்த உற்பத்திக்கருவி, ஒரே வகைப் பட்ட விளைச்சல், வளர்ச்சியற்ற கைவினைத் தொழில்கள் முதலியன அடிக்கட்டுமானமான பொருளாதார அமைப்பில் கடுமையான தேக்க நிலையை ஏற்படுத்திற்று எனலாம்.

முடியாட்சி அரசியலமைப்பும், புதிய போக்குகளும் வளர்ச்சிகளுமற்ற கல்விமுறை, சிந்தனைத்துறையில் எவ்வித மாற்றத்தையும் ஏற்படுத்த வில்லை. நிலமானியச் சமூகக் கலைகளுக்கே உரிய வகையில் கலைஞர்கள் தற்சுதந்தரமற்றவர்களாக வாழ்ந்து, படைப்பாக்கத்தில் ஈடுபட வேண்டிய நிலை ஏற்பட்டுள்ளது. பள்ளு இலக்கியங்களை ஆராய்ந்த கோ.கேசவன்,

இங்கே நாம் ஆய்வுக்கு எடுத்துக்கொண்ட காலகட்டத்திய இலக்கியத்தின் தேக்க நிலைக்கும் அன்றைய சமூக உற்பத்தி முறையின் தேக்க நிலைக்கும் நாம் நேரடியான தொடர்பு காண இயலாது; ஆயின் அன்றைய குறிப்பிடத்தக்க மேல்தளத்து அம்சங் களான சமயம், அரசியல் ஆகியவற்றின் மூலமாகத் தொடர்பு கொண்டுள்ளது என்றும் சமயம், இலக்கியம் ஆகியவற்றுக்கு இடையிலான பரஸ்பர வினைகளின் மூலமாக இலக்கியத்தில் ஒருவிதத் தேக்கநிலை நீண்ட காலம் பேணப்பட்டது என்றும் அறிகிறோம். சமய வழிபாட்டுப் பாடல்கள், சமயக் காப்பியங்கள், சமயம், தனிமனிதன் பற்றிய புகழ்பாடும் சிற்றிலக்கியங்கள், சமய சாத்திரங்கள், சமயத் தல புராணங்கள், வள்ளல் புகழ்பாடும் தனிப்பாடல் ஆகியவையே நீண்டகாலமாக நம் இலக்கியத்தின் பாடுபொருளாக இருந்தன. மடங்களையும் மன்னர்களையும் சார்ந்து தமிழ் இலங்க வேண்டியிருந்தது.[83]

என்று குறிப்பிடுவது கவனத்திற்குரியது.

சமயத்தைப் பாடுவது அல்லது புரவலர்களைப் புகழுவது என்பனவே உள்ளடக்கமான இலக்கியங்களில் ஒரே வகைப்பட்ட பாடுமுறைகளும் அமைப்பும் நிலவியதில் வியப்பில்லை. பள்ளு, குறவஞ்சி என இலக்கிய வகைகள் பெருகின எனினும் பள்ளு நூல்கள் ஒரே

வகைப்பட்ட அமைப்பிலும் குறவஞ்சி ஒரே வகைப்பட்ட அமைப்பிலும் காணப்படுவது குறிப்பிடத்தக்கது. படைப்பாக்க நிலையில் புதியன படைக்கும் மனநிலையும் கலைத்திறனும் புலவர்களிடம் பெரும்பாலும் இல்லாதொழிந்தமையையே இவை காட்டுகின்றன.

இலக்கியங்களைப் போலவே, சமயங்களைச் சார்ந்தியங்கிய சிற்ப, ஓவியக் கலைகளிலும் இந்தப் போக்கே நிலவிற்று எனலாம். உருவ அமைதியும் உள்ளடக்கமும் ஒரே வகைப்பட்ட தன்மையிலேயே திரும்பத் திரும்பச் செய்யப்பட்டுள்ளன. தங்கள் வாழ்விலிருந்து, விருப்பப்படி கலையை வெளிப்படுத்தும் சுதந்திரமும் அதற்கான வாய்ப்புமற்ற நிலையில் இயங்கிய கலைஞர்களது படைப்புகளில் அக்காலச் சமயத் தேவைகளின் நிறைவேற்றத்தையே பெரிதும் காண முடிகிறது. கலைஞர்களின் இயங்கு தளமும் கலைஞர்களின் வாழ்க்கை நிலையும் குறிப்பிட்ட எல்லைக்குட்பட்டமையால் அவற்றில் தேக்க நிலையும் இயந்திரத்தன்மையும் தவிர்க்கவியலாதவை ஆயின எனலாம்.

குறிப்புகள்

1. லியென்டியெவ், எல்., (மேற்.), அ. இராமசாமி, நாயக்கர் காலம் வரலாறும் இலக்கியமும், ப. 38
2. மேலது, ப. 46.
3. மேலது, ப. 63.
4. மேலது, ப. 64.
5. கோ. கேசவன், பள்ளு இலக்கியம் – ஒரு சமூகவியல் பார்வை, ப. 25.
6. Sathyanatha Aiyar, *History of the Nayaks of Madura*, pp. 178, 179, 180.
7. V. Vriddhagirisan, *The Nayaks of Tanjore*, p. 173.
8. Ibid., (Foot Note-6), p. 173.
9. கி. கிருஷ்ணசாமி, (மேற்கோள்), அ. இராமசாமி, மு. நூல், ப. 114.
10. மேலது, ப. 117.
11. மேலது, ப. 126.
12. மேலது, ப. 127.
13. மேலது, பக். 129 – 130. அ.கி. பரந்தாமனார், மதுரை நாயக்கர் வரலாறு, ப. 343.
14. *While the Greeks erected comparatively small structures and concentrated their architectural skill on the temple, the Romans, with their Vast empire, needed greater variety and larger buildings. That is why several new types developed both religious and secular, most of them much larger than had ever yet been attempted.*

    - Edith Tomory, A History of Fine Arts in India and the West, p. 316.

15. கே.ஏ. நீலகண்ட சாஸ்திரி, தென்னிந்திய வரலாறு (இரண்டாம் பகுதி), மு.ரா. பெருமாள் முதலியார் (மொ.பெ.), ப. 266.

16. இவ்வரசர் அரசியல் முறையாற் பொது நோக்கமுடையராயினும், சமயக் கொள்கையில் தென்னாட்டு ஸ்ரீவைஷ்ணவ ஸம்பிர தாயத்தைத் தழுவியவர். இவர்க்கு ஆசாரியார் இன்னாரென் பதற்குத் தெளிவான ஆதாரமில்லையென்றும், ஆனால் இவர் பின்னோர் காஞ்சிபுரம் ஸ்ரீதாததேசிகன் திருவடி ஸம்பந்திகளென் பதற்குப் பிரமாணங்களுண்டென்றுங் கூறுவர். இவருடைய கிரந்தத்தில் ஸ்ரீ ஆண்டாள் பாசுரங்களின் அருமை பெருமைகளும் தமிழ்நாட்டின் சிறப்புகளும், நம்மாழ்வார், ஆளவந்தார், உடையவர், வேதாந்த தேசிகர், மணவாள மாமுனிகள், அஹோபிலம் ஜீயர் என்ற ஸ்ரீவைஷ்ணவ பரமாச்சாரியார்களின் அவதார மகிமைகளும் அழகாகக் கூறப்பட்டுள்ளன என்பது தெரிகிறது. இதனால், மதரீதியாலும் திராவிட பாஷையை இவ்வரசர் பெருமான் கௌரவித்து வந்தவர் என்பது விசதமாகும்.

– மு. இராகவையங்கார், ஆராய்ச்சித் தொகுதி, பக். 333 – 34.

17. காகதீய மன்னர்கள் சைவ சமயத்தினை மேற்கொண்டொழுகினர். அவர்கள் காலத்தில் தென்னாடுடைய சைவம் தெலுங்கு நாட்டில் பரவியது.

தெலுங்கு நாட்டுச் சைவர்களை ஈர்த்த கதை சிறுத்தொண்ட நம்பி (நாயனார்), வரலாறாகக் காணப்படுகிறது. மல்லிகார்ச்சுன பண்டிதரால் பதினைந்தாம் நூற்றாண்டில் இயற்றப்பட்ட சிவ தத்துவ சாரமு என்னும் நூல் அறுபத்து மூன்று நாயன்மார் வரலாற்றைப் பாடுகிறது. எனினும், ஸ்ரீயாள சரிதம் என்னும் தனி நூலாகவும் தோன்றிச் சிறந்தது.

அச்சுத தேவராயர் காலத்தில் . . . சின்ன ராமப்பா, பச்சகப் புரவு திருவேங்கடராஜு என்பவரைக் கொண்டு சொக்கநாத சரித்திரம் என்னும் நூலைத் துவிபத (இரண்டடி) யாப்பில் இயற்றச் செய்தார். சொக்கநாத சரித்திரம் தெலுங்கு மொழியில் சிவபெருமானின் அறுபத்து நான்கு திருவிளையாடல்களை எடுத்திசைப்பதாகும்.

தெலுங்கு எழுத்தில் எழுதப்பட்டுள்ள நாலாயிரம் பிரபந்த பாடல்களைப் படிப்பதும் தெலுங்கு வைணவர்களிடையே உள்ள வழக்கமாகக் காணப்படுகிறது. ஆண்டாள் இயற்றிய திருப்பாவை (தெலுங்கு எழுத்தில் எழுதப்பட்டுள்ள தமிழ் நூல்) தெலுங்கு வைணவர்களிடையே பெருவழக்காக விளங்கு கிறது.

– தா.சா. மாணிக்கம், தமிழும் தெலுங்கும், பக். 21, 22 – 23.

18. முகம்மது உவைஸ் & பீ.மு. அஜ்மல்கான், இஸ்லாமியத் தமிழ் இலக்கிய வரலாறு, (தொகுதி – ஒன்று), ப. 15.

19. மேலது, ப. 16.

20. மேலது, ப. 17.

21. மேலது, ப. 20.

22. புளொக்மன் (மேற்கோள்), மேலது, ப. 59.

23. கே.கே. பிள்ளை, தமிழக வரலாறு – மக்களும் பண்பாடும், ப. 454.

24. மேலது, பக். 456 – 57.

25. மேலது, ப. 455.

26. கோயில்களில் விக்ரகங்களுக்குச் செய்யப்பெற்ற அணிகலன்களில் பலவித வேலைப்பாடுகள் அமைந்திருந்தன. நவரத்தினங்களால் செய்யப் பெற்ற மகுடங்களும், ஒரு வடக்கழுத்து மாலைகளும் இரண்டு வடங்கள் கொண்ட மாலைகளும் பதக்கங்களும் வழிபாட்டிற்குரிய பொருள்களும் விக்ரகங்களுக்காகச் செய்யப் பெற்றன. விஜயநகர அரண்மனையில் அரசிகளுக்குப் பல விதமான அணிகலன்கள் தேவைப்பட்டன. விஜயநகரத்திற்கு வந்த வெளிநாட்டு வழிப்போக்கர்கள், அரண்மனையில் வாழ்ந்த வர்கள் அணிந்திருந்த அணிகலங்களைப் பற்றி வியந்து கூறியுள்ளனர்.

அரண்மனையில் அரசர்கள் அமர்ந்திருந்த அரியணை பொன்னாலும் மணிகளாலும் அலங்கரிக்கப் பெற்று இருந்ததென அப்துர் ரசாக் கூறுவர். இரண்டாம் தேவராயர் தன்னுடைய கழுத்தில் அணிந்திருந்த முத்துமாலை விலை மதிக்கவொண்ணாத தாக இருந்ததெனவும் கூறியுள்ளார். நவரத்தினங்களால் அலங் கரிக்கப்பெற்ற கழுத்தணிகளை அரசர்கள் அணிந்திருந்தனர். தோள்களின் மீது முத்து வடங்களையும் அணிந்திருந்தனர். அரசர்கள் தங்களுடைய முன் கைகளில் அணிந்திருந்த கடகங் களில் முத்துக்களும் நவரத்தினங்களும் இழைக்கப் பெற்றிருந்தன. பலவித மணிகளாலும் முத்துக்களாலும் அலங்கரிக்கப்பட்ட ஒட்டியாணங்களை அணிந்திருந்தனர். இடுப்பில் அவர்கள் அணிந்திருந்த ஒட்டியாணத்திலிருந்த முத்துக்களும் மணிகளும் முன் தொடை வரையில் தொங்கின. அரசர்கள் தங்களுடைய கால்களில் பொன்னால் செய்து மணிகளால் அலங்கரிக்கப்பட்ட வீரக்கழல்களை அணிந்திருந்தனர். பொன்னாலும் மணிகளாலும் அலங்கரிக்கப்பெற்ற கைவிளக்குகளையும் அரசர்கள் வைத்துக் கொள்வது வழக்கம் என்று பீயஸ் என்னும் போர்த்துக்கீசியர் கூறுவர். விஜயநகரத்தில் வசித்த மக்கள் பலர் பலவிதமான ஆபரணங்களை அணிந்திருந்தனர் என அப்துர் ரசாக் கூறுவர். அரண்மனையில் சேவை செய்த தேவரடியார்கள் விலையுயர்ந்த பலவிதமான ஆபரணங்களை அணிந்திருந்தனர்.

– தே.வே. மகாலிங்கம், விஜயநகரப் பேரரசில் நிலைபெற்றிருந்த பொருளாதார வாழ்க்கை வரலாறு, பக். 80 – 81.

27. கால்டுவெல் (மேற்கோள்), அ.கி.பரந்தாமனார், மதுரை நாயக்கர் வரலாறு, ப. 478.

28. மேலது, ப. 337.

29. கண்டசரி, தும்பிப்பதக்கம், வாகுவலையம், கடையம், மிஞ்சி, கணையாழி, வச்சிரக்கடகம், வீரத்தண்டை, குண்டலம், அரைஞாண் ஆகியவை ஆண்களுக்குரியனவாகவும் பாடகம், சூடகம், பாதசரம், சதங்கை, மாணிக்கமாலை, வயிரப் பதக்கண், ஆணிப்பொன் கடையம், கொப்பு, வாளி, கொந்தளப் பொன்னோலை, முத்துமாலை, ஒட்டியாணம், அரைஞாண், விரலாழி, வளையல், சவடி, மூக்குத்தி, நித்திலச்சுட்டி, குப்பி, தண்டை, குழல்ரத்தினக்குப்பி, குச்சு, வச்சிரமணி, சுட்டி, முதாரி, சந்திரமுருகு, சிமிக்கி, அட்டியல், பொற்சரம், தாவடம், கட்டுவடம், சந்திரப்பிறை, சூரியப்பிறை, நெற்றிப்பரிசு, மணிப் பதக்கம், மோதிரம், மணிப்பாடகம், மிஞ்சி, மயிலடி, பீலி, காலாழி, கண்டசரம், உடுதாதம், சிலம்பு ஆகியவை பெண்களுக் குரியனவாகவும் பாடப்பட்டுள்ளன.

– ம. இராசேந்திரன் (பதி.), காதல் கொத்து, ப.19.

30. கூளப்ப நாயக்கன் விறலிவிடு தூது, (கண். 683 – 699). மூவரையன் விறலிவிடு தூது, (கண். 104 – 11, 285 – 89) குற்றாலக் குறவஞ்சி, (100 : 1 – 6) முதலிய நூல்களில் கீழ்க்காணும் அணிகள் சுட்டப் பட்டுள்ளன:

கைக்கடகம், மாணிக்கமாலை, பொற்சிமிக்கை, பொன்மாலை, பொற்சுட்டி, வச்சரவேலை, சிந்தூரம், கொத்துவடம், ஒண்டி முத்து, சிலம்பு, தாவடம், நாகபடம், கண்டசரமேணி, வச்சிரக் கனை, மோதிரம், சிந்தாக்கு, தும்பிப்பதக்கம், மணிக்கொட்டி, பாகப்பரிபுரம், சரப்பணி, ஓலை, குப்பி, தண்டை, பொற்சரி, (வளையல்) முதாரி, ஒட்டியாணம், அரைஞாண், கொலுசு, பொற்கவளி, பாடகம், காறைப்பணி, சூடகம், முத்துமாலை, மூக்குத்தி, கொப்பு, மெட்டி, பவளம், நெளி.

31. மேற்கோள், அ.கி. பரந்தாமனார், மு.நூல். பக். 375 – 76.

32. சிற்பியின் நோக்கம், தன் கற்பனையை வெளிப்படுத்துவதும் அதன் அழகை அனுபவிப்பதும் ஆகாது. அவன் தானாகவே நோக்கத்தைக் கற்பித்துக்கொள்ளவில்லை. அல்லது தனது பிரச்சனைகளைத் தெரிந்து கொள்ளவுமில்லை . . . அவனுக்குக் கலைப் பொருளே எல்லாம்; அவனுடைய கலைப்படைப்பிலே அழகு காணப்பட்டால் அஃது அழகுணர்ச்சியின் பயனாகப் பிறந்ததன்று. தன்னையறியாமல் கலை மூலம் வெளிப்பட்டதொரு மனநிலையின் பயனாகவே பிறந்தது. உயர்ந்த படைப்புகள் தோன்றிய யுகங்களிலே, கலைஞன் தனது பொருளிலேயே இலயித்திருப்பதைக் காணலாம்.

– ஆனந்த குமாரசுவாமி, சிவானந்த நடனம், சோ. நடராசன் (மொ.பெ.), ப. 32.

அசந்தா ஓவியங்களிலும் மாமல்லபுரச் சிற்பங்களிலும் மனித இயல்புகளை உணர்ச்சியோடு படம் பிடித்துக் காட்டுமியல்பும், இயற்கை மாட்டுக் காட்டப்படும் ஆராத அன்பும் சிறந்து மேலோங்கி நிற்கின்றன. இதே பண்புகளை அசுவகோசர், ஆரியசூரர் போன்ற நாடகாசிரியர்களிடத்தும் காணலாம்... ஓவியங்களிலும் சிற்பங்களிலும் காணும் நிலையான பண்பை இந்த இலக்கியங்களிலும் காண்கிறோம். அஃதே எல்லார்க்கும் எப்பொழுதும் பொதுவான காலங்கடந்த ஆர்வம் மிக்க காட்சி. அஃது உலகைத் தெளிவாக அறிந்து கொள்ளும் ஞானத்திலே பிறந்தது; தெளிந்த சிந்தனை அளவுகடந்த உணர்ச்சியோடு கூடாத நிலை என்பவற்றோடு தொடர்புபட்ட ஞானம். இந்தக் காலத்திலேதான் சங்கீதத் துறை உச்சநிலையில் இருந்ததெனக் கூறுவதற்குப் போதிய சான்றுகள் உண்டெனக் கொள்ளலாம்... நாலாம் நூற்றாண்டு முதல் எட்டாம் நூற்றாண்டு வரையுமுள்ள காலத்தை இந்தியப் பண்பாட்டின் பொற்காலமெனலாம்... ஒன்பதாம், பத்தாம் நூற்றாண்டின் பின்னர் வைதிகக் கலையில் பொது வகையில் ஒரு வீழ்ச்சியுண்டாயிற்று. இஃது எங்கும் காணப்பட்டதென்று கூற முடியாது. பெரும்படியான விடயங் களிலே பழைய கலைப் பிரமாணங்களெல்லாம் வெறும் வாய்ப்பாடுகளாக மாறிவிட்டன. அதனால் கலையின் ரீதி மாமூலான கோலத்தைக் காட்டிற்று. அன்றியும் விவரங்களிலே வெளிப்பகட்டான போக்கை அடைந்தது. செந்நெறிச் சமக்கிருத இலக்கியந்தானும் அலாதியான வெளி வருணனைகளிலும் செயற்கையணிகளைப் பெருக்குவதிலும் புகுந்துகொண்டது.

– மேலது, பக். 35 – 36.

33. சுப்பிரதீபக் கவிராயர் திருமலை நாயக்கர் காதல் என்ற நூலை அவரது அவையில் அரங்கேற்றியபோது அரவம் அத்வாணம் என்று கூறி இகழ்ந்துரைத்தார். அப்புலவர் வெகுண்டு அந்த நூலின் பெயரைக் கூளப்ப நாயக்கன் காதல் என்று மாற்றியமைத்து அச்சிற்றரசனிடம் பரிசு பெற்றார். தமது வெறுப்பை வெளிப்படுத்த தொந்தி வடுகன் சுகிப்பானோ? என விறலிவிடு தூதில் பாடியுள்ளார்.

– அ.கி. பரந்தாமனார், மு.நூல், பக். 437 – 38.

34. இந்தச் சண்டாளர்களின் ஆட்சியில் வியாக்ரபுரி (சிதம்பரம்) உண்மையிலேயே புலிகள் வாழும் காடாக மாறிவிட்டது. ஸ்ரீரங்க விமானம் பாழடைந்து சிதைந்துவிட்டது. இப்போது ஆதிசேஷனின் தலைதான் ஸ்ரீரெங்கநாதரைக் காத்துக்கொண் டிருக்கிறது. பல கோயில்களின் கர்ப்ப கிரஹங்கள் வீழ்ந்துவிட்டன. மண்டபங்கள் புல் முளைத்துள்ளன. மரக்கதவுகளைக் கரையான் கள் அரித்துத் தின்றுவிட்டன... மிருதங்கத்தின் இனிய ஒலி கேட்ட இடத்தில் இன்று நரிகளின் ஊளைச்சத்தம் கேட்கிறது. ஒழுங்குடன் பிரித்து விடப்பட்ட காவிரியாற்றின் நீர் இன்று கண்டபடி பாய்கிறது. வேதம் ஒலிக்கும் அக்ரஹாரங்களில்

இன்று முஸ்லீம்கள் இறைச்சியை வாட்டி உண்ணுவதால் ஒருவித துர்நாற்றம் வீசுகிறது. தலை விரித்தாடும் அழகான தென்னை மரங்கள் யாவும் வெட்டப்பட்டுவிட்டன. அவ்விடங் களில் கழுமரங்கள் நிறுத்தப்பட்டு அதன்மீது மனிதத்தலை மண்டையோடு மாலையால் போர்த்தப்பட்டுள்ளன. இளம் மங்கையர் சந்தனமும் மஞ்சளும் தேய்த்துக் குளிப்பதனால் மணமுடன் செல்லும் தாமிரபரணியின் நீர் இப்போது முஸ்லீம்கள் பசுக்களையும் பிராமணர்களையும் வெட்டிப் போடுவதால் சிவப்பு இரத்தத்துடன் ஓடுகிறது.

– கங்காதேவி, (மேற்கோள்), குரு. ஜெகன்னாதன், நாட்டைக் காத்த நாயக்கர்கள், ப. 32.

35. எம்.சிவானந்தம் (மேற்கோள்), அ. ராமசாமி, நாயக்கர் காலத்தில் தமிழுணர்வு, தமிழ்க்கலை, (தமிழ் 2, கலை 4, திசம்பர் 1984), ப. 50.

36. அ.கி. பரந்தாமனார், மு.நூல், ப. 420.

37. கோ. கேசவன், மு.நூல், பல பக்கங்கள்.

38. க.சி. கமலையா, இராமப்பய்யன் அம்மானை – ஓர் ஆராய்ச்சி, ப.60.

39. அ.கி. பரந்தாமனார், மு. நூல், ப. 335.

40. V. Vriddhagirisan, Op.Cit., p. 77.

41. தெலுங்கு இலக்கியங்களைப் போலவே சமஸ்கிருத இலக்கியங் களும் நாயக்கர்களின் ஆதரவைப் பெற்றன. சமஸ்கிருத இலக்கிய வகை பலவற்றிலும் நூற்றுக்கு மேலான நூல்களை எழுதிய அப்பைய தீட்சிதர் வேலூர்ப்பகுதித் தலைவனான சின்ன பொம்முவால் ஆதரிக்கப்பட்டவர். இவரது உறவினரான நீலகண்ட தீட்சிதர், நீலகண்ட சம்பு, கங்காதவரணா, நளசரித நாடகம், சிவலீலார்வணா முதலிய சமஸ்கிருத நூல்களின் ஆசிரியர். இவர் மதுரை திருமலை நாயக்கரின் அமைச்சர்.

தஞ்சையில் ஆண்ட செவ்வப்ப நாயக்கன் சாநித்யசுதா எழுதிய கோவிந்த தீட்சிதரை ஆதரித்துள்ளான். இவரது மகன்களான யஜ்ன – நாராயணனும் வெங்கடமகியும் ரகுநாத நாயக்கனின் ஆதரவில் பல சமஸ்கிருத நூல்களை இயற்றியுள்ளனர். செஞ்சி நாயக்கனின் ஆதரவில் வாழ்ந்த சீனிவாச தீட்சிதரும் அவரது மகன்களும் சிறந்த சமஸ்கிருதப் புலவர்களே. தெலுங்கு மொழியில் புலமையுடையவனான தஞ்சை ரகுநாத நாயக்கன் சமஸ்கிருதத்திலும் புலமையுடையவன். கஜேந்திர மோட்சம், அச்சுதந்திரபயோத்யா போன்ற இலக்கியங்களோடு இசை பற்றியும் சமஸ்கிருதத்தில் எழுதியுள்ளான்.

– கே.ஏ. நீலகண்ட சாஸ்திரி (மேற்கோள்), அ.ராமசாமி, நாயக்கர் காலத்தில் தமிழுணர்வு, தமிழ்க்கலை, (தமிழ் 2 – கலை 4), 1984, ப. 46.

42. மதுரை நாயக்கர்களும் பொதுமக்கள் கல்வியைப் பற்றிப் பெரும்பாலும் கவலைப்பட்டதுமில்லை. அவர்கள், நாட்டு மொழியாகிய அமிழ்தினும் இனிய தமிழ் மொழியை ஆதரித்து வளர்க்கவுமில்லை. தெலுங்கர்களாயிருந்தால் அவர்களுக்குத் தமிழ் வளர்ச்சி குறித்து ஆர்வம் உண்டாகவில்லை; பற்றும் தோன்றவில்லை.

அக்காலத்தில் கல்வி மக்களுக்கு இன்றியமையாத தேவை என்ற கருதாததால் அரசாங்கம் பள்ளிக்கூடம் வைத்து நடத்தியது மில்லை; பொது மக்களால் நடத்தப்பட்ட பள்ளிகளுக்குப் பணவுதவி அளித்ததுமில்லை; அறிஞர்களைப் பெரும்பாலும் ஆதரித்துமில்லை. இது நாயக்கர் அரசாங்கத்தில் காணப்பட்ட பெருங்குறை . . . பார்ப்பனருக்குக் கல்வி கற்பித்த முறை மற்றவர்களுக்குக் கற்பித்த முறையிலிருந்து வேறுபட்டிருந்தது. பெரும்புலவர்கள் வேதபாட சாலைகளில் வேதங்களையும் சாத்திரங்களையும் பார்ப்பனச் சிறுவர்களுக்குக் கற்பித்தார்கள். இப்பாடசாலைகள் தனிப்பட்டவர்களால் நடத்தப்பட்டன. நாயக்கர்கள் பார்ப்பனருக்கு மட்டும் வடமொழி வேத சாத்திரக் கல்வி கற்பிப்பதற்கு உதவியளித்தார்கள். இராபர்ட் – டி – நொபிலி பாதிரியார் 1610, நவம்பர், 22இல் எழுதிய கடிதத்தில் மதுரை நகரில் இருநூறு, முந்நூறு மாணவர்கள் உள்ள வகுப்பு களாகப் பல வகுப்புகளில் 10,000க்கு மேற்பட்ட பார்ப்பனச் சிறுவர்கள் கல்வி பயின்றுகொண்டிருந்தார்கள் என்றும் அவர் களுக்கு உணவு, உடை முதலியவை கொடுப்பதற்கும், கல்வி கற்பித்த ஆசிரியர்களுக்கு ஊதியம் தருவதற்கும் விஜயநகரப் பெருவேந்தரும் மதுரையாட்சியாளர்களும் வழி செய்திருந்தார் கள் என்றும் குறிப்பிட்டிருக்கிறார். பார்ப்பனர்களுக்குச் சமயக் கல்வியளிப்பதே நாயக்கர்களின் கல்வி நோக்கமாக இருந்தது.

– அ.கி. பரந்தாமனார், மு. நூல், பக். 435 – 37.

43. பு.ச. அரங்கநாதன், விசயநகரப் பேரரசு – கிருஷ்ணதேவராயர், ப. 134.

44. அ.கி. பரந்தாமனார், மு. நூல், பக். 118, 125, 317, 335.

45. மேலது, ப. 276.

46. மேலது, ப. 368.

47. *V. Vriddhagirisan, Op.Cit., p. 177.*

48. அ.கி. பரந்தாமனார், மு. நூல், பக். 200 – 202.

49. . . . ஸ்ரீ தெண்டாயுதக் கடவுளாருக்கு அஷ்டபந்தனஞ் செய்து வைக்கும் முன்னிலைக்கு இந்த ஸ்தலம் போகர்வாடையாய் புலிப்பாணி பாத்திர சுவாமியார் பூசை செய்து வந்த படியினாலே இப்போது ராமப்ப அய்யர் அவர்கள் அவர் கையினாலே தீர்த்தப் பிரசாதம் வாங்கக் கூடாதென நினைத்து

பாளையங்காரரும் ராமப்ப அய்யர் அவர்களும் புலிப்பாணி பாத்திர சுவாமிகள் மனது சம்மதப்படுத்தி அவருடைய பூசை முராசுக்கு குமாஸ்தாவாக பூசை பரிசாகத்துக்கும் கொங்கு தேசத்திலிருந்து கொடுமுடி சரஸ்வதி அய்யன் 1, மருதூர் தாம்பாவையன் 2, நாட்டார அய்யன் கோயில் கப்பய்யன் 3, கரூர் முத்தய்யன் 4, கடம்பூர் கோயில் அகிலாண்டய்யன் 5, இவர்களை பாளையக்காரரவர்கள் வரவழைத்து, கொடுமுடி சரஸ்வதி அய்யனைக் குருக்களாகவும் மைத்த நால்வரை பூசைப் பரிசாரகம் நம்பிமார்களாகவும் நியமித்து . . .

– இரத்தின கிருஷ்ணமூர்த்தி (பதி.), பழநித்தல வரலாறு, ப. 14.

50. சேதுபாண்டியன் & எஸ். ஜெயப்பிரகாஷ், தெலுங்கு இலக்கியம் – ஓர் அறிமுகம், ப. 55.

51. கதிர். மகாதேவன், தொன்மம், ப. 39.

52. 10 கலம் நெல்விளைச்சலில், உழைப்பில் எந்தவிதப் பங்கும் இல்லாத ஆளும் வர்க்கமும் அதன் சார்பு நிறுவனங்களும் 9 கலத்தையும் 7 மரக்காலையும் 7 படியையும் அபகரித்துக் கொள்கிறது. அதாவது 1280 படிகள் விளைச்சல் தமது உழைப்பைக் கொடுத்த பள்ளர், பறையர், சக்கிலியர், வண்ணார், இடையர், கொல்லர், சாணார், நீர்பாய்ச்சி, வாரியன் ஆகிய அனைவருக்கும் 9 படிகளே சேரும். அதாவது உழைக்காத மக்கள் 99.37 சதவீதமும் உழைக்கும் மக்கள் 63 சதவீதமும் எடுத்துக்கொண்டனர். மிக மோசமான நிலவுடைமைச் சுரண்டல்! இந்தப் பங்கும், போர் மேகம் சூழாத அமைதியான நேரத்தில்தான் கிடைக்கும் என்ற நிலைமை. போர், கொள்ளை இவற்றால் சின்னாபின்னப் பட்ட சமூகத்தில் இத்தகைய மிகக் குறைவான பங்கும் இன்றியே அடிநிலை மக்கள் வாழ்ந்திருக்கக் கூடும் என்பதில் ஐயமில்லை.

– கோ. கேசவன், கதைப் பாடல்களும் சமூகமும், ப. 77.

53. கோ. கேசவன், பள்ளு இலக்கியம் – ஒரு சமூகவியல் பார்வை, ப. 42.

54. மு. அருணாசலம், தமிழ் இலக்கிய வரலாறு (பதினாறாம் நூற்றாண்டு – முதல் பாகம்) ப. 11.

55. *V. Vriddhagirisan, Op.Cit., p. 173.*

56. அ. இராமசாமி, மு. நூல், ப. 44.

57. தே.வே. மகாலிங்கம், மு. நூல், ப. 17.

58. அ.கி. பரந்தாமனார், மு. நூல், ப. 225.

59. மேலது, ப. 432.

60. மேலது, ப. 261.

61. *... the king as mainly absorbed in ritual, as opposed to bureauvratic or managerial, roles, Moreover, the lesson of the abhyudayamu texts is that these titual roles tend to involue a central aspect of bhogs, sensual enjoyment; the royal exemplar spends his day bathing, dressing, eating, occasionally hunting, and always falling in love, and he does all this not for himself, but for the Kingdom, in a shockingly public way.*

- Velcheru Narayana Rao and others, Symbols of Substance - Court and State in Nayaka period Tamilnadu, pp. 66 - 67.

62. கோவிந்தலால் ஹர்கோவிந்தபட், வல்லபர், இராதா கிருஷ்ணன் முதலியோர் (பதி.), கீழைமேலை நாடுகளின் மெய்ப்பொருள் இயல் வரலாறு, ப. 656.

63. கே.ஏ. நீலகண்டசாஸ்திரி, தென்னிந்திய வரலாறு (இரண்டாம் பகுதி), மு.ரா. பெருமாள் முதலியார் (மொ.பெ), ப. 200.

64. *Richard Waterstone, India, p. 110.*

65. *There is no doubt, a temptation to see a parallel here with the well - known arena of Tantric ritual (especially sexual) violation; and we should admit at once that esoteric, Tantric under currents did surface in the Tamil country during Nayaka times... we can observe the rise of Tantric and Nath Mythology and cultric practice throughout South India in the late medival centuries, to some extent through the percolation southwards of religious currents continuously active in Andra. Perhaps, indeed these Tantric influences had an impact on the Telugu poets of Tanjavur and Madurai.*

- Velcheru Narayana Rao and others. Op.Cit., p. 167.

66. அ. இராமசாமி, மு. நூல், பக். 210, 212,

67. கூளப்ப நாயக்கன் விறலிவிடு தூது, கண். 232 – 265.

68. திரு. ர. பூங்குன்றன் (காப்பாளர், தமிழ்நாடு அரசு தொல்பொருள் ஆய்வுத்துறை, அகழ்வைப்பகம் – கரூர்), உரையாடலின்போது ஆய்வாளரிடம் கூறிய கருத்து, 5.6.1994.

69. *Velcheru Narayana Rao and others. Op.Cit., p. 237.*

70. *V.M. Krishnamurthi, History of Tamil Nadu, pp. 47 - 48.*

71. க.சி. கமலய்யா, மு. நூல், ப. 63.

72. *V. Vriddhagrisan, Op.Cit., p. 172.*

73. முனைவர் ஜோப் தாமஸ் – ஆய்வாளரிடம் கூறியது. நவம்பர் 21, 1996.

74. *Mulk Raj Anand, Chitrakshna, pp. 69, 80, 82.*

75. பஹாரி கிளையின் நயமிக்க ஓவியம் காங்கரா, குலேர், சம்பா, நூர்பூர், கர்வால், ஜம்மு பாணிகளிலும் ஒரு வலிமிக்க நாடோடிக் கூறு குலூ, பஷோலி பாணிகளிலும் காணக் கிடைக்கின்றது. வட்டார மொழிகளின் ஒரு பெரிய மறுமலர்ச்சிக் காலம் இது.

அக்காலத்தில் மிகக் கடினமாகிவிட்டதும் எளிதில் கிடைக் காததுமான சமஸ்கிருதக் கவிகளைப் பார்க்கிலும், கபீர், வித்யாபதி, உமாபதி, சண்டிதாசர், துளசிதாசர், கேசவதாசர் இன்னும் பிந்திய எழுத்தாளர்களான பீகாரிலால் ஜஸ்வந்தசிங் ஆகியோரின் செல்வாக்கு மிகவும் அதிகமாக இருந்தது. இவ்வாறாக, துளசிதாசரின் இராமாயணமும் கேசவதாசரின் இரசிகப் பிரியையும் அதிகக் கவர்ச்சியூட்டின. சிறிது முந்திய காலப்பகுதியின் முதல்தர சமஸ்கிருத இலக்கியத்தோடு முதல் தர சமஸ்கிருதக் கலையும் இணைந்து சென்றது. அதேபோல, அதன் எதிர்புறத்தில் வேறுபடுத்திக் காணக்கூடும், பிராகிருத வட்டாரக் கலையின் ஆதாரத்திலிருந்து தன் கருப்பெருட்களை எடுத்துக்கொண்டதுதான் நாகரிகப் பூச்சற்ற இனிய இந்நாடோடிக் கலையும்

– க. சிவராமமூர்த்தி, இந்திய ஓவியம், மே.சு. இராமசுவாமி (மொ.பெ.), ப. 113.

76. தே.வே. மகாலிங்கம், மு.நூல், பக். 15.16.

77. அ.கி. பரந்தாமனார், மு. நூல், ப. 228.

78. நடன. காசிநாதன், தமிழக வரலாற்றுச் சின்னங்கள், ப. 52.

79. கல்வெட்டு – இதழ் 16, ப. 35.

80. திரு. ர. பூங்குன்றன் (காப்பாளர், தமிழ்நாடு அரசு தொல்பொருள் ஆய்வுத்துறை, அகழ்வைப்பகம் – கரூர்), உரையாடலின்போது ஆய்வாளரிடம் கூறிய கருத்து, 5.6.1994.

81. முனைவர் ஜோப் தாமஸ் – ஆய்வாளரிடம் கூறியது. நவம்பர் 21, 1996.

82. முத்துச்சண்முகம் மற்றும் நிர்மலா மோகன், சிற்றிலக்கியங்களின் தோற்றமும் வகையும், ப. 73

83. கோ. கேசவன், பள்ளு இலக்கியம் – ஒரு சமூகவியல் பார்வை, ப. 64.

தொகுப்புரை

மனித நாகரிகம் மற்றும் பண்பாட்டின் வெளிப்பாடாகத் திகழும் கலைகள், மனித உணர்வைப் புலப்படுத்தும் புலப்பாட்டு நெறியாகவும் மனித உணர்வின் குறியீடுகளாகவும் கருதப் படுகின்றன. அத்தகு அகவுணர்வின் வெளிப்பாடாக விளங்கும் கலைகளைப் பலவகையாகப் பிரித்து விளக்கும் முயற்சியில் நுண்கலைகள், பயன்கலைகள் எனப்பகுப்பதே பெருவழக்காக உள்ளது. நுண்கலைகளை வகைப்படுத்துவதில் மேலை மரபிலிருந்து இந்திய மரபு சில வேறுபாடுகளைக் கொண்டுள்ளது. இந்தியமரபு கட்டடக்கலையையும் படிமக்கலையையும் சிற்பக்கலையுள்ளும் நாடகக் கலையை இயற்கலையுள்ளும் அடக்குகிறது.

கட்டடம், சிற்பம், ஓவியம், இலக்கியம் எனும் நான்கு நுண்கலைகளும் வடிவம், உள்ளடக்கம் எனும் இரண்டையும் பெற்றுத்திகழ்கின்றன. கலைப்பொருட்களை ஆய்ந்து நுட்பமாக அறிந்துகொள்வதற்காகப் பகுத்துக் காண முடியுமேயன்றி, நிற்கும் அவற்றைத் தனித்தனிக் கூறுகளாகக் கொள்ள இயலாது.

கி.பி. 14ஆம் நூற்றாண்டில் தோன்றிய விசயநகர அரசு கி.பி. 1565இல் நடைபெற்ற தலைக்கோட்டைப் போருக்குப் பின் வலுவிழந்தது. தமிழகத்தில் விசயநகரத்திற்குக் கீழ் ஆண்டு கொண்டிருந்த நாயக்கர்கள் பலர் விஜயநகரத்திற்குக் கட்டுப் பட்டும் தனித்தும் ஆளத்தலைப்பட்டமையால் மதுரை, தஞ்சை, செஞ்சி, வேலூர் ஆகிய இடங்களில் நாயக்க அரசுகள் தோன்றின.

நாயக்க மன்னர்களின் ஆட்சிக் காலத்தில் கட்டடம், சிற்பம், ஓவியம், இலக்கியம், நாடகம் முதலிய பல கலைகளும் செழித்தன. அவை தம் காலத்திற்குரிய சிறப்புக் கூறுகளைக் கொண்டு வளர்ச்சியுற்றன. அக்காலக் கலைஞர்கள் குறித்து மிகுதியும் அறியவியலவில்லையெனினும் அவர்தம் வாழ்நிலை மிகவும் தாழ்வுற்றிருந்ததாகவே உணரமுடிகிறது. தமிழ்ப்புலவர்கள் பாளையக்காரர்களாலும் வள்ளல்களாலும் பெரிதும் ஆதரிக்கப் பெற்றனர்.

நாயக்கர் காலத்தில் தோன்றியுள்ள நுண்கலைகளை ஒருங்கு வைத்து ஒப்பிட்டுக் காணும்போது அவற்றிடையே வடிவ

அடிப்படையிலும் உள்ளடக்க அடிப்படையிலும் ஒப்புமைப் பண்புகள் நிலவுவதை உணரமுடிகிறது. அவற்றை அக்காலக் கலைக்கோட்பாடு களாகவும் வடிக்கவியலுகிறது.

வடிவ அடிப்படையில் பெருந்தோற்றம், ஒரு கோட்பாடாகிறது. தமிழகத்தின் மிகப்பெரும் கோபுரம், மண்டபம், திருச்சுற்றுகள், தெப்பக்குளங்கள், சிற்பங்கள் இக்காலத்திலேயே உருவாக்கப்பெற்றுள்ளன. அதேபோல் பெருந்தொடரான ஓவியங்களும் பெரிய அளவிலான பாடல் எண்ணிக்கை கொண்ட இலக்கியங்களும் படைக்கப்பெற்றுள்ளன.

இக்காலப்பகுதியில் கோயில் கட்டடங்கள், சுற்றாலைகள், மண்டபங்கள், துணைக் கோயில்கள், கோபுரங்கள், குளங்கள் ஆகியன வற்றுடன் விரிவாக்கம் பெற்றன. நிகழ்ச்சிகளை முழுமையாக ஓரிடத்தில் வடித்தல், ஒருநிகழ்ச்சியைத் தொடராகப் பலவிடங்களில் சித்திரித்தல் எனச் சிற்பக் கலையிலும் ஓவியக்கலையிலும் கதைகளை மிக விரிவான ஓவியத்தொடராகவும் சித்திரித்துள்ளனர். முந்தைய நூல்களின் கூறு விரிவுறுதல், முந்தைய நூல் முழுவதும் விரிவு பெறல், முந்தைய நூல்கள் உரைகளும் விளக்கங்களும் பெறுதல், முன்னிருந்த கூறுகள் இணைந்து புதிய இலக்கிய வடிவங்கள் உருவாதல் ஆகிய நிலைகளில் இலக்கியக் கலையில் விரிவாக்கம் நிகழ்ந்துள்ளது.

நாயக்கர் காலக் கோயில்களில் பிற்காலப் பாண்டிய சோழ, விசயநகர மரபுகளைப் பின்பற்றி கோபுரங்கள், மண்டபங்கள் முதலியன எடுக்கப்பட்டுள்ளன. அதேபோல் சோழ, விசயநகர காலச் சிற்பங்களின் தொடர்ச்சியாய்ச் சிற்பக்கலை காணப்படுகிறது. விசயநகர ஓவிய மரபே பெரிதும் ஓவியக்கலையில் கைக்கொள்ளப்பட்டுள்ளது. இலக்கியங் களில் முன்னிருந்த சங்க, அற, பக்தி, காப்பிய, சிற்றிலக்கிய மரபுகள் பின்பற்றப்பட்டுள்ளன.

நாயக்கர் காலக் கலை வடிவங்களில் இசுலாமிய, ஐரோப்பிய, சாளுக்கிய, ஒய்சள, காகதீய பாணிகளின் கலப்புகளைக் காணமுடிகிறது.

கட்டடங்கள், சிற்பங்கள், ஓவியங்கள் முதலியனவற்றை மிகுதியும் அலங்காரப்படுத்தியுள்ளனர். ஓவியங்களில் உருவங்களில் மட்டுமன்றி அணிகள் வளர்ச்சி பெற்றிருப்பதுடன் இலக்கியங்களில் அணிகள் மிகுதியாகப் பயன்படுத்தப்பட்டுள்ளன.

கலைஞர்கள் கலைப்படைப்பாக்கத்தில் கலைக்கு முக்கியத்துவம் தருவதினும் தம்முடைய திறமையை வெளிப்படுத்தும் நோக்கில் செயல்பட்டிருப்பதையும் உணரமுடிகிறது. இலக்கியங்களில் சித்திரகவி, யமகம், மடக்கு, சிலேடை முதலியன மிகுதிப்பட்டுள்ளன.

நாயக்கர் கலைப்பொருட்களின் உள்ளடக்கங்களை ஒப்பிட்டுக் காணும்போது சைவம், வைணவம், கிறித்தவம், இசுலாம் ஆகிய சமயங்களுக்கிடையே ஒருமைப்பாடு ஏற்படுத்தப்படுவதை அறியமுடிகிறது.

இக்காலச் சிற்பங்கள், ஓவியங்கள், இலக்கியங்களில் சைவ, வைணவ புராணங்களும் இராமாயண, மகாபாரத இதிகாசங்களும் தல புராணங் களும் இசுலாமிய புராணங்களும் மிகுதியாக இடம்பெற்றுள்ளன.

திருக்கோயில் தூண்கள், தேர்கள், குளங்கள் முதலியவற்றிலும் தனிச்சிற்பங்களிலும் கடவுளர், அரசர், பொதுமக்கள் சார்ந்த மிதுனக் காட்சிகள் சிற்பங்களாகவும் ஓவியங்களாகவும் வடிக்கப்பெற்றுள்ளன. இலக்கியங்களிலும் பாலுணர்வுப் பண்பு மேலோங்கிய வருணனைகள் மிகுதியாக இடம்பெற்றுள்ளன.

சிற்பங்களிலும் ஓவியங்களிலும் போர்ப் பண்பு மிக்க காட்சிகளைக் காணமுடிகிறது. புராண, இதிகாசக் கதைகளிலிருந்து போர் நிகழ்ச்சிகள் விரிவாக வடிக்கப்பெற்றுள்ளன. போர் குறித்த இலக்கியங்கள் தோற்றம் பெற்றுள்ளன.

சிற்பங்களில் தலபுராணச் சிற்பங்கள், வட்டார வாழ்வியற் காட்சிகள், வட்டாரத் தலைவர்களின் சிற்பங்கள் இடம்பெற்றுள்ளன. ஓவியங்களிலும் வட்டாரத் தன்மைமிக்க தலபுராணக் கதைகளையும் திருவிழாக்கள் மற்றும் அரசர் தொடர்பான நிகழ்ச்சிகளையும் காண முடிகிறது. இக்காலப் பகுதியில் தலபுராணங்கள், மண்டல சதகங்கள், சிற்றிலக்கியங்கள் என வட்டாரத் தன்மை மிக்க இலக்கியங்கள் மிகுதியாகத் தோற்றம் பெற்றுள்ளன.

இக்காலக் கலைகளின் வடிவம், உள்ளடக்கம் ஆகிய இரண்டிலும் நாட்டுப்புறக் கூறு பொதுப்பண்பாக அமைந்துள்ளது.

சிற்பங்களில் குறவன் – குறத்தி, வேடன் – வேட்டுவிச்சி, இடையன் – இடைச்சி முதலிய நாட்டுப்புற மக்களும் நாட்டுப்புற வாழ்வியற் காட்சிகளும் நாட்டுப்புறக் கலைகளும் நாட்டுப்புறக் கதைகளும் இடம்பெற்றுள்ளன. ஓவியங்கள் நாட்டுப்புற ஓவிய வரைமுறை சார்ந்து தீட்டப்பெற்றுள்ளன. அத்துடன் நாட்டுபுற மக்கள், விளையாட்டுக் கலைகள், பழக்கவழக்கங்கள் முதலிய நாட்டுப்புறக் கூறுகளும் ஓவியத்தில் இடம்பெற்றுள்ளன. சில இலக்கியங்கள் நாட்டுப்புற மரபிலிருந்து தோற்றம் பெற்றுள்ளன. அத்துடன் நாட்டுப்புறச் சந்தம், பழமொழி, விடுகதை, நம்பிக்கைகள், பேச்சுவழக்கு, வட்டார வழக்கு முதலிய நாட்டுப்புற வழக்காறுகள் இலக்கியங்களில் இடம்பெற்றுள்ளன.

நாயக்கர் காலக் கட்டடங்கள், சிற்பங்கள், ஓவியங்கள் ஆகியன வடிவிலும் உள்ளடக்கத்திலும் ஒருபடித்தாய் உள்ளன. ஓவிய வரை முறையிலும் ஒத்த தன்மை காணப்படுகிறது. புராண, தலபுராண, சிற்றிலக்கிய நூல்களின் அமைப்பும் உள்ளடக்கங்களும் ஒருபடித்தாய் அமைந்துள்ளன. ஆகவே, வடிவ – உள்ளடக்க நிலையில் ஒருபடித்தா யிருத்தலைக் கலைக்கோட்பாடாகக் கொள்ளமுடிகிறது.

நாயக்கர் காலப் பொருளாதார, சமுதாய, அரசியல் சூழ்நிலைகளுக் கேற்பக் கலைகளின் போக்குகள் இருந்துள்ளமையை உணரமுடிகிறது. இக்கலைக் கோட்பாடுகள் கைக்கொள்ளப் பெற்றுள்ளமைக்குப் பல காரணியங்கள் தொழிற்பட்டுள்ளமையை அறியமுடிகிறது. அக்கால அரசியல், சமூக, பொருளாதார நிலைகளுடன் முந்திய மரபுகளும் புதிதாக வந்து சேர்ந்தனவற்றின் செல்வாக்கும் கரணியங்களாக அமைந்திருந்தமையை உணரமுடிகிறது.

துணைநூற்பட்டியல்

அகத்தியலிங்கம், ச., & இராமநாதன், ஆறு., (பதி.), **நாட்டுப்புறவியல், ஆய்வுக்கோவை (தொகுதி – 1)** இந்தியத் தமிழ்நாட்டுப் புறவியல் கழகம், அண்ணாமலை நகர், முதற்பதிப்பு, 1987.

அகத்தியலிங்கம், ச., & ஞானமூர்த்தி, தா.ஏ., (பதி.), **ஆய்வுக்கோவை, (தொகுதி – 3),** இந்தியப் பல்கலைக்கழகத் தமிழாசிரியர் மன்றம், அண்ணாமலை நகர், 1989.

அரங்கநாதன், பு.ச., **விசயநகரப்பேரரசு – கிருஷ்ண தேவராயர்,** தமிழ்நாட்டுப் பாடநூல் நிறுவனம், சென்னை, 1974.

அரங்கராசன், ச., **இலக்கண வரலாறு பாட்டியல் நூல்கள்,** பாலமுருகன் பதிப்பகம், மருதூர், முதற்பதிப்பு, 1983.

அருணாசலம், மு., (பதி.), **கூளப்ப நாயக்கன் காதல்,** சக்தி காரியாலயம், சென்னை, முதற்பதிப்பு, 1943.

அருணாசலம், மு., **திருக்குருகைப் பெருமாள் கவிராயர்,** காந்தி வித்தியாலயம், மாயூரம், முதற்பதிப்பு, 1975.

அருணாசலம், மு., **தமிழ் இலக்கிய வரலாறு, (பதினாறாம் நூற்றாண்டு – இரண்டாம் பாகம்),** காந்தி வித்தியாலயம், மாயூரம், முதற்பதிப்பு, 1975.

அருணாசலம், மு., **தமிழ் இலக்கிய வரலாறு, (பதினாறாம் நூற்றாண்டு – மூன்றாம் பாகம்),** காந்தி வித்தியாலயம், மாயூரம், முதற்பதிப்பு, 1976.

அருணாசலம், மு., **தமிழ் இலக்கிய வரலாறு, (பதினாறாம் நூற்றாண்டு — முதல் பாகம்),** காந்தி வித்தியாலயம், மாயூரம், முதற்பதிப்பு, 1977.

அருணாசலம், மு., (பதி.), **முக்கூடற்பள்ளு,** தமிழ் நூலகம், சென்னை, இரண்டாம் பதிப்பு, 1949.

அருணாசலம், மு., & இளங்குமரன், இரா., (பதி.), **திருமலை முருகன் பள்ளு,** சக்தி காரியாலயம், சென்னை, முதற்பதிப்பு, 1944.

அருணாசலம், மு., & இளங்குமரன், இரா., (பதி.), **குறவஞ்சி,** தமிழ்நாட்டுப் பாடநூல் நிறுவனம், சென்னை, முதற்பதிப்பு, 1980.

அழகப்பராசு, த., **ஊஞ்சல் இலக்கியம்,** உலகத் தமிழாராய்ச்சி நிறுவனம், சென்னை, 1983.

அழகேசன், டி.ஆர்.கே., **வரலாற்று நோக்கில் திட்டக்குடி,** டி.ஆர். குப்புசாமி புத்தக வெளியீட்டகம், திட்டக்குடி, 2004.

அறவேந்தன், இரா., **தமிழ்அணி இலக்கண மரபும் மறுவாசிப்பும்,** சபாநாயகம் பப்ளிகேஷன்ஸ், சிதம்பரம், 2004.

அறிவுடைநம்பி, ம.சா., **தஞ்சை மராட்டிய மன்னர்கள் வளர்த்த நுண்கலைகள்,** கருமணி பதிப்பகம், புதுச்சேரி, 2008.

அறிவொளி, அ., **குடந்தைக் கோயில்கள்,** மணிவாசகர் பதிப்பகம், சென்னை, இரண்டாம் பதிப்பு, 1991.

அனந்த பாரதி,	**திருவிடைமருதூர் நொண்டி நாடகம்,** ஸ்ரீமகாலிங்கசுவாமி தேவஸ்தானம், முதற்பதிப்பு, 1967.
அஜ்மல்கான், பீ.மு.,	**படைப்போர் இலக்கியங்கள்,** உலகத் தமிழாராய்ச்சி நிறுவனம், சென்னை, 1992.
அஜ்மல்கான், பீ.மு.,	**தமிழகத்தில் முஸ்லீம்கள்: போர்ச்சுகீசியர் வருகைக்கு முன்பும் பின்பும்,** இஸ்லாமியத் தமிழியல் ஆராய்ச்சித் துறை, மதுரை, முதற்பதிப்பு, 1985.
ஆனந்தகுமாரசுவாமி,	**சிவானந்த நடனம்,** நடராசன், கோ., (மொ.ஆ.) தமிழ்நாட்டுப் பாடநூல் நிறுவனம், சென்னை, முதற்பதிப்பு, 1980.
இந்திரன்,	**தமிழ் அழகியல்,** தாமரைச் செல்வி பதிப்பகம், சென்னை, முதற் பதிப்பு, 1993.
இரகுநாதன், இரா.,	**ஸ்ரீவில்லிபுத்தூர்,** தமிழ்நாடு அரசு தொல்லியல் துறை, சென்னை, 2008.
இரத்தினகிருஷ்ண மூர்த்தி, (பதி.).,	**பழநித்தல வரலாறு,** பழநி அருள்மிகு தண்டாயுதபாணி சுவாமித் திருக்கோயில் வெளியீடு, பழநி, 1962.
இராகவையங்கார், மு.,	**ஆராய்ச்சித் தொகுதி,** தமிழ்ப் பல்கலைக்கழகம் வெளியீடு, தஞ்சாவூர், 1984.
இராசேகர தங்கமணி, ம.,	**பாண்டியர் வரலாறு,** (பாகம் 1), தமிழ்நாட்டுப் பாடநூல் நிறுவனம், சென்னை, முதற்பதிப்பு, 1978.
இராசா.கி.,	**ஒப்பிலக்கிய நோக்கு,** பார்த்திபன் பதிப்பகம், மதுரை, முதற்பதிப்பு, 1986.

இராசேந்திரன், அ., (பதி.),	**திருக்கீழ்வேளூர் உலா,** தமிழ்நாடு அரசு தொல்பொருள் ஆய்வுத்துறை, சென்னை, முதற்பதிப்பு, 1981.
இராசேந்திரன், ம., (பதி.),	**காதல் கொத்து,** தமிழ்நாடு அரசு தொல்பொருள் ஆய்வுத்துறை, சென்னை, முதற்பதிப்பு, 1981.
இராதாகிருஷ்ணன், & முதலியோர்,	**கீழைமேலை நாடுகளில் சர்வபள்ளி மெய்ப்பொருள் இயல் வரலாறு,** (தொகுதி 1), அண்ணாமலைப் பல்கலைக்கழகம், 1970.
இராமசாமி, துளசி., (பதி.),	**தமிழகக் கலைச் செல்வங்கள்,** உலகத் தமிழாராய்ச்சி நிறுவனம், சென்னை, முதற்பதிப்பு, 1990.
இராமசாமி, அ.	**நாயக்கர் காலம் வரலாறும் இலக்கியமும்,** உயிர்மை பதிப்பகம், சென்னை 2009.
இராமசுவாமி, மே.சு.,	**தமிழ்நாட்டுச் செப்புத் திருமேனிகள்,** தமிழ்நாடு அரசு தொல்பொருள் ஆய்வுத்துறை வெளியீடு, சென்னை, முதற்பதிப்பு, 1976.
இராமன், கே.வி.,	**பாண்டியர் வரலாறு,** தமிழ்நாட்டுப் பாடநூல் நிறுவனம், சென்னை, முதற்பதிப்பு, 1977.
இராமன், என்.எஸ்.,(பதி.ஆ.),	**தமிழ்நாட்டு ஓவியங்கள்,** தமிழ்ப் பல்கலைக்கழகம், தஞ்சாவூர், 2006.
இலக்குமி நாராயணன், பெ.,	**அதிவீரராம பாண்டியன் நூல்கள்,** மீரா புத்தகாலயம், சென்னை, 2003.
இலக்குமி நாராயணன், க.,	**விருதுநகர் மாவட்ட நாயக்கர் சிற்பங்கள்,** அரசு அருங்காட்சியகம், சென்னை, 2001.

இளங்குமரன், இரா., (பதி.,)	**மாறனலங்காரம், பொருளணியியல்,** கழக வெளியீடு, சென்னை, முதற்பதிப்பு, 1974.
இளவரசு, சோம., (பதி.),	**நன்னூல் விருத்தியுரை,** அண்ணாமலைப் பல்கலைக்கழகம், திருப்பனந்தாள் திருமட நிதிய வெளியீடு, முதற்பதிப்பு, 1981.
உத்தண்டராமன், அ.,	**ஸ்ரீ இராமேசுவரம் – தனுஷ்கோடி தல வரலாறு,** ஸ்ரீ இராமநாத சுவாமி திருக்கோயில் வெளியீடு, இராமேசுவரம், ஏழாம் பதிப்பு, 1978.
கச்சியப்ப முனிவர்,	**திருப்பேரூர் புராணம்,** தேவஸ்தானம் வெளியீடு, கோவை, ஆறாம் பதிப்பு, 1990.
கணேசன், சா., முதலியோர்,	**கையேடு,** கலைக்காட்சிக் குழு, இரண்டாவது உலகத் தமிழ் ஆராய்ச்சி கருத்தரங்கு மாநாடு, சென்னை, முதற்பதிப்பு, 1968.
கந்தசாமி, வி.,	**தமிழ்நாட்டின் தல வரலாறுகளும் பண்பாட்டுச் சின்னங்களும்,** பழனியப்பா பிரதர்ஸ், சென்னை, முதற்பதிப்பு, 1983.
கமலையா, க.சி.,	**இராமப்பய்யன் அம்மானை ஓர் ஆராய்ச்சி,** தமிழ்ப் புத்தகாலயம், சென்னை, முதற்பதிப்பு, 1980.
கமலையா, க.சி.,	**தமிழகக் கலை வரலாறு,** மணிவாசகர் பதிப்பகம், சென்னை, முதற்பதிப்பு, 1988.
கமால், எஸ்.எம்.,	**சேதுபதி மன்னர் வரலாறு,** சர்மிளா பதிப்பகம், இராமநாதபுரம், 2003.

கருணானந்தன், இரா.ப., **இராமலிங்க விலாசம், இராமாயண ஓவியக் குறிப்புகள்,** தமிழ்நாடு அரசு தொல்பொருள் ஆய்வுத்துறை, சென்னை, முதற்பதிப்பு, *1990.*

கலைவாணன், மா., **இராமலிங்கவிலாசம் அரண்மனை அகழ்வைப்பகம் கையேடு,** தமிழ்நாடு அரசு தொல்பொருள் ஆய்வுத்துறை, சென்னை, முதற்பதிப்பு, *1989.*

காசிநாதன், நடன., (பதி.), **தமிழக வரலாற்றுச் சின்னங்கள்,** தமிழ்நாடு அரசு தொல்பொருள் ஆய்வுத்துறை வெளியீடு, சென்னை, முதற்பதிப்பு, *1989.*

காசிநாதன், நடன., **தொல்லியல் நோக்கில்,** அன்றில் பதிப்பகம், சென்னை, முதற்பதிப்பு, *1993.*

கிரிபிரகாஷ், டி.எஸ்., & ஆனந்தகுமார், பா., **தெலுங்கு இலக்கிய வரலாறு,** பார்த்திபன் பதிப்பகம், மதுரை, முதற்பதிப்பு, *1987.*

குப்புஸ்வாமி சாஸ்திரியள் .டி.எஸ்., **தஞ்சாவூர் நாயக்கர் ராஜவம்ச சரித்திரச் சுருக்கம்,** தஞ்சாவூர், *1903*

கேசவன், கோ., **கதைப்பாடல்களும் சமூகமும்,** தோழமை வெளியீடு, கும்பகோணம், முதற்பதிப்பு, *1985.*

கேசவன், கோ., **பள்ளு இலக்கியம் – ஒரு சமூகவியல் பார்வை,** அன்னம் பதிப்பகம், சிவகங்கை, முதற்பதிப்பு, *1981.*

கொத்த பாவைய சௌதரி, கோவிந்தசாமி நாயுடு, கோ.வெ. (மொ.ஆ.), **கம்மவார் சரித்திரம் (முதற்பாகம்),** கிராமஜோதி நூலகம், சென்னை, முதற்பதிப்பு, *1953.*

கோதண்டராமன், பி., **இந்தியக் கலைகள்,** நியூ செஞ்சுரி புக் ஹவுஸ், சென்னை, முதற்பதிப்பு, *1987.*

கோபாலன், தே.,	**கன்னியாகுமரி மாவட்டத் தொல்லியல் கையேடு,** தமிழ்நாடு அரசு தொல்லியல் துறை, சென்னை. 2008.
கோலப்பன்பிள்ளை, பி.வி.,	**மதுரை நாயக்க அரசர்கள் சரித்திரம்,** திருவனந்தபுரம், 1920.
கோவிந்தசாமி ஐயர், மு.,	**திருமலை நாயக்கர் சரித்திரம்,** இ.மா. கோபாலகிருஷ்ணன்கோன் மதுரை 1922.
கோவிந்தராசனார், சி.,	**ஓவிய நூல்,** முத்துக்கோ வெளியீட்டகம், தஞ்சாவூர், முதற்பதிப்பு, 1982.
சச்சிதானந்தன், வை.,	**மேலை இலக்கியச் சொல்லகராதி,** மாக்மில்லன் இந்தியன் லிமிடெட், சென்னை, முதற்பதிப்பு, 1983.
சசிவல்லி, வி.சி.,	**அழகியல் சிந்தனைகள்,** உலகத் தமிழாராய்ச்சி நிறுவனம், சென்னை, முதற்பதிப்பு, 1995.
சண்முகம்பிள்ளை, மு.,	**சிற்றிலக்கிய வகைகள்,** மணிவாசகர் நூலகம், சென்னை, முதற்பதிப்பு, 1982.
சண்முகம்பிள்ளை, மு., (பதி.),	**திருவேங்கடநாதர் வண்டுவிடு தூது,** தமிழ்நாடு அரசு தொல்பொருள் ஆய்வுத்துறை, சென்னை, முதற்பதிப்பு, 1981.
சந்திரசேகரன், கோ.ஆ., (பதி.)	**திருப்பாண்டிக் கொடுமுடித் தல புராணம்,** திருச்சி, 1944.
சந்திரசேகரன், தி., (பதி.).,	**அந்தாதிக்கொத்து,** அரசினர் கீழ்த்திசைச் சுவடிகள் நூலகம், சென்னை, முதற்பதிப்பு, 1960.
சந்திரசேகரன், தி., (பதி.).,	**கலம்பகக்கொத்து,** அரசினர் கீழ்த்திசைச் சுவடிகள் நூலகம், சென்னை, முதற்பதிப்பு, 1960.

சந்திரசேகரன், தி., (பதி.).,	**தனிப்பாடற்றிரட்டு,** அரசினர் கீழ்த்திசைச் சுவடிகள் நூலகம், சென்னை, முதற்பதிப்பு, 1960.
சந்திரசேகரன், தி., (பதி.).,	**தூதுத்திரட்டு,** அரசினர் கீழ்த்திசைச் சுவடிகள் நூலகம், சென்னை, முதற்பதிப்பு, 1957.
சந்திரசேகரன், இரா., முதலியோர்	**தமிழ் இலக்கியக் கொள்கைகள்,** தமிழ்த்துறை, பாரதியார் பல்கலைக்கழகம் கோயம்புத்தூர், முதற்பதிப்பு 2004
சாந்தலிங்கம், சொ.,	**குடுமியான்மலை,** தமிழ்நாடு அரசு தொல்பொருள் ஆய்வுத்துறை, சென்னை, முதற்பதிப்பு, 1981.
சாமிநாதையர், உ.வே. (பதி.),	**திருவாவடுதுறைக் கோவை,** கமர்ஷியல் அச்சுக்கூடம், சென்னை, இரண்டாம் பதிப்பு, 1926.
சிவகாமி, ச.,	**தமிழ்ச் சதக இலக்கியம்,** உலகத் தமிழ்க் கல்வி இயக்கம், சென்னை, முதற்பதிப்பு, 1985.
சிவராமமூர்த்தி, க.,	**இந்திய ஓவியம்,** இராமசுவாமி, மே.சு., (தமிழாக்கம்) நேஷனல் புக் டிரஸ்ட், புதுதில்லி, முதற்பதிப்பு, 1974.
சுந்தரமூர்த்தி, கு., (பதி.),	**தண்டியலங்காரம்,** திருப்பனந்தாள், தஞ்சை மாவட்டம், முதற்பதிப்பு, 1974.
சுந்தரமூர்த்தி, தி.கி.,	**திருப்பரங்குன்றம் தல வரலாறு,** திருக்கோயில் வெளியீடு, மதுரை, மூன்றாம் பதிப்பு, 1976.

சுப்பிரமணிய சர்மா, நெ.ரா.,	**பாண்டியதேச நாயக்க மன்னர் வரலாறு**, மதுரை, 1929.
சுப்பிரமணிய பிள்ளை, கா.,	**குமரகுருபர அடிகள் வரலாறும் நூலாராய்ச்சியும்,** கழக வெளியீடு, மூன்றாம் பதிப்பு, 1975.
சுப்பிரமணிய பிள்ளை, கா.,	**தனிப்பாடற்றிரட்டு – முதற்பாகம்,** பி. இரத்தின நாயக்கர் ஸன்ஸ், சென்னை, 1939.
சுப்பிரமணிய பிள்ளை, கா.,	**தனிப்பாடற்றிரட்டு (இரண்டாம் பாகம்),** பி. இரத்தின நாயக்கர் ஸன்ஸ், சென்னை, 1939.
சுப்பிரமணியன், ச.வே., விஜயலட்சுமி, ர., (பதி.ஆ.),	**தமிழ் இலக்கியக் கொள்கை (தொகுதி – 7),** உலகத் தமிழாராய்ச்சி நிறுவனம், சென்னை, 1980.
சுப்பிரமணியன், ச.வே., & பகவதி, கே., (பதி.),	**தமிழ் இலக்கியக் கொள்கை (தொகுதி – 8),** உலகத் தமிழாராய்ச்சி நிறுவனம், சென்னை, முதற்பதிப்பு, 1983.
சுப்பிரமணியன், ச.வே., & சிவகாமி, ச., (பதி.),	**தமிழ் இலக்கியக் கொள்கை (தொகுதி – 9),** உலகத் தமிழாராய்ச்சி நிறுவனம், சென்னை, முதற்பதிப்பு, 1984.
சுப்பிரமணியன், ச.வே.,	**திராவிட மொழி இலக்கியங்கள்,** உலகத் தமிழாராய்ச்சி நிறுவனம், சென்னை, முதற்பதிப்பு, 1983.
சுப்பையா, மு.,	**கொங்குநாட்டுக் கோயில்கள்,** தமிழ் எழுத்தாளர் கூட்டுறவுச் சங்கம், சென்னை, முதற்பதிப்பு, 1967.
செகதீசன், ந.,	**தனிப்பாடல் திரட்டு – ஓர் ஆய்வு,** (தமிழன்பன்) (கா. சுப்பிரமணியப் பிள்ளை உரைப்பதிப்பு) பாப்லோ பாரதி பதிப்பகம், சென்னை, முதற்பதிப்பு, 1987.

செந்துறைமுத்து,	**திருப்பரங்குன்றம்,** மணிவாசர் பதிப்பகம், சிதம்பரம், முதற்பதிப்பு, 1984.
செயராமன், ந.வீ.,	**சிற்றிலக்கியத் திறனாய்வு,** இலக்கியப் பதிப்பகம், சென்னை, முதற்பதிப்பு, 1980,
செயராமன், ந.வீ.,	**சிற்றிலக்கிய அகராதி,** பாரி நிலையம், சென்னை, முதற்பதிப்பு, 1983.
செயராமன், ந.வீ.,	**சிற்றிலக்கிய புலவர் அகராதி,** நறுமலர்ப் பதிப்பக வெளியீடு, சென்னை, முதற்பதிப்பு, 1983.
செயராமன், நா.,	**அரங்கேறிய ஆய்வுகள்,** ஐந்திணைப் பதிப்பகம், சென்னை, முதற்பதிப்பு, 1988.
செல்வராஜ், ச.,	**தருமபுரியும் அகழ்வைப்பகமும்,** தமிழ்நாடு அரசு தொல்பொருள் ஆய்வுத்துறை வெளியீடு, சென்னை, முதற்பதிப்பு, 1990.
சேதுபாண்டியன், தூ., & ஜெயப்பிரகாஷ், எஸ்.,	**தெலுங்கு இலக்கியம் – ஓர் அறிமுகம்,** அரசு பதிப்பகம், மதுரை, முதற்பதிப்பு, 1988.
சொக்கலிங்கம், ராய., (பதி.),	**சேதுபதி விறலிவிடு தூது,** *(1947)*
சொக்கலிங்கம், ராய., (பதி.),	**கூளப்ப நாயக்கன் விறலிவிடு தூது,** பாரதி பிக்சர் பாலெஸ், காரைக்குடி,
சோமசுந்தரதேசிகர்,எஸ்.,	**தமிழ்ப்புலவர்கள் வரலாறு,** (பதினேழாம் நூற்றாண்டு) புதுக்கோட்டை, 1976.
சோமலே,	**தமிழ்நாட்டு மக்களின் மரபும் பண்பாடும்,** நெஷனல் புக் டிரஸ்ட், புதுதில்லி, மறு அச்சு, 1981.

ஞானப்பிரகாசம், M.I., & கமலையா, க.சி., (பதி.),	**தமிழக நுண்கலைகள்,** தமிழ்ப்பண்பாட்டு மன்றம், சென்னை, முதற்பதிப்பு, 1978.
தங்கவேலு, கோ.,	**இந்தியக் கலை வரலாறு,** (இரண்டாம் புத்தகம்) தமிழ்நாட்டுப் பாடநூல் நிறுவனம், சென்னை, முதற்பதிப்பு, 1976.
திரிகூடராசப்பக் கவிராயர்,	**திருக்குற்றாலக் குறவஞ்சி,** கழக வெளியீடு, சென்னை, 1968.
திருஞானசம்பந்தன், பெ.,	**இந்திய எழிற்கலை,** சென்னைப் பல்கலைக் கழகம், சென்னை, முதற்பதிப்பு, 1977.
திருநாவுக்கரசு, க.த.,	**முதலாம் இராசராச சோழன்,** தமிழ்நாட்டுப் பாடநூல் நிறுவனம், சென்னை, முதற்பதிப்பு, 1975.
திருமுருகன், இரா.,	**சிந்து இலக்கியம்,** தமிழ்ப் பல்கலைக் கழகம், தஞ்சாவூர், 1991
துளசிராமன், து., & தாமோதரன், கு,. (பதி.)	**ஆர்க்காடும் அகழ்வைப்பகமும்,** தமிழ்நாடு அரசு தொல்பொருள் ஆய்வுத்துறை, சென்னை, முதற்பதிப்பு, 1989.
நலங்கிள்ளி, அரங்க.,	**பாட்டியல்கள்,** வாணிதாசன் பதிப்பகம், புதுவை, முதற்பதிப்பு, 1986.
நாகசாமி, இரா.,	**ஓவியப்பாவை,** தமிழ்நாடு அரசு தொல்பொருள் ஆய்வுத்துறை, சென்னை, முதற்பதிப்பு, 1979.
நாகசாமி, இரா., & சந்திரமூர்த்தி, மா.,	**தமிழகக் கோயிற் கலைகள்,** தமிழ்நாடு அரசு தொல்பொருள் ஆய்வுத்துறை, சென்னை, இரண்டாம் பதிப்பு, 1976.

நாகசாமி. இரா., (பதி.), **மூவரையன் விறலிவிடு தூது,** மகாமகோபாத்தியாய டாக்டர் உ.வே. சாமிநாதையர் நூல் நிலையம், சென்னை, முதற்பதிப்பு, 1982.

நிர்மலாமோகன், **குறவஞ்சி இலக்கியம்,** மணிவாசகர் பதிப்பகம், சிதம்பரம், 1985.

நீலகண்ட சாஸ்திரி, கே.ஏ., **தென்னிந்திய வரலாறு,** (முதல், இரண்டாம் பகுதிகள்) பெருமாள் முதலியார், (மொ.ஆ.,) தமிழ்நாட்டுப் பாடநூல் நிறுவனம், சென்னை, இரண்டாம்பதிப்பு, 1979.

பத்மநாபன், குமார., **திரிகூடராசப்பக் கவிராயர் – ஓர் இலக்கிய நோக்கு,** விசாலாட்சி பதிப்பகம், சென்னை, முதற்பதிப்பு, 1985.

பரந்தாமனார், அ.கி., **மதுரை நாயக்கர் வரலாறு,** அல்லி நிலையம், சென்னை, மூன்றாம் பதிப்பு, 1971.

பவுன்துரை, இராசு., **தமிழக ஓவியக்கலை மரபும் பண்பாடும்,** மெய்யப்பன் பதிப்பகம், சிதம்பரம், 2004

பழனிச்சாமி, **வையாபுரிப் பள்ளு,** ஸ்ரீதண்டாயுதபாணி சுவாமி தேவஸ்தானம், வெளியீடு, பழனி, இரண்டாம் பதிப்பு, 1915.

பார்த்தசாரதி, **தனிப்பாடற்றிரட்டு,** (முதற்பாகம்) மதறாஸ், 1915.

பாலசாரநாதன், சு., (பதி.)., **குமாரலிங்கர் குறவஞ்சி,** மகாமகோபாத்தியாய டாக்டர் உ.வே. சாமிநாதையர் நூல் நிலையம், சென்னை, முதற்பதிப்பு,1982.

பாலசுப்பிரமணியம், எஸ்.ஆர்.,	சோழர் கலைப் பாணி, பாரி நிலையம், சென்னை, முதற்பதிப்பு, 1966.
பாலசுப்பிரமணியன், குடவாயில்,	சோழமண்டலத்து வரலாற்று நாயகர்களின் சிற்பங்களும் ஓவியங்களும், தமிழ்ப் பல்கலைக்கழகம், தஞ்சாவூர், முதற்பதிப்பு, 1987.
பாலசுப்பிரமணியன், குடவாயில்,	தமிழகக் கோயில்கலை மரபு, சரசுவதி மகால் நூலகம், தஞ்சாவூர், தற்பதிப்பு, 1993.
பாஸ்கரத் தொண்டைமான்,	வேங்கடம் முதல் குமரி வரை, பொருநைத் துறையிலே, அபிராமி நிலையம், சென்னை, மூன்றாம் பதிப்பு, 1986.
பிள்ளை, கா.சு.,	தனிப்பாடற்றிரட்டு, (முதற்பாகம்), பி. இரத்தினநாயகர் சன்ஸ், சென்னை, 1939.
பிள்ளை, கே.கே.,	தமிழக வரலாறு – மக்களும் பண்பாடும், தமிழ்நாட்டுப் பாடநூல் நிறுவனம், சென்னை, நான்காம் பதிப்பு, 1981.
பிள்ளைப்பெருமாள் ஐயங்கார்,	அஷ்ட பிரபந்தம், எஸ். இராஜம், சென்னை, 1957.
பெருமாள், அ.நா.,	நாட்டுப்புறவியல் சிந்தனைகள், தேன்மழை வெளியீடு, சென்னை, தற்பதிப்பு, 1987.
பேரூரான்,	திருவிளையாடல், வானதி பதிப்பகம், சென்னை, ஆறாம் பதிப்பு, 1986.
மகாதேவன், கதிர்.,	தொன்மம், இலட்சுமி வெளியீடு, மதுரை, இரண்டாம் பதிப்பு, 1989.

மகாலிங்கம், தே.வே., — **விஜயநகரப் பேரரசில் நிலைபெற்றிருந்த பொருளாதார வாழ்க்கை வரலாறு,** நியூ செஞ்சுரி புக் ஹவுஸ் பிரைவேட் லிமிடெட், சென்னை, முதற்பதிப்பு, 1990.

மங்கள முருகேசன், ந.க., & இராசம் மங்கள முருகேசன், — **தமிழக ஆட்சி முறை, (விஜய நகரப் பேரரசு முதல் நவாபுகள் வரை),** பாரி நிலையம், சென்னை, முதற்பதிப்பு, 1987.

மருததுரை, அரு., — **புராண இலக்கிய வரலாறு,** ஐந்திணைப் பதிப்பகம், சென்னை, முதற்பதிப்பு, 1988.

மனோகரன், மீ., — **கிழவன் சேதுபதி,** அகரம் வெளியீடு, சிவகங்கை, முதற்பதிப்பு, 1983.

மாணிக்கம், தா.சா., — **தமிழும் தெலுங்கும்,** உலகத் தமிழாராய்ச்சி நிறுவனம், சென்னை, முதற்பதிப்பு, 1994.

மார்க்ஸ், அ., — **சிற்றிலக்கியங்கள் சில குறிப்புகள்,** சிலிக்குயில் வெளியீடு, குடந்தை, முதற்பதிப்பு, 1983.

மீனாட்சி முருகரத்தினம், — **அழகியல்,** உலகத் தமிழாராய்ச்சி நிறுவனம், சென்னை, முதற்பதிப்பு, 1992.

முகம்மது உவைஸ், ம., & அஜமல்கான், பீ.மு., — **இஸ்லாமியத் தமிழ் இலக்கிய வரலாறு, (தொகுதி ஒன்று, கி.பி. 1700 வரை),** பதிப்புத்துறை, மதுரை காமராசர் பல்கலைக்கழகம், மதுரை, முதற்பதிப்பு, 1986.

முகம்மது உவைஸ், ம., **இஸ்லாமியத் தமிழ் இலக்கிய வரலாறு, (தொகுதி இரண்டு),** பதிப்புத்துறை, மதுரை காமராசர் பல்கலைக்கழகம், மதுரை, முதற்பதிப்பு, 1990.

முத்துச்சண்முகன் & நிர்மலாமோகன், **குறவஞ்சி,** முத்துப்பதிப்பகம், மதுரை, முதற்பதிப்பு, 1977.

முத்துச்சண்முகன் & நிர்மலாமோகன், **சிற்றிலக்கியங்களின் தோற்றமும் வகையும்,** முத்துப்பதிப்பகம், மதுரை, முதற்பதிப்பு, 1979.

முத்துபிச்சை, **அழகர்கோயில்,** தமிழ்நாடு அரசு தொல்லியல் துறை, சென்னை, 2005.

முஸ்தபா, மணவை. **தமிழில் இஸ்லாமிய இலக்கிய வடிவங்கள்,** மீரா பப்ளிகேஷன், சென்னை, முதற்பதிப்பு, 1986.

மெய்யப்பன், ச., **தில்லைத் திருக்கோயில்,** மணிவாசகர் பதிப்பகம், சிதம்பரம், திருத்திய பதிப்பு, 1988.

ராதாகிருஷ்ண பிள்ளை, எம்., **தென்னாட்டுக் கோயில்கள், மூன்றாம் பாகம்,** அல்லயன்ஸ் கம்பெனி வெளியீடு, சென்னை, முதற்பதிப்பு, 1982.

ராதாகிருஷ்ண பிள்ளை, எம்., **தென்னாட்டுக் கோயில்கள், நான்காம் பாகம்,** அல்லயன்ஸ் கம்பெனி வெளியீடு, சென்னை, முதற்பதிப்பு, 1990.

ராமராஜு, பி. செந்தீ நடராசன், (மொ.ஆ.), **ஆந்திர நாட்டார் வழக்காற்றியல்,** இளங்கோ நூலகம் கள்ளக்குறிச்சி, 2006.

ராஜய்யன், கு.,	**தமிழக வரலாறு 1556 – 1967,** மதுரை தமிழாலஜி பப்ளிஷர்ஸ், மதுரை, முதற்பதிப்பு, 1980.
வானமாமலை, நா. (தொ.ஆ),	**தமிழர் நாட்டுப் பாடல்கள்,** நியூ செஞ்சுரி புக் ஹவுஸ் பிரைவேட் லிட், சென்னை, 1977.
வானமாமலை, நா.,	**உரைநடை வளர்ச்சி,** மக்கள் வெளியீடு, சென்னை, முதற்பதிப்பு, 1978.
வெங்கட்ராமன், ஆர்.,	**இந்தியக் கோயில் கட்டடக்கலை வரலாறு,** என்னெஸ் பப்ளிகேஷன்ஸ், மதுரை, முதற்பதிப்பு, 1983.
வேங்கடசாமி, மயிலை, சீனி.,	**களப்பிரர் ஆட்சியில் தமிழகம்,** மக்கள் வெளியீடு, சென்னை, முதற்பதிப்பு, 1976.
வேங்கடசாமி, மயிலை, சீனி.,	**இறைவன் ஆடிய எழுவகை தாண்டவம்,** சாந்தி நூலகம், சென்னை, முதற்பதிப்பு, 1967.
வேங்கடசாமி, மயிலை, சீனி.,	**தமிழர் வளர்த்த அழகுக் கலைகள்,** பாரி நிலையம், சென்னை, மூன்றாம் பதிப்பு, 1969.
வேலுப்பிள்ளை, ஆ.,	**தமிழர் சமய வரலாறு,** பாரி புத்தகப் பண்ணை, சென்னை, முதற்பதிப்பு, 1980.
வைத்தியலிங்கம், செ.,	**தமிழ்ப் பண்பாட்டு வரலாறு,** முதல் பாகம், அண்ணாமலைப் பல்கலைக்கழகம் வெளியீடு, சிதம்பரம், முதற்பதிப்பு, 1991.
வையாபுரிப்பிள்ளை, எஸ்.,	**நூற்களஞ்சியம் 7ஆம் தொகுதி,** பேராசிரியர் வையாபுரிப்பிள்ளை நினைவு மன்றம், சென்னை, முதற்பதிப்பு, 1998.

வையாபுரிப்பிள்ளை, எஸ்., (பதி.ஆ),	**சிற்றிலக்கியத் திரட்டு, தொகுதிகள் I & II,** பதிப்புத்துறை, சென்னைப் பல்கலைக்கழகம் சென்னை.
ஜானகிராமன், இரா., (தொ.ஆ.),	**மதுரை தல வரலாறு: கோயில் அதிசயங்கள்,** ஜானகிராமன் வெளியீடு, மதுரை, முதற்பதிப்பு, 1994.
ஜெகன்னாதன், குரு.,	**நாட்டைக் காத்த நாயக்கர்கள்,** கண்ணன் பண்ணை, சாத்தூர், முதற்பதிப்பு, 1996.
ஷண்முகநயினார், ஏ.சி.,	**திருக்குற்றாலம் தல வரலாறு,** கோயில் வெளியீடு, குற்றாலம், ஆறாம் பதிப்பு, 1962.
ஷண்முகநாதன், பெ.க.,	**ஸ்ரீவில்லிபுத்தூர் தல வரலாறு,** நாச்சியார் திருக்கோயில் வெளியீடு, ஸ்ரீவில்லிபுத்தூர், ஐந்தாம் பதிப்பு, 1980.

ஆய்வேடுகள்

உத்திராடம், கோ.,	**நாயக்கர் காலச் சமுதாய, பொருளாதார, சமய, பண்பாட்டு நிலைகள் – ஆவணங்கள் வழி ஓர் ஆய்வு,** – சென்னைப் பல்கலைக் கழகத்திற்கு அளிக்கப்பட்ட ஆய்வேடு, (நூல் வடிவம் பெறாதது), 2012.
சுருளிவேல், செ.ப.,	**சங்க இலக்கிய அணி இலக்கண வளர்ச்சி,** – மதுரை காமராசர் பல்கலைக்கழகத்திற்கு அளிக்கப்பட்ட ஆய்வேடு, (நூல் வடிவம் பெறாதது), 1986.

களஞ்சியங்கள், இதழ்கள்	அரசினர் கீழ்த்திசைச் சுவடிகள் நூலகம் பருவ இதழ், தொகுதி—26, அரசினர் கீழ்த்திசைச் சுவடிகள் நூலகம், சென்னை, 2001.
	கலைக்களஞ்சியம், (தொகுதி இரண்டு) தமிழ் வளர்ச்சிக் கழகம், சென்னை, முதற்பதிப்பு, 1955.
	கல்வெட்டு, தமிழ்நாடு அரசு தொல்பொருள் ஆய்வுத்துறை, சென்னை.
	தமிழ்க்கலை, (தமிழியல் காலாண்டு ஆய்விதழ்) தமிழ்ப்பல்கலைக்கழகம், தஞ்சாவூர்.
	தினமணி நாளிதழ், சென்னை.
	The India Magazine, Bombay. April, 1989.
ஆங்கில நூல்கள்	
Agravala Vasudeva S.,	*The Heritage of Indian Arts,* Publication Division, Minisitry of Information and Broadcasting, First Edition, 1964.
Bhasham, A.L. (ed.).,	*A Cultural History of India,* Oxford University Press, Delhi, Eighth Impression 1992.
Burton Stein,	*South Indian Temple,* An Analytical Reconsideration, Vikas Publishing House Pvt Ltd, New Delhi, 1978.

Devakunjari, D.,	*Hampi,* Archaeological Survey of India, New Delhi, 1992.
Devakunjari, D.,	*Madurai - through the ages,* Arulmigu Meenakshi Sundareswarar Thirukkoil, Madurai. 2004.
Edith Tomory,	*A History of Fine Arts in India and the West,* Orient Longman Ltd, Madras, 1982.
George Michell,	*The New Campridge History of India I:6* Cambridge University Press, New York- 1995.
Gopinatha Rao.T.A.,	*Elements of Hindu Iconography, Volume I Part I* Motilal Banarsidass, New Delhi, Second Edition, 1985.
Jaya Appasamy, Jeyechandran, A.V.,	*The Critical Vision,* Lalit-kala Akadami, New Delhi, 1985.
Jeyechandran, A.V.,	*The Madurai Temple Complex,* Publication Division, Madurai Kamaraj Univeristy, Madurai, First Edition, 1985.
Job Thomas, I.,	*Paintings in Tamil Nadu - A History,* Oxygen Books, Chennai, First Edition, 2010.
Krishnamurthi. V.M.,	*History of Tamil Nadu,* Vijayalakshmi Publication, Monday Market, Neyyoor, July 1984.

Mahalingam, T.V.,	*Studies in The South Indian Temple Complex,* Kannada Research Intitute, Karnatak University, First Edition, 1970.
Meenakshisundaram, K.,	*The Contribution of European Schools to Tamil,* Univeristy of Madras, Madras, First Edition, 1974.
Mohanavelu, S.,	*German Tamilogy,* The South India Saiva Siddhanta Works Publishing Society, 154, TTK Salai, Alwarpet, Madras - 18, 1993.
Mulk Raj Anand,	*Chitra Lakshana,* National Book Trust, New Delhi, First Edition, 1989.
Nagasami, R.,	*Art and Culture of Tamil Nadu,* Sundeep Prakshan, Delhi, First Edition, 1980.
Natarajan, Avvai, & Kasinathan, Natana.,	*Art Panorama of Tamils* Tamilnadu State Department of Archaeology, Madras, 1993.
Nirmala Kumari, Y.,	*Social Life as Reflected in Sculpture and Paintings of Later Vijayanagara Period,* (A.D.1500-1650) (with Special reference to Andhra) T.R. Publications, Madras, First Publication, 1995.
Peeroysan Dubash, Perviz. N.,	*Hindoo Art in its Social Setting,* Asian Educational Services, New Delhi, Reprint, 1979.
Pillay, K.K.	*Studies in the History of India with Special Reference to TamilNadu,* Madras, 1979.

Rajayan, K.,	*Rise and Fall of the Pollgars of Tamilnadu,* Univeristy of Madras, Madras, 1975.
Rajaram, K.,	*History Of Thirumalai Nayak,* Ennes Publications, Madurai, First Edition, 1982.
Robert. E. Frylcenberg and Pauline Kolenda (Ed.)	*Studies of South India: An Anthology of Recent,* Research and Scholarship, New Era Publication, Madras - 28, 1985.
Saptarshi, Mahakavi.,	*Mohini Vilasa Kuravanchi,* Sarasvati Mahal Library, Thanjavur, 1985.
Sathianathaier, R.,	*Tamilaham in the 17th Century,* University of Madras, Madras, 1956.
Sathyanatha Aiyar, R.,	*History of Nayaka of Madura,* University of Madras, Second Edition, 1980.
Satyavani, J.V.,	*...through Literary Spaces,* Yasaswi Publications, Kuppam, (A.P), 2009.
Shyamala Gupta,	*Art Beauty and Creativity - Indian and Western Aesthetics,* D.K.Print world (p) Ltd, New Delhi, First Edition, 1999.
Sivaramamurti, C.,	*Expressive Quality of Literary flavour in Art,* Kannada Research Institute, Dharwar, First Edition, 1974.
Sivaramamurti, C.,	*The Chola Temples,* Archaeological Survey of India, New Delhi, Fifth Edition, 1992.

Sivaramamurti, C.,	*Vijayanagara Paintings,* Publication Division, Ministry of Information and Broadcasting, New Delhi, First Edition, 1985.
Sivaramamurti, C.,	*South Indian Paintings,* New Delhi, 1968.
Smith Vincent, A.,	*A History of Fine Art in India & Ceylon,* D.B. Taraporevala Sons & Co, Private Ltd, Bombay, Third Edition, 1969.
Srinivasachari, C.S.,	*A History of Gingee And Its Rulers,* Annamalai University, Annamalai Nagar, 1943.
Srinivasan, G.,	*Problems of Aesthetics,* D.V.K. Murthy Publications, Mysore, First Edition, 1972.
Srinivasan, K.R.,	*Temples of South India,* National Book Trust, New Delhi, Third Edition, 1985.
Srinivasan, T.N.,	*A hand book of South India,* Images, Tirumala Tirupati Devasthanams, Tirupati, Second Edition, 1982.
Stella Kramrisch.,	*The Art of India,* Traditions of Indian Sculpture Painting and Architecture, The Phaidon Press, London, Third Edition, 1965.
Stelle Kramrisch.,	*Exploring India's Sacred Art,* Indira gandhi National Centre for the arts, New Delhi and Motilal Banarasidass Publishers Pvt. Ltd, Delhi, First Edition, 1994.

Stephen Inglis.,	*A Village Art of South India,* Madurai Kamaraj University, Department of Tamil Studies, 1980.
Subramanian, N., & Venkatraman,	*Tamil Epigraphy,* Ennes Publication, Madurai, First Edition, 1980.
Subramanian, S.V.,	*Heritage of the Tamil Art & Architecture,* International Institute of Tamil Studies, Taramani, First Edition, 1983.
Sulaiman, S.M., & Ismail, M.M.,	*Islam, Indian Religious and Tamil Culture,* The Dr S.Rathakrishnan institute for Advanced Study in Philosophy, Univeristy of Madras, 1977.
Velcheru Narayana Rao, David Shulman, Sanjay Subramanyam,	*Sybols of Substance,* Court and State in Nayaka period Tamilnadu, Oxford University Press, Oxford, New York, 1992.
Vriddhagirisan, V.,	*The Nayaks of Tanjore,* Asian Educational Services, Second Edition, 1995.
....	*Rare Sculptures,* National Museum, New Delhi, First Published, 1984.
....	*Thirumalai Nayak Palace,* Tamilnadu State Department of Archaeology, Third Impression, 1977.

அகராதிகள்

Chidambaranatha Chettiar, A., (Ed.).,   *English - Tamil Dictionary,*
University of Madras,
Madras, 1992.

Barnhart Clarence, L.,
Barnhart Robert, K., (Ed.)   *The World Book Dictionary,*
Volume One - A.K.,
World Book Child Craft
International, Inc.,
Chicago, 1981.

Barnow Erik, (Ed.). and Others,   *International Encyclopedia of Communications, (Volume I)*
Oxford University Press,
New York, 1989.

Duddon, J.A.,   *Dictionary of Literary Terms,*
McGraw-Hill Book Company,
New York, 1972.

Edwards Paul (Editor in Chief)   *The Encyclopedia of Philosophy,*
Macmillan Publishing Company,
Inc., The Free Press,
New York, 1972.

Foreman, J.B., (ed.),   *Collins National Dictionary,*
London, 1960.

The New Shorter Oxford English Dictionary,
Oxford University Press.

Stephen Berg Flexner, (ed),   *The Random House Dictionary of the English Language,*
Random House, New York,
Second Edition, 1987.

பின்னிணைப்புகள்

மதுரை நாயக்கர்கள் பட்டியல்

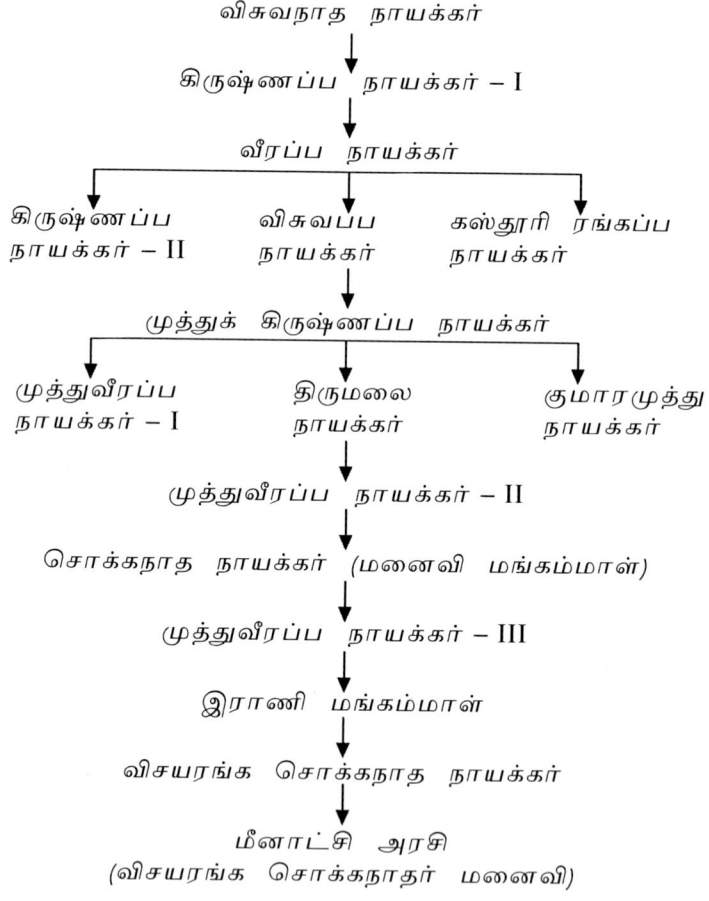

விசுவநாத நாயக்கர்
↓
கிருஷ்ணப்ப நாயக்கர் – I
↓
வீரப்ப நாயக்கர்
↓
கிருஷ்ணப்ப நாயக்கர் – II | விசுவப்ப நாயக்கர் | கஸ்தூரி ரங்கப்ப நாயக்கர்
↓
முத்துக் கிருஷ்ணப்ப நாயக்கர்
↓
முத்துவீரப்ப நாயக்கர் – I | திருமலை நாயக்கர் | குமாரமுத்து நாயக்கர்
↓
முத்துவீரப்ப நாயக்கர் – II
↓
சொக்கநாத நாயக்கர் (மனைவி மங்கம்மாள்)
↓
முத்துவீரப்ப நாயக்கர் – III
↓
இராணி மங்கம்மாள்
↓
விசயரங்க சொக்கநாத நாயக்கர்
↓
மீனாட்சி அரசி
(விசயரங்க சொக்கநாதர் மனைவி)

நன்றி: அ.கி. பரந்தாமனார்

தஞ்சை நாயக்க அரசர்களின் குலமரபு

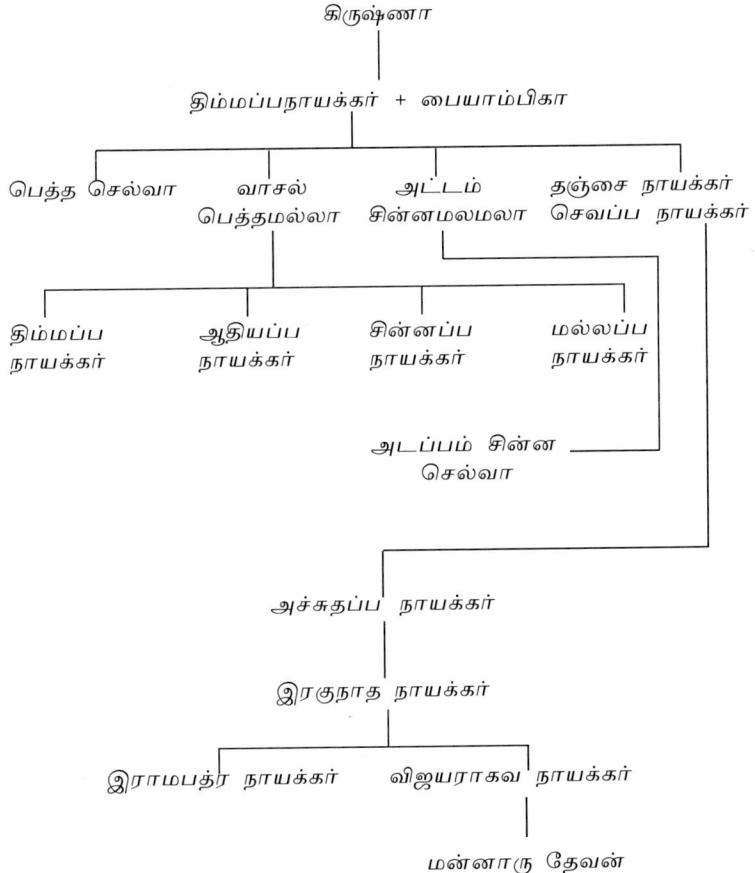

நன்றி: குடவாயில் பாலசுப்பிரமணியம்

வரைபடங்கள்
மற்றும்
புகைப்படங்கள்

தமிழகத்தில் நாயக்க அரசுகளின் ஆட்சிப்பரப்புகள்

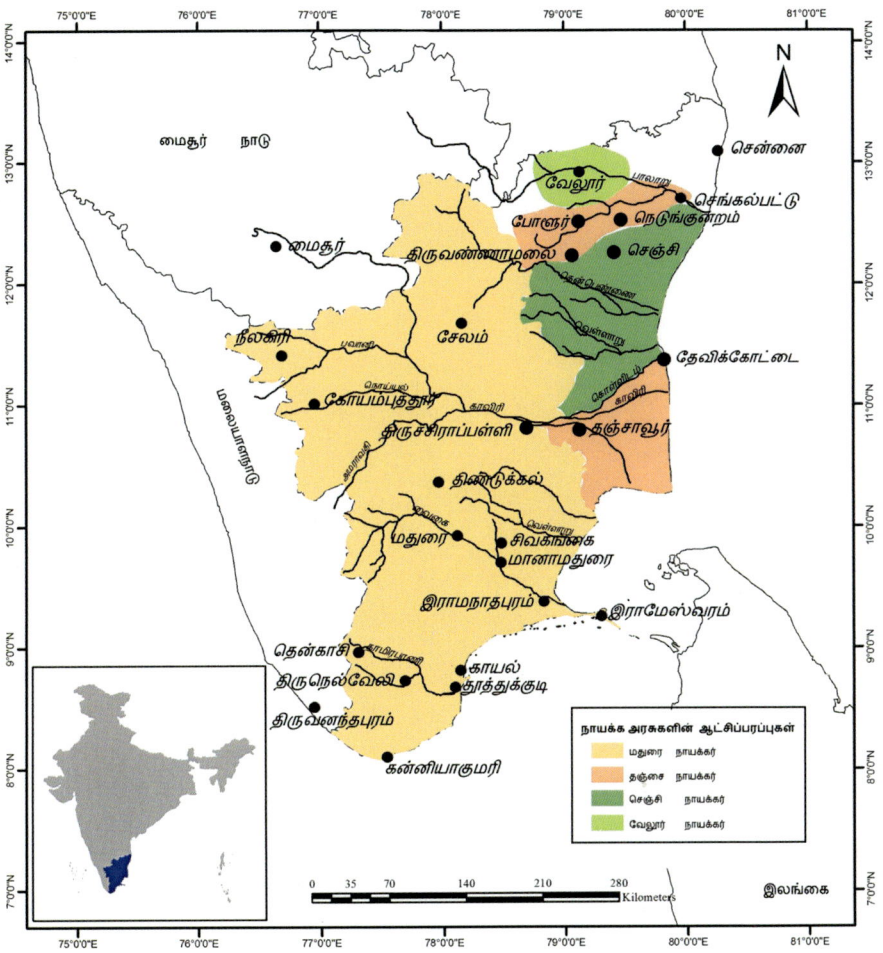

நாயக்கர் காலக் கட்டடங்கள் மற்றும் சிற்பங்கள் உள்ள முக்கிய இடங்கள்

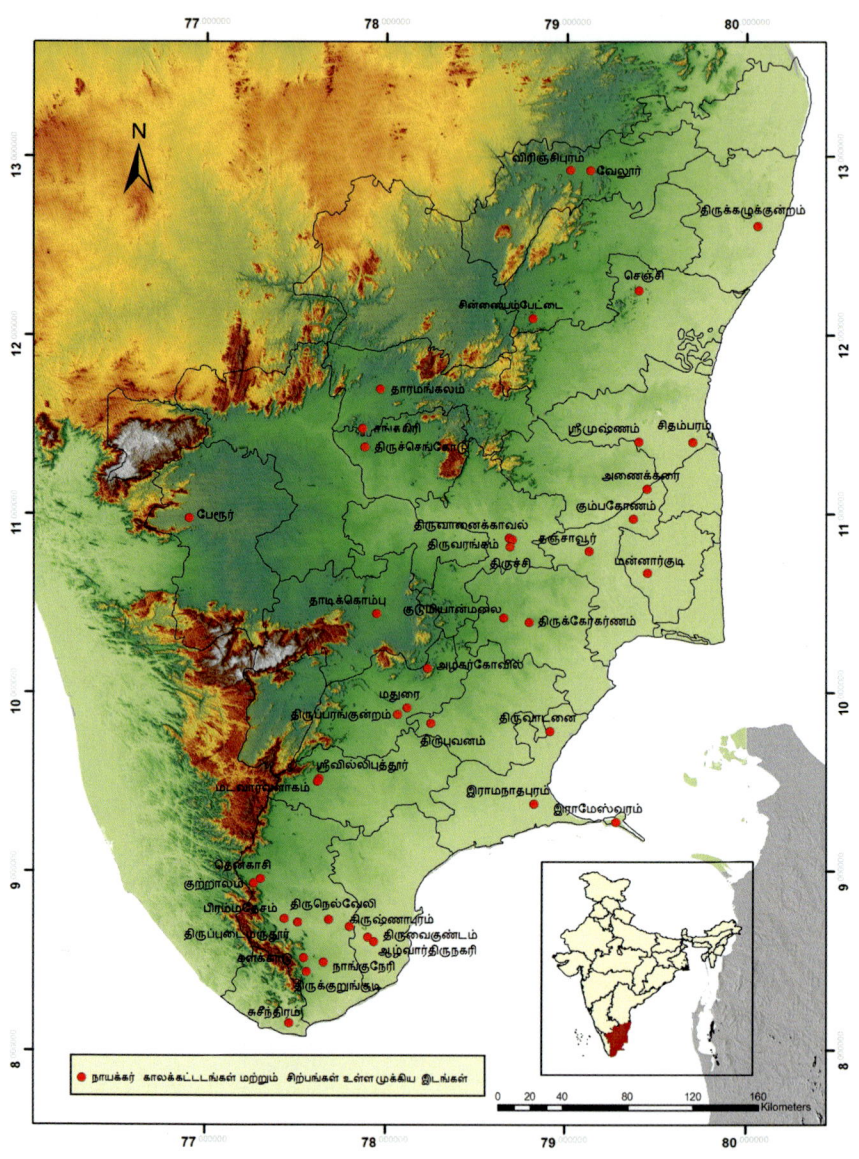

தமிழகச் சுவரோவியங்கள் உள்ள முக்கிய இடங்கள்

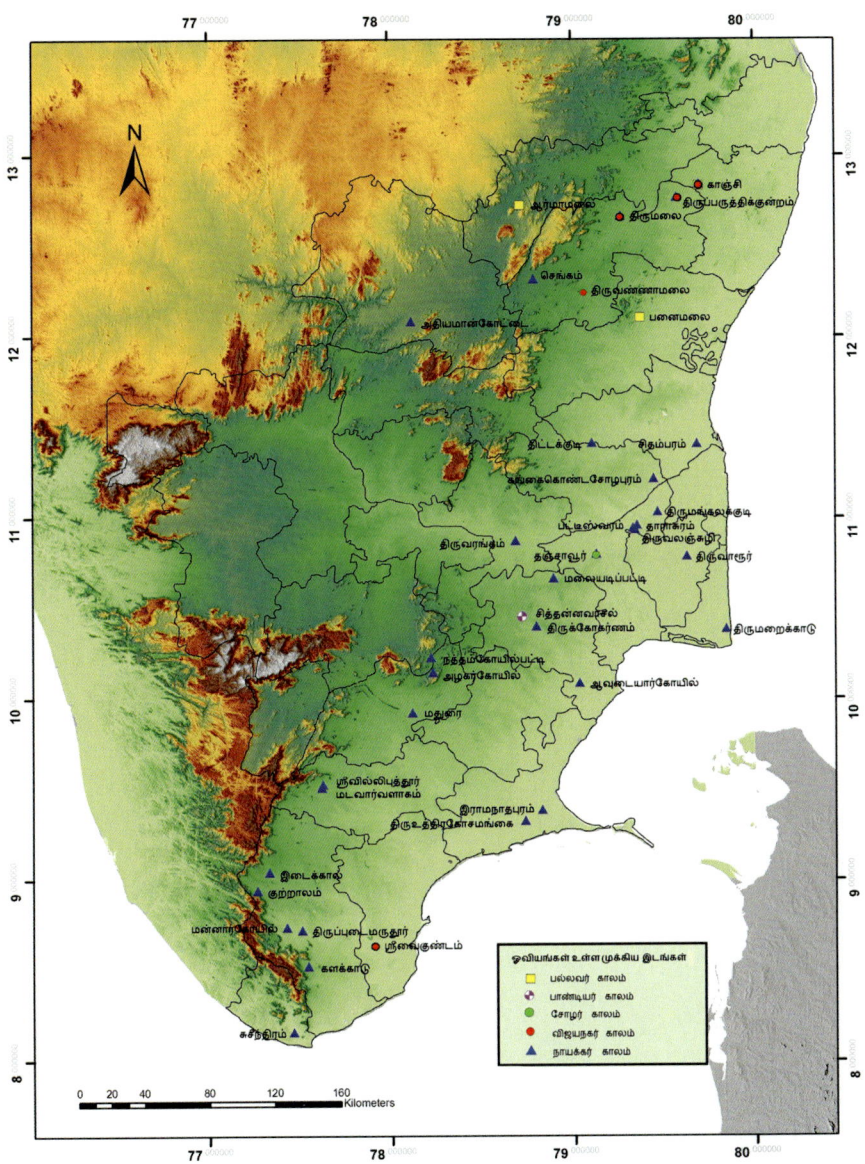

பெருந்தோற்றம்

இராஜகோபுரம், வடபத்ரசாயி கோயில், ஸ்ரீவில்லிபுத்தூர்

சுற்றாலை, இராமநாதசாமி கோயில், இராமேஸ்வரம்

திருமலை நாயக்கர் மஹால், மதுரை

தெப்பக்குளம், வண்டியூர், மதுரை

வீரனைச் சுமந்து செல்லும் பெண், வேங்கடநாதர் கோயில், கிருஷ்ணாபுரம்

யானை, சலுப்பை

அரசவைக் காட்சி,
இராமலிங்கம் விலாசம், இராமநாதபுரம்

விரிவாக்கம்

சுப்பிரமண்யர் கோயில், பெருவுடையார் கோயில் வளாகம், தஞ்சை

இரண்யன்–நரசிம்மன் போர்

இரண்ய வதம்

கள்ளழகர் கோயில், அழகர்கோயில்

ஆடற் காட்சி, நெல்லையப்பர் கோயில், திருநெல்வேலி

இராமாயணம், கோகர்ணேஸ்வரர் கோயில், திருக்கோகர்ணம்

மரபுத் தொடர்ச்சி

இராஜகோபுரம், விருபாட்சர் கோயில், ஹம்பி

கோபுரம், பெருவுடையார் கோயில், தஞ்சை

யாளியும் இரு வீரர்களும், சாரநாத், உத்திரப்பிரதேசம்

யாளியும் வீரனும், ஜலகண்டேஸ்வரர் கோயில், வேலூர்

பெண்ணைச் சுமந்து செல்லும் வீரன், அரங்கநாதர் கோயில், திருவரங்கம்

பெண்ணைச் சுமந்து செல்லும் வீரன், வேங்கடநாதர் கோயில், கிருஷ்ணாபுரம்

கஜ ரிஷபம், குடைவரை, பாதாமி, கர்நாடகம்

கஜ ரிஷபம், ஐராவதேஸ்வரர் கோயில், தாராசுரம்

விதானச் சிற்பம்,
ஜலகண்டேஸ்வரர் கோயில், வேலூர்

சிவன் அருள்பெறும்
அர்ச்சுனன்,
வீரபத்திரர் கோயில்,
லெபாக்ஷி

மச்சாவதாரம்,
குடைவரைக் கோயில்,
மலையடிப்பட்டி

பிற பாணிக் கலப்பு

திருமலை நாயக்கர் மஹால், மதுரை

அர்த்தநாரீஸ்வரர், மஹாகூடா, கர்நாடகம்

ஆடற்பெண், இராமப்பா கோயில், வாரங்கல்

கலைமகள், ஆண்டாள் கோயில், ஸ்ரீவில்லிபுத்தூர்

யானைப்போர், சூரியனார் கோயில், கொனார்க்

யானைப்போர், சுப்பிரமண்யர் கோயில், தஞ்சை

கொடுங்கை, சுப்பிரமண்யர் கோயில், தஞ்சை

வீரபத்திரன் துணைவர்,
வேங்கடநாதர் கோயில், கிருஷ்ணாபுரம்

துணைவியருடன் திருமலைநாயக்கர்,
வைத்தியநாதசாமி கோயில்,
மடவார் வளாகம்

போர்ச்சுக்கீசியர், நாறும்பூநாதசாமி கோயில், திருப்புடைமருதூர்

ஆடற்காட்சி, இராமலிங்க விலாசம், இராமநாதபுரம்

பெண்டிருடன் சேதுபதி, இராமலிங்க விலாசம், இராமநாதபுரம்

மீனாட்சி – சுந்தரேஸ்வரர் திருமணக் காட்சி, மீனாட்சி சுந்தரேஸ்வரர் கோயில், மதுரை

மிகு அணியுடைமை

திருமலை நாயக்கர் மஹால், மதுரை

கோபுரம், கள்ளழகர் கோயில், அழகர்கோயில்

சென்னிம நாயக்கன் குளம், சென்னிம நாயக்கன் பேட்டை

அரசி, வைத்தியநாதசாமி கோயில், மடவார் வளாகம்

ஒப்பனைக் காட்சி, இராமலிங்க விலாசம், இராமநாதபுரம்

வசந்த மண்டபம், கள்ளழகர் கோயில், அழகர்கோயில்

தன்திறன் காட்டல்

திருமலை நாயக்கர்,
வைத்தியநாதசாமி கோயில்,
மடவார் வளாகம்

குரங்குகள்,
நாறும்பூநாதசாமி கோயில்,
திருப்புடைமருதூர்

நவநாரி யானையும் குதிரையும், இராமலிங்க விலாசம், இராமநாதபுரம்

சமய ஒருமைப்பாடு

வீரபத்திரர்,
ஆண்டாள் கோயில்,
ஸ்ரீவில்லிபுத்தூர்

அரவணைத்துயில்வோன்,
நாறும்பூநாதசாமி கோயில்,
திருப்புடைமருதூர்

புராண - இதிகாசக் கூறுகள்

பிட்சாடனர், ஆண்டாள் கோயில், ஸ்ரீவில்லிபுத்தூர்

இரதி, வேங்கடநாதர் கோயில், கிருஷ்ணாபுரம்

திரிவிக்கிரமன், கள்ளழகர் கோயில், அழகர்கோயில்

தல புராணக் காட்சி, நெல்லையப்பர் கோயில், திருநெல்வேலி

பாகவத புராணக்காட்சி, அரங்கநாதர் கோயில், திருவரங்கம்

ரிஷபதேவர் ஊர்வலக்காட்சி, வர்த்தமானர் கோயில், திருப்பருத்திக்குன்றம்

சமணர் கழுவேற்றக்காட்சி, நாறும்பூநாதசாமி கோயில், திருப்புடைமருதூர்

கிராதார்ச்சுண்யம், நாறும்பூநாதசாமி கோயில், திருப்புடைமருதூர்

தலபுராணக் காட்சிகள், நடராஜர் கோயில், சிதம்பரம்

மிதுனப் பண்பு

மிதுனக் காட்சி, நெல்லையப்பர் கோயில், திருநெல்வேலி

மிதுனக் காட்சிகள், அரங்கநாதர் கோயில், திருவரங்கம்

மோகினி அவதாரம்,
நடராஜர் கோயில், சிதம்பரம்

மிதுனக் காட்சி,
இராமலிங்க விலாசம்,
இராமநாதபுரம்

போர்ப் பண்பு

போர்க்காட்சி, நெல்லையப்பர் கோயில், திருநெல்வேலி

போர்க்காட்சி, நாறும்பூநாதசாமி கோயில், திருப்புடைமருதூர்

வட்டாரத் தன்மை

வடமலையப்பர், கைலாசநாதர் கோயில், பிரம்மதேசம்

பனையேறுவோன், வேங்கடநாதர் கோயில், கிருஷ்ணாபுரம்

தலபுராணக் காட்சி, நெல்லையப்பர் கோயில், திருநெல்வேலி

மீனாட்சியிடம் மங்கம்மாள் செங்கோல் பெறும்காட்சி,
மீனாட்சி சுந்தரேஸ்வரர் கோயில், மதுரை

இராஜராஜேஸ்வரியிடம் சேதுபதி செங்கோல் பெறும் காட்சி,
இராமலிங்க விலாசம், இராமநாதபுரம்

அரங்கர் ஊர்வலக்காட்சி, அரங்கநாதர் கோயில், திருவரங்கம்

கோயில் வழிபாட்டுக்காட்சியும் ஆடலும், கைலாசநாதர் கோயில், நத்தம்கோயில்பட்டி

தலபுராணக் காட்சி, நடராஜர் கோயில், சிதம்பரம்

நாட்டுப்புறக் கூறு

குறவன் மற்றும் குழந்தைகளுடன் குறத்தி, நெல்லையப்பர் கோயில், திருநெல்வேலி

கோலாட்டம், நெல்லையப்பர் கோயில், திருநெல்வேலி

பாம்பாட்டி, நாறும்பூநாதசாமி கோயில், திருப்புடைமருதூர்

கழைக்கூத்து, ஆண்டாள் கோயில், ஸ்ரீவில்லிபுத்தூர்

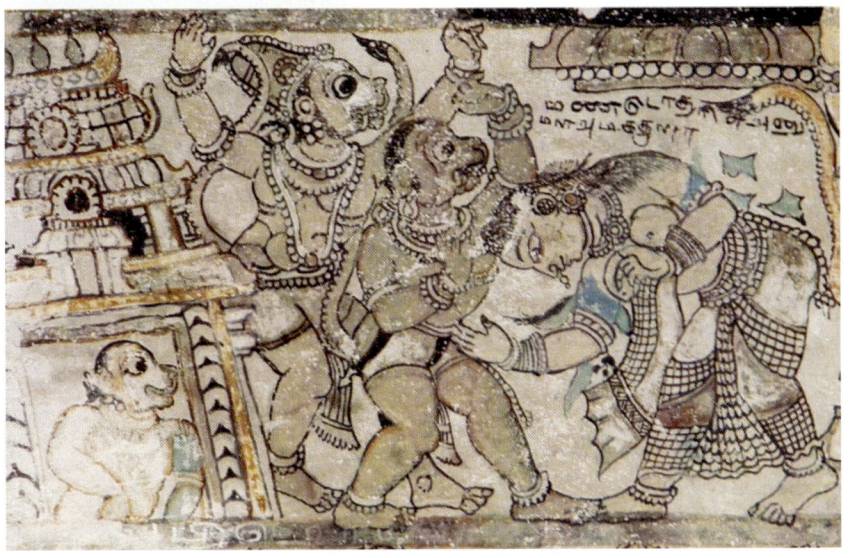

இராமாயணக் காட்சி, வேணுகோபால பார்த்தசாரதி கோயில், செங்கம்

ஒருபடித்தாய் இருத்தல்

வீரபத்திரர், ஆண்டாள் கோயில், ஸ்ரீவில்லிபுத்தூர்

வீரபத்திரர், வேங்கடநாதர் கோயில் கிருஷ்ணாபுரம்

மிதுனக் காட்சி, கங்கைகொண்ட சோழீஸ்வரர் கோயில், கங்கைகொண்ட சோழபுரம்

மிதுனக் காட்சி, இராமலிங்க விலாசம், இராமநாதபுரம்